मत्तीर

महादेव मोरे

मेहता पब्लिशिंग हाऊस

All rights reserved along with e-books & layout. No part of this publication may be reproduced, stored in a retrieval system or transmitted, in any form or by any means, without the prior written consent of the Publisher and the licence holder. Please contact us at **Mehta Publishing House**, 1941, Madiwale Colony, Sadashiv Peth, Punea 411030.

© +91 020-24476924 / 24460313

Email : info@mehtapublishinghouse.com
production@mehtapublishinghouse.com
sales@mehtapublishinghouse.com

Website : www.mehtapublishinghouse.com

◆ या पुस्तकातील लेखकाची मते, घटना, वर्णने ही त्या लेखकाची असून त्याच्याशी प्रकाशक सहमत असतीलच असे नाही.

MATTIR by MAHADEV MORE

मत्तीर : महादेव मोरे / कथासंग्रह

© श्री. सुहास महादेव मोरे
४०-४७, कामगार चौक, निपाणी, ता. चिकोडी,
जि. बेळगाव (कर्नाटक) ५९१२३७.

प्रकाशक : सुनील अनिल मेहता, मेहता पब्लिशिंग हाऊस,
१९४१ सदाशिव पेठ, माडीवाले कॉलनी, पुणे - ४११०३०.

अक्षरजुळणी : पीसी-नेट, नारायण पेठ, पुणे – ४११०३०.

मुखपृष्ठ : चंद्रमोहन कुलकर्णी

प्रकाशनकाल : डिसेंबर, २००७ / पुनर्मुद्रण : ऑक्टोबर, २०१२

ISBN 978-81-7766-902-2

एक चांगला विचार वाईट विचारांना मागे टाकतो.

आमदार श्री. काकासाहेब पाटील

लोकसभेच्या सलग दोन निवडणुका जिंकून
लागोपाठ दहा वर्षे जनतेच्या हृदयावर अधिराज्य गाजवित
असलेले; माझ्या निपाणी सीमा भागातील धडाडीचे,
डॅशिंग आमदार मा. श्री. काकासाहेब पाटील यांना.
माझे निपाणी शहर व भोवतालच्या ग्रामीण परिसरातील
असंख्य खेड्यांच्या विकासासाठी ते जे अथक परिश्रम घेताहेत
त्याबद्दलची कृतज्ञता म्हणून.

— महादेव मोरे

अनुक्रम

मत्तीर / १
नियती / २३
गोष्ट पवीतराची... नव्हे, पवीची... / ६३
फलुदा / ८७
फडा / ९९
पठ्ठ्या / १०७
घबाड / १२०
रेखा, दया आणि मी / १३४
क्याट / १५४
तिंगाड / १६८
आस्काट / १८१
सावी / २०९
उच्छाद / २२६
उच्छाव / २४६

मत्तीर

ईश्वरा कमतनुरे यस्टीतून रिटायर्ड झाला तेव्हा त्याच्याबरोबर त्याच दिवशी रिटायर्ड झालेल्या करीम सोलापुरे ह्याचाही जिल्ह्याच्या गावच्या डेपोत हार वगैरे घालून निरोप समारंभ केला गेला आणि दोघांना सोडून यावयास खास यस्टीही दिली गेली. ईश्वराच्या तालुक्याच्या गावाकडे येताना वाटेतच सोलापुरेचं गाव लागलं. अगदी त्याच्या दारात यस्टी नेऊन उभी केली. 'चलतू बाऽ, ईश्वर!!' म्हणत सोलापुरेनं हात उंचावून निरोप घेतला व तो यस्टीचं दार उघडून खाली उतरला न झाप्‌दिशी त्यानं दार मारलं. यस्टी चालू झाली... ईश्वराचं गाव मग अर्ध्या तासाच्या आतच आलं. तसा ड्रायव्हरला ईश्वर म्हणाला, "नागेश, आमच्या गल्लीच्या तोंडालाच गाडी उभा कर. आत घालू नको, म्होरं आनी परताय् आडचण हाय!!"

एका बोळकुंडीवजा अरुंद गल्लीत ईश्वराचं घर होतं. तितून मुश्कीलीनंच यस्टी आत गेलीही असती, पण पुढल्या गल्लीच्या नागोबा कॉर्नरवर ती परतून घ्यायला अडचण पडली असती... रात्रीचा नऊचा टैम होत आला होता. गल्लीत सारी सात-आठ फूट उंचीची बुटकी छपरांची घरं. हुमदांडगाव्यानं तशीच यस्टी आत घालून कॉर्नरवर परतायसाठी रिव्हर्स घेताना एखाद्या कोपऱ्यावरील घराच्या छपराला डॅश लागली तर वाळ्ळी भांडणाची पन्वती! 'यस्टी परताय् ईत न्हवती तर घातलासा कशाला आत?' ह्या पाईंटावर मग जमल्यालं पब्लिक त्वांड वाजवून डोस्कं खायाय् लागायचं! आणि आज निरोपाच्या शेवटच्या दिवशी कुणाशी भांडण तंटा ईश्वराला तरी नको होता.

त्यामुळे आपली गल्ली येताच त्यानं नागेशला सांगितलं, "थांबीव हितंच, उतरून जातो घराकडं!"

तशी नागेशनं यस्टी थांबविली. मग बर्थवरनं उठून ईश्वरा म्हणाला, "चल घराकडं, घासभर खा चल, आनी मग परत जा!"

"नको ईश्वरदा, बारशाचं आमंत्रण हाय एका दोस्ताच्यात, तिथं जायला पायजे. गेलो न्हाई तर त्यो आनी मनात डुख धरायचा!" अन् नागेश बोलला,

"तू 'खा चल' म्हनलास, ह्यात सारं आलं!!" नि त्यानं गाडी वळवून घेण्यासाठी रिव्हर्स ओढला न् गाडी गल्लीत घालून ती आलेल्या वाटेकडे तोंड करून उभी केली...

"बरंय, चलतो तर!" म्हणत ईश्वरा खाली उतरला.

नागेश जिल्ह्याच्या गावीच राहायला होता. दहाच्या आत तो तेथे टच् होईल नि दोस्ताच्या घरात बारशाला लै लौकर न्हाई, लै उशिरा न्हाई, असं अगदी इन् टाईम हाजर होईल... पाठमोऱ्या यस्टीकडे पाहत ईश्वराच्या मनात आलं. आणि मग भरभर पाय उचलत तो आपल्या गल्लीतनं चालू लागला... संपला आज यस्टीबरोबरचा संबंध! साली, किती वर्षं काढली, किती ठिकाणी बदल्या, किती गावं फिरली, किती अनुभव घेतलं, कसल्या कसल्या शॅम्पलची माणसं पाहिली... मनाच्या सिनेमास्कोप पडद्यावर काही क्षण सारं काही फिरत गेलं... येसीयाड हुतं तवा नव्या क्वीक बसीस आपुन दिल्लीपतोर नेल्या! यस्टीला तवा एक शान हुती, एक पोझीशन हुती. आता काय? वडापनं यस्ट्या बाराच्या भावात काढल्यात! यस्ट्यांचं टाईमटेबल वडापवाल्यास्नी अगदी तोंडपाठ आस्तंय! म्हणून यस्ट्यांच्या म्होरं वडापवाले फुल्ल सीटा भरून धावत्यात नि मागनं यस्ट्या रिकाम्या! लई झालं तर सात–आठ मान्सं आत! ड्रायव्हर–कण्डक्टरचा पगारबी खच्चून त्यातनं निघायचा न्हाई! मग का घाट्यात ईवूने यस्टी? यस्टी घाट्यात ईवून मराय टेकली, तर तिकडं पोलीस नि आर. टी. ओ.स्नी ह्या वडापवाल्यांच्या हप्त्यानं नवं बाळसं आलं. काही ठिकाणला यस्टीतले कंट्रोलरसाहेबही वडापवाल्याकडनी हप्तं घेत्यात म्हणं... ह्या सगळ्यांनी ओरबाडल्यामुळं ज्वानी झडून गेलेल्या उंडग्या बाईगत सध्या यस्टीची अवस्था झालीया. 'हात दाखवा, यस्टी थांबवा' म्हणं! काय ऱ्हायली यस्टीची? आपल्या काळी धों–धों गर्दी यस्टीला. आडव्या लाईनला टपावर मालगाडीवानी लगेजचा लोड भरून पावत्या न फाडता लई कमाई व्हायची! गर्दीत कुणाला तिकिटं दिली, कुणाला पैसे आधी घिऊन 'तिकीट मागनं' म्हणत पैसे तसेच खिशात घातले... अशा कमाईवर कईएक ड्रायव्हर–कण्डक्टरनी बंगले बांधले... तर ते सुगीचं दिवस संपलं... आता काय? जुंधळ्याची मळणी संपल्यावर उरलेल्या पिश्यातनी चुकून–माकून ऱ्हायलेलं दाणं टिपाय चिमण्या–भोर्ड्यांनी बसावं, तसलं दिवस!! – आपुन तर सुटलो! पोझीशनमदी दाबात ऱ्हायलो, चारी ठिकाणी चारठाव खाल्लं–मनगंड! बावडी राखून, तब्येत सांभाळून नि आक्सीडेंटचा डाग लागू न देता सर्व्हिस केली!

आता रिटायर्ड झाल्यावर रिकामपणीचं दिवस कसं घालवावंत, ते ईश्वराला काही समजेना. त्याचा मित्र व क्लासमेटही बापू जमदाडे होता. ईश्वरा सातवीपर्यंत

कसातरी शिकून, मग चुलत भावाच्या हाताखाली ट्रकवर क्लीनरकी करून ड्रायव्हर झाल्यावर एका कंत्राटदाराच्या खडी-वाळू वडवायच्या ट्रकवर कामावर होता. एका डोंगरकपारीतील ओढ्याओहळांवर बंधारा बांधून तलाव करण्याचं कंत्राट मालकानं घेतलेलं. त्या मालकाचा धाकटा भाऊ यस्टीत साहेब होता. बंधारा बांधून संपल्यावर कामही विशेष काही नव्हतं; त्याकाळात मालकाच्या भावाला ईश्वरानं जरा ज्याक लावला नि यस्टीत चिकटला होता... आणि नोकरी करून आता निवृत्तही झाला होता; तर बापू एस. एस. सी. ला गचकल्यावर घरच्या थोड्या भांडवलावर किराणी दुकान घालून बसला होता. पोरं थोरली होऊन हाताखाली आली तरी तो अजून दुकानात बसतच असे. पोरांनी दुकानाची वाट लावली तर काय घ्या! – ह्या भयास्तव तो गल्लापेटीजवळची जागा सोडायला तयार नव्हता. पोरं धंद्यात तरबेज झाली तरी 'शिवा-शिवा', 'राम-हरी' म्हणत म्हातारपणी कुठंतरी कोपऱ्यात बसावं, असं न म्हणता त्याने त्या दोघाही पोरांना गावच्या दुसऱ्या दोन टोकांना दोन किराणी दुकानं घालून देऊन आपण मात्र पूर्वीगत जुन्या दुकानातच बसत असे. कधी कधी ईश्वरा त्याला थट्टागतीनं म्हणे,

"बाप्या, पैशाची लई हाव बरी न्हवं, आता सारं पोरांच्या सोद्यान करून रिटायर हो!!"

"आम्हाला सरणावर चढीवतील तवाच आम्ही रिटायर; तंवर न्हाई!!" बापू म्हणे.

एके दिवशी ईश्वरा बापूला म्हणाला,

"बायला, रिटायरहून आल्यालं डबुलं रोज नाव-नाव पातळ व्हायला लागलंय्! घराची डागडुगी कराय त्यातलं थोडं उडालं; एक न्हवं, दोन न्हवं तर तीन जावई माज्या नशिबाला. सासऱ्याला यस्टीतला 'घमा' मिळालाय, हे समजल्यावर प्रत्येकालाच काय न्हाय काय तरी नड पडली नि काही हाजार त्यातच हाऽच्याला गेलं. आता ते सुक्काळ्ळीचं 'उसनं म्हणून' घिवून गेल्यालं ते पैसे थोडंच परत करणार हैत? 'भुताला निवद दिला' म्हणून गप्प बसायचं..."

"भुताला म्हणाय काय एक भूत हाय, अरे बाबा, ही तर तीन भुतं, तिप्पट निवद!!" न् मग बापू म्हणाला, "यस्टीतनं आल्याला पैसा वाटून वारंहुरंहून उडून गेला की तू फुडं खंक हून बसतोस बग! आनी जगात असं हाय, आपल्याजवळ पैसा हाय तंवरच आपलं घरात महत्त्व, तंवरच आपला दांबजोर घरच्यांवर आस्तोय, न पक्षी एखांद्या बोतराएवढीही किंमत आपली घरात व्हात न्हाई!!" आणि मग बापू म्हणाला, "ईशा, सगळाच पैसा हाळ करून बसू नको, हातचा थोडा राखून ठेव, न पक्षी मागनं पच्छातापात पडशील, जवळ

पैसा नसला की श्यानं माणूसबी खुळ्यात जमा हुतंय!!"

"म्हणूनच म्हंतो, कंचा तरी धंदा करावा, न पक्षी हाय त्योबी पैसा संपून गेला म्हंजे मग मंग्यागत बसायची पाळी ईल माज्यावर; म्हणून बाप्या, तुजा काय सल्ला, तू ह्यात पवल्याला!!"

"म्हणूनच तुला 'इन्टरन्याशनल ट्रयुथ' का काय म्हंत्यात त्ये सांगतो – 'ज्यो नोकरी करीत जलम काढलाय त्येला धंदा जमत न्हाई नि धंदा करत काळ काढून काळ्याची पांढरी करून घेटलाय त्येला नोकरी जमत न्हाई! जिंदगानीचं हे तिंगाड असं हाय. 'ज्येनो काम त्येनो करे, दुजा करे गोता खाय्!' तुला गोता खायाची हौस आसली तर कर जा धंदा नि जवळ जे काय थोडं हाय, त्ये घालवून बस!! सल्ला दे म्हनलास म्हणून दिला! फुकटच्या सल्ल्याला तशी काय किंमतबी नस्ती म्हणा, प्रत्येकजण दुसऱ्याला ठेच लागली म्हणून श्याना होत न्हाई, सोताला लागल्यावरच हुतो!!"

बाप्याचा आपला सदा न् कदा आडवा पाय, त्येचं काय तेवढं मनावर घ्यायचं नाही. आपण एकदा ट्राय करून बघायचीच... बाप्यासारखं एखादं किराणी दुकान टाकावं का? का च्याचं हाटील काढावं? का मटणाची खानावळ? का एखांदी जीप वा ट्रॅक्स, सेकण्ड हँडची घिऊन वडापचा धंदा करावा? का प्लॅस्टिक चप्पल–बूटचं दुकान घालावं? – छे छे, हे सारं लाखो रुपये भांडवल लागायचं धंदे! एवढं भांडवल कुठनं आणायचं? हां, चप्पल–बुटाच्या दुकानाला जरा कमी भांडवल लागंल; पन आपल्याच गोतावळ्यातील ठणाठणा करणार, 'बघा, ईश्वराचं म्हातारपनी डोस्कं चक्कारलं! चांभाराचं दुकान काढून चांभार झाला बघा!'

गल्लीत गुलाब देसाईचं सायकल दुरुस्तीचं दुकान होतं. तिशीतल्या उमदीचा गुलाब तेथे काम करीत असे. सायकल दुरुस्ती म्हंजे लई दगदगीचं नि कष्टाचं काम, ते काय आपनंला जमायचं न्हाई. डझन–दोन डझन नव्या सायकली घेऊन ठेवाव्यात तर त्येलाबी मायंदाळं भांडवल पायजे, आणि तासाला खच्चून एक रुपाया भाडं मिळायचं, नि त्या एक रुपायासाठी दोनेक हजार रुपयाची सायकल भाड्याला द्यायची, बरं ती न्हेणारा परत आणेल, ह्येचीबी काय ग्यारेंटी नाही! त्या धोंडबा साजन्नावरनं असंच भाड्याच्या सायकलीचं दुकान काढलं हुतं. तीन डझन सायकली नव्या क्वीक घेऊन भाड्यानं ठेवल्या होत्या. दीडेक वर्षांत त्यातल्या दोन डझनच उरल्या, बाकीच्या डझनभरातल्या काही चोरीस गेल्या. त्या घालविणाऱ्यांनी पैसे भरून देतो म्हणून वायदे करीत काही हप्ते मागून घेतले. १/२ हप्ते दिल्यावर 'ताऽना धिरी ऽना' सुरू केलं. त्यांच्याकडे हप्ता वसुलीसाठी जाऊन–येऊन धोंडबाच्या पायाच्या खुट्ट्या मोडल्या न् बाकीच्या पैशांवर सावं–राळं टाकून, शिपडून, तो मुकाट बसला. म्युन्सिपाल्टीतल्या

झाडू कामगारांनी तर सायकली भाड्याने काढून त्यांच्याच म्युन्सिपाल्टीतल्या खाजगी सावकारी करणाऱ्या शिपायाकडे त्या सायकली घाणवट ठेवून पैसे काढले होते व ते दारू-मटक्यात उडविले होते! मग पोलीस स्टेशनला थोडा मलिदा चारून त्येंचा धाक दाखवून त्या गहाणवट पडलेल्या सायकली सोडवून आणूस्तोवर धोंडबाला व्हारुव्हार होऊन गेलं होतं! उरल्याल्या सायकली काही ॲक्सिडेंटमदी गावल्यानं, तर काहींना टायरईन्नर नवी घालाय् हवी होती, ह्या विचारानं भंगार होऊन तशाच दुकानात पडल्या होत्या... अखेर त्याला त्येच्या बायकोनं खास बायकाच काढू शकतील अशा उपरोधिक न् बोचऱ्या आवाजात सुनावलं होतं - "लाखाचं बारा हजार करणारं तुम्ही, ह्या सायकल धंद्याच्या लायकीचं न्हवंसा. झाली एवढी नुकसानी बास्स झाली, आता आनीक नको! तवा हैत ह्या सायकली ईल त्या किंमतीत फुकून टाका नि घरात दोन टैम खाऊन देवावानी निर्मळ बसा चला! तुमच्या ह्या धंद्यावरच आमचं प्वाट चालतंय आसं न्हाई! माजी पोरं माऽप् घसाऽसा राबून आणीत असत्यात..."

तर ती म्हणती तसं आपलंबी व्हायचं नको, असं ईश्वराला वाटू लागलं... की आपला लंगोटीयार बाप्या म्हणतो, तेच खरं- 'नोकरी केलेल्याला धंदा जमत न्हाई...' वगैरे. ते सगळं जाऊं दे काशीकुंडीत, निदान आपणाला पंक्चर तरी काढत बसायला ईल का न्हाई?- च्याबाय व्हलेऽ, ते तर काम तसं लै आबजुक न्हवं! आवघड न्हवं! पंक्चरचं काम आलं की, आधी व्हॉलट्यूब काढायचं, मग इन्नर टायरीच्या पोटातनं भाहीर काढायची, मग तिला व्हॉलट्यूब बसवून पंपानं हवा मारायची न् मग पाण्यानं भरलेल्या घमेल्यात ती इन्नर बुडवून च्यक करायची, तपासायची. पंक्चरच्या जागेला बुडबुडं येत्यात, तिथं बॉलपेननं मार्क करायचं, खूण करायची, मग व्हॉलट्यूब काढून हवा सोडायची नि मार्क केलेल्या जागी कानशीनं घासून त्या जागंचं रबर खडबडीत करायचं न् मग कंडम् झालेल्या इन्नरीचा औरस-चौरस इंचभर तुकडा कापून घेऊन त्योबी एका बाजूला कानस मारून खरबरीत करायचा, मग पंक्चर काढायचं सुलोचन त्या तुकड्याला नि इन्नरीच्या पंक्चर झालेल्या भागाला लावायचं आणि तोंडानं थोडी फुंकर घालून सुलोचन जरा कोराडल्यावर त्यो इन्नरीचा बोटभर तुकडा पंक्चर झालेल्या भोकाच्या तोंडावर चिकटून द्यायचा, अन् इन्नर टायरीत खवून टाकून दोन मार्तुलच्या तोंडाने टायरीची कांठाळी रीममदी पूर्वीगत दाबून बशिवली नि हवा मारून टाकली की झालं काम! सालं हाय काय नि न्हाय काय!! शिवाय, ह्या पंक्चर काढाय्च्या धंद्याला भांडवलबी जास्त लागत न्हाई! हवा माराय् एक पंप, रबर कात्रायला एक कात्री, सुलोचनची एक ट्यूब, एक कानस, टायरीतनं इन्नर वर काढाय एक न्हाय तर दोन मोंड मार्तुल व पाण्यासाठी एक लोखंडी

(पत्र्याची) बुट्टी न्हायतर घमेलं, बास्स इतकंच. पंक्चर काढाय हल्ली न्हाय् म्हनलं तरी चार-पाच रुपये तरी घेत्यातच. ईळभरातनं ८/१० पंक्चरची कामं आली तरी ४०/५०रु. ला मरान न्हाई! घरात बसून 'देरे हरी पलंगावरी' म्हणून कोण आणून देणार हाय? – आपुनबी जरा धडपडाय पायजेच की, तवा कुठं पैसा भेटतोय! मग ठरलं, एक देवदारी खोका घ्यायचा नि त्यात हत्यारं टाकून गल्लीच्या कॉर्नरवरच्या चौकात असलेल्या हॉटेलपुढच्या पानपट्टीवाल्या श्रीशैल पानवाल्याजवळ असलेल्या रिकाम्या जागेत खोका ठेवून बसायचं. हॉटेलवाल्या नामदेवरावला व श्रीशैललाही ह्याबद्दल त्यानं पूर्वकल्पना दिली. श्रीशैल तर म्हणाला, "ईश्वरदा, ईवून बसत जा की हितं, आमची काय आडकाठी न्हाई..."

तसा मग ईश्वर दुसरे दिवशीपासून तेथे खोका टाकून बसू लागला. ह्या नव्या बिझनेससाठी काही रक्कम खर्च करून त्यानं तो पंप, मार्तुल, कानस, पत्र्याची बुट्टी आदी सर्व हत्यारंही खरेदी केली आणि एका हात-दीड हात लांब-रुंद पुठ्ठ्यावर 'येथे सायकलीचे चोख-चखोट पंक्चर काढून मिळेल' असं खडूनं लिहून तो पुठ्ठा श्रीशैलच्या दुकानाच्या खांबाला अडकवून टाकला... गल्लीतल्या सायकल रिपेअरीवाल्या गुलाबला नेहमी रिपेअरी कामांची मुकरन असे, गिऱ्हाईकांचा सदाचाच तेथे धुंबडा असे. त्यात एखादं गिऱ्हाईक, जणू घोड्यावरच बसून आल्यागत त्याला म्हणे, 'पंक्चर काढून आत्ताच्या आत्ता पायजे बघ!' ह्यावर गुलाबनं म्हटलं, 'हातात लई कामं तुंबल्यात, लगच्या लगेच कुठलं काढून मिळंल, आनी तासाभरानं देतो!' तसं गडबड करणारं गिऱ्हाईक म्हणे, 'तेवढा टैम न्हाई थांबाय्, मग जातो दुसरीकडं!!' तर पहिल्या दिवशी ईश्वराला असलंच एक गुलाबकडनं थडकून आलेलं टाकमटिकली गिऱ्हाईक, मिळालं. त्यानं आल्या-आल्या सलामी ठोकली, "ये म्हाताऱ्याऽ, पंच्चर काढून देतो व्हय गा?"

ईश्वरा म्हातारा झाला होता, हे सत्य असलं तरी त्याला 'ये म्हाताऱ्याऽ' असं म्हणून त्याचा पोतेरा करणारं कुणी आजवर भेटलं नव्हतं! नवीन धंदा आजच सुरू केलेला आणि बॉनीच्या पयल्याच आलेल्या ह्या गिऱ्हाईकाला, 'का रं सुक्काळीच्या, देवानं सरळ बोलाय त्वांड द्याय् न्हाई व्हय? – 'ये म्हाताऱ्याऽऽ' म्हणत सरळ उतरूनच टाकायचं उताऱ्याला टाकल्यावानी?' असं चापून फटकाराय जावावं तर ते बुजून दुसरीकडं जाणार; तवा हे पयलं बॉनीचं गिऱ्हाक सोडायचं न्हाई, अशा समंजसपणानं ईश्वरा नरमाईनं म्हणाला,

"देतो की!"

"मग काढ बघू झाट की पाट!" नि त्या उपडसुंब गिऱ्हाईकानं सायकल स्टॅण्डला लावली आणि ते म्हणालं, "आलो एवढ्यात हितनं पंपावरनं, तंवर

काढून ठेव!" अन् ते तरातरा कुठसं निघून गेलं...

ईश्वरानं पाहिलं– दोन्हीही चाकात हवा कमी, कुठलं पंक्चर हाय कळंना. आपनंलाबी त्या सोद्याला 'मागलं का म्होरलं चाक?' तेबी ईच्यारायची भांब ऱ्हायली न्हाई. मग त्येनं आमनधपक्यानं पुढलं चाक काढाय घेतलं. इन्नर टायरीबाहेर काढून हवा मारून पाण्याच्या बुट्टीत बुडवून तपासली, तर पंक्चर नव्हतं! 'बायली, मागचंच चाक जणू,' असं मनाशी म्हणत त्येनं इन्नर आत सारली नि रीममध्ये मार्तुलच्या साहाय्याने टायर अडकवू लागला. टायरीची हिकडली बाजू रीममध्ये ढकलावी तो तिकडली बाजू रीमबाहेर येई; अन् तिकडील ढकलावी तर इकडील बाहेर उपसे! अखेर कुस्ती खेळल्यागत करून, डाव्या पायाचा चंपा त्या बाजूच्या टायरीच्या तोंडावर ठेवून इकडील बाजू मार्तुलच्या तोंडाने आटत अखेर एकदाची त्यानं टायर रीममध्ये ढकलली. आटताना मार्तुलचं त्वांड लागून आतल्या चांगल्या इन्नरलाबी पंक्चर झालं न्हाई म्हणजे मिळविली! पुढल्या चाकात त्यानं हवा मारली नि मागचं चाक पंक्चर काढायला घेतलं... त्यातली इन्नर काढून त्यानं पंक्चर असलेल्या ठिकाणी पॅच लावलं नि मघासारखीच सर्कस करून रीममध्ये इन्नर सारल्यावर मग टायर मार्तुलच्या टोचीच्या मदतीने ढकलली नि मग व्हालट्यूब लावून हवा मारली व आडवी पाडलेली सायकल उभी केली, तो पुढील चाक खाली बसलं – हवा जाऊन! बायला, मघा टायर बसविताना मार्तुलचं टोंच लागलं वाटतं इन्नरीला! झक्कत त्यानं पुढल्या चाकातली इन्नर काढली नि पंक्चर काढून बसविली. नशीब, पंक्चर काढताना ते खवीस गिऱ्हाईक जवळ नव्हतं, आस्तं तर ठणाऽणा करीत म्हंटलं आस्तं, 'म्हाताऱ्या, तुजा ह्यो धंदा न्हवं, गप्प बसा जा घरात खोकत!!' काम झाल्यावर अर्ध्या तासानं गिऱ्हाईक आलं. पंक्चरचं बिल पाच रुपये सांगितल्यावर त्यानं तीन रुपये हातावर ठेवीत म्हटलं, 'मी एवढंच देतो गुलाबला! त्याला सवड न्हवती, म्हणून तर आलो हिकडं!' जणू 'हिकडं आलो ते उपकार करायला' असं भासवत ते दनकदार गिऱ्हाईक निघून गेलं!

आता दुपार होत आली होती नि हॉटेलातील टेबलावरील भज्याची परात बघून भुकेची जाणीव आणखीन तीव्र होत होती. त्यामुळे तो श्रीशैलला म्हणाला,

"श्रीशैलाप्पा, जरा आमच्या खोक्याकडं लक्ष ऱ्हावूं द्या, घरला जाऊन घासभर खातो ते लगुलग येतो!!"

"बरं, या जावा झाट्दिशी, आता पोरगं सोडायला आल्यावर मीबी सुटणार हाय जेवायला–घराकडं!"

तसा ईश्वर घरी आला. हात–पाय धुऊन, चूळ भरून तो जेवायला पाटावर येऊन बसला...

“नव्या धंद्याची झाली का न्हाई भवानी सकाळपास्नं; का उगंच आपलं बिड्याच नुसत्या फुकत बसून पानवाल्याबरोबर नुस्त्याच चकाट्या पिटून आलाईसा?” त्याच्या बायकोनं त्याच्या पुढ्यात जेवणाचं ताट ठेवत विचारलं.

“केलं एक गिऱ्हाक! मिळगत न्हाई ईच्यारलीस? – खच्चून तीन रुपय मिळवून आलोय सकाळपास्नं!” आणि तो बोलला, “बायला, पंच्चरचं काम वाटतंय तेवढं सोपं न्हाई! इन्नर काढतान–बसवितान जरा जरी मार्तुलचं त्वांड आत गेलं तर ते इन्नरीला लागून नवीनच पंक्चर हुतंय्! मघा माझ्याच चुकीनं मार्तुल लागून इन्नर पंच्चर झाली! म्हंजे दोन पंच्चर काढून एक पंच्चरचं, म्हंजेच पैशाला पाच वाकळा शिवायचं काम करून आलो... मला काय वाटत न्हाई बाऽ, ह्यो धंदा आपुनला जमंल आसं!!” अन् तो म्हणाला, “माजा त्यो किराणी दुकानवाला मैतर बाप्या म्हणालाच हुता पर्वा मला– ‘नोकरी केलेल्या मान्साला धंदा जमत न्हाई’ म्हणून!”

“तुम्हास्नी कुठलं काय जमलंय तवा ह्ये जमंल?” केवळ बायकोच नवऱ्याचा कचरा करायला मोडू शकेल, अशी मान मोडत त्याची बायको म्हणली, “यस्टीतली उगंच सर्कारी नोकरी हुती म्हणून तुमचं च्याव चाललं. मान्साला पै–पैसा मिळवाय भाहीर काय–काय न् कसं गुद्याडाव लागतंय् त्येची परचीती आज आली न्हवं?”

“आयला जखमी झाल्याल्या नवऱ्यावर तू आनी टोची मारत ऱ्हा!” नि ईश्वरा बोलला, “जिल्ह्याच्या गावातल्या सीटी बसवर ड्रायव्हर नेमायच्या नवीन पाच जागा निघाल्यात, तिथं ट्राय करावं म्हटलं तर त्या सुक्काळीच्यास्नी साठीच्या आतला ड्रायव्हर पायजे म्हणं? आम्हा रिटायर लोकातनी साठीच्या आतलं असं कितीसं गावणार? वयात बसलं आस्तं तर मला बरं हुतं ते!!”

जेवून ईश्वरा आपल्या पंक्चरच्या ‘दुकाना’कडे आला. दुपार अशीच फांके मारीत गेली. मग ऊन कललं तसं कुणी–कुणी ओळखी–पाळखीचं भेटून चांभारचौकशी करू लागलं,

“ईश्वरा, हे आनी काय? – फौजदाराचा शिपाई झालास जणू!”

“रिटायर झालोय, घरात बसून तरी काय करायचं – ना काम ना धंदा, म्हणून आपला ह्यो धंदा काढला झालं!!”

“तू समींदरात पवल्याला, ह्या डबक्यात तुजं कितीसं मन रमणार? ह्यो तर दात कोरून प्वाट भरायचा धंदा!!”

“तेवढीच आपली च्या–पान्याला नि बिडी–काडीला चिरीमिरी झाली की फुरं की!”

“रिटायर हुतावख्ती सर्कारी डबुलं मिळालंय न्हवं?”

“मिळालंतं की, पन त्येला धा फाटं फुटून त्ये वारंहुरं व्हायला कितीसा टैम?”

“आनी पेन्सुल?”

“ती आजून मंजूर व्हायला न्हाई! लावलाय हितं-तिथं ज्याक, आनी ती मंजूर व्हायला आजून लांब टप्पा – दोन-तीन सालं तरी सज जातील! आनी ती बसलीच तर खच्चून तीन-चारशे बसंल लै झालं तर, त्या उप्पर न्हाई!!”

असाच वेळ कटला, नि तिन्हीसांजंचं घराकडं शिवारातनं येता-येता ढॉर चुकावं, तसं एक चुकलं-माकलं गिऱ्हाईक पंक्चर काढून घ्यायला आलं! त्याचं पंक्चर (व्यवस्थित) काढून देऊन त्यानं बिल विचारल्यावर ईश्वरानं 'पाच'चा आकडा सांगताच त्यानं काहीही झिगझिग न करता मुकाट्यानं पाचचा डॉलर दिला न् तो निघून गेला... मग थोड्याच वेळात किनिट पडलं. घरा-दुकानातली, हॉटेलातली लायटं लागली. आता ह्या पानपट्टीच्या दुकानातल्या पाईपच्या उजेडात आपण पंक्चर कामाचा काय उजेड पाडणार, ह्या विचाराने ईश्वराने आपलं हत्यार सामान खोक्यात भरलं, न् एका हातानं खोका नि दुसऱ्या हातानं पंप उचलून घराकडं निघला...

दुसऱ्या रोजी परत तो हा बोजा घेऊन कालच्या जागेला आला. काल आपल्या दुकानाच्या पुठ्ठ्याचा बोर्ड श्रीशैलच्या पानपट्टीच्या दुकानावर त्याने अडकून टाकला होता, काल घरी जाताना तो न्ह्यायचा तसाच राहिला होता आणि रात्रीच्या वेळी कॉर्नरपासल्या वात्रट पोरांनी त्यात 'चोख-चखोट' शब्द पुसून तेथे खडूने 'चखटफू' अशी दुरुस्ती केल्याने 'येथे सायकलीचे चखटफू पंक्चर काढून मिळेल' असं वाक्य झळकू लागलं होतं!

श्रीशैलही ईश्वराला म्हणाला, “बघ, पोरं कशी खोडनाऱ्या सोबावाची हैत त्ये?”

“एका आई-बाची असल्यावर कशाला असं कर्तील?” ईश्वरानं डायलॉग मारत 'चखटफू' पुसून तेथे परत 'चोख-चखोट' हा आपला पेट्ट शब्द खडूने लिहीत म्हटलं, “आज राती घराकडं जाताना ह्यो बोर्डबी काढून न्हेतो, म्हंजे खटलं मिटलं!”

दोन-चार रोजातच ह्या भिकणीशी धंद्याचा ईश्वराला कंटाळा आला. एक रोजी राच्चं सारं सामान त्यानं घरात नेऊन टाकलं; दारू दुकानात जाऊन १२रु. ची एक पिवशी मारली. (महाराष्ट्रागत इकडे खुल्ली दारू मिळत नसे, तर दुधागत प्लॅस्टिकच्या पिशवीतून पॅकबंद मिळे!) घरी येऊन ढेकर ईस्तोवर भरपेट जेवला नि जी ताणून दिली ते दुसऱ्या दिवशी दीस म्हवरला तरी हा आपला गडदेबाजवानी घोरतच असलेला! शेवटी न ऱ्हावून बायको म्हणाली,

“आवं उठा की, दीसाचा गोंडा फुटला तरी तुम्ही आजून फास्सल्लाईसा? आजून पेन्सुलबी मंजूर हून हातात पैसा पडला न्हाई, तंवर ह्यो परकार!” न् मग ती बोलली, “का आज संपावर हैसा?”

“संपच समज व्हाव तर!” तिच्या टकळीनं जागा झालेला ईश्वरा म्हणाला, “लावला घोडा त्या धंद्याला! असला हकराटोकरीचा धंदा नको बा आमाला; साली, वाळ्ळी आपली पोझीसन खराब!!”

“मग घरात बसून काय करणार हाईसा?”

“वस्तारा–वाटी घिऊन दाढ्या–हाजामती करायचा न्हावगंडी धंदा करतो, न पेक्षा गारड्यागत वस्ताऱ्यानं म्हसरं बोडत फिरतो!!”

“आता ह्यो एक धंदा ऱ्हायला व्हय जगात तुम्हाला?”

“न्हाय तर कुणी एक ईधवा गुजरीन कामाला ठेवून घेती का बघतो!”

“ती काम करा म्हनली की तुम्ही आपलं खोकत बसणार! ह्या वयात काय उपेग गुजरीनीच्यात ऱ्हावून!!” चावटपनानं बायको म्हणाली.

“व्हैमाली साली!” म्हणत मग ईश्वरा उठलाच...

अंघोळ करून, च्या ढोसून मग तो बाहेर जायला निघाला, तशी बायको बोलली,

“अहो, हे सामान घिऊन जावून बसा जावा की कॉर्नरच्या चौकात, गावभर नुस्तंच आसं टळोऽ करून फिरून कोण पैसा देणार हाय? चार पंक्चर काढलीसा तर तेवढाच आपला वरकड खर्च्या निघून जाईल!!”

“हे बग, ते सामान न्हीवून टाक जा काशीकुंडीत. आयचा ढगरा त्या धंद्याच्या! गावावरनं वव्वाळून टाकल्याला धंदा त्यो, मला न्हाय करायचा! हितनं फुडं मी कोंच्याच कामाधंद्याला हात लावणार न्हाई; आसाच मस्तमलंग हून फिरून खाणार! आजवर मी तुम्हास्नी राबून पोसलं, आता तुम्ही पोसा मला! माऽप्प हारन काळजीचं तिघं ल्योक हैत, त्येनी बघावं आम्हास्नी!!”

“तुम्ही माप ऐतगब्बूगत बसून खाशीला, कोण घालणार तुमच्या पोटाला! थोरली दोन पोरं एगळी, त्येंचा त्येनला परपंच्या जड झालाय. एक ट्रकवर डायवर, तर एकला टेम्पोवर; आसा किती पगार मिळतोय त्येनला? त्यातल्या एकालाबी यस्टीत वशील्यानं चिकटविला न्हाईसा!!”

“दोगंबी सुक्काळीचं ‘आम्ही यस्टीत नोकरी करणार न्हाई’ म्हनालं! उंडग्या बाईगत थोडं दिवस ह्या, थोडं दिवस त्या मालकाकडं ऱ्हाऊन काळ काढत जगायचं त्येनला ग्वाड लागलं, आनी धाकलं कार्ट तर ह्या लायनीत न्हाईच. ते पिग्मी गोळा करत फिरणार पतसंस्थेत! बायली, तीन नमुन्याची तीन कार्टी!” नि ईश्वरा म्हणाला, “जरा जिल्ह्याच्या गावाला जाऊन येतो–पेन्सुल मंजूर व्हायचं

काम कुठं तटलंय्, बघून येतो. पर्वा हिटणीच्या म्हसोबाच्या पुजाऱ्यानंबी सांगितलंय् – 'तुजं काम हुईल' म्हणून.''

तो रिटायर्ड झाला असला तरी यस्ट्यांवरले ड्रायव्हर–कण्डक्टर ओळखीचेच होते, नि तो जणू अजून ड्युटीत असल्यावानी त्याला यस्टीतून फुकटच न्हेत–आणत होते... तो जिल्ह्याच्या ऑफिसात गेला. टेबलाटेबलांच्या चक्रव्यूहातनं आपली फाईल फिरत असलेली... साहेबानं सांगितलं.

''दोन म्हैन्यात तुजा नंबर ईल नि साडेतीन–पावणेचारशेपर्यंत पेन्शन मिळत राहील!''

ऐकून वाळुसरा पडलेल्या जित्रापावर पावसाचं एक बुरंगाट शिडकारून जावावं, तसं त्येला वाटलं. मन गजबारून हिर्वं झालं. त्याच आनंदात तो तिथंच असलेल्या लगीन झालेल्या धाकट्या लेकीला भेटायला चालला... जावाई एम. आय. डी. सी. मधल्या एका कारखान्यात नोकरीला होता. पुलावरच्या गणपतीला पाया पडून तो पुढं निघला, तर पल्याडल्या बाजूस फूटपाथावर जुन्या पुस्तकांचं नि जुन्याच दिवाळी अंकांचं दुकान... कधी विरंगुळा म्हणून तो पूर्वी शाळेच्या दिवसात मुलांचं 'चांदोबा' मासिक, साने गुरुजींची पुस्तकं, असलं काही ना काही वाचायचा. असा ह्या रिटायरच्या रिकाम्या दिवसात दैनिकांच्या रविवार पुरवण्याशिवाय काही वाचायला मिळत न्हव्हतं; पुस्तक तर किती तरी दिवसापास्नं वाचाय मिळाय न्हवतं! जणू जुना दोस्त भेटावा, तसा तो जुन्या पुस्तकांच्या दुकानापुढं उभा राहिला... नाना रंगी चित्रं शाबूत असलेली किती तरी पुस्तकं तिथं ओळीनं मांडलेली... त्यातील काही कथा–कादंबऱ्यांची, काही धार्मिक, तर काही गूढविद्या, भूत–पिशाच्च–करणी–गुप्तधन आदीवरलीही! त्यातल्याच एका पुस्तकावर 'मत्तीर' नाव होतं. एखाद्या हॉरर चित्रपटाच्या पोस्टर्सवरल्यागत त्यावर चित्र काढलेलं. दोन हातांच्या हाडांचं गुणिले चिन्ह नि त्यावर भयानक दिसणारी मानवी डोक्याची कवटी ठेवलेली, उलटी टांगलेली बाहुली, सुई–बिब्बा टोचलेला व खाली हिरव्या मिरच्या बांधलेला लिंबू, उतारा म्हणून टाकलेल्या ईस्तारीवरलं फुलावा, खेमा, उकडलेलं अंडं, सुक्की फोडं नि द्रोणात रस्सा असलेलं चमचमीत, चाटकं अन्न... अमावशेच्या काळोख्या रात्रीची पार्श्वभूमी व तीवर चांदण्यांच्या टिकल्या, शिवाय एक घुबडही, कोपऱ्यातल्या झाडाच्या फांदीवर बसलेलं... जणू त्या पुस्तकानं मत्तीर केल्यावानी त्यानं ते पुस्तक उचललं... न् मग मुखपृष्ठ उलटून पहिलं पान पाहिलं, तर त्यावर वरच्याच अंगाला पुस्तकाचं नाव 'मत्तीर' असं लिहिलेलं, आणि त्याखाली कंसात बारीक टाईपात– 'मत्तीर, करणी, भूत–पिशाच्च, गुप्तधन, गंडे–दोरे, ताईत आदी गूढ विद्येतील सर्व प्रकारांची साद्यंत माहिती उर्दू, संस्कृत, हिंदी व

मराठी ग्रंथांवरून संकलित केलेले पुस्तक' असं छापून पुस्तकातील अंतरंगाचा परिचय करून देण्यात आला होता...

"काय सांगितलं ह्या पुस्तकाचं?" मत्तीर भारल्या आवाजात ईश्वरानं विचारलं.

"रुपय चाळीस!!" त्या पुस्तकातील गूढविद्या कोळून प्यायल्यागत वाटणारा तो म्हातारा पुस्तक विक्रेता म्हणाला. त्याची उंची जेमतेम तीन फुटांपर्यंत होती व त्याला बोकडदाढी आली होती.

"कमी जास्त काय?" ईश्वराने जिकिरी केली.

"हे बघा, ऐंसी रुपय किंमतीचं पुस्तक हाय. जुनं म्हणून निम्म्याला – चाळीसला!!"

"रुपय पस्तीस देतो!!"

"बरं, द्या चला; तुमचीच बोहनी हुंदे आज!!"

तसे ईश्वराने १०-१० च्या ४ नोटा त्याच्याकडे दिल्या; त्याने ५रु. परत दिले; आणि ते 'मत्तीर' नावाचं पुस्तक घेऊन ईश्वरा मत्तीर घातलेल्या माणसागत गावी परत आला... केव्हा एकदा पुस्तक वाचून संपवितो, असं त्याला झालं... मग दुसऱ्या दिवसापास्नं त्यानं घोटणीच लावली. दोन दिवसांत त्यानं पुस्तक वाचून पूर्ण केलं... मग मत्तीर घालून भारल्यागत परत दोनेक वेळा त्यानं ते पुस्तक वाचलं; न् गूढ धुक्यातून प्रकाश किरण साद घालत उभा राहावा, तसं काही तरी त्याच्या मनात होऊ लागलं... काय ते त्यालाही नीट आकलन होईना; काही तरी वेगळंसं जाणवू लागलं... अंगात आल्यावर माणूस काय करतो, कसं नाचतो, कसा घुमतो आणि त्याच्या तोंडून भविष्यवाणी कशी बाहेर पडते, त्याचीही साजीलवार रोमांचित कहाणी त्या पुस्तकात होती. अंगात येणाऱ्या माणसाने डोकीवरील केस हातहातभर वाढविणे उत्तम; त्यामुळे डोके झिंज्याडून नाचताना लांब केसही विखरून, तोंड झांकळून टाकतात व श्रोत्यांवरील परिणाम द्विगुणित होतो, असंही त्यात म्हटलं होतं. टक्कल पडलेल्या माणसांनी काय करावे?

– तर ह्याच्याही बहुमूल्य सूचना त्यात नोंदविल्या होत्या– (१) टक्कल-वाल्यांनी टोप वापरावा. लांब केसांचा टोप विकत घेण्याएवढी आर्थिक कुवत नसणाऱ्यांनी दोन नंबरच्या सूचनेची अंमलबजावणी करावी. सूचना नं. (२) दाढी ठेवावी, अर्थात् तिच्यासह मिशा ठेवणं अनिवार्य आहे. गालमिशा वा टोकदार अक्कडबाज बेरडमिशा मात्र असू नयेत; त्यामुळे चेहऱ्यावरील सात्त्विक भावास बाधा येते. इटालियन दाढी-मिशी वा बोकड दाढी-मिशीही चालू शकेल... घुमताना वा घुमत-घुमत नाचताना दर दोन-चार सेकंदाला श्रोत्यांच्या/प्रेक्षकांच्या अंगाचा थरकाप उडेल असं जोरात किंचाळणं कसं अत्यावश्यक आहे, हेही त्यात

सविस्तर नमूद केलं होतं. सारांश, 'मत्तीर' हे एक मांत्रिक गाईड होते. हिंदूंच्यासाठी व मुस्लिमांसाठी वेगवेगळ्या नमुन्याचे ताईत वा गंडेदोरे कसे करावेत, तेही त्यात सांगितले होते. मत्तीर कसं घालावं, करणी कशी करावी, दुष्मन–वैऱ्यांनी केलेली करणी कशी परतावी, मूठ मारणे म्हणजे काय, लिंबू कसा मंतरावा, भानामती म्हणजे काय, ती कशी काढावी, झाड धरणं वा झपाटणं, लागीर होणे, भूतबाधा होणं वगैरे प्रकरणात ते उतरायला वा झाड सोडायला काय करायला हवं, गुप्तधनाचा ठिकाणा ठावा व्हायचा असेल तर काय–काय न् कसं मत्तीर करावं, नाग–नागिणीचं मीलन होत असताना त्यांना नेमकं त्यावेळी मारून टाकून त्यांच्या कातड्यांचं व विषारी दातांचं गूढ विद्येसाठी काय–काय करावं, वटवाघूळ व घुबड मारून त्येंचं रक्त अंगाला फासटून अमावशेच्या रात्री नागव्यानं स्मशानात जाऊन तिथं जळत असलेल्या प्रेताच्या चितेवरील इंगळ आणून त्यावर नाग–नागिणेचे दात ठेवून काय–काय मंतर म्हणावेत, म्हणजे गुप्तधनाचा मार्ग किरणासारखा दिसाय लागतो वगैरे बरीच डोके बधिर करणारी माहिती त्या पुस्तकात होती. पुस्तक दोन–तीनदा वाचून काढल्याने असेल, ईश्वराचं डोकं बधिर वगैरे झालं नाही तरी त्याला त्यातला सर्व मजकूर आता जवळ–जवळ तोंडपाठ झाला होता...

आपल्या घराच्या दाराम्होरल्या कट्ट्यावर संध्याकाळच्या टैमाला बसल्यावर ईश्वराला एक वंगाळ खोड लागली होती. परिचयाच्या, जुजबी परिचयाच्या बायका – पोरीस्नी तो चौकशी केल्याचा बहाणा करून बोलावित असे. कोण बांधलेल्या बिड्या पत्र्याच्या डब्यात घेऊन त्या द्यायला वा हजेरीला बिडी फॅक्टरीकडे जात असत; तर कुणी तंबाखुच्या वखारीत कामाधामाला, कुणी लगालगा परगावी जाण्यासाठी यस्टी स्टॅण्डकडे चाललेलं असे, तर कुणी परगावाहून परतून स्टॅण्डकडून घराकडे चाललेलं असे, कुणी बाजारहाटासाठी मंडईकडे चाललेलं असे, तर कुणी बाजार करून घराकडे. तर हा खोडगुणी बहाद्दर 'काय मौशी बाजारात?', 'काय आक्का, बिड्याला?', 'आता गावास्नं आलीस शिरमे?', 'काकू, दवाखान्यात काकास्नी पर्वा आडमीट केलतं, आता बरं वाटतंय् त्यास्नी?', 'काय गं सुतारने, सून भांडून म्हायारला उपाटलीती; परत आली का न्हाय् नांदाय्?'

ह्यावर बायका–पोरी स्वत:च्या मनातल्या न् घरातल्याही व्यथा–विवंचना ठसठसणाऱ्या जखमेच्या फुग्याला सुई लावून निचरा करावा, तसं त्याच्यापुढे सांगून दु:खभार हलका करीत... आता तर ईश्वरा 'मत्तीर' पुस्तक कोळून प्यालेला होता. दारू पिवून ईवून दाल्ला रोज मारतोय असं सांगणाऱ्या विवाहितेला मत्तीर घालून अंगारा देत असे व तो दाल्ल्याच्या जेवणातून त्याला चारण्याचा

सल्ला देत असे... कुणाची म्हैस वा रेडी वा गाय किंवा शेळी चुकली वा चोरीला गेली असेल तर ती कुठल्या दिशेला गेलीय किंवा ती गोतावळ्यातल्या वा गल्लीतल्या कुठल्या अक्षराच्या नावाच्या माणसाने पळविलीय, हे ठामपणे सांगत असे. एखादी माऊली 'पोराचा ताप डॉक्टरकडे जाऊनबी हटेना' म्हणून सांगू लागली की हा सांगे, 'त्येला लागीरलंय. वाड्यातल्या म्हसोबाला दहीभाताचा निवद द्या, ह्यो दोरा पोराच्या दंडात बांधा' म्हणून हळदीत बुडवून पिवळ्या फडक्यात बांधलेलं हळकुंड एका दोऱ्यानं गुतापळून दंडात बांधाय् देत असे... करणी, भानामतीत अडकलेल्यांना 'येत्या आमुश्याला मला भेटा', असा सल्ला देत असे! त्यांच्यासाठी त्याने खास ५१रु. चं आणि १०१रु. चं ताईत केलं होतं. हिंदूंसाठी वेगळं व मुस्लिमांसाठी वेगळं, असाही त्यात आणखी प्रकार होता! कुणी तरी एक फकीर गेल्या उरुसात उत्तर भारतातून आला होता म्हणे नि त्याने आजमेरवाले खाज्याच्या दरबारातून आणलेले दगड ह्याला दिले होते! (अर्थात् नदीकाठच्या वाळूत काचेच्या गोटीएवढ्या आकाराचे गोलसर किरमिजी रंगासारखे वाळूचे खडे मिळतात, तसले ते दगड ऊर्फ खडे होते!) सैतानाची तकलीफ फॅमिलीला होतेय म्हणत कुणी मुस्लिम समाजातील आले की ईश्वरा त्यांना त्यातील एक खडा देऊन घरातल्या आढ्याला वा तुळीला हा खडा हिरव्या फडक्यात गुंडाळून बांधा, म्हणून सांगे! कुणाचं काही दुखणं, कुणाचं काही; ईश्वराकडं सगळ्यांवर उपाय होते!

पाच-सहा महिन्यांतच ईश्वराचा इतका बोलवा झाला की, अमावश्येदिवशी त्याच्याकडे माणसांची रीघ लागे. त्यात विशेषत: बायकाच जास्त असत, हेही विशेष होते. त्याचा किराणी दुकानवाला लंगोटीयार बापू मात्र आपल्या सर्कलमधल्यांना बोलून दावे,

"त्या साल्या ईश्वऱ्याचं नशीब आसं म्हातारपणी फळफळलं म्हणायचं! साल्यानं, ह्यो चांगला बीन भांडवली धंदा काढलाय नि काय! मत्तीर काय घालतोय, भुतं काय काढतोय, ताईत काय मंत्रून देतोय! सालं सारं बोफार्स! थापालॉजी!! बोलगाभण्या सुक्काळीचा, लोकास्नी बोलूनच गाभण करतोय! नि ह्येच्याकडं जात्यात त्यात लै ते करून बायकांचाच भरणा जास्त! भाहीर बापय मर-मरून पैसे मिळवित्यात आनी घरात त्येंच्या बायका असल्या ढोंगी मांत्रिकावर ते पैसे फुकापासरी खर्च करून टाकत्यात! आमनधपक्यानं आंधारात गोळी लागावी, तसं ह्यो सांगितल्यालं धातलं एखादं खरं झालं आसंलबी, म्हणून काय ह्यो सोताला देवकोटीतला समजाय लागला! लोकास्नी खोटं बोलून पैसे उकळत ऱ्हातोय सुक्काळीचा, कुठं फेडणार हे पाप? - किडं पडून मरंल एक रोजी! डुईवरलं क्यास काय वाढविल्यात, भगवी लुंगी काय घालतोय न्

गळ्यात तर चांगल्या चार–पाच किलो वजन भरंल, एवढ्या कसल्या–कसल्या मण्यांच्या माळा; सारं ढोंग सालं!! जिल्ह्याच्या गावच्या अंधश्रद्धा निर्मूलनवाल्यास्नी एक कार्ड टाकून कळवावं म्हनलं, तर लोकं तर कुठं श्यानी हैत? ह्येचा बंदोबस्त केला तर ह्येचं साडभाऊ अनेक असत्यात – गावागावातनी; तर त्येंच्या मागं ही मेंढरं लागत्यात; तर आपुन कुणा–कुणाला आडवत ऱ्हायाचं?''

''ह्येचा काटा काढणारा कोण तरी गंडगब्रू भेटायला पायजे! पैलं ह्येची बायकु कशी लंकेची पार्वती हुती. तिच्या अंगावर दागिन्याचा एक तरी 'डाग' हुता का? आता बघा जावा की, गळा कसा पिवळा धम्मक दिसतोय् – धनगराच्या बायकावानी! त्येंच्या दाल्ल्याकडनी जसा मेंढरांचा पैसा, तसा ह्या भाद्दराकडं मत्तीर घालून जंतरमंतरनं मिळविल्याला पैसा! हल्ली त्येच्या आंगात 'साती आसरा' यायला लागल्यात म्हणं! बुचडा बांधल्याली केसं मोकळी सोडून चांगला आरधा–पाऊण तास घुमत ऱ्हातोय् म्हणं! त्या भिरंबिटीत लोक आपल्या अडीअडचणींचं ईच्यारत्यात आनी मग त्यो जो उपाय सांगंल त्येची चांगली परचिती येतीया म्हणं!! काय तरी त्येच्या आयला एकेकांचं नशीब – साठीत आल्यावर फळफळतंय् म्हणं!!''

आणि ते खरंही होतं. ईश्वरा हात लावील ते सोनं होऊ लागलं होतं. आपल्या व्याधी, व्यथा–विवंचनावर उपाय सांगाय अलीकडे आजूबाजूच्या पंचक्रोशीतील खेड्यापाड्यांवरील लोकही त्याला बोलावून नेऊ लागले होते. कोण पेशल ट्याक्शी काढून नेई, तर मोटारसायकलीवरनंही कुणी नेई व काम संपल्यावर नाजूक फुलागत आच्युती त्याच्या घराम्होरं आणून सोडे! मुलं होत नसलेल्या काही वांझोट्या बायकाही त्याच्या नादी लागल्या होत्या. त्यांना 'देवाचा विधी करावा लागणार, दोनशे खर्च ईल, तयारी तेवढी आसली तर बघा' इ. बंडल फेकून तो पैसे उकळत राही, तर कुणाला आमुश्याच्या रात्री गावाबाहेरच्या एखाद्या वडाच्या झाडाला पाच फेऱ्या मारण्यासाठी आंघुळ करून निस्सनागव्यानं जाण्याचा सल्ला देई! फेऱ्या मारल्यावर झाडाखालच्या जमिनीवरलं पाच खडं आणून आपल्या घरावर टाकण्याचा सल्ला देई. कुणाच्या घरात सतत कुणी ना कुणी आजारीच नित्य पडत असेल तर त्यांना 'नदीचं करण्या'चा सल्ला देई. पोळ्याचा निवद करून पाच परड्या पुजून नदीत सोडायच्या नि गोतावळ्यास्नी त्येच पोळ्याचं जेवाण वाढायचं, वगैरे सल्ला त्यो देई. केवळ अमावशेदिवशीच नव्हे तर इतर दिवशीही कुणी ना कुणी आपले प्रश्न घेऊन त्याला भेटायला येत. कुणाचा यल्लाम्माची भक्ती करण्याकडे कल दिसला की त्यांना पाच मंगळवार–शुक्रवार धरायला सांगे, तसेच (सौंदत्ती) डोंगरावर जाऊन आईच्या दरबारात लिंब नेसून येण्यास सांगे! कुणा–कुणांचे कुलदैवत जोतिबा

वा जेजुरीचा खंडोबा वा तुळजापूरची अंबाबाई असे, त्यांना 'कुळ दैवताचं काय तरी चुकलंय् तुमच्या हातून' म्हणून तिकडे पिटाळी. कुणी माऊली येऊन साकडे घाली, 'देवा, माज्या लेकीचं नांदणं तुटलंय्. तिचं सुरळीत व्हायला काय करावं?' त्यावरही तो उपाय सांगे. कुणा बिचाऱ्या विवाहितेचा नवरा दुसऱ्याच बाईच्या नादाला लागून तिच्याच घरात दोन-दोन दिवस पडून असे; तो सुधारायला हा मत्तीर घालून अंगारा देई, तो त्याला जेवणातून घालायला सांगे. कुणाचा दिवटा नको इतका दारूच्या आहारी जाऊन पिऊन हाल्ट होऊन रस्त्यात हितं-तिथं पडून आपल्या घराण्याचा झेंडा फडकवत लौकिक मिळवत राहत असे. त्याची दारू सोडायचा उपायही ईश्वराकडे होता. मेंढं जोशी वा कुडमुड्या जोशी जसा तोंडपाठ केल्यावानी भडाभडा सांगत फिरत असतो लोकांचं भूत-भविष्य; तसा ईश्वरही करू लागला होता. अमावशेच्या दिवशी भक्तांचा पुरेसा मेळा त्याच्या घरात जमला की आपसुक मग त्याच्या अंगात येई, तो आपले हात उरावर जुळवून नंतर दोन्हीकडे झिंज्याडत घुमत-घुमत नाचत राही. डोईवरल्या सुटलेल्या लांब केसाच्या काही बटा चेहऱ्यावर येऊन तो आणखीन उग्र-भयाण दिसू लागे. त्या उग्रतेत कपाळावरील केव्हा भंडाऱ्याच्या, केव्हा बुक्क्याच्या, केव्हा गुलालाच्या, केव्हा ईबीत वा गंधगोळीच्या गंधाच्या टिळ्याच्या दर्शनामुळे भरच पडे... घुमता-घुमता अधून-मधून तो इतक्या जोरात किंचाळत, चीत्कारत राही की, त्या आवाजाने घराच्या छपरावरील कावळं-चिमण्याही फुऽऽर होत... इतरांचं राहो, आपल्या भावकीतल्यांनाही शेंडी लावायला तो कचवचत नसे! एकदा त्याच्या चुलत भावाचा नातू तापाने फणफणत होता. दोन रोज डॉक्टरचं औषध-इंजेक्शन घेऊनही तापाला उतारा नव्हता. तर ह्यानं सांगितलं,

"स्मशानावरच्या माळावर ह्यो दिवटा ईळभर पतंग उडवून आल्यावरच असा फणफणून तापानं आज्यारी पडला का न्हाई? तर मी सांगतो तसा उतारा स्मशानाच्या शेडजवळ आज रात्री न्हेवून ठेवा; आणि पाच लिंबूबी घिऊन या; त्यावरनी मत्तीर घालून देतो; त्येबी त्या उताऱ्याच्या ईस्तारीजवळ ठेवून यायचं! तिकडं उतारा ठेवाय् जाताना नि तिकडून परत येताना रस्त्यात कुणी कितीबी वळखीचा भेटला तरी त्येच्यासंगं बोलायचं न्हाई! तर मुक्यानंच उतारा ठेवून यायचा!!"

कावळा बसाय ढांप्पी मोडाय् गाठ पडल्यावानी ह्यानं सांगितल्याप्रमाणं उतारा त्याच रात्री ठेवला गेला नि दुसऱ्या दिवशीपास्नं नातवाचा तापही उतराय लागला! तसा मग ह्यो आपला फुशारकीच्या आवाजात, 'बघा, मी सांगितलो नव्हतो!' म्हणून आपल्या गोतावळ्यात व बाहेरही ज्याला-त्याला सांगत फिरायला लागला...

एकदा हा जिल्ह्याच्या गावी जावयाकडं दिवाळीला येण्याबद्दल लेकीला आवतन द्यायला गेला होता. तेथे उपनगरात राहणारी एक बाई व तिच्यासंगं तिची एक देखणी मुलगी आली होती. त्याच्या जावायाची लांबची ती पावनीच लागत होती. जावायाला ती म्हणाली,

"आलाताव गावात सीटी बसनं डाक्टरकडं पोरीला दावलाव. जरा शीक पडायला लागलीया पोर्गी. आदनं-मदनं जरा वारं बडीवल्यासारखं करती..."

"कोंच्या डाक्टरला दावलासा?" जावायानं विचारलं. आज सोमवारची त्याला सुट्टी होती.

"शिवाजीनगरातल्या पाचव्या गल्लीतल्या कुलकर्ण्याला!"

डॉ. कुलकर्णी मानसोपचारतज्ज्ञ म्हणून ख्यातनाम होता. त्याचं नाव ईश्वराच्याही कानावर आलं होतं... ईश्वराला ऐकून राहवलं नाही, त्यानं बोलण्यात मध्येच तोंड घातलं,

"डॉक्टरचंबी औषीद चालूच ठेवा; पन मी काय सांगतो ते कर्तासा काय? – त्यात काय तुमची लाख-दोन लाखाची नुकसानी न्हाई; झाला तर तुमचा फायदाच हाय!"

"हे आमचं सासरं!" जावायानं ईश्वराचा परिचय करून दिला, "मांत्रिक हैत!"

तसा त्या बाईच्या नजरेत अतीव आदर साकळला न् तिनं नमस्कार केला.

"तर मला एक सांगा..." तिला प्रति नमस्कार करीत ईश्वरा म्हणाला, "तुमच्या ह्या मुलीच्या पायावर, म्हंजे करेक्ट विचारायचं तर, डाव्या पायावर तीळ हाय का?"

"हाय!" ती पाव्हणी बाई म्हणाली. तिची पोरही चांगली १७/१८ वर्षांची घोडी झाली होती.

"उपनगरात तुम्ही जिथं ऱ्हातासा तिथं एखादं बाभळीचं झाड हाय का?"

"हाय!" ती पाव्हणी बोलली.

"तर वयात आल्याल्या पोरीनं आसं डोस्कीवरच्या झिंज्या मोकळ्या सोडून बाभळीच्या झाडाजवळनं जायाचंबी नस्तंय – लागीरतंय!" ईश्वरानं ठाम आवाजात सांगितलं.

पाव्हणीच्या पोरटीनं बॉबकट केला होता नि सलवार, कुडता, दुपट्टा असला आपल्या जातीच्या पोरींना विशोभित दिसणारा पोशाख परिधान केला होता. परत ईश्वराच म्हणाला,

"बॉबकट केलीया पोरीनं, हारकत न्हाई, क्यास वाढायला येळ लागंल, पन तंवर तरी आसं ते मोकळं सोडत जाऊ नका. रिबीनीनं न्हाईतर रबरी

गुंडाळीनं ते गुतपाळून बांधत जावा; आनी घाबरू नकोसा, सगळं ठीक हुईल. मान्साचं बरं-वाईट करणारा त्यो वरती बसलाय् समजलं का? मान्सानं ऱ्हावू न्हाय तर भुतानं ऱ्हावू, त्येनं एखाद्याचं वांगं करतो म्हटलं तर, वाईट करतो म्हटलं तर, त्ये थांबविणारा, तटविणारा आपला पाठीराखा कुणातरी आस्तोय्च, ह्या आशेच्या अंदेशावर जगायचं!'' परमसत्य सांगणाऱ्या साधूमहाराजाच्या आविर्भावात ईश्वरा बोलू लागला, ''तर मी एक ताईत देतो – मत्तीर घालून; त्यो उद्या पोरगीनं आंघुळ केल्यावर पोर्गीच्या डाव्या दंडात बांधायचा; नि येत्या आमुश्याला घराजवळच्या बाभळीखाली दही-भाताचा निवद ठेवून एक नारोळ वाढवायचा आनी हात जोडून सांगायचं, 'काय आमच्या हातनं चुकलं-माकलं असेल तर माफी दे, आनी आमचं झाड सोड!' काय म्हंतो? – एवढं करायचं! नि निवदासंगं नाडापुडीबी ठेवायची, पाच उदकाड्या लावायच्या!!''

''बरं महाराज, ह्या ताईताबद्दल तुम्हाला काय द्यायला लागतंय् का?''

''हे बघा पावनीबाई, अशा ताईतास्नी मी एक्कावन्न रुपये रोख आगुपच घेतो; पण तुम्ही आमच्या गोतावळ्यातलं; ताईत बांधून, नि निवद ठेवून आधी परचिती काय येती बघा; नि मग तुमच्या सोऽ खुशीनं काय द्यायचं ते हितं माज्या लेकीकडं देवून ठेवा; म्हंजे ते मला पोचल्यासारखं!!''

हल्ली ह्या मत्तीराफित्तीराच्या धंद्यात चांगली बरकतही होऊ लागल्यानं ईश्वराच्या बायकोगत खुद्द तोही सोनं लिवून पिवळा दिसू लागला – गळ्यात चेन आली; नि उजव्या हाताच्या बोटात 'बळीबंक बळीबंक कवड्या दे' म्हणून गाणं म्हणताच बळीबंकानं आपल्यागत पांढऱ्याधोट रंगाच्या कवड्या द्याव्यात तशा पांढऱ्या खड्यांच्या दोन सोन्याच्या अंगठ्याही चमकू लागल्या; नि त्याच्या अंगावर टेचात भट्टीची कापडं दिसू लागली आणि वाखागत पांढरंधोट झालेलं डोस्कीवरचं जंगल कलप लावून तो काळं करू लागला अन् मूड असला की, डोळ्यांच्या पापण्यावर सुरम्याची कांडीही फिरवू लागला...

एकदा एका ओसरत्या संध्याकाळी जवळच्या ८/९ मैलांवरील एका खेड्यातील चार-पाच माणसं भेटायला आली. त्यातील चाळिशी उलटलेला एक प्रौढ म्हणाला,

''महाराज, आमच्या घरात वल्ली बाळतीन हाय, तिला झपाटलंय, तुम्ही जरा मत्तीर घालाय् आलासा तर बरं हुईल...''

''आराऽराऽराऽ, वल्ल्या बाळतीनीला झपाटायचं म्हंजे लै वंगाळ गोष्ट झाली! तर अशा बाईनं काई पथ्ये पाळायची असत्यात; विशेषकरून तिन्हीसांजच्या टैमाला, किनिट पडायच्या वेळेला! बरं, काई हरकत नाही, मी येतो मत्तीर घालाय्!'' अन् ईश्वरा म्हणाला, ''माजी व्हीजीट फी शंभर आनी मग गुण

आल्यावर आठवड्याभरानं तुम्ही आपल्या खुशीनं, आनंदानं जे काय शेऽऽ पाचशे देशीला ते! गुण ईवूनबी जे पैसे बुडवित्यात त्येंच्यावर मी मूठ मारीत आस्तो, हे लक्षात ठेवून चला!''

''अवो म्हाराज, आमच्या मान्सापक्षी का पैसा मोठा हाय? आमच्या मान्साला गुण तर ईवूंदे, पाऽ शे काय रुपय हाजार दिवून वर आनी फेटा बांधून सत्कार करताव् तुमचा, चला!!''

आणि मग सारे निघाले. मत्तीर घालायचा सारा टायरनामा ईश्वरानं आपल्या शबनम बॅगेत भरला. (तिला तो 'झोळी' म्हणत असे!) 'पेशन्ट'च्या डोस्कीवर मत्तीर पुटपुटत आशीर्वादावानी ठेवायचा मोरपिसांचा मोरपंखाही त्यानं झोळीत सारला, न् मग झोळी काखेत अडकविली; तोवर त्याची चतुर बायको बोलली, ''थांबा खावा, च्या केलाय्. वाईच घिऊन जावा.''

ती आल्या-गेल्यांची उस्तवार चांगल्या प्रकारे करण्यात पटाईत झाली होती. दाल्ला कुठे तरी बाहेर गेला असला नि तोवर 'शिकार' आली की ती तिला बोलण्यात घुलवून ठेवीत असे – 'कोन गावचं?' 'काय तरास हाय?', 'आमचं मालक येतील आता, बसा, काई काळजी करू नका बघा– लई जणास्नी गुण आलाय् त्येंच्या मत्तीराचा!' अशासारख्या बोलण्यात ती आलेल्यांना रुदावित असे न् बोल-बोल म्हणता त्यांना चहा-पाणीही देत असे...

सगळे चहा पिऊन निघाले...

मग यस्टी मिळून त्यांच्या गावचा तिठ्ठा येईपर्यंत कातरवेळ झाली. तिठ्ठ्याम्होरल्या पांदीतनं दोन किलोमीटर तंगड्यातोड केल्यावर त्यांचं गाव आलं, तेव्हा पार काळोख होऊन दिवेलागण झाली होती. अर्थात् हल्ली खेड्यापाड्यांवरही वीज जाऊन थोडी सुधारणा झाल्याने पूर्वीगत हे दिवे रॉकेलचे नव्हते, तर विजेचे होते, ही गोष्ट अलाहिदा!!

'पेशन्ट'चं घर आलं. ते चांगलं औरस-चौरस रुंद दिसत होतं. म्होरचा सोपा तर एखाद्या छोट्या हॉलगत आग्गळ-पग्गळ होता... ईश्वरानं खांद्यावरची झोळी खाली ठेवली.

''मी हितं मत्तीर घालायची तयारी करतो, तंवर तुम्ही 'पेशन्ट'ला तयार करा, मग मी 'आणा' म्हंटल्यावर बाहीर आणा!'' ईश्वर म्हणाला. ''पयल्या झूट मला आधी एक रंगीत पाट आणून द्या!''

तसा मग एकानं आतून एक रंगीत फायनाबाज पाट आणून त्येच्याम्होरं ठेवला. तो पाट हॉलच्या भर मध्यासाला ठेवून, त्याच्यावर पूर्वेकडे त्वांड करून पेशन्टला बसवायच्या यवजनेनं ईश्वराने त्या बाजूस खायच्या पानांचं, पाच-पाच पानांचं पाच ईडं ठेवलं; त्यावर पाच दगडी सुपाऱ्या ठेवल्या, त्येंच्या म्होरं पांच मुठी तांदळाचं

धुप्पं घातलं. ईड्यांवर व तांदळावर हळद कुंकू शिंपडलं, न् म्हंटलं,

"एक पाण्याचा तांब्या घिऊन या!"

आतून पाण्याचा तांब्या नि फुलपात्र आणलं गेलं. मग ईश्वरानं डाव्या हातावर थोडं पाणी घेऊन त्यात हळदकुंकू टाकून ते गांज्यागत चांगलं खललं नि त्या मिश्रणाचा त्यानं नामटिक्का प्रत्येकाच्या कपाळावर ओढला न् त्या ओल्या नामटिक्क्यांवर तांदळाचे ४/५ दाणे चिकटून सोडले. मग त्यानं झोळीतून फुलांची एक पुडी काढली; त्यातील बरीच फुले पानांच्या ईड्यांवर व पुढल्या तांदळाच्या घुप्प्यावर टाकली न् मग झोळीतून आणखी एक पुडी काढली; त्यात पांढरी धोट रांगोळी होती; त्यानं समोरच्या तांदळा-इड्यांना सामावून घेणारं एक वर्तुळ पाटाच्या भोत्याभोर काढलं आणि त्यानंतर एक मोठी धूपदाणी व एक उदकाडीचा बण्डलही झोळीतून काढला... जादूगार झोळीतून एकेक चीज काढीत राहावा, तसं तो करू लागला. मग एक कापूरवडीची प्लॅस्टिक पिशवी व उदाची पुडीही त्यानं बाहेर काढली... कापराची पिशवी फोडून तीतून काही कापूर वड्या मग त्याने धूपदाणीत ओतल्या आणि खिशातून काड्याची पेटी काढून त्या पेटवून दिल्या. जणू अख्खी धूपदाणीची ज्योत व्हावी, तसा कापूर पेटू लागला. उदाची पुडी सोडून त्यानं थोडा उद त्या पेटत्या कापरावर सोडला; तसा तो अख्खा हॉलच उदाच्या सुगंधी धुरानं भरून गेला. मग आपल्या झोळीत हात घालून त्यानं एक घंटी काढली आणि ती घणाघणा वाजवीत तोंडानं मंत्र पुटपुटल्यागत मत्तीराची गूढ भाषा पुटपुटत तो म्हणाला, "आणा आता 'पेशन्ट'ला भाहीर!!"

आणि मग १/२ मिनिटांतच एक घवघवीत बांध्याची व वाजवीपेक्षा जास्त म्होरं डोईवरील पदर ओढलेली बाई बाहेर आली. ईश्वरानं तिला म्हटलं,

"भिऊ नको, बस बाळ ह्या पाटावर!"

तसं ते 'बाळ' त्या रंगीत पाटावर बसलं. मग फुलाच्या पुडीतलं एक लालभडक रंगाचं गुलाबाचं फूल तांब्यातील पाण्यात टाकीत ईश्वरानं आज्ञा दिली,

"हे बघ बाळ, मी तोंडानं मत्तीर घालीन तसं ह्या फुलानं तांब्यातल्या पाण्याचा योक-योक ठ्यांब ह्या पाऽची ईड्यांवरनी सोडायचा, काय?"

ह्या 'काय?'वर त्या 'बाळा'नं नंदीबैलावानी मुंडी हालविली, तशी मग ईश्वरानं पुडीतला होता न्हवता तेवढा सारा उद धूपदाणीवर सोडला; तसा तो छोटा हॉल उदाच्या धुरानं आणखीन् भरून गेला. हातभर अंतरावरचंही काही नीट दिसेना! हिवाळ्यातल्या भल्या पहाटंचं शिवारातल्या उभ्या जित्रापावर धुकाट पडावं, तसं झालं. मग हातातील घंटी पूर्वीपेक्षा दुप्पट जोरानं वाजवीत ईश्वरा तोंडानं पुटपुटत मत्तीर घालू लागला... तोंवर कुणी तरी हॉलमधील टेप

लावली नि आवाज एवढा वाढविला की, एखाद्या लग्नातल्या मांडवातील स्पीकरचीच आठवण यावी! कुठल्याशा एका नव्या हिंदी सिनेमातलं कर्णकटू छिनाल गाणं नि त्यासह कानाचे पडदे थरथरून टाकणारा वाद्यमेळांचा कल्लोळ ह्याने ईश्वरा मनातून हाबका बसावा, तसा दचकलाच! ह्यातून सावरायच्या आत टेपचा आवाज, म्हणजे तोफेचा आवाज, एल्गार करायची, अटॅक करायची खूण समजून हॉलमध्ये जमलेले ते वीसेक धटींगण त्याच्यावर एकदम तुटून पडले! समोर पाटावर बसलेली ती 'बाळ' ही पदर खोवून उभी राहिली नि त्याच्या ओठावरल्या मिशा बघून ही बाई न्हवं तर तिचं सोंग घेटल्याला बाप्याच हाय हे दिसून येताच ईश्वरानं ओळखलं, आता हितनं आपण जित्ता भाहीर पडणं, हे वर बसलेल्या खऱ्या ईश्वराच्याच आधीन!!

"मारा साल्याला, चांगली कुच्ची कोंबी लाल बोंबी करा! सांधवाई बरी करतो, म्हणून आमच्या मावशीला चांगला पाच हाजाराला गंडा घाटलाय् सुक्कळीच्यानं!!" कुणीतरी उत्तेजन देत होतं, "भाताची लोंबं झोडपतासा तसं झोडपून चांगला घुळ्ळा काढा माकडमल्लीच्याचा! अंधश्रद्धा निर्मूलनवाले ह्येचं काय वाकडं करणार?– आपुनच आज गावठी हिसका दावूया ह्येला!!"

"कच्चा सोडायचा न्हाय्!!" लुगडं नेसलेला तो बाप्याही आता तुटून पडला. "मत्तीर घालणारा मांत्रिक म्हणं ह्यो! लांड्या लबाड्या करून, खोटं बोलून बायाबापड्यास्नी लुबाडायचा धंदा काढून मनगंड पैसा मिळवून लै मस्त्यावलाय ह्यो, ह्येची मस्तीच उतरूया आज; चांगला अर्धाकच्चा करून लावून दिवूया, जलमाचीच आद्दल घडवूया गत्काळीच्याला!!"

पण उदाचा धूरच तेथे इतका झाला होता की, कोण कुणाला मारतंय् हेच नीटसं कळून येत न्हवतं... 'आय् गंऽ, मेलो गं ऽ!, आरे मी तुमचाच रे!!' असे दोन–तीन आवाज त्या रवंदारवंदळीतून, गोमगाल्यातून, उमटत असलेले ईश्वराने ऐकले. टेपही इतका जोरानं लावला होता की, खच्चून बोंबललं तरी मदतीला कुणी बाहेरून इथं येऊन सुटका करण्याची शक्यता नव्हती! तलवारीविना तलवारीसारखे तिथे हात चालत होते व एक छोटं पानीपतच घडत होतं. 'हाणा–मारा' करून ओरडत तोंडाला खरस येत होती... त्या गोंधळातही ईश्वराच्या सुपीक डोक्यात लख्खन् वीज चमकली–उदाच्या धुराचं इथं धुकाटच पडल्यावानी झालंय्. हितं कोण कुणाला वळखाय् ईना, ह्या संधीचा फायदा घेऊन आता निसटायचं... दार कोणत्या बाजूला हाय, ते मघाशीच त्यानं पक्कं हेरून ठेवलं होतं; त्या दिशेने हळू–हळू तो सरकत राहिला. उद संपून धूर कमी व्हायच्या आत हितनं निसटाय् पायजे, न्हाय् तर मेलोच आज! ईश्वरा, पाव रे!!

लहान मुलागत रांगतच त्यानं दार गाठलं नि आडणा उघडून सट्टदिशी तो

बाहेर आला. नि मग त्यानं पळायलाच सुरुवात केली... मागच्या हॉलमध्ये 'हाणा–मारा'चे स्फुरणदायक आवाज ईश्वराच्या कानावर येत होते; त्या टेपच्या किंचाळण्यावर मात करून उघड्या दारातून जणू ते त्याच्या पाठोपाठ बाहेर पडले होते...

तिट्ठा आला तेव्हा तो खूपच दमून गेला होता. दम खात तो एका दगडावर बसला... मघाच्या त्या गोमगाल्यात त्याच्या अंगावरील कापडं इथं–तिथं फाटून गेली होती; गळ्यातली सोन्याची चेन तुटून बेपत्ता झाली होती, नि बोटातील एक ढील्ली अंगठीही गायब झाली होती... नुकसान हुंदे; चला, जान बची, लाखो पाये! त्या माकडास्नी आपणच तिथं न्हाई, हे समजल्यावर काय वाटेल? –ह्या विचारानं तशाही स्थितीत त्याच्या ओठांवर खुद्‌कन हासू फुटलं... तोवर मुरगुडाच्या बाजूने लाइटाचा पट्टा वेगाने इकडेच येत्याला...

ती यस्टीच होती. त्यानं हात करताच ड्रायव्हरने नेमकी त्याच्या जवळ थांबविली.

"कोण ईश्वरा काय?" स्टेअरिंग व्हीलवरनं आवाज आला. तो वळखीचाच ड्रायव्हर भीमा कागले होता.

"व्हय्!" म्हणत त्याच्याच बाजूने ईश्वरा केबीनमध्ये चढला व डाव्या बाजूच्या बॅटरीवरील लाकडी खोक्यावर टेकला!

"काय गा तुजी ही हालत?" भीमा चुकचुकला, "कुणी वाटमाऱ्यांनी पांदीत गाठलं का?"

"वाटमारे कुठलं भीमा, मत्तीर घालून मांत्रिकपणा करीत हल्ली रिटायर्डपणातला काळ घालवत अस्तो मी. हितं खेड्यावर एक पेशन्ट हुता, वल्ल्या बाळतीणला लागीरल्यालं... तिच्यावर मत्तीर घालून परतत हुतो; तर पांदीतल्या वड्याच्या त्या लवनात मलाच भुतांनी गाठावं? माजीच करणी कुणा दुसऱ्या मत्तीर घालणाऱ्यानं माज्यावरच उलटीवली जनू! मग काय, घ्या की – त्या भुतांनी चांगलंच मला घोळसलं न् काय! पळून ईस्तोवर हितपतोर व्हारुव्हार."

"बायली, त्या भुतांच्या, उद्या आमुश्या, तर आजच हिंडाय् पडली जणू भाहीर!!" नि मग भीमा बोलला, "माज्या मेव्हणीचं लग्नाचं एक लौकर काय जमून ईना, काय करावं बा?"

"आसं कर, उद्या आमुशाला रजा टाक, नि मेव्हणीला घिऊन माज्याकडं ये; घर म्हाईतच हाय तुला; हं तर! मी आलबत तुला एक ताईत देतो– मत्तीर घालून, त्यो तिच्या..."

■

नियती

दत्ता घराकडून यरवाळीच आपल्या दुकानाकडे आला तेव्हा सकाळचे साडे आठही झाले नव्हते. किराणी दुकान म्हटल्यावर ते लवकर उघडणं भागच होतं. सकाळी–सकाळी लोकास्नी अनेक वस्तूंची नड पडते. कुणाला साखर–पावडर, कुणाला बटार, कुणाला येशेल वा खोबरेल तेल, कुणाला रवा, तर कुणाला पोहे, तर कुणी तांदळाला वा जुंधळ्यालाही नडतं. प्रपंच्याला का एक लागतं? सकाळच्यापारीचं असंच टिकीम टिकीम गिऱ्हाईक करण्यात अकरा होऊन गेलं, नि आता दुपारच्या टळटळीत उन्हात गिऱ्हाईकाची थोडी पातळाईही असते. असं जरा निवांतपणा मिळाल्यावर दत्तानं सकाळी येऊन पडलेला, जिल्ह्याच्या गावी निघणारा, पेपर समोर ओढला. सकाळी आलेल्या चार–सहा गिऱ्हाईकांनी हाताळून–चाळून चोथा केल्यावर अखेर त्याने तो कावून बिस्किटाच्या डब्याच्या सांदरीत सारून ठेवला होता. मग नेहमीचं एक 'गिऱ्हाईक' आलं. कांबळे नावाचा हा रिटायर्ड शाळा मास्तर लांबून बौद्ध नगरातून केवळ पेपर वाचण्यासाठी इथे येई. कधी काही चार–आठ आण्याचं दुकानातून घेतही नसे. दत्ता त्याला 'फुकटं गिऱ्हाईक' म्हणे. आल्या–आल्या कांबळेनं मागणी केली.

"दत्ता, जरा पेपर दे, चाळतो!"

'गुर्जी, मघाच कुणी वाचायला भाहीर घेतलोता हो. दिलाच न्हाई अजून! शिस्तीत घरात बसून वाचायला न्हेत्यात. आता कवा आणून देतील तवा माजा पेपर म्हणायचा! ह्यो कालचा घिवून बसलोय!'

"काय लोकं तरी!" म्हणत गुरुजी निघून गेले.

गुरुजी गेल्यावर दत्ता १/२ बातम्या वाचतोय तोवर बबनच्या मोटर रिपेअरी गॅरेजात काम करणारा किसन आला. सायकलीवरून खालती उतरण्याचे साधे कष्टही न घेता दुकानाम्होरच्या पायरीवरी पाय देऊन सायकल उभी करीत त्यानं सांगितलं,

"दत्तामा, मेस्त्री वारले...!" नि तो म्हणाला, "जातो मी, गावात दुसऱ्या आनी पावन्यास्नी सांगावा द्याचा हाय!"

किसन गेला, तसा दत्ता उठला. वीज मीटरच्या खालती भिंतीत असलेल्या मोळ्याला तो दुकानाचे कुलूप नेहमी अडकवे, ते त्यानं हाती घेतलं. दुकानाच्या फळ्या झाकल्या. त्यावरची आडवी लोखंडी पट्टी लावली. चौकटीच्या कोयंड्यात तिच्या टोकाची खाच सारून कुलूप लावलं. मधल्या फळ्यांच्या दाराची कडी नुसतीच अडकवली नि डोकीत भणभणणारा वादळवारा घेऊन निघाला.... काय-काय आठवत नव्हतं! साठ वर्षांपूर्वीचा काळ अगदी लख्ख आठवत होता. पारतंत्र्याचा काळ. सर्व्हिस मोटारी गावा-तालुक्यांच्या कच्च्या-मुरमाड रस्त्यांवरून नुकत्याच कुठे धावू लागल्या होत्या. पंचवीस मैलांवरील जिल्ह्याच्या गावी चार आणे भाडे देऊन बैलगाडीतून जाणारी माणसे आता तेवढ्याच पैशातून सर्व्हिस मोटारीतून दीडेक तासाच्या आत जिल्ह्याचं गाव गाठू लागली होती. जवळच्या चार-पाच मैलांच्या परिसरातील खेड्यांवरून तालुक्याला माणसे ने-आण करणारे टांगेही आता कमी झाले होते व केवळ तीन-चारच कसे तरी जुगूतुगू धंदा करीत तग धरून होते. सर्व्हिस मोटारीनंतर काही वर्षांतच प्रायव्हेट टॅक्सीही गावात दिसू लागल्या. बैलगाड्यांच्या, टांग्याच्या दुरुस्तीची कामे करणारे सुतार व लोहार समाजातील लोक मोटार गाड्यांच्या दुरुस्तीची कामे करू लागले.

मेस्त्रींच्या वडिलांची सुतारकामाची 'शाळा' गावच्या वेशीत होती. सर्व्हिस गाड्या व टोरिंग गाड्यांची संख्या गावात वाढू लागली, तशी मेस्त्रींच्या वडिलांनी सुतार-शाळा बंद केली व सर्व्हिस गाड्यांच्या स्टॅण्डजवळ मोटार रिपेअरी गॅरेज उघडले. दत्ताच्या वडिलांची त्याकाळी फोर सिलेंडर फोर्ड, ओपन टपाची, कार होती. ती सेकण्ड हँड कार त्यांनी सावंतवाडीतून सहाशे रुपयांना आणली होती. त्याकाळी केवळ पुण्यात 'कुलकर्णी मोटार ट्रेनिंग स्कूल' नावाचं ड्रायव्हिंग शिकवायचं स्कूल महाराष्ट्रातील एकमेव असं होतं. १९३४साली तेथे सहा महिने राहून दत्ताच्या वडिलांनी ट्रेनिंग घेऊन ड्रायव्हिंग लायसन काढलं होतं व गावी आल्यावर टॅक्सी धंदा सुरू केला होता. टॅक्सीची रिपेअरी वगैरे निघाली की दत्ताचे वडील मेस्त्रींच्या गॅरेजात जात. वडिलांकडे काही काम निघाले की दत्ताही त्यांना शोधत येई. सर्व्हिस गाडीच्या स्टॅण्डजवळूनच गावातून पुणे-बेंगलोर हायवे गेला होता. त्या हायवेच्या दुसऱ्या कडेला दोन पेट्रोल पंप होते. त्या पंपाच्या आजूबाजूच्या मोकळ्या जागेत तेव्हा गावात केवळ तीन-चारच असलेल्या प्रायव्हेट टॅक्सी गाड्या थांबत आणि प्रवासी लोकांची भाडी आल्यावर जिल्ह्याच्या बाहेरही सुदूर जात. पेट्रोल पंपावर गाडी लावून वडील पंपामागच्या छप्परात बसत. त्याकाळी आतासारख्या पेट्रोल पंपावर आकर्षक केबिन्स नसत. जवळच्या खेड्यावरील एका इनामदार सरकारने एक घर भाड्याने घेऊन त्याच्यासमोर

हा पंप घातला होता. इंदलकर नावाचे दत्ताच्या वडिलांचे स्नेही असलेले गृहस्थच पंपावर मुख्य होते व त्यांच्या हाताखाली सरकारांच्या गावचेच दोन गडी होते. एकजण ते तीन आखणी भले मोठे घर व बाहेरील पंपाचा आवारा यांची झाडलोट करून ते स्वच्छ ठेवी. दुसरा पंपावर आलेल्या मोटारींना पेट्रोल सोडे. कुणाला मोबाईल तेल वगैरे लागले तर आतल्या बॅरेलच्या चावीखालच्या मापातून आणून देई. इंदलकरांच्या टेबलापुढे कायम चार खुर्च्या असत. त्यावर दत्ताचे वडील भाड्याची प्रतीक्षा करीत बसून राहत. ते तेथे नसले व बाहेरही आपली ओपन टप फोर्ड कार नसली की दत्ता आजूबाजूंची तीन-चार मोटर रिपेअरीची गॅरेज शोधत राही. तेथेही वडिलांची भेट झाली नाही की ते एखादे भाडे घेऊन बाहेरगावी गेले आहेत असे समजून तसा निरोप सांगत घरी येई. फोर्ड कारची काही रिपेअरी असली की मात्र ते हटकून मेस्त्रींच्या गॅरेजात सापडत. मेस्त्रींचे वृद्ध वडील तेथे मोटर दुरुस्तीचे काम करीत नि त्यांच्या हाताखाली मेस्त्री व त्यांचे दोघे भाऊ काम करीत असलेले दिसत. सगळ्या भावांत मेस्त्रीच जास्त देखणे दिसत. तांबे तापल्यावर जसे दिसेल तसा उजळ रंग, लांबसडक नाक, त्याला शोभेल असा उभट चेहरा, विलक्षण बोलके डोळे, कमरेला खाली हाफ पँट, वर बनियन, ग्रीक शिल्पागत पिळदार देहयष्टी, बनियनच्या आतूनही रेखल्यागत दिसणारं व्यायामपटूगत घोटीव असणारं छातीचं तकाटणं नि उघडे असणारे पिळदार बाहू...

दत्ता त्यावेळी विद्यार्थी होता. त्याकाळी आतासारखी तालुक्याच्या गावीही कॉलेजीस वगैरेंची, एस.एस.सी. नंतरच्या उच्च शिक्षणाची सोय नव्हती. ते घ्यायचे असेल तर जिल्ह्याच्या गावी जावे लागे. ज्यांची आर्थिक परिस्थिती चांगली असे तेवढेच विद्यार्थी जिल्ह्याच्या गावी राहून शिक्षण घेत, बाकीचे एस.एस.सी. (आताची १०वी) नंतर गावातच राहून काही ना काही कामधंदा वा रोजगार वगैरे करून परिस्थितीशी तडजोड करून कसेबसे जगत-वाढत राहत. दत्ताचं कुटुंब मोठं व मिळविणारे वडील एकटेच असल्याने जिल्ह्याच्या गावी जाऊन राहण्याचा व शिक्षणाच्या फीचा वगैरे खर्च परवडणारा नव्हता. बाराशेच्या आत उत्पन्न असलेल्यांना फी माफीच्या सोयी-सवलतीही त्याकाळी सुरू झालेल्या नव्हत्या. त्यामुळे कसेतरी अगदी मेटाकुटीने हजार-बाराशे रुपये जमा करून दत्ताच्या वडिलांनी दत्ताला एक किराणी दुकान घालून दिले. सात-आठ वर्षे दुकान व्यवस्थित चाललंही होतं. पण ती दुकानाची जागा भाड्याची होती. घरमालकानं जागा खाली करण्याचा तगादा लावला, त्यामुळे दुकानासाठी दुसरीकडे जागा पाहणं भाग पडलं...

गावात गेल्या दहा-पंधरा वर्षांत खूप स्थित्यंतरं झाली होती. प्रवासी

वाहतूक करणाऱ्या खाजगी मालकांच्या सर्व्हिस गाड्या बंद पडून आता सरकारी एस.टी. गाड्या आल्या होत्या. त्यासाठी सरकारनं गावाच्या वेशीबाहेर एस.टी.स्टँडही बांधलं होतं, नि इकडे सर्व्हिस गाड्यांच्या स्टॅण्डच्या रिकाम्या मैदानाभोवती तारेचं कम्पाऊंड मारून म्युनिसिपालिटीनं 'म. गांधी उद्यान' तयार केलं होतं. मेस्त्रींच्या गॅरेजपुढून आता केवळ वीस फूट रुंदीचा रस्ता बागेला वळसा घालून पुढल्या पूना-बेंगलोर हायवेला मिळाला. मेस्त्रींच्या भावांनी जिल्ह्याच्या गावी स्थलांतर करून आपापले उद्योगधंदे चालू केले होते. सहा वर्षांमागं मेस्त्रींचे वडीलही वारले होते व तेवढ्या मोठ्या गॅरेजाची एकट्याला काही गरज नाही म्हणून त्यांनी गॅरेजच्यामध्ये पार्टिशन घालून पलीकडील भाग एका परगावच्या टॅक्सीवाल्याला भाड्याने दिला होता. तो दिवसभर टॅक्सी फिरवून धंदा करी आणि रात्री टॅक्सी आत सारून सायकलीने सहा मैलांवरील आपल्या गावी जाई. केवळ दिवसाच टॅक्सी धंदा करणं व रोज सायकल हाणत गावाकडे सहा मैलांवर जाणं-येणं हे काही त्याला जमेना. शिवाय त्याची गावाकडे शेतीही होती; तीही तोच बघे. टॅक्सी धंद्याच्या या दगदगीपेक्षा निवांत, निःत्रास शेतीच बरी, या विचाराने त्याने टॅक्सी विकली व मेस्त्रीचं गॅरेजही त्यांच्या ताब्यात दिलं, तेव्हापासून ते रिकामंच होतं.

दत्ताच्या वडिलांना किराणी दुकान दुसरीकडे हालवायला जागा हवीच होती. त्यांनी मेस्त्रींच्याकडे पलीकडील जागेबद्दल शब्द टाकला. टॅक्सी रिपेअरी करून घेण्याच्या कामामुळे त्यांचा मेस्त्रींच्याबरोबर पूर्वीपासून तसा स्नेहबंध जुळला होताच; शिवाय गावात हौशी नाटक मंडळी होती, त्यात ते दोघेही होते. ही मंडळी शिवजयंती, गणेश उत्सव, हनुमानजयंती आदी जत्रा-उत्सवात नाटके बसवीत. त्यांच्यातीलच देखणी रूपसंपदा लाभलेले पुरुष नाटकात स्त्रियांचे पार्ट करीत. 'रायगडची राणी', 'स्वराज्याचा शिलेदार' अशा प्रकारची ऐतिहासिक नाटकं दणदणीतपणे त्याकाळी केली जात. त्यात प्रमुख भूमिका दत्ताचे वडील व मेस्त्री हे दोघे आलटून-पालटून करत. अशा मैत्रीमुळे दत्ताच्या वडिलांनी जागेबद्दल मेस्त्रींच्याकडे शब्द टाकल्यावर मेस्त्रींनी चटकन होकार दिला. भाडे वगैरेही ठरले. 'सस्कार' वा ॲडव्हान्स म्हणून एक महिन्याचे भाडेही दत्ताच्या वडिलांनी मेस्त्रींना दिले. मेस्त्रींच्या गॅरेजमध्ये लाईट नव्हता. दत्ताच्या वडिलांनी किराणी दुकानासाठी वीज बोर्डाकडून लाईटचे कनेक्शन जोडून घेतले. मेस्त्रींना गॅरेजातही लाईटसाठी कनेक्शन जोडून दिले आणि एका सुमूहूर्तावर किराणी दुकान चालू झाले. रोज सकाळी आठ नंतर दत्ता दुकान उघडून बसू लागला. दुपारी एक नंतर जेवणासाठी म्हणून दुकान बंद करून, घरून जेवून आल्यावर रात्रीचे साडे आठपर्यंत परत उघडून बसू लागला...

दोन–चार महिन्यांत त्याचा जमही तसा व्यवस्थित बसला...

पण पलीकडे मेस्त्रींची घडी पुरी विस्कटलेली दत्ताला दिसू लागली. मधल्या अवधीत गावात मोटार मेकॅनिक लोकांची नवीन पिढी तयार झाली होती व त्यांनी आपापली गॅरेज सुरू केली होती आणि नव्या पिढीतील ड्रायव्हर लोक त्यांच्याकडेच आपल्या गाड्या रिपेअरीसाठी सोडत. मेस्त्रींच्या उमेदीच्या काळातले सर्व्हिस गाड्यावरील ड्रायव्हर काही नुकत्याच सुरू झालेल्या यस्ट्यांवर, तर काही ट्रकावर गेले होते. स्वातंत्र्यप्राप्तीच्या पहाटे हे एक नवेच युग सुरू झाले होते...

सरकारीच यस्टी सुरू झाल्यावर गावातील मध्यवर्ती ठिकाणी असलेले सर्व्हिस गाड्यांचे हे स्टॅण्ड गावाच्या दक्षिणेकडील वेशीबाहेर गेलं. बंदिस्त कम्पाऊंड, आत प्रशस्त मैदान नि मावळतीस बांधलेली त्या मैदानाला शोभेल अशी स्टॅण्डची भव्य आर.सी.सी. इमारत, आत प्रवासी बसण्यास सिमेंटची बाकडी, कॅण्टीन, स्टॉल्स आदी सारं आतच आणि या तेव्हा स्वप्नवत वाटणाऱ्या अतीव स्वच्छ, देखण्या चित्रातल्यासारख्या दृश्यात शोभाव्या अशाच लालभडक रंगाच्या, आतल्या बर्थवर हिरव्या रंगाचं कोचिंग असलेल्या मऊ–मऊ गाद्यांच्या नव्या–नव्या कोर यस्टी गाड्या येऊन उभ्या राहू लागल्या. पोलिसांगत खाकी ड्रेसवाले ड्रायव्हर–कण्डक्टर त्यात होते. न्हाव्यानं आपल्या खांद्यावर धोपटी अडकावी तशी कण्डक्टरच्या खांद्यावर पेटी अडकविलेली होती. त्यात तिकिटं असत म्हणे! यस्टीनामक या नव्या गाड्यात आत बसायला जशा गाद्या होत्या तशाच टेकायलाही होत्या! प्रवास करताना मिळणाऱ्या या सर्व्हिस गाड्याहून जादा मिळणाऱ्या सुखाची किंमत म्हणून की काय प्रवासाचे दरही वाढलेले! सर्व्हिस गाड्यात ड्रायव्हर–क्लीनरच्या पुढल्या सीटमागे एक जाळीदार केबीन असे, तीत खास शेठ–सावकार लोक, अधिकारी, पोलीस खात्यातले लोक आदी बसत. 'उद्या मला गावी जायचं, गाडी घेऊन ये रे' म्हणून आदल्या दिवशी ड्रायव्हरला सांगून ठेवल्यावर तो सकाळच्या यरवाळीच्या पहिल्याच ट्रीपला खाशा स्वाऱ्यांच्या दारात सर्व्हिस गाडी आणून उभी करी, ड्रायव्हरच्या सीटजवळच्या दारावर लटकविलेल्या पॉम् पॉम् हॉर्नचा, मोठ्या चेंडूच्या आकाराचा गोल रबरी फुगा दाबे, हॉर्नचा आवाज ऐकून मग खास्या स्वाऱ्या व त्याच्या घरातील बायका–माणसादी कुटुंबीय केबीनमध्ये बसत; मग गाडी प्रवासाला गावाबाहेर पडे... या केबीनबाहेर, मागील बाजूस रिकाम्या असलेल्या जागेत, गाडीच्या खिडक्यांकडील दोन्ही बाजूस दोन फळ्या मारलेल्या असत. त्यावर सर्वसामान्य लोक बसत. एखाद्या गावच्या जत्रे–यात्रेनिमित्ताने थोडी गर्दी वाढली की मग लोक गाडीच्यावर टपावर, कॅरीअरच्या लोखंडी पट्ट्यांना धरून बसत.

वरचाही कोरम एखाद्यावेळी भरला की गाडीच्या दोन्ही बाजूंच्या फूटपायऱ्यांवर लोंबकळत उभे राहून लोक प्रवास करीत. त्या फूटपायऱ्याही 'फुल्ल' झाल्या म्हणजे गाडीच्या पुढच्या दोन्ही मडगार्डावरती, त्या मडगार्डातून मध्येच बगळ्यागत वर मान करून आलेल्या हेडलाईटसूच्या गोल गट्टूंना धरून, त्याच्या दोन्हीकडं दोन पाय लोंबकळत सोडून, जणू लगाम धरून घोड्यावर बसल्यागत बसत लोक प्रवास करीत. जुन्या मॉडेलच्या त्या फोर्ड, शोव्हरलेट कंपनीच्या सर्व्हिस गाड्यांना ड्रायव्हरपुढल्या काचेबाहेर गाडीची इंजनं असत आणि इंजनावरील बॉनेटच्या दोन्ही बाजूस पुढल्या चाकावर मडगार्ड असत. त्यांच्या वरील लाईटांच्या गट्टूंना धरून बाहेरले सृष्टीसौंदर्य डोळाभर पाहत मजेत प्रवास होई. सर्व्हिस गाड्यांच्या स्टँडवर एका बाजूस 'श्री हनुमान मोटार सर्व्हिस', 'श्री लक्ष्मी मोटार सर्व्हिस' ही सर्व्हिस गाड्यांची ऑफिस होती. यातील 'सर्व्हिस' शब्दावरून 'सर्व्हिस मोटर', 'सर्व्हिस मोटार स्टॅण्ड' ही नावं पडली होती. स्टॅण्डवर आलेली माणसं आपल्या सर्व्हिस कंपनीच्या गाडीत ताणून न्यायला कंपनीचे एजंट स्टॅण्डवर फिरत राहत. तेव्हा २५ मैलांवरील (४० कि.मी.वरील) कोल्हापूरला जायला ४ आणे (२५ नवे पैसे) दर होता. त्याकाळी लोकसंख्या कमी होती, यात्रा-ऊरूसांचा व लग्नाचा मोसम अपवाद करता लोक इतर वेळी अभावानेच प्रवास करीत, त्यामुळे सीझनचा कालखंड कमी, ऑफ सीझनचा जास्त, असा प्रकार त्यावेळी असल्याने दोन्ही कंपनींच्या एजंटांमध्ये आपापल्या कंपनीच्या गाड्या भरायला स्पर्धा लागे! बाहेरगावी प्रवास करणारी माणसं ऊर्फ 'सीटा' स्टॅण्डवर नसत तेव्हा कोल्हापूरला जाण्याचा दर ४ आण्यांवरून घसरून दोन आण्यांवर येई. 'चला, २ आणे कोल्हापूर, २ आणे कोल्हापूर' असा पुकारा करीत, ओरडत, एजंट लोक आपल्या गाड्या भरत. तेव्हा या लायनीत ड्रायव्हर व क्लीनर या दोनच जाती या गाड्यांवर कार्यरत असत. 'कण्डक्टर' हा शब्द कुणाला माहीतही नव्हता! क्लीनरच 'सीटां'चे पैसे गोळा करीत कण्डक्टरची ड्युटी करी. पैसे घेऊन तिकीट फाडणे, हा प्रकारच तेव्हा नसल्याने सीटांचे पैसे वसूल करून खिशात कोंबत राहणे, एवढीच ड्युटी केली की झाले!

मिरजेपर्यंत गाडी जाऊन आली नि खिशात फक्त दोन-अडीच रुपयांचा गल्ला जमलेला असला की ड्रायव्हर-क्लीनर खांदे पाडून मालकाजवळ जात नि त्याच्या पुढच्या टेबलावर तो ठेवून 'आज एवढंच झालं' असं मरक्या आवाजात म्हणून मागे वळत. मिरजेला जाऊन आल्यावर कधी तरी ५/६ रुपयांचाही गल्ला जमे, तेव्हा मात्र 'आज एवढं मिळविलय् बघा' असं छाती काढून, विजयी वीरागत मालकाम्होरं जाऊन त्याच्या पुढ्यातल्या टेबलावर गल्ला ठेवीत. सीझनच्या दिवसांत टेबलावरील गल्ल्याचा ढीग बराच मोठा होई

नि अशा वेळी खूष झालेला मालक गल्ल्याच्या ढीगातून मुठी भरून (न मोजताच) चिल्लर नाणी ड्रायव्हर- क्लीनरांच्या हातावर दारू वा शिंदी प्यायला देई. त्याकाळी दारूच्या दुकानातच शिंदीनी भरलेली लाकडी बॅरेलं असत नि त्या शिंदीचा वास इतका तीव्र असे की दारू दुकानाबाहेर कासराभर दूर अंतरावरही तो येत, घणत राही!

यस्टी गाड्या आल्या नि सर्व्हिस गाड्यांचं, त्यांच्या मालकांचं व त्यावरील ड्रायव्हर- क्लीनर लोकांचं, स्वातंत्र्यपूर्व काळापासून सुखानं नांदणारं जग काळाच्या पडद्याआड गेलं. स्टँड वेशीबाहेर गेलं, तसं सर्व्हिस गाड्यांचं, धंदा करण्याचं विस्तीर्ण स्टँडचं मैदान गावच्या म्युनिसिपालिटीनं कुंपण घालून बंदिस्त केलं आणि आत बगीचा केला. लहान मुलांना खेळायला झोपाळे, गिरगिरे, घसरगुंड्या आदी आतमध्ये करण्यात आलं व कुंपणाला पलीकडून जाणाऱ्या पूना-बेंगलोर रोडकडे तोंड करून एक गेट सोडलं व त्यावर भला रुंद बोर्ड झळकू लागला- 'म. गांधी बालोद्यान.'

मेस्त्रींच्या गॅरेज शेजारच्या वस्तीसमोरच्या २० फुटी बोळकुंडीवजा रस्ता तेवढा सोडला होता व बगीच्याकडेने तो तसाच पुढे खाल अंगाला पुणे-बेंगलोर रोडला नेऊन भिडवला होता. पूर्वी गॅरेजपुढील सर्व्हिस गाडीच्या स्टँडच्या मैदानात रोज ३/४ गाड्या तरी रिपेअरीला असत. मेस्त्रींना, त्यांच्या वडिलांना व भावांना त्या गाड्यांची दुरुस्तीची कामं करताना जेवणाला उसंत मिळत नसे, पण स्टँडचं विस्तीर्ण मैदानाचं रूप बगीच्यामध्ये पालटल्याने समोर गाड्या उभ्या करून त्या रिपेअरी करायची जागाच गेली. मेस्त्रींच्या भावांनी जिल्ह्याचं गाव गाठून तिथे आपापली नवी गॅरेजं उभी केली व ती वाडीदिडीस आणली. मधल्या अवधीत मेस्त्रींचे वडीलही वृद्धत्वाने वारले होते व त्यांनी घातलेले, स्थापन केलेले गॅरेज सांभाळायची जबाबदारी जणू नियतीने मेस्त्रींच्यावर सोपविली होती. वडिलांचा आधार तुटलेला, भाऊ परगावी स्थायिक झालेले, हाताखाली कुणीही मदतीलाही नाही, तीन मुलांच्यावर पोटी एक मुलगीही देवाने दिली होती, तीही अजून लहान असलेली; अशा अवस्थेत नियतीबरोबरची लढाई मेस्त्रींना एकाकीपणे व एकट्यानेच लढावी लागणार होती...

गावातून आलेला रस्ता थेट पुढे बागेच्या कुंपणाकडेने हायवेला मिळाला होता आणि त्याच रस्त्याची एक फांदी मेस्त्रींच्या गॅरेजसमोरून बागेला वळसा घालून विळ्यागत एक वळण घेऊन हायवेच्या दिशेने बागेच्या दुसऱ्या बाजूस झेपावली होती. या दोन रस्त्यांच्या दुबेळक्यात बागेच्या कंपाऊंडपर्यंत एक त्रिकोणी अशी जागेची पट्टी तयार झाली होती. तीवर प्रायव्हेट टॅक्सीगाड्या थांबत, त्यात ४८ मॉडेल बेबी फोर्ड कार, तसेच त्याच सालच्या मॉडेल फोर

सिलेंडरच्या वॉक्झल कार जशा होत्या, तशाच ४८ वा ५१ सालच्या मॉडेलच्या ८ सिलेंडरच्या (व्ही एट्) फोर्ड कारही होत्या. तसेच ६ सिलेंडरच्या शोव्हरलेट कारही होत्या. काही ५०च्या आतल्या सालच्या मॉडेलमधील स्टुडबेकर, डॉज, पोन्टॅक, प्लायमाऊथ गाड्याही होत्या. तेव्हा १२ आणे (७५ पैसे) लिटर पेट्रोल दर होता व ४० कि.मी.वरील कोल्हापूरला जाऊन परत येण्याचे बेबी फोर्ड कार वा वॉक्झल कारचे भाडे १०रु. होते, तर शोव्हरलेट, व्ही. एट., फोर्ड, स्टुडबेकर, डॉज, प्लायमाऊथ, हडसन अशा मोठ्या गाड्यांचे भाडे १५रु. होते. लहान गाड्यांना ५रु. कमी. म्हणून त्यांचाच धंदा मोठ्या प्रमाणावर होता. तर लहान गाड्या सगळ्या भाडी घेऊन गेल्यावर मग अगदीच नाईलाजाने लोक मोठ्या गाड्यांकडे वळत. हिंदुस्थान, लॅण्डमास्टर, ॲम्बेसिडर, फियाट, स्टॅण्डर्ड आदी कार गाड्यांचा प्रवेश तोवर टॅक्सीधंद्यात झाला नव्हता. क्वचित एखादी बेबी मॉरीसकार ४१ मॉडेलची दिसे. ४१ मॉडेलची ओपन टप व्ही. एट. फोर्ड कारही दिसे. क्रॅसलरही क्वचित असे. एक ४१ मॉडेल ओपन टप शोव्हरलेट कारही होती. या ओपन टप गाड्यांना त्याकाळी लग्नसराईत वरातीचंही भाडं अगदी खेड्यापाड्यांवरती लागे. तेव्हा २-२/३-३दिवस खेड्यांवर लग्नसमारंभ आरामात चालत व शेवटच्या दिवशी अशा ओपन टप कारमधून वराती काढल्या जात. इतरवेळी अशा गाड्या, तसेच लॅण्डोबॉडीच्या गाड्या स्टॅण्डबाहेर उभ्या राहून सीट सर्व्हिस वा चालू जमान्यात ज्याला 'वडाप' म्हणतात तोही धंदा करीत. सर्व्हिस गाड्या बंद झाल्यावर त्या भरण्याचे काम करणारे एजंट यस्टी आल्यावर बेकारच झाले होते. ते यस्टी स्टॅण्डवरून बाहेर 'सीटा' ऊर्फ माणसे ताणून आणायचे व 'सीट सर्व्हिस'च्या गाड्या भरून द्यायचे. यासाठी त्यांना प्रत्येक सीटमागे २५पैसे (४ आणे) कमिशन मिळे. खाली काळा व टपाला पिवळा रंग असलेली, सरकारी नियमानुसार टॅक्स वगैरे भरून मीटर लागलेली एकही टॅक्सी गावात नव्हती. होत्या त्या सर्वच प्रायव्हेट टॅक्स्या. पोलीस खात्याचा त्यांना तसा काही फार वणवा वा त्रासही नसे. महिन्यातून एक वेळ प्रत्येकाने आपली गाडी पोलीस स्टेशनला, बाहेरगावी वगैरे जाण्याच्या कामासाठी 'एटीला' ऊर्फ 'फुकट' दिली की झाले! या कामाला 'पोलिसांची बिट्टी' म्हणत. केवळ पेट्रोल घालून पोलीस एखादे वेळी, गाडी नेऊन तीन-तीन दिवस टॅक्सीवाल्याचा घामटा काढीत, त्यामुळे फौजदाराच्या हाताखालचा हवालदार 'बिट्टी'ला गाडी मागायला आला की काही टॅक्सीवाले कुरकुरत जात; काही म्हणत 'आज जरा ईज्यापूरला जायाचं भाडं धरलंय हो, ह्या डाव कुणा दुसऱ्याला न्या की!' काही तर अशा 'बिट्टी'ला आलेल्या हवालदाराला पाहून लपून बसत व आलेलं संकट 'आजचं मरण उद्याला' अशा

चालीवर 'बिट्टी' पुढं ढकलत....

हे टॅक्सीवाले आपल्या गाडीची काही रिपेअरी निघाली नि बाहेरच्या गॅरेजीस्‌मधून आधीचीच कामे तुंबल्याने मेस्त्रीला वा मेकॅनिकांना नवीन गाड्या रिपेअरीसाठी खोलायला वा इस्कटायला सवड, तूर्तास १/२ रोज तरी नसली की तोवर आपली गाडी बंद ठेवण्यापेक्षा वा तशीच डमडम डिगाडिगा करीत चालविण्यापेक्षा ती सरळ रिपेअरीसाठी मेस्त्रींच्या त्या बोळकुंडीत जिण्याचं नशीब आलेल्या गॅरेजापुढं आणून उभी करून रिपेअरी करीत. गॅरेजम्होरच्या रस्त्याच्या एका कडेला गाडी लावून मग मेस्त्री आपल्या मनासारखे होईपर्यंत शिस्तीत गाडीची रिपेअरी करीत राहत आणि गाडी रिपेअरी झाल्यावर तिचे रिपेअरीचे बिल, बाहेरील गॅरेजमधील मेस्त्री लोकांच्या, तेवढीच कामे करण्याच्या बिलापेक्षा दुप्पट-तिप्पट करीत, त्यामुळे त्यांच्याकडे एकदा रिपेअरीला गेलेला गाडीवाला या बिलाच्या आकड्याचा हाबका खावून पुन्हा मेस्त्रींच्या गॅरेजकडे कधी फिरकतही नसे. वॉक्झल ४८ मॉडेल काय किंवा ५१ मॉडेल काय, गाड्यांत पुढे कमानपाटे किंवा स्प्रिंग्ज नसत, तर त्याऐवजी शॉकऑप्झल असत. हे शॉकऑप्झल रिपेअर करण्यात मेस्त्रींचा हातखंडा असे. या शॉकऑप्झलच्या शेंड्याला बारीक-बारीक स्लाट वा रेषावजा चिरा असत. शॉकऑप्झल दुरुस्त केल्यावर ही स्लाट असलेला हातभर लांबीचा व इंचभर जाडीचा लोखंडी तुकडा ठीक तऱ्हेने शॉकऑप्झलच्या बॉडीत बसवावा लागे; अशा वेळी एखादा स्लाट वा चीर चुकली की गाडी त्या बाजूस कमानपाटा तुटल्यागत कले! या 'खास' कामाचेही मेस्त्री चापून पैसे बिलापोटी घेत. मेस्त्रींच्या या बिलाचा हाबका खाऊन, भय बाळगून कधी-कधी अगदी नाईलाजास्तव येणारे किरकोळ टॅक्सीवालेही हळूहळू येईनासे होऊन मोटार रिपेअरीच्या कामाने अंग टाकले!

तसे मेस्त्री खूप हरहुन्नरी होते. रिपेअरीच्या अनेक कामात त्यांना गती होती. रेडिओ-ट्रॉन्झिस्टरच्या प्रसारात हळूहळू लोप पावणारे ग्रामोफोन ते रिपेअरी करीत. दुचाकी सायकलीच्या ओव्हर ऑईलींगपासून त्यांच्या (सायकल) डायनाम्यापर्यंत सर्वच कामे सुपीरीअरपणे करीत. गावातील इतर सायकल रिपेअरीवाले डायनामा रिपेअरीतलं ओ की ठो समजत नसलं तरी 'मला हेही काम येतंय' अशी गिऱ्हाईकापुढे भप्प मारत, फुशारकी मारत. छिन्नी-हातोड्याने ते डायनामाच्यावरचे टवके कसेतरी घिसाडघाईने काढत, आतील क्वॉईलला केसागत बारीक तांब्याच्या तारा असत, त्या उचकटून डायनाम्याच्या आणखीन सत्यानाश करून टाकीत. मेस्त्री मात्र असा डायनामा खोलला की एखाद्या निष्णात सर्जनच्या कौशल्याने डायनाम्यातील क्वॉईलच्या तारा, हातात लहानसा चिमटा घेऊन उचलत, कौशल्याने तपासत. अशा वेळी ते उजव्या डोळ्याला,

घड्याळवाले लावतात तसली, सूक्ष्मदर्शक काचेचे गोल भिंग लावलेली डब्बी लावीत व क्वॉईल जर आतील तार कट होऊन, निकामी होऊन डायनामा बंद पडला असेल तर ती तार जोडून चालू करीत. केव्हा डायनाम्याची भुशींगं झिजून आतील रोलर बॉडीला घासून डायनाम्याने अंग टाकलेले असे. डायनाम्याचा बुशींगावर वरचेवर ऑईल सोडून तो व्यवस्थित राखण्याचे कष्ट कुणी घेत नसत, त्यामुळे बेअरींगसारखे काम करणारी ही बुशींगं झिजून, रोलर कॉईलच्या बॉडीला घासून डायनामा बंद पडे; केव्हा डायनामाच्या डोकीवरील उभ्या चरा असलेलं व डायनामा सुरू केल्यावर सायकलीच्या टायरीला घासत राहणारं व्हील बंद पडून झिजून डायनामा बंद पडलेला असे. मेस्त्री ॲल्युमिनीयमचे अगदी तसले व्हील बारीक कानसीने त्यावर घासून कंपनीच्या व्हीलसारख्याच चरा पाडून तयार करून बसवीत. स्वत: मेटलची बुशिंगं तयार करून डायनामाच्या बॉडीला मारून तो पूर्ववत् चालू करून त्याला जीवदान देत.

एखाद्या वेळी भिंतीवरील घड्याळाच्या रिपेअरीची कामे आली की ती घड्याळेही मेस्त्री रिपेअरी करत... त्यातील आतील दातेरी व्हीलं झिजली असतील तर दुसरी व्हीलं अगदी कंपनीसारखी त्यांना ठीकपणे दातं पाडीत ते तयार करीत व घड्याळं चालू करीत. ग्रामोफोन शौकीनही लोक रेडिओच्या जमान्यात तेव्हा काही शिल्लक होतेच. असा 'फोनु' बंद पडल्यावर तो रिपेअरी करणारे एकमेव मेस्त्रीच होते. ते लीलया 'फोनु' रिपेअरी करीत! छापखाना, बँका, ऑफिसं आदीतील शिक्का मारल्यागत कागदावर मारून तारखा पाडण्याचं मशीनदेखील त्यांच्याशिवाय दुरुस्त करणारं गावात कुणी नव्हतं! अशी हरेक नमुन्याची कामे तर ते करीतच, पण पितळी रिंगा व्यवस्थित घासून त्यांना वर गोल अशी दांतरे निर्माण करून त्यात गुलाबी वा जांभळा खडा घालून, दाबून तो खडा अंगठीवर बसण्यासाठी दांतऱ्या आवळून, वाकवून ते सोनारागत अगदी डिट्टो अंगठ्या तयार करीत. स्वत:ची सायकल त्यांनी स्वत:च अशी तयार केली होती व तिला निळा रंग देऊन इतरांपेक्षा वेगळेपणा निर्माण केला होता. हा वेगळेपणा केवळ रंगापुरता मर्यादित नव्हता, तर सायकलच्या पुढच्या चाकाच्या गड्ड्यापासून वरच्या हँडपर्यंत दोन शॉकऑप्झल मेस्त्रींनी बसवले होते, त्यामुळे सायकल खड्ड्यातून गेली तरी गचके बसत नसत! सायकलच्या सीटखालच्या नळीत एक स्प्रिंग घालून तीवर सीट फीट करून मेस्त्रींनी असं सुरेख काम केलं होतं की खड्ड्यातून सायकल गेली तरी वरच्या माणसाच्या बुडाला धक्का बसत नसे. सायकल चेनच्या कव्हरवरच्या पोकळीत एक हातभर लांबीची धारदार सुरी मेस्त्रींनी तयार करून बसविली होती. सायकलीच्या व्हीलच्या गड्ड्याजवळ जिथे चेनकव्हर फीट असते तेथील चेन कव्हरचा भाग कट करून त्यालाच मेस्त्रींनी ही

सुरी फीट केली होती. तो चेनकव्हरचा तुकडा उचलून उपसला की सुरी बाहेर उपसे. मेस्त्रींचा नेहमी प्रवास सायकलनेच असे. मग अंतर कितीही लांबचे असो. या सुरीबद्दल मेस्त्रींनी एकदा केवळ दत्तालाच माहिती दिली होती. मेस्त्री कुठे ६०-७० कि.मी. प्रवासाला निघाले की सायकलीला तेल-पाणी करीत, वाटेत काही खुळांबा होऊन प्रवासात अडथळा निर्माण होऊ नये, खोटी होऊ नये हा उद्देश असे. त्यावेळी चेनकव्हरच्या वरच्या बाजूस असलेल्या पोकळीत व्यवस्थित कप्पा करून खोवून सोडलेली सुरी स्वच्छ करायला मेस्त्रींनी बाहेर उपसली होती. चेन कव्हरवर सोडलेलं ग्रीस-मोबाईल आदी उडून सुरी जळक्या मोबाईल तेलामध्ये बुचकळून काढल्यावानी झाली होती. तीवर रॉकेल तेलात फडक्याची एक चिंधी बुडवून फिरवीत मेस्त्री स्वच्छ करीत होते. कुतूहलाने दत्ताने विचारले होते,

"काका, ही सुरी आनी कशाला हवी तुम्हाला?"

"लांबचं रनिंग असतंय्, परतायला येळ झाली, कुणी सायकल अडवून पैशापायी डोस्कीत चार काठ्या हाणून पाडलं तर काय घ्या! तसा माझ्या खिशात वीस-तीस रुपयांहून जास्त पैसाही कधी नसतो म्हणंनास, पन त्या सोद्यास्नी हे कशानं कळणार बरं? तर अशा वेळंला ही सुरी उपसून भोसकायचं एखाद्याला, म्हंजे भिवून बाकीचे पळून तरी जातील!"

कधी रंगात आल्यावर मेस्त्री दत्ताला सांगत राहायचे,

"बेचाळीसच्या स्वातंत्र्य लढ्यात मीबी चिक्कार काम केलंय. रात्रीच्या टैमाला असली हत्यारं घेऊन, टेलिफोनच्या खांबावर चढून तारा कट केल्यात. पोस्ट लुटलं, गावातली चावडी जाळली त्या टोळक्यात आम्हीबी हुतावच की! पन मागनं झालेल्या धरपकडीत जी गावली, ज्येंना सजा झाल्या ते स्वातंत्र्यसैनिक म्हणून सध्या फुकटचा सरकारी मलिदा खायाय लागल्यात्! आम्हागत बरीच गावली न्हाईत, ती मान्सं काय स्वातंत्र्यसैनिक न्हवत? दंगल-लुटालूट बघत राहणारी भित्री माणसंबी तवा पकडली गेली नि त्यास्नी वर्ष-सा महिन्यांच्या सजा झाल्या. अशीबी आता खादीची कापडं-बिपडं घालून 'आम्ही स्वातंत्र्यसैनिक' म्हणून मिरवित्यात, तवा या नशिबाच्या खेळाची गम्मतच वाटतीया बघ!"

सायकल मारायची आवड असलेली, सायकलीवरून कुठेही प्रवासाला जायास सदैव तयार असणारी चार-सहा पोरं तरी प्रत्येक गावात असतातच. अशा पोरांना एकत्र करून मेस्त्री ट्रीपा काढीत. कधी पंढरपूर-तुळजापूर, कधी रायगड-सिंहगड तर कधी गणपतपोळ, तर कधी रेड्डीचा गणपती बघून तेरेखोल खोऱ्यातल्या सागर किनाऱ्यावरील किल्ल्याजवळनं केरी नदीच्या मुखाजवळील फेरी बोटीतून सायकली पलीकडे नेवून गोवा, कधी सौंदत्ती-यल्लम्मा-बदामी

या बाजूलाही लकाणी मारून येत. एकदा अशाच एका प्रवासात त्यांना खूप तहान लागली, तसेच त्यांच्यासंगं असलेली पोरंही सायकली हाणून-हाणून बरीच तान्ह्याहून गेली. वाटेत एक वस्ती होती रानात, तेथे पाणी मागून घेऊन प्यावे म्हणून रस्त्याकडेला सायकली उभ्या करत सारे तिकडे निघाले, तर यांना पाहून वस्तीतील माणसे धुम्म पळाली! अरेच्याऽ असं मनात आश्चर्य करीत ते पुढं गेले, तर तिथं सारं रसायन... गावठी दारू गाळण्याचा ग्रामोद्योग चालला होता. मेस्त्री होमगार्डमध्ये होते. बाहेरील प्रवासात ते नेहमी होमगार्डचे खाकी कपडे अंगावर घालीत. या खाकी कपड्यांमुळे ते पोलीस खात्यातील सरकारी माणूस वाटत. या गैरसमजुतीने त्यांची अनेक कामं बिनआयासी होत. आताही त्यांच्या अंगावरील खाकी कपडे पाहून पोलिसांची रेड आली जणू, या गैरसमजुतीने दारू गाळणारी माणसं पळून गेली असावीत! मध्ये गावाबाहेरील घाटात रात्रीच्या वेळी ट्रक्स, रातराण्या, लक्झरी बसेस यांच्या लुटमारीला भरते आले. जणू जिल्ह्यातील सर्व वाटमारे भुरटे या घाटातच येत होते. कुणी डायरेक्ट घाटात गाड्या अडवून लुटत, तर कुणी ट्रक्स वा रातराण्यांच्या मागील बाजूने वर चढून गनिमी काव्याने लुटत. घाट चढताना गाड्यांचे वेग मंदावत, कमी होत, अशा वेळी हे टगे मागच्या बाजूने आरामात वर चढून, ट्रकांच्या ताडपत्रीखाली झाकलेल्या वस्तू ताडपत्रीवरील दोर कापून खाली टाकत राहत. खाली घाटात यांचे साथीदार असत. ते त्या वस्तू खांद्यावर वा डोकीवर घेऊन खालच्या दरीतल्या अंधारात दिक्पाल होत असत. लक्झरी बसेसवर मागच्या शिडीवरून चढून टपावरच्या कॅरीअरवर ठेवलेले प्रवाशांचे सामान, सुटकेसेस वगैरे खाली टाकल्या जात व घाटात राहिलेले त्यांचे जोडीदार ते सामान लंपास करीत. घाटाचा चढ संपत येईल तसा हळूहळू वेग वाढे, अशा वेळी मग गाडीवर चढलेले चोरही झट्दिशी खाली उतरत आपल्या टोळीतील दोस्तांकडे जात. गाड्यांचा वेग घाटातील कुठल्या वळणावर कुठे कमी होतो व कुठे वाढतो हे अशांना पूर्ण ज्ञात असे. या भुरट्या चोरांवर वचक बसावा म्हणून पोलीस खात्याने रात्रीच्या वेळी घाटावर पहारा बसविला. तीन-चार पोलीस, एक हवालदार व एक होमगार्ड असं पथक तैनात असे. रात्रीचे साडे बारानंतर आपल्या मोटरसायकलीवरून फौजदार राऊंड मारून गेला की, पथकातील सारे पोलीस खालती जमखाने टाकून त्यावर ताणून देत. मेस्त्री मात्र हाती रायफल घेऊन, एखाद्या बँकेबाहेर पहारेकरी पहारा देत राहावा तसे रात्रभर उभेच राहायचे! उजाडल्यावर जांभया व आळोखेपिळोखे देत एक-एकजण उठे. पहिल्यावेळी एकजण म्हणाला,

"क्या आदमी है क्या सैतान यो। रातभर योंही खडा है-पहारा देते। मामु

बीचमें जरा लवंडते जाव, सोते जाव। कौन खाक डाका डालनेको आनेवाला है यहाँ? सरकार का सी.आय.डी. खाता रहता है ना, उसके माफीक चोरों का भी अपना एक अलग सी.आय.डी. खाता असतै. अुनके खबरों ने कबकी खबर दी अछेंगी की घाट में पहारा बैठा है करको।''

''ड्युटी म्हंजे ड्युटी, उसमे फर्क करने का नही!'' मेस्त्री एखादे सुभाषितच सांगावे तशा ठाम आवाजात म्हणले, ''हर एकका अपना-अपना ऊसूल होता है!''

यावर पोलीस खात्यातील लोक 'काय येडा हाय ह्यो माणूस!' अशा दृष्टीने मेस्त्रींच्याकडे पाहू लागत. पोलीस रात्री जीपमधून येत व सकाळीही त्यांना परत न्यायला पोलीस स्टेशनची जीपच येई, पण मेस्त्री आपण स्वत: तयार केलेल्या त्या खास सायकलीनेच तेवढा डोंगरघाट चढून सायकलीनेच रोज जात-येत.

मेस्त्रींच्या पलीकडे एक कंत्राटदार साध्या कुडा-मेढीच्यावर खापरीचे छप्पर असलेल्या घरात राहत होता, पण धंद्यात चार पैसे मिळाल्यावर त्याने आपल्या घराचा पुढील भाग बांधायला काढला. एके दिवशी त्यानं मेस्त्रींच्या गॅरेजमध्ये येऊन त्यांच्या पायावर डोकं ठेवलं, ''अण्णा मी तुमचा आशीर्वाद घ्यायला आलोय!'' तो नाटकीपणे म्हणाला, ''मी घराची ही पुढची बाजू बांधायला काढणार आहे, त्यावेळी तुम्ही आणखी तीन फूट इकडे जागा सोड असलं काही काढू नका. मी या हद्दीबरोबर बांधतो आणि तुम्हाला तुमची हत्यारं वगैरे ठेवायला भिंतीत या बाजूला एक कपाटही सोडतो!''

मेस्त्रींनाही त्यात काही गैर वाटण्यासारखं वाटलं नाही. त्यांनी परवानगी दिली, ''बांध जा, आमची काही तक्रार नाही!''

कंत्राटदारानं पुढील भाग बांधून घेतला. पुढे दोनेक वर्षांनी आणखी चार पैसे जास्त मिळविल्यावर परत त्याला घराचा मागील भाग बांधायची हुक्की आली...

''अण्णा, घराचा हा मागील भाग मी आता बांधून घ्यायचं योजलंय. तुमचा आशीर्वाद हवा!'' नि त्यानं त्यांच्या पायावर डोकं ठेवलं व वर उठत म्हणाला, ''या तुमच्या बाजूला हवेला चार खिडक्या सोडतो, तुम्ही केव्हा बांधायला काढाल तेव्हा त्या मी मुजवून टाकतो. तुम्ही काही आडकाठी आणू नका!''

सरळमार्गी स्वभावाच्या मेस्त्रींनी यालाही काही अडवण आणली नाही. आपल्या घरी काही सणासुदीचं गोडधोड केलं असेल तेव्हा कंत्राटदार मेस्त्रींना आग्रहाने घरी जेवायला बोलावून नेत असे. 'मी भाहीर कुठं जेवत नाही!' म्हणणारे मेस्त्री अशा वेळी मुकाटपणे त्याच्या घरी जेवायला जात! मनुष्य स्वभावच अगम्य, त्याला मेस्त्री अपवाद नव्हते... दत्ताने एके दिवशी मेस्त्रींना म्हटलंही,

"बघा हं, ह्यो तुमच्यागत सरळमार्गी नाही. कोल्ह्यावानी कावेबाज हाय! भिंतीला इकडं खिडक्या सोडून या तुमच्या बाजूकडं तीन फूट आपला हक्क सांगेल!"

"न्हाई घे, तसं काय होत न्हाई!" मेस्त्रींना ह्यात काही वाकडं दिसत नव्हतं.

मेस्त्रींची ही जागा राणोजीराव इनामदार सरकार यांची होती व मेस्त्रींच्या ताब्यात त्यांचे वडील हयात होते तेव्हापासून भुईभाड्याने ताब्यात होती. ७०-७५ वर्षांहून अधिक वर्षे मेस्त्रींच्या ताब्यात असलेल्या या जागेवर खरं तर कंत्राटदाराचा मनातून डोळा होता, पण हे मेस्त्रींच्या लक्षात येत नव्हते! गॅरेजमागं चांगलं ३०-३५ फूट लांब परडं होतं...

आपल्या नव्या बांधकामामागं काही कालावधीनंतर कंत्राटदारानं आणखीन थोडं नवीन बांधकाम केलं व पूर्वीच्या नि आत्ताच्या बांधकामामध्ये मेस्त्रींच्या परड्याकडील बाजूस एक दार सोडलं! आता मात्र दत्तालाही राहवलं नाही. तो मेस्त्रींना म्हणाला,

"काका, बघा हं, आता ह्येनं दार सोडलं. 'माझी इकडं आणखी तीन फूट जागा हाय' असं उद्या तो म्हणाय् लागला तर कोर्टातही तुमचं काय चालणार नाही!" आणि दत्तानं म्हटलं, 'कोर्ट म्हणणार- दार सोडतेवेळी तुम्ही का गप्प बसलात?' तवा आत्ताच त्येला अडवायला पाहिजे, विरोध करायला पाहिजे. जावा विचारा जावा - दार का पाडायला लागलास? मी पाडू देणार नाही म्हणा!"

यावेळी कंत्राटदार परड्यातच मेस्त्रींच्याकडीला बाजूला उभा राहून आपल्या बांधकामावर देखरेख करीत होता. मेस्त्री तावातावाने तेथे गेले, पण गोडबोल्या कंत्राटदारानं तासभर बोलून-बोलून, घोळवून त्यांचा विरोध बोथट केला असावा, कारण दत्तानं नंतर मेस्त्रींना विचारलं,

"काय झालं काका?"

"त्यो म्हनलाय, हे काय कायमचं न्हवं! तात्पुरतं हाय, तुम्ही सांगशिला तवा मी मुजवून घेतो! आम्हास्नी आनी काय पायजे?"

"समजा, नंतर त्यानं आपला शब्द फिरविला तर?"

"तर मी सुरुंग लावीन!!" नि मेस्त्री शांतपणे म्हणाले, "न पक्षी कुऱ्हाडीला पाणी पाजून ठेवल्यालंच आस्तंय् आमच्या घरात!"

मेस्त्री हे बोलून दाखवित असले तरी एवढं टोकाला जावून आतताईपणाचं कृत्य करण्यासारखा त्यांचा तामसी स्वभाव नव्हताही...

पुढे ३-४ वर्षांनी कंत्राटदारानं वरच्या मजल्यावरचं बांधकाम सुरू केलं

त्यावेळी मेस्त्रींच्या परड्याकडील बाजूस वरच तीन फूट गॅलरी सोडली. ते बांधकाम चालू होतं, तेव्हा न राहवून दत्ताच कंत्राटदाराला भेटायला गेला व म्हणाला,

"हे बघा, आपली एक इंचही जागा मेस्त्रींच्या बाजूस नाही. त्यांच्या मऊ स्वभावाचा फायदा घेऊन आपण त्या बाजूला खिडक्या सोडल्यात, एक दारही सोडलंत आणि आता ही गॅलरी म्हणजे अतीच झालं म्हणायचं!"

"जागा इनामदारांची आहे. मेस्त्री फक्त भुई भाडेकरू आहेत. इनामदारांचं काही वर्षांपूर्वी मी घरही बांधून दिलंय, त्यात त्यांच्याकडं काही पैसेही येणे आहेत. ही गॅलरी या रिकाम्या परड्यात मी बांधली आहे. हे परडं मी इनामदारांच्याकडून त्यांच्याकडे माझे येणे असलेल्या रकमेत लिहून घेणार आहे. मेस्त्री जुने भाडेकरू असले तरी त्यांचा ताबा त्यांच्याकडे असलेल्या व त्यांनी आपल्या गॅरेजचं शेड उभ्या केलेल्या जागेपुरताच! इनामदार सरकारांच्याकडनं मी मेस्त्रींच्या शेडचीही जागा विकत घेऊ शकतो, पण उगीच गरिबाच्या पोटावर पाय नको म्हणून गप्प आहे. हे बघा दत्ताराम, मी माणुसकीच्या धर्मानं वागणारा माणूस आहे. कुणाचे मला शाप नकोत! मी दत्ताचा भक्त आहे. सकाळी अंघोळ केल्यावर मी वरच्या गच्चीवर येतो, दत्तदिगंबराची प्रार्थना करतो. म्हणतो, देवा तू माझी वाडीदिडी केलीस, आता मी सुखी आहे. असंच सुख माझ्या शेजाऱ्यांनाही दे. गावातल्या गोरगरिबांना दे!"

अत्यंत नीच व ढोंगी असलेल्या कंत्राटदाराने अशी खूप वेळ आपलीच कॅसेट लावून आत्मस्तुती आरंभली... जवळच्या वीसेक कि.मी. अंतरावरील एका खेड्यावर एक महाराज होते. कंत्राटदार त्यांच्या नादी लागला होता. कधी–मधी तो महाराजांना घराकडे आणी, तेव्हा महाराज घरी प्रवेश करण्यापूर्वी एका लाकडी पाटावर उभे राहत, पाटाखाली ताम्हण सारले जाई. कंत्राटदाराची पत्नी महाराजांची पाऊले धुवी व त्यावर हळद–कुंकू लावी, मग महाराज घरात प्रवेश करीत. महाराजांचे पाय धुऊन पाटाखालच्या त्या ताम्हणात साठलेले पाणी कंत्राटदार स्वत:बरोबर आपल्या बायकोलाही तीर्थप्रसाद म्हणून प्यायला देई! अमावस्येच्या रात्री कंत्राटदार आपल्या सर्कलमधील दोनेक मित्रांना घेऊन महाराजांच्या गावी, त्यांच्या मठीत जाई. जाताना काही क्वार्टर हे लोक महाराजांना भेटीदाखल नेत. आतल्या खोलीत महाराज ही भेटीत मिळालेली दारू प्राशन करीत घुमत राहत व बाहेर ही मंडळी टाळ कुटत रात्रभर भजन करीत बसत! काही वर्षांपूर्वी हे महाराज वारले होते, पण त्यांच्याच कृपेने आपणास समृद्धी लाभली अशी कंत्राटदाराची श्रद्धा होती. महाराजांचा चंदनाचा हार घातलेला फोटो त्याच्या घरी होता.

कंत्राटदाराकडून आल्यावर दत्ता मेस्त्रींच्याजवळ आला नि म्हणाला,

“कंत्राटदार बदलला! मी मेस्त्रींच्या ताब्यातलीही सगळी जागा विकत घेऊ शकतो अशी भाषा कराय् लागलाय त्यो!” दत्ताला आतून संताप आला होता.

“कुऱ्हाडीला दांडा बशीवलाय् म्हणावं, तसं केला तर खापलून काढीन.”

“बघा, मी आधीच, त्यो खिडक्या सोडत हुता तवाच सांगितलं न्हवतं, ‘लै नीच माणूस हाय’ म्हणून. तुम्ही त्येच्या गोड बोलण्यावर गेलासा. अहो, पर्वा गल्लीच्या त्या कोपऱ्यावरच्या शाराबाईलाही ह्यो म्हणाला म्हणं, ‘तू जोगतीण बाई. पोटाला तुझ्या मूल ना बाळ. कशाला ह्यो घाण धंदा करीत बसलीयास? बापानं गावाकडं तुझ्या नावावर साताठ एकर शेती ठेवलीया, तिकडं जा. म्हातारपणीचा काळ आरामात काढ. मला ही जागा विकत दे नि सुखात राहा जा!’ यावर शाराबाई म्हणाली, ‘तीन लाख द्या, लिवून देतो जागा!’ अनेकास्नी आजवर खेळवून कच्चा पचीवल्याली ती ह्येला कुठली मेचतीया? तिला रोज शंभर–सव्वाश्याची दारू लागती नि तेवढंच पैसे ती मटका खेळून उडीवती नि ती कशाला खेड्यात राहायाला जाईल? तीन लाखाचा आकडा ऐकून कंत्राटदार मुकाट्यानं परत फिरला. अहो, ह्येच्या बांधकामावर तुम्हाला ‘स्टे’ लावता येतोय, पण त्येचा निकाल कोर्टात लागाय वीस–तीस वर्षेही जात्यात. पैशापरी पैसा जातो नि निकाल लागूपर्यंत तुम्हीही या जगात राहत नाहीसा. तुमची पंच्याहत्तरी तर कवाच सरलीया. फार झालं तर पाच–धा वर्षांचंच आयुष्य आता धरायचं! तर तुमच्यामागं कोर्टकचेरीचा तुमच्या पोरास्नीच ताप! आणि एवढं होऊन एवढा पैसा खर्च होऊन निकाल तुमच्या बाजूने लागला तरी फक्त दारं–खिडक्या तो मुजवून घेईल. वरच्या मजल्यावरची गॅलरी बांधायची थांबवेल हे एवढंच होईल. त्याच्याकडची जागा काय तुम्हाला मिळणार नाही. तवा गप्प बसलेलं शहाणपणाचं. पुढं केव्हा आपल्याला बांधता येईल तेव्हा बघू. शेवटी काय, तर नीच बुद्धीनं त्यानं इकडं दार–खिडक्या सोडून तीन फुटांचा हक्क लावायचा डाव खेळलाय तर तेवढी जागा भिकाऱ्याला दिली समजून मनाचं समाधान करता येईल, पण आता त्या दांडगेसुराबरोबर कोर्टकचेरी करायची कुवत तुम्हापाशी न्हाई!”

इनामदार सरकार दत्तक झाला होता. त्यांच्या मालकीची गावातली जागा कुणी घेऊन बांधकाम चालू केलं की त्यांचे चुलत भाऊ कोर्टातून स्टे आणीत, ‘आम्हीही वारसदार हाय, त्यांच्याएवढा पैसा आम्हालाही द्या, नि मगच बांधकाम सुरू करा’ म्हणत! लोक इनामदाराकडं गेलं की तो म्हणे, ‘बांधा जावा दाबून तसंच! मीच खरा वारसदार हाय!’ पण वाड्यात सगळेच भाऊ राहत नि निम्म्या वाड्यावर चुलत भावांचाच ताबा होता व त्यांनी आपल्या ताब्यातील वाड्याचा

काही भाग भाड्याने देऊन पैसाही मिळविणे चालू ठेवले होते. थोरला इनामदार जर खरा वारसदार तर त्याने यावेळी आपल्या चुलत भावांना अटकाव का केला नाही? असा प्रश्न लोकांनाही पडे नि चुलत भाऊबंद म्हणतात त्यात थोडा का असेना खरेपणा असावाही...

'तिरसट स्वभावाचा' अशी कुप्रसिद्धी आपल्या स्वभावानेच मेस्त्रींना मिळत गेलेली, त्यामुळे त्यांना येणारी रिपेअरीची कामे इतकी कमी होत गेली की दिवस-दिवस त्यांना कामच नसे. शाळेला जाणारा थोरला पोरगा त्यांच्या हाताखाली म्हणून काम शिकाय येत असे. तो आताशा अधून-मधून दत्ताकडे येऊन 'बाबांनी दोन रुपये मागितल्यात' तर केव्हा 'पाच रुपये मागितल्यात!' असे सांगून पैसे नेऊ लागला. दत्तालाही वाटले, 'हल्ली मेस्त्रींना काम कमी आलेय, त्यामुळे पैशाची नड लागत असावी.' म्हणून गोंदा आल्यावर दत्ताही तो मागेल तेवढे पैसे त्याला देई... वर्ष अखेर मेस्त्री भाडे मागायला आले त्यावेळी दत्ताने सांगितले,

"तुमचा गोंदा अधून-मधून येऊन पैसे घेऊन जात होता..."

"बघ, हिशेब करून आनी किती नेलाय् ते वजा कर भाड्याच्या पैशातनं!"

दत्ताने नेलेली रक्कम तारीखवार लिहूनच ठेवली होती. त्याने हिशेब केला तर ती रक्कम वर्षभरातील भाड्याच्या पैशापेक्षा जास्त निघाली. यावर मेस्त्री म्हणाले,

"एवढं? मी वर्षभरात लै ते तीन-चार वेळा त्येला तुझ्याकडं पाठवून दिलं असेल!"

"काका, मी कशाला खोटं बोलू? तुम्हीच विचारा हवं तर... त्यो दोन-तीन दिवसाआड एकदा तरी पैशाला येईच.... तुम्हालाही अलीकडं रिपेअरीची विशेष कामं न्हाईत. काही नड पडल्याशिवाय तुम्ही कशाला लावून देशीला त्याला, असं मलाही वाटलं नि त्यो मागाय् ईल तवा मी 'नाही' म्हटलं नाही! तुम्ही विचारा हवं तर गोंदाला!"

गोंदा यावेळी शाळेला गेला होता. तो ९व्या इयत्तेत होता. शाळा सुटल्यावर व सुट्टीदिवशी तो आपल्या वडिलांच्या हाताखाली काम शिकायला म्हणून येई. घरी गेल्यावर मेस्त्रींनी कधी नाही ते त्याला ठोकले, तसा रडतच तो म्हणाय लागला,

"हितं घरात जेवायला कधी धड नसायचं, भूक लागल्यावर मग काय खायाचं? दत्तामाकडनं पैसे घिवून मी तिकडं गॅरेजवळच्या हाटीलातच खाऊन भूक भागवाय लागलो..."

एकून मेस्त्री कपाळ धरून गप्पच बसले. त्याकाळी हॉटेलात ४ आण्याला

चहा व आठ आण्याला मिसळ वा भजी-पाव किंवा वडा-पाव येत असे. अखेर, आपलं पोर आपल्या हाताखाली काही शिकण्यापेक्षा बिघडणार या विचाराने त्यांनी त्याला आपल्या भावाकडे, जिल्ह्याच्या गावी नेऊन ठेवलं. शाळा तेथेच संपली मग त्येची.

जवळ फारसे पैसे नसले की, मेस्त्रींच्या घरची चूल एकेक वेळ पेटायची वानवा होई... अशा पनोतीच्या वेळी मेस्त्री दत्ताच्या दुकानापुढं येऊन म्हणत, 'दत्ताराम पेपराचं एक पान दे असलं तर!'

यावर दत्ता रद्दीतल्या वर्तमानपत्राचं एक पान मेस्त्रींना देई व मनोमन ओळखे की, आता घराकडं जातांना मेस्त्री त्या पेपरच्या पानाची सुरळी करून तीतून वाटेतील चिरमुऱ्याच्या भट्टीवाल्याकडून चिरमुरे-शेंगदाणे नेतील व आज मेस्त्रींचे कुटुंब प्रत्येकाच्या वाटणीला येणाऱ्या थोड्या-थोड्या चिरमुऱ्या-शेंगदाण्यावर पाणी पिवून अर्धपोटी, उपाशी झोपेल...

घरच्या या हलाखीच्या परिस्थितीला कंटाळून दुसरा मुलगाही जिल्ह्याच्या गावी असलेल्या आपल्या दुसऱ्या एका काकाच्या हाताखाली कामाला निघून गेला. अन् त्याचीही शाळा थोरल्याप्रमाणे अर्ध्यावरच राहिली... धाकटा, तिसरा मुलगा मात्र उपाशी-अर्धपोटी राहून का असेना चिवटपणे शाळा शिकतच राहिला...

दत्ताला राहून-राहून नवल वाटे. मेस्त्रींच्यासारखा सर्वच प्रकारच्या मशिनरी कामात निष्णात असलेला, मोटर बॉडी, कमानपाटा (स्प्रिंग्जस्), शॉकऑप्झल आदीही रिपेअरी करण्यात तज्ज्ञ असलेला, ह्याशिवाय सायकल डायनामे, सायकली, मोटारसायकली, भिंतीवरची घड्याळे आदी लीलया रिपेअरी करणारा ऑल राऊंडर माणूस गावातच काय पण या उभ्या परिसरातील अनेक गावांतूनही कुणी नव्हता. या सर्व कामांहूनही मेस्त्रींच्या ठायीचं हुन्नर दशांगुळे आणखीन वरच होते. कुणाच्या तिजोरीच्या चाव्या हरवल्या की मेस्त्री ते तिजोरीचं कुलूप काढत व ते कुलूप खोलून आतील लिव्हरना येईल अशी चावी तयार करून देत. त्यापूर्वी त्या तिजोरीच्या मालकाकडून प्रथम लिहून घेत, 'माझ्या तिजोरीची चावी हरवली आहे, त्यामुळे संबंधित मेस्त्रींनी माझ्याच सांगण्यानुसार तिजोरीचे दार खोलून नवी चावी करून दिली आहे. सबब माझी काही तक्रार नाही.' साध्या सायकलींच्या कुलपांच्या चाव्याही ती कुलपं खोलून आतील लिव्हरांचे करेक्ट माप वगैरे घेऊन मेस्त्री जणू मूळ कंपनीचीच चावी असावी अशा सुपीरीअरपणे करून देत. घरच्या दारांना घालायची कुलपंही ते रिपेअरी करून त्यांच्याही चाव्या करून देत. स्वतःच्या गॅरेजला लावायचे कुलूप तर त्यांनी ए टू झेडपर्यंत स्वतःच बनविलेलं होतं. अशा हरहुन्नरी व अत्यंत हुशार माणसाला

जीवनात खूप राहू दे, पोटापुरता पैसा मिळविण्याच्या कामातही यश मिळू नये हा नियतीचा खेळ दत्ताला तरी खरोखरीच अजब वाटे! लांडीलबाडी करून जीवनात पैसा एके पैसा करीत तो कुठल्याही भल्या-बुऱ्या मार्गाने मिळविणारी माणसं बंगले बांधतात, कार्स बाळगून त्यातून आरामात फिरतात आणि पैसा मिळविण्याच्या या जीवघेण्या शर्यतीत मेस्त्रींगत सरळमार्गी माणसे खूप मागे पडतात व रोजची चूल कशी पेटेल याच विवंचनेत नित्य जगत असतात. हा नियतीचा उफराटा न्यायच असेल का? दत्ता विचार करे.

काळ कुणासाठी थांबत नाही. डोंगरकपारीच्या एखाद्या खडकावरही पावसाच्या थोड्याशा बुरंगाटावर गवताचं एखादं पातं हिरवंचारपणे जगत राहावं, तसे मेस्त्रीही जगत होते. प्रतिकूल परिस्थितीशी एकाकी लढत देत होते. केवळ पानाशिवाय कुठलंही व्यसन त्यांना कधी जडलं नव्हतं. ते साधं पान खात, पण तोंडाचा वास मारू नये म्हणून पानपट्टीवाल्याला त्यात थोडं चमन टाकायला सांगत...

मेस्त्रींचा मोठा मुलगा काकाच्या हाताखाली तिकडे जिल्ह्याच्या गावी रिपेअरीच्या कामात तयार झाला होता, पण काकाशी कशाने तरी वांदे होऊन एके दिवशी तो इकडे निघून आला आणि हायवेवरचं एक बंद पडलेले गॅरेज भाड्याने घेऊन तिथं मोटारी रिपेअरी करू लागला. वर्षभरातच त्याचा इथे नीट जम बसला, काम वाढले. तसे जिल्ह्याच्या गावी एके दिवशी जाऊन त्याने आपल्या पाठीवरच्या भावाला आपल्या हाताखाली मदतीला म्हणून बोलावून आणले... थोरला आता रांकेला लागला, आता तो संसाराला लागला की आपण त्याच्या जबाबदारीतून मोकळे झालो, असा विचार करून मेस्त्रींनी नेसरीची एक मुलगी पाहून पसंत केली व थोरल्याचे लग्न करून टाकले.

थोरल्याच्या हाताखाली मधला गाड्या रिपेअरीच्या कामात आता चांगलाच तरबेज झाला. जिल्ह्याच्या गावी काकाकडे त्यानं निम्मं-अर्धं काम शिकलं होतंच. आता भावाच्या हाताखाली कामात तो तज्ज्ञ होऊन बसला... घराकडून आल्यावर सकाळच्या वेळी थोरला गॅरेजपुढील गाड्यांजवळ बसून थोडं खाट-खुट करीत काम केल्यागत करी, अन् मग एकदम आठवण झाल्यागत करून 'अरे त्यो २५७२ वाला गेल्या कामाचं बिल द्यायचा हाय, एक फेरी मारून येतो, गाठ पडतोय का बघतो' असे सांगून गावात येई न मग टॅक्सीस्टॅण्डवर थांब, इलेक्ट्रेशियनच्या (मोटार, बॅटरी, स्टार्टर, डायनामा रिपेअरीवाल्यांच्या) इथे चकाट्या पिटत बैस असं करीत राहून टक्क दुपारी जेवणाच्या सुट्टीलाच गॅरेजकडे उगवे... तोवर इकडे हाताखालच्या दोघा पोरांबरोबर झडती देत गॅरेजमध्ये मधलाच खऱ्या अर्थाने राबत राही. बहुतेक कामं उधारीवरच करावी

लागत, उधारी वसुली थोरला करीत राही व राबण्याचे काम मधला. 'राबून आपल्या खिशात असा किती फद्या पडतोय? बिन राबता, बिन आयाशी थोरल्याच्या खिशात मात्र पैसा खुळखुळत राहतोय!' अर्थात् यामुळे दोघा भावांचं फाटलं नि मधल्याने मग दुसरीकडे एक गॅरेजच्या लायकीची जागा बघून तेथे आपले स्वतंत्र गॅरेज सुरू केले... वर्षभरात मेस्त्रींनी या दुसऱ्या मुलाचेही लग्न केले. याला गारगोटीची मुलगी केली. तिसरा मुलगा कसा तरी कुचमत, मेटाकुटीने का असेना बी. कॉम. झाला. गावातल्या एका जवळच्या पाव्हण्याने त्याला आपल्या पतसंस्थेत क्लार्क म्हणून घेतले. तो पाव्हणा त्या पतसंस्थेच्या डायरेक्टर बोर्डावर होता. या तिसऱ्यालाही स्थळं सांगून येऊ लागली अन् अशामध्ये इचलकरंजीचं एक स्थळ पसंत पडलं नि या तिसऱ्याचेही दोन्हीचे चार झाले. थोरल्या दोघांचं पटत नव्हतं, ते विभक्तच घरातल्या घरात पार्टिशन करून राहत होते. धाकटा थोरल्याजवळ होता, पण लग्न होऊन वर्षभर व्हायच्या आत तोही घरातल्या घरात, मागच्या सोप्यात वेगळा राहू लागला आणि हे दोघे म्हातारा-म्हातारी चार दिवस इकडे, चार दिवस तिकडे असे प्रत्येक मुलाकडे राहू लागले... तिन्ही मुलं आता कर्ती झाल्याने हलाखीतले दिवस आता संपले होते. चिरमुरे न शेंगदाण्यावर अर्धपोटी राहण्याचा काळ इतिहासजमा झाला होता. दोन्ही वेळच्या जेवणाची वानवा पडू नये एवढं पोरं मिळवित होती. दत्ताचं शेत होतं, गावाबाहेर दीडेक मैल अंतरावर. शेंगाच्या सुगीचे दिवस आले की दत्ता मेस्त्रींच्या घरी जाई नि त्यांच्या पत्नीला म्हणे,

"मावशी, उद्यापास्नं आमच्या रानात शेंगा काढणार हैत, तुम्हीबी या!"

मावशी मग डोकीवर एखादं शिबडं घेऊन दत्ताच्या रानात शेंगा तोडायला जात... दत्ताला आपलं दुकान सोडून रानात जाणं जमत नसे, म्हणून तो आपल्या घरच्यांना ताकीद देई,

'मावशी शेंगाला आल्या की इतर तोडकरी बायकावानी ईळभर त्यांनी तोडलेल्या शेंगाची वाटणी करत बसू नका, जरा वतून घेतल्यावानी करून उरल्याल्या शेंगा तशाच त्यास्नी देत जावा, चार पोरं पदरात हैत, खाऊं देत!"

रात्री घरी येऊन दत्ता जेवू लागला की दत्ताची बायको हळहळत सांगत राही, "काय हो, मेस्त्रीमामांच्या घरात आबदा! बिचारी शेंगाला येती, खरं दुपारच्या जेवणाला जुन्याराच्या धडप्यात कोर-चतकोर भाकरीशिवाय खाली वर कायबी नसतंय! आम्हास्नी ऱ्हावत न्हाई, जीव कळवळून जातो, मग आम्हीच आमच्या भाकरीवरीलं काय-बाय तिला खायला तिच्या भाकरीवर ठेवताव. एकार्धी भाकरीबी खायला देताव!"

"हे बघ, त्या बिचारीला दाल्ला म्हणून नशिबाला मिळालेला हा माणूस

चक्रम नि विचित्र डोस्क्याचा हाय. एखादं काम करून खिशात चार पैसे आलं की ह्यो लगेच दुसऱ्या दिवशी सायकलीवर टांग टाकून पाव्हण्यांच्या गावाला उंबरं पुजायला पळतोय. कधी या भावाकडं, कधी त्या भावाकडं, कधी या जावयाकडं, कधी त्या जावयाकडं, आपल्या लेकीच्या जावयांची गावंबी ह्यो सोडत न्हाई! पाव्हण्यांचा पाव्हणा असला तरी त्येंच्याबी गावाकडं जाईलच! बरं, घरातनं भाहीर पडताना मी अमुक-तमुक पाव्हण्याच्या इथं जातोय, नि अमुक दिवसांनी परत येणार म्हणूनबी सांगत न्हाई. सकाळचं उठून डोस्कीवर गार पाण्याची एखादी घागर ओतून घेतली की झाली ह्येची आंगुळ, उन्हाळ्याचं दिवस असोत, न्हाईतर थंडी-पावसाळ्याचं, मेस्त्री नेहमी गार पाण्यानंच आंगुळ करत्यात्. आंगुळ केली की सायकलवर टांग टाकले की सुटलेच! ग्यारेज उघडून बसले असतील म्हणून बिनघोरी ऱ्हावावं घरच्यांनी तर हे महाशय दोन-चार दिवसानं उगवणार! एकदा मी त्येनला म्हनलंबी, 'असं माघारी घरात बिन सांगता कोंच्याबी गावाला पळतासा, हल्ली रहदारी किती वाढलीया! ट्रका, टोरिंगा, स्कुटरी, फटफट्या... कुणी तरी एखाद्यानं ड्याश मारून उडविलं नि रस्त्यात आडवं केलं तर कोण, कोणच्या गावाचं म्हणून लोकास्नी कळायचं? तवा सांगून जाईतासा!' यावर मेस्त्री म्हनलं, 'सांगून कुठं जाऊ ने मान्सानं. हे आसंच 'कुठं जाणार हाय' त्येचा माघारी पत्त्या लागू न देता गेलं तरच आपलं काम हुतंय!' तर ही अशी मेस्त्रींची विचित्र मतं! माणूस अजबच हाय म्हणनास! खच्चून पाच-धा रुपयं बायकूच्या हातावर टिकवून जात असणार. दोन-चार दिवसानं आपण परत येईस्तोवर माघारी बायकोनं एवढ्यावर पोटच्या चार चिल्ल्यापिल्यास्नी पोटाला काय घालावं, ह्येचा तरी मान्सानं ईचार करावा!''

असे हे सगळे नाचारगतीचे, गरिबीचे दिवस आता मागे पडले होते, सुखाच्या झुळका हळूहळू सुरू होऊन इतकींदी तापून-पोळून गेलेल्या काळजावर फुंकर घालू लागतील असे वाटू लागले होते, तोवर ती माऊलीच आजारी पडली आणि डॉक्टरी उपचारांना दाद न देता महिन्याभरात निवर्तलीही! काहींच्या आयुष्यात सुख असंच हुलकावणी देतं नि दुःखाशी झगडण्यातच आयुष्य संपून जातं! पत्नी वारल्यावर मेस्त्री अगदीच एकाकी पडले. त्यांच्या सवयी तिला माहिती होत्या. त्यांचं 'होय-न्हवं' ती पाहायची. घरातून ते बाहेर पडण्यापूर्वी त्यांना नाष्टा द्यायची. मेस्त्री पण आपल्या विचित्र स्वभावानुसार नाष्ट्याला शिरा केला असेल तर 'मला उप्पीट पायजे हुतं आज, आनी तू शिरा केलीस? शिरा नको मला, उप्पीट कर!' असं म्हणून लहान पोरागत हट्ट धरून बसायचे! कधी ह्याच्या उलटही व्हायचं. उप्पीट केलं असेल तर शिऱ्यासाठी हटून बसायचे! 'काय बापय आलाय् दाल्ला म्हणून नशिबाला!' असं पुटपुटत ती माऊली तेव्हा

हवं ते करून द्यायची. शरबत करायचं असेल तर त्यात त्यांना मिठाऐवजी आल्लं घालून हवं असे! आमटीत टोमॅटोचे एक-एक तुकडे काढून टाकत तक्रारीच्या सुरातच जेवत राहत... 'कितींदा सांगितलं टाम्याटु घालू नका, ते लई खाणं प्रकृतीला चांगलं न्हवं, पन कोण ऐकतंय!' हे त्यांचं कुणाला पटत नसे. तसेच 'मान्सानं लई पाणी पीत ऱ्हावू ने, तब्बेतीला ते चांगलं न्हवं!' असेही ते ज्याला-त्याला सांगत. अर्थात हेही कुणाला पटत नसे. गावठी औषधांबाबत त्यांना थोडंफार ज्ञान होतं आणि त्या ज्ञानाच्या जोरावर कोण बोलवीत तेथे हे त्यांच्या गावी सायकलीवरून खूप त्रास सोसून व रोग्याला औषध सांगून पाच पैसेही न घेता तसेच परत येत! दुपार झाली असेल तर लोक म्हणत,

"आता जेवूनच जावा, वैद्यमामा!"

"भाहीर कुठं जेवायचं आमच्या नेमात बसत न्हाई!" ते सांगत.

"मग घोटभर च्यातरी पिवून जावा!" लोक आग्रह करीत.

"मी जन्मात कधी च्याला शिवलो न्हाई!"

"मग दूध तरी?"

मेस्त्री दूध पीत असत, म्हणत,

"आणा तर कपभर!"

या औषध देण्याच्या नादापायी एक-एक वेळा मेस्त्री उपाशीच आपली ताणपट्टी काढून घेत. अर्थात् त्यांच्या मुलांना त्यांचं हे वागणं आवडत नसे. त्या तिघांपैकी कुणी कधी रस्त्यात अचानक दत्ताला भेटलं व मेस्त्रींचा विषय निघाला की ती म्हणत,

"आमच्या म्हाताऱ्याला एक काय कामधंदा नाही! गावं न् गाव उगंचच लोकास्नी फुकट औषीद सांगत उपाशी पोटानं फिरायचं! काय मिळतंय त्यापास्नं! फुकट हामाली का न्हाई? आपलं ग्यारेज उघडून रोज ठिय्या मारून बसलं की, कामाचं वळण पडतंय, टिकीम टिकीम काम मिळतंय, लै न्हाई थोडं पैसे रोज भेटत ऱ्हात्यात! पन आमच्या बाला हे श्यानपन जल्मात कधी आलं न्हाई. त्येचं आपलं जगाच्या उफराटं घोडं! लोक हिकडं पळाय लागली तर हे म्हाराज तिकडं उलट्या बाजूला पळत सुटतील!"

"मला बी त्येंचं हे वागणं पटत न्हाई, पन सांगून ते कुणाचं ऐकतबी न्हाईत. साठी उलटल्याली मान्सं जास्त हट्टी बनत जात्यात, तसं त्यांचं झालंय!" दत्ताही म्हणे.

सायकलीचा डायनामा रिपेअरी करणारे गावात ते एकमेव मेस्त्री असल्याने आताशा त्यांना बऱ्यापैकी कामही वाढले होते. 'रिपेअरी करून ठेवा' म्हणून

डायनामा टाकून गेलेले लोक तो न्यायला येत तेव्हा हे नेमके आपल्या सायकलीवर टांग टाकून दौऱ्यावर गेलेले! एखादा डायनामा रिपेअरी करायला साठ-सत्तर रुपये ते घेत नि कामाचे एवढे पैसे खिशात पडले की दुसऱ्या दिवशी यांचे गॅरेज बंद झालेच. हे आपले आपल्या सायकलीवरून रिगीरिगी एखाद्या पाव्हण्याच्या गावाच्या दिशेने....

घरातही त्यांचे विशेष कुणाशी पटत नसे. एका मुलग्यावर वा सुनेवर रुसून फुगले की दुसऱ्याकडे जेवू लागत. तेथेही काही बिनसले की तिसऱ्याकडे! कामाचे चार पैसे आले की त्यातील काही जिथे जेवत त्या सुनेला काही द्यावे असे ते कधी करीत नसत, तर सायकलवर टांग टाकून सुटलेच एखाद्या पाव्हण्याच्या गावी! मग जवळचे पैसे संपल्यावरच त्यांना आपल्या घरची आठवण येई! सुनांना आपल्या लेकरा-बाळांतून सकाळच्या ह्यांच्या नाष्ट्याचे वगैरे वेळीच बघायला जमत नसे, पण त्यास थोडा जरी वेळ लागला तर हे रागाने तसेच गॅरेजकडे येत. पूर्वी हॉटेलात ते विशेष कधी जात नव्हते, पण घरून सकाळी-सकाळी उपाशी आल्यावर अलीकडे गॅरेजजवळील एखाद्या हॉटेलात ते नाष्टा करीत असलेले दिसू लागले... एखादे डायनामा रिपेअरीचे काम आले की ते करण्याच्या नादात त्यांना जेवायला घरी जाण्यास वेळ होई. केव्हा-केव्हा दुपारचे तीन होऊनही जात. अशा वेळी ते सध्या ज्या सुनेकडे जेवत असत तिचे गावात काही बाजारहाटादी काम निघाले, तर ती ह्यांची वाट पाहून आपल्या खोलीला कुलूप लावून जाई. मेस्त्री इकडे उपाशीच मग!

"दत्ता, बघीटलास माझ्या सुना कशा हैत? आज जेवाय गेलो तर सून खोलीला कुलूप घालून भाहीर कुठं तरी उपाटल्याली! मी परड्या आंगाच्या खोलीत झोपतो. खोलीला नुस्ती कडीच आस्ती लावल्याली. तर सून माझ्या खोलीत ताट झाकून ठेवून जाईल का न्हाई? आपली बायकु मेली नि आपुन विधवा झालो. संपलंच आपलं सुखाचं दिवस, मग कुठली पोरं नि कुठल्या सुना? कोण कुणाचं न्हवं!'' एकदा मेस्त्री वैतागाने सांगत राहिले.

तशाही अवस्थेत दत्ताला त्यांच्या तोंडच्या 'विधवा' शब्दाची गम्मत वाटली! 'विधुर' म्हणायच्याऐवजी मेस्त्रींनी 'विधवा' म्हटले होते वैतागाच्या भरात!

मेस्त्री वर्षातून एकदा तरी आपल्या सायकलीवरून नरसोबाच्या वाडीला जाऊन येत. आल्यावर 'देव परतायचे पोळ्याचे जेवण' ते आपल्या सुनेला करायला लावीत आणि या जेवणाचे आमंत्रण दत्ताला नि त्यांचा एक खास मित्र असलेल्या वाळवेकर हमालाला देत. वाळवेकर हमालाची ढकलगाडी होती. तीतून तो बाजारपेठेतली हमाली करी. उंच, धिप्पाड असलेल्या वाळवेकरला पॉरबाळ काही नव्हते, पण त्याच्यापासून वेगळा राहत असलेल्या त्याच्या

भावाची खूप वाडीदिडी झाली होती. मेस्त्रींच्या गॅरेजपुढील रस्त्याने वाळवेकर आपली हमाली करत्याली ढकलगाडी घेऊन चालला की गॅरेजम्होरं ती उभी करून 'काय चालंलय मेस्त्री' म्हणत आत येई नि थट्टंगतीच्या स्वरात म्हणे,

'ठेवा ते काम, पान खावा आधी!'' नि कमरेची चंची सोडून तीतून दोन हिर्वीगार खाऊची पानं मेस्त्रींच्या हातावर ठेवीत म्हणे, 'आत ऱ्हावूं दे हातातलं काम जरा! लोखांड बडवून जल्मात काय तुमच्यात सुधारणा व्हायची न्हाई. घ्या! कितीबी राबा, पळसाला पान तीनच!'

कधी वाळवेकरला कामाची काही लाग लागली व त्याच्या खिशात चार पैसे खुळखुळत असले की, तो गॅरेजमध्ये आल्यावर जवळच्या हॉटेलातून त्यांना ग्लासातनं दूधही आणून देई न मग त्यांना पान देऊन नि त्यांची थोडी थट्टा करून निघून जाई... कधी आपल्या भावाबद्दल वैतागाने सांगत राही. त्याला आपण बा मेल्यावर पोटच्या पोरागत कसं जतान केलं नि आता बुडाबुडी चार पैसे झाल्यावर त्यो आपणास कसा जुमानत नाही, वगैरे सांगत राहून आपल्या काळजातलं दुःख हलकं करीत राही...

गावाच्या एका टोकाला मेस्त्रींचं घर होतं. त्यांचं नरसोबाच्या वाडीहून परतल्याचं आमंत्रण आलं की, नाही गेल्यावर ते रागावतील म्हणून दोघेही घाबरून जेवायला जात! जेवणापूर्वी नरसोबाच्या वाडीहून आणलेला दत्ताचा अंगारा मेस्त्री दोघांच्या कपाळाला लावीत व प्रसाद म्हणून वाडीचा पेढा व कवठाची बर्फी आत असलेली पुडी दोघांच्या हातावर ठेवीत. मेस्त्रींना गोड खायला खूप आवडे. जेवताना आपल्या थाटीत ४–५ पोळ्यांची चवड घेऊन ती थाटी टमाम होईल एवढी गुळवणी ओतून घेऊन ते कालवू लागत व पोळीनं आपलं पोट गच्च होतंय म्हणून कुचमत केवळ एकच पोळी घेऊन (व उरलेल्या परत करून) जेवत असलेल्या दत्ताला म्हणत,

''कसलं रे तुजं जेवण? मान्सानं कसं दाबून जेवावं!''

अशा जेवणाला गेल्यावर एका वर्षी वाळवेकरनं म्हटलं,

''मेस्त्री तुमची सूरपेटीबी हाय म्हणं, एक नाटकातलं गाणं म्हणा की!'' मेस्त्रींनी पूर्वी नाटकांतून कामे केलेली वाळवेकरला ज्ञात होतं.

मेस्त्री सूरपेटीही रिपेअरी करीत असत. आपणच आपणासाठी खास तयार केलेली सूरपेटी मग मेस्त्रींनी पुढे ओढली व सराईत सफाईने ती वाजवीत, जुन्या नाटकांतली पदे, तशा शास्त्रीय ताना घेत, म्हटली! मेस्त्रींना हेही अंग असल्याचे प्रथमच कळून आल्याने दत्ता मात्र मनोमन थक्क झाला. वृद्धत्वाने मेस्त्रींच्या तोंडातील निम्म्या अर्ध्या दातांनी राजीनामा दिला होता, तरी पण स्पष्ट शब्दोच्चार करीत गाणी, नाट्यपदे म्हणण्याचा त्यांचा प्रयत्न वाखाणण्यासारखा होता.

ग्रामोफोन रिपेअरी करणाऱ्या मेस्त्रींनी स्वत:साठी स्वत:च एक ग्रामोफोन बनविला होता. टेबलाएवढा तो उंच होता व त्याच्या खालच्या कप्प्यात जुन्या काळातील दुर्मिळ रेकॉर्ड्स सुस्थितीत होत्या. ग्रामोफोनचा आवाज तर अगदी नवा घ्यावा तसा! एका वर्षी या ग्रामोफोनवर मेस्त्रींनी आपल्या जवळच्या तीन–चार रेकॉर्ड्स् वाजवून दाखवत म्हटलं होतं,

“ही खरी गाणी, हे खरं आपल्या मातीतलं संगीत; न्हाय तर आत्ताची गाणी....”

मध्ये मेस्त्रींचं तिन्ही सुनांबरोबर कशाने तरी बिनसलं आणि मग मेस्त्री स्वत: जेवण करून खाण्याचा विचार करू लागले. घरातला एक मोडका वातीचा स्टोव्ह दुरुस्त करीत ते एकदा बसले होते नि सहज म्हणून दत्ता कशालासे पलीकडे गेला होता.

“ह्यो स्टो आनी कुणाचा रिपेअरीला आला व्हय?” त्यानं चौकशी केली.

“आनी कुणाचा येतोय? माजाच हाय!”

“पन ह्येला राकेल ज्यास्त लागतंय न्हवं?”

“लागंना, एकट्याच्या स्वैपाकाला आसं कितीसं लागणार?”

“म्हंजे?” न समजून दत्ताने विचारले.

“मी वेगळं ऱ्हावावं म्हंतोय्. बास्स झालं, लेकांनी पांग फेडलं!”

“का, काय झालं?”

“सुनांच्याबरोबर पटेना! म्हंजे, त्याच भोसड्या पटवून घिनात! आपल्या बाला आपल्या बायका सकाळचा टैमशीर नाष्टा, दुपारचं वेळच्या वेळी जेवाण देत्यात का न्हाई, ह्येची साधी चौकशीही पोरं कधी करीनात! झट्याझोंब्या दिऊन त्येनला लहानाचं मोठं करायचं, त्येंचं लग्न करायची नि आता जरा आपणाला सुखाचं दिवस येतील, असं मनात मांडे खायाय लागावं तर हे भाडे आपल्या बायकांच्या ताब्यातलं, मुठीतलं बनत्यात नि त्येंच्याच तालावर नाचाय लागत्यात! मग कुठला बा आनी कुठली आई!” आणि मेस्त्री म्हणाले, “गेलं दोन दिवस घरात जेवायला न्हाई, तर एका तरी सुननं विचारावं– ‘मामा आमच्याकडं जेवाय् का ईनासा? कुठं जेवतासा?’ पन न्हाई! एकाबी सुननं असं विचारलं नाही!”

“हल्लीच्या पोरीस्नी सासूसासऱ्याबद्दल मायाच कमी आस्ती. काका, त्यात कसलं एवढं काळजाला लावून घ्यायचं!” दत्ता म्हणाला, “दोन दिवस पोटाचं कसं केलासा?”

“पयल्या दिवशी हाटीलात नाष्टा केला. दुसऱ्या दिवशी मेव्हण्याच्या पोरीकडं! ती वरच्या वेशीम्होरच्या गल्लीत ऱ्हातीया, दाल्ला कन्डेक्टर हाय तिचा, कधी

तिकडं गेलो की, घासभर खाऊन उठल्याशिवाय जाऊ देत न्हाई!''

"आता असं करू, उद्यापास्नं मी तुमचं जेवण इथं आणीत जाईन; तुम्ही भाहीर परत कुणाकडे जायाचं न्हाई! काय?''

"बरं!'' मेस्त्री म्हणाले.

आणि मग दत्ता घराकडून मेस्त्रींना जेवणाचा डबा आणून देऊ लागला... गॅरेजमध्ये मेस्त्री जेवत... दत्ताच्या दोन मुलींची लग्नं होऊन त्या नांदायला गेलेल्या. लग्न झालेला एक मुलगा गावातच वेगळा राहत असलेला आणि अविवाहित धाकटा मुलगा तेवढा जवळ होता. बायको सतत आजारी असे. त्यामुळे दत्ताने धुण्या-भांड्यासाठी बाई लावली होती; त्याच बाईकडून चार भाकरी थापटून घेतल्या जात व चपात्या करून घेतल्या जात आणि अंथरुणावर खिळलेल्या बायकोच्या मार्गदर्शनानुसार, सूचनांनुसार दत्ताचा धाकटा मुलगा आमटी वा भाजी करून ठेवत असे. तेल, मीठ, चटणी आदींबाबत बायको सांगे, त्याप्रमाणात घालून तिच्या सांगण्यानुसार मुलगा पाककृती करी. अशी दत्ताच्या घरीही सारी तापद्रा उडालेली, तरीही तो न कंटाळता मेस्त्रींना घरून जेवण आणून देत राही. इतके दिवस आपल्या घरातील हा वडील माणूस जेवतो कुठे याची चौकशी त्यांच्या घरातील कुणीही करू नये, याचं दत्ताला आश्चर्य वाटत राही. दत्ताने यापूर्वी कितीतरी वेळा सणा-वाराच्या दिवशी मेस्त्रींना आपल्या घरी जेवणाचं आमंत्रण दिलेलं. पूर्वी दत्ताचा संसारगाडा व्यवस्थित होता. स्वयंपाकात सुगरण असलेली बायको आवडीचे जेवण करी. काही गोडधोड केले असेल तर म्हणे, 'मेस्त्रीमामाला एकदा तरी बोलवा की जेवायला इकडं! तुम्ही मात्र त्यांच्या येथे अनेकदा जेवून येता!' यावर दत्ता म्हणे, "मेस्त्रींचा स्वभाव हाय विचित्र. 'मी भाहीर कुठे जेवत नाही' असं सांगून ते जेवणाला येत न्हाईत!'' आणि त्याच मेस्त्रींच्यावर आज ही वेळ आली होती. नशिबाचे खेळ किती विचित्र असतात!

महिन्याभराने तिघींपैकी कुठल्या तरी एका सुनेबरोबर मेस्त्रींची दिलजमाई झाली व मेस्त्री पूर्वीसारखे आपल्या घरी जेवू लागले....

एकदा गावाबाहेरील साखर फॅक्टरीतल्या मजुराच्या सायकलीचा डायनामा रिपेअरीसाठी आला. उपाशीपोटी तो डायनामा रिपेअरी करायला दुपारचे तीन झाले. रिपेअरी केलेला डायनामा सायकलीला बसविण्यासाठी मेस्त्री उठले आणि चक्कर येऊन पडले. दत्ताने आणि आजूबाजूच्या लोकांनी त्यांना उचलून तेथून जवळच असलेल्या डॉ. कागवाडेंच्या दवाखान्यात नेले. या गडबडीत तो डायनामावालाही रिपेअरीचं बिल बुडवून आपला डायनामा घेऊन पळून गेलेला! लोकांनी गॅरेजची दारं झाकून कडी लावून टाकली होती. शुद्धीवर आल्यावर

काही वेळाने मेस्त्री परत गॅरेजमध्ये येऊन बसले. तासा घटकेला मेस्त्रींना पान चघळायची सवय होती. पानाबरोबरचा तंबाखू कडक असणार आणि उपाशी पोटावर या कडक तंबाखूने चक्कर आणली असावी... दत्ताने पाहिले तर मेस्त्रींच्या उजव्या पायाच्या तळव्यावर जखम झाली होती व तीतून रक्त येत होतं. डायनामा बसवायला गॅरेजबाहेरील सायकलीकडे येताना चक्कर येऊन गॅरेजच्या दारावर कोसळले होते व दाराच्या पत्र्यामुळे त्यांच्या पायाला जखम झाली होती... जरा शुद्ध येताच मेस्त्री गॅरेजकडे पळून आले होते, त्यामुळे जखमेवर बँडेजही बांधलेले नव्हते.

"काका, दाराचा पत्रा वरबाडला जणू, खाली पडताना! रगात यायला लागलंय नि काय! चला, ड्रेसिंग करून येऊया!" दत्ताने म्हटले...

"मला काय हुतंय? आसंच याआधी लैदा लागलंय्; माजं औषीद हाय घरात, गेल्यावर लावून घेतो!" मेस्त्री बेपर्वाईनं म्हणाले.

अर्थात, मेस्त्रींचं गावठी औषध म्हणजे, कसल्या बसल्या बारा बत्तर झाडपाल्यांचा रस! तो जखमेवर पिळला की झाले! वर मग पट्टीही बांधायची जरुरी नाही. मध्ये एकदा मेस्त्रींना असेच हाताला लागून वसला पडला होता; तेव्हा त्यांनी स्वत:च आपल्याजवळील गावठी औषधपाल्याने ती जखम बरी केली होती... हे सारे माहीत असूनही न राहवून दत्ता म्हणाला,

"दाराचा पत्रा लागून जखम झालीया, म्हणून धनुर्वातावरचं एखादं इंजेक्शन डॉक्टरकडं जाऊन घितासा तर...?"

"त्या भाड्यास्नी काय कळतंय?" मेस्त्रींची ही एकच खास पेटंट शिवी होती. "त्येंचा आपला पैसे काढून घ्यायचा धंदा आस्तोय!"

आपल्या हेकेखोरपणामुळं मेस्त्री कुणाचंच ऐकून न घेता पायाच्या जखमेवर आपण स्वत:च घरी गावठी औषधोपचार करीत राहिले, पण त्यांना दाद न देता जखम बळावत गेली व जखम झालेला उजवा पायच सुजून बसला. जिल्ह्याच्या गावी मध्ये असेच गेले होते तेव्हा तेथील लेकीने 'दादा-अप्पा' करीत, त्यांची समजूत घालून त्यांना तेथल्याच एका डॉक्टरकडेही नेले होते. पाय सुजल्याने यावेळी मेस्त्रींना सायकल प्रवास रद्द करून यस्टीने जावे लागले होते, एवढेच! पण डॉक्टरकडे जाऊनही जखम न सुकता उलट वाढतच होती! बळावतच होती!

"मी म्हंतो काका, आपण एखाद्या चांगल्या डॉक्टरला तरी दाखवून बघूया की!" न राहवून एके दिवशी दत्ता म्हणाला,.

"दाखवाय गेलं तर भाडे काय तरीच सांगत्यात! काय कळतंय त्यास्नी! पर्वा लेकीकडं गेलोतो तवा तिथल्या डॉक्टरला दावलं की, तर तो म्हनला,

'आंगात साखर हाय, म्हणून जखम लौकर बरी होत नाही, अवधी लागेल!' आंगात सगळ्यांच्याच साखर आस्ती की, का माझ्याच आस्ती?''

''बरोबर हाय तुमचंबी काका, पण साखरंचं प्रमाण कमी जास्ती आस्तंय. ती कमी होऊनबी चालत न्हाई, नि वाढूनबी चालत नाही; वाढली की जखम लौकर बरी होत नाही!''

'ह्या आधी कैकडाव लागलंतं की मला, तवा जखमा लौकर बऱ्या झाल्या न्हाईत?'

''तवा साखरेचं प्रमाण वाढल्यालं नसंल!''

''मला कधी कसला काही रोग न्हाई, काय न्हाई आनी आपोआपच कशी साखर वाढंल?– आपणाला न्हाई पटत बा ह्ये!''

आपल्या शहाणपणावर मेस्त्रींचा प्रगाढ विश्वास होता, त्यामुळे दुसऱ्याचंही काही खरं असेल नि ते ऐकून समजावून घेण्याचा समंजसपणा त्यांच्या ठायी नव्हता. त्यांच्या अशा हलगर्जीपणामुळे पायाची जखम चिघळतच गेली. मध्ये सरकारी दवाखान्यातही घरच्यांनी त्यांना बळजबरीनं नेलं होतं. तेथील डॉक्टरांनी ड्रेसिंग वगैरे करून काही गोळ्याही लिहून दिल्या होत्या व त्यांचा लॅबोरेटीमधला रिपोर्ट पाहून सांगितलं होतं, 'साखरेचं प्रमाण वाढलेलं आहे, तेव्हा गोड खाण्याचं बंद केलं पाहिजे. तरच जखम लौकर बरी होऊ शकेल!' आणि एक दिवस आड येऊन ड्रेसिंग करून घेऊन जाण्यास सांगितलं होतं... पण मेस्त्रींनी हे फार मनावर घेतलं नाही. मुलांनी आणलेल्या ५/१० गोळ्या तेवढ्या त्यांनी खाल्ल्या, पण परत दवाखान्याकडे ड्रेसिंगला गेले नाहीत... आता हे जात नाहीत म्हटल्यावर मधल्या मुलग्याने गावाच्या उत्तरेस असलेल्या एका आर. एम. पी. डॉक्टरला रोज घरी येऊन मेस्त्रींच्या पायाला औषधे वगैरे लावून नवीन बॅण्डेज करून जाण्यास सांगितलं. तो डॉक्टर रोज येऊन आपल्या जुजबी ज्ञानानुसार जखमेवर इलाज करून जाऊ लागला. त्यात मेस्त्री एके दिवशी म्हणाले,

''डॉक्टर काय चालीवलंय हे नाटक! दोन आठवडे तुमचं हे निरनिराळ्या पावडरी जखमेत कोंबून ड्रेसिंग करायचं सुरू हाय. जरा तरी जखम सुकमारलीय, वाळलीय का? लोकांच्याकडनं नुस्तं पैसे उकळले की झालं व्हय?''

डॉक्टरांना हे अपमानास्पद वाटलं. दुसऱ्या दिवशीपासून त्यांनी ड्रेसिंगला येण्याचं बंद करून टाकलं. मेस्त्रींचा मुलगा 'का येईनासा?' म्हणून विचारायला गेला.

''तुमच्या वडिलांनी माझा अपमान केला, मी येणार नाही.'' असं त्यांनी स्पष्ट सांगितलं.

मग परत सरकारी हॉस्पिटलमध्ये मेस्त्रींना नेण्यात आलं. डॉक्टर म्हणाले,

"इथं त्यांना ॲडमिट करा!"

"मग घ्या करून ॲडमिट!"

"त्यांच्याजवळ घरचं कुणी तरी राहायला हवं!"

"तसं रिकामं कुणी नाही; तुम्ही भारी-भारी किंमतीचं इंजेक्शनं नि औषधं लिहून द्या, तुम्ही सांगाल त्या दिवशी आम्ही इथं इंजेक्शन-औषधाला, ड्रेसिंगला त्यांना घेऊन येतो, चालेल का?"

"चालेल. तसं करू. आठवड्यातून दोन वेळा पेशन्टला इथं आणत जा!"

तिघा मुलांनी तीन वेळी मेस्त्रींना हॉस्पिटलमध्ये नेऊन आणलं नि प्रत्येकवेळी दोन-तीनशे रुपये खर्च केले, मग 'तू जा-तू जा' सुरू होऊन नेणंच बंद झालं...

"काका, हॉस्पिटलमध्ये जाता ना नियमित?" एके दिवशी दत्ताने विचारले.

"कोण नेऊन तिथं पैसे खर्च करणार?" मेस्त्री विषादाने म्हणाले, "प्रत्येक लेकानं एक-एक वेळा नेऊन आणलं, आनी त्यांच्याकडचे पैसेच संपले!" त्यांच्या आवाजात उपरोध होता.

जखमेत काहीही सुधारणा दिसत नव्हती. दत्ता म्हणाला,

"डॉक्टर माझ्या ओळखीचे हैत. किराणा माल माझ्याच दुकानातनं त्येंचा गडी न्हेत असतो. माझ्याही बायकोला त्येंचंच औषीद चालू हाय. मी एक चिठ्ठी लिहून देतो, ती घिऊन जावा नि त्येनला दाखवा आणि रोज दवाखान्यात जाऊन औषध घेत जावा."

मेस्त्री चिठ्ठी घेऊन गेले... दुसऱ्या दिवशी दत्ताने विचारले,

"काय झालं, गेलातासा काय न्हाई दवाखान्यात?"

"गेलोतो. तुझी चिठ्ठी डॉक्टरास्नी दाखविली. ते म्हणाले, 'ॲडमिट व्हायला पायजे. घरचं कुणीतरी जवळ पाहिजे. त्यांना घेऊन येऊन केव्हाही ॲडमिट व्हायला या.' नि त्यांनी ड्रेसिंग करायला लावून पाठवून दिलं."

"पाहतो, मी भेटतो!" दत्ता म्हणाला. दत्ताला मेस्त्रींच्याबाबतीत काय करावे समजेना. त्यानं डॉक्टरांना लिहिलेल्या चिठ्ठीत म्हटलं होतं, 'मेस्त्रींना ॲडमिट करून घ्या, त्यांच्या औषधोपचारासाठी येईल तो खर्च मी करायला तयार आहे.' वगैरे. तो त्याच दिवशी डॉक्टरांना भेटला. डॉक्टर म्हणाले,

"इथं त्यांना ॲडमिट करा. मी महिन्याभरात त्यांना बरे करतो, पण त्यांच्याजवळ इथं कुणी घरचे लोक राहायला तयार नाहीत. मोठे विचित्र लोक आहेत. स्वत:च्या घरचं माणूस आजारी पडल्यावर त्याच्याजवळ कुणी राहत नाही म्हणजे काय? त्यांना बाथरूमला, सॅनिटरीरूमला वगैरे नेऊन आणायला

त्यांच्याजवळ कुणी नको का?'' आणि डॉक्टर म्हणाले, ''उलट त्यांचा मुलगा म्हणाला, 'आमचे वडील तिरसट नि चक्रम डोक्याचे आहेत. तुम्हाला न सांगता हॉस्पिटलमधनं भाहीर पडतील आणि घराकडे यावयास लागून हॉस्पिटलच्या बाहेरल्या हायवेवरून धावणाऱ्या एखाद्या ट्रकखाली गावून मरतील!' तसं काही झालं तर 'कर्तव्यात कसूर केली' असा ठपका ठेवून माझीही नोकरी धोक्यात येणार नाही का? तेव्हा पाहा विचार करून, त्यांना ॲडमिट करून घ्यायला मी केव्हाही तयार आहे, पण त्यांच्याजवळ बसायला कुणीतरी माणूस हवं!''

दत्ताला मनोमन आश्चर्य वाटलं. मेस्त्रींच्या सुनांना एक घरकामातून दवाखान्यात हजर राहायला सवड होत नसेल, पण त्यांची मुलं मोठी झाली होती. मुली लग्नाच्या वयाच्या झाल्या होत्या नि मुलं आपल्या बापाच्या हाताखाली गॅरेजमध्ये काम करीत होती. यांपैकी कुणालाही आळीपाळीने आपल्या आजोबाजवळ बसायला सवड नव्हती? कायम २४ तास तेथे बसावं, असंही काही नव्हतं. सकाळी–दुपारी डॉक्टर राऊंडला येऊन जायचे, तेव्हा हजर असलं की झालं! दोन वेळा जेवण द्यायचं, दोन वेळा दूध–बिस्किटं वगैरे नि रात्री त्यांच्या सोबतीला कुणी तरी दवाखान्यात झोपायला जायचं की झालं काम! आणि सॅनिटरीरूमकडे स्वत: चालत जाऊन येण्याजोगी मेस्त्रींची शारीरिक क्षमता होतीही... पण कुणीच त्यांच्याजवळ राहायला तयार नव्हतं...

इकडे जखम चिघळत होती. दत्ता मनातून हळहळत होता. त्यानं बोलूनही दाखवलं,

''काका, असं अंगावर काढून जखम चिघळत जाणार आणि गॅंगरीन झालं म्हणजे पायच काढावा लागेल! तुम्ही गप्पवानी जिल्ह्याच्या सरकारी मोठ्या हॉस्पिटलात ॲडमिट व्हा जावा!''

''मी काय तिथं ॲडमिट व्हायला जाणार नाही!'' मेस्त्री म्हणाले, ''हितं चार पैसे खर्च करायला पोरं रडायला लागल्यात नि तिथं कोण पैसा भारोभार ओतणार?''

जवळच्या ९–१० मैलांवरच्या खेड्यावरील जैनधर्मीय पाटील मेस्त्रींच्याकडे वरचेवर कशाला ना कशाला यावयाचा. त्याची बायको आजारी होती; तिच्यावरही मेस्त्रींच्या औषधाचे प्रयोग सुरू होते. पाटील ८० एकर जमीनवाला नि खूप श्रीमंत व दिलदार माणूस होता. तो आला की मेस्त्रींच्याबरोबर तास–तासभर बोलत बसे. मेस्त्री त्याला शहाणपणाच्या चार गोष्टीही सांगत राहत व आज्ञाकारी मुलागत तोही ऐकत राही... आपल्या गावी जाताना तो मेस्त्रींना बाजारपेठेतून ५–१० किलो तांदूळ विकत आणून देई. मेस्त्री 'नको–नको' म्हणत असले तरी तसेच बळजबरीने ठेवून जाई. म्हणे,

"तुम्ही आम्हाला गुरुगत हैसा, एवढं आम्हास्नी शहाणपण शिकविता, आम्ही तुमच्यासाठी एवढं केलं म्हंजे कायच न्हाई. घ्या!"

असेच आणखीन १/२ आठवडे उलटले. जखम चिघळत जाऊन पाय काळपट दिसू लागला. सूजही आली... काठी टेकत कसे तरी मेस्त्री गॅरेजकडे येत. जखमेवर एखादे फडके बांधलेले असे. त्यावर हळद लावून तेल सोडलेले असे व मेस्त्री बसले की जखमेतून खाली कप-कपभर पाणी पडत राही... दत्ताला मनोमन स्वत:ला अपराधीपणा वाटे! सायकलीवरून शेकडो कि.मी. प्रवास करीत फिरणारा हा माणूस पायाकडूनच असा अधू होऊन पडावा, ह्याला कसली दैवलीला म्हणावे? ही कसली नियती?

आता मेस्त्रींनाही मनोमन पटले असावे आपले इथे काही खरे नाही. कारण एके दिवशी त्यांनी एक कार्ड दत्ताला देत म्हटले,

"एवढं पोस्टात पेटीत टाक!"

दत्ता त्यांना घरी भेटायला गेला होता. चार-सहा दिवस ते गॅरेजकडे कुठे फिरकले नव्हते, म्हणून एक बिस्कीट पुडा घेऊन भेटावयास गेला होता. दत्ताने पत्र चाळले. आपल्याकडे येणाऱ्या पाटलाला मेस्त्रींनी पत्र लिहिले होते. "पैशाची गरज आहे, दोन-तीन हजार रुपये पाठवून द्या." असं त्यांनी पत्रात लिहिलं होतं. दत्तानं विचारलं,

"एवढे पैसे कशाला पायजेत तुम्हाला?"

"मी जिल्ह्याच्या सर्कारी दवाखान्यात जायाचं ठरीवलंय्. तिथं जेवणापाण्याला पैसे जवळ नकोत?"

"तिथं ॲडमिट झाल्यावर जेवाय-खायाय पैसे लागत न्हाईत्! सकाळी नाष्टा, संध्याकाळचा चहा, दोन वेळा जेवण सारं तिथं हॉस्पिटलात फुकट देत्यात. जिल्ह्यातलाच आमदार सध्या आरोग्यमंत्री हाय; त्यामुळं हॉस्पिटलची व्यवस्था सध्या चोख हाय!" नि दत्ता म्हणाला, "कुणाचं पैसेबियसे लागत न्हाईत घ्या!" नि त्यानं मेस्त्रींचं पत्र फाडून टाकलं.

मधल्या मुलाने एके दिवशी गॅरेजकडे रिपेअरीला येणारी गाडी घेतली, तीत मेस्त्रींना घातलं नि जिल्ह्याच्या गावी निघाला. तिथल्या सरकारी हॉस्पिटलमधील मुख्य डॉक्टरचा एक पाव्हणा इथं व्यापारी होता. त्याची कार मधल्या मुलाकडे दुरुस्तीला नेहमी यावयाची. त्या ओळखीने मुलाने त्या व्यापाऱ्याकडूनही एक पत्र डॉक्टरांसाठी लिहून घेतले. 'आपल्या वडिलांना लौकर ॲडमिट करून घेऊन सत्वर योग्य ट्रीटमेंट मिळावी' म्हणून नि निघाला होता... डॉक्टरांनी आपल्या पाहुण्याचे ते पत्र वाचले व मेस्त्रींना ॲडमिट करून घेत म्हटले,

"इथं पेशन्टजवळ कुणीतरी एक माणूस तुम्ही ठेवायला हवं!"

आता आली का पंचाईत? मधला मुलगा जिल्ह्याच्या गावातल्या आपल्या चुलत भावांकडे गेला. त्यांचेपैकी कुणी अनुकूलता दाखविली नाही. शेवटी नाईलाजाने तेथेच असलेल्या आपल्या बहिणीकडे गेला. आई वारली होती तेव्हा तिने तिच्या दिवसाला आपल्या नवऱ्याला आणण्याऐवजी आपल्या मित्राला आणले होते, त्यामुळे रागावून जाऊन भावांनी तिला तंबी दिली होती,

"पुन्हा आमच्या घरच्या उंबऱ्याला आलीस तर याद राख!"

या बहिणीचं लग्नापूर्वी एकाबरोबर लव्ह–अफेअर होतं व त्या तरुणासह ती पळूनही गेली होती. ४–५ दिवसांनी त्या तरुणाच्या पाव्हण्यांच्या गावी ती दोघं सापडली होती. तेथून तिला काढून आणून लग्न करून जिल्ह्याच्या गावी दिली होती, तरी तिच्या चंचलपणात काही फरक पडला नव्हता. एके दिवशी मेस्त्रीही म्हणाले होते, "नवरा मेळ्ळ हाय, गरीब हाय!" म्हणजे मेस्त्रींनाही तिच्या वागण्याबद्दल माहिती होती. ती अधून–मधून इथे दर्ग्याला येऊन जाई, तेव्हा भावांकडे फिरकतही नसे. फक्त मेस्त्रींना गॅरेजमध्ये भेटून जाई. जाताना त्यांच्या हातावर काही नोटा ठेवी. मेस्त्री 'नको नको' म्हणत, 'पानाला राहू देत' असे म्हणून ती जाई. एखादे दिवशी आपल्या सवयीनुसार मेस्त्री सायकलीवर टांग टाकून कुठे परगावी गेलेले असले की मग ती दत्ताशी थोडा वेळ बोलत राही. एकदा अशीच ती म्हणाली,

"मला माझ्या भावांनी 'परत उंबऱ्याला आलीस तर याद राख' म्हटलं हुतं आईच्या दिवसाला आलो हुतो तवा; त्या टैमाला माझा बाप जवळच हुता, त्येनं म्हणायचं हुतं, 'घर माजं हाय. माझं जीवमान हाय तवर पोरगी माज्या उंबऱ्याला येणारच!' पन बापानं असं काय म्हटलं न्हाई! लग्नाआधी पोरवयात काय कळतंय? चुकलं माजं वागणं म्हणून काय जलमभर मी तशीच वागतोय? आता तर माजी लेक लग्नाला आल्याली... पर्वा–पर्वाच तिचं लगीनबी मी करून दिलं..."

ती आपल्या चष्म्यातून जगाकडे बघत होती व आपल्या बौद्धिक कुवतीनुसार घटना–प्रसंगांचा संदर्भ न् अर्थ लावीत होती. आईच्या उत्तरकार्यास आपल्या नवऱ्याऐवजी एका परपुरुषासह येणे याचा भावार्थ त्यावेळी तेथे जमलेला आपला सारा गोतावळा काय लावील? यामुळे आपल्याबरोबर आपण आपल्या वडिलांच्या घराण्याच्या अब्रूची वावडी उडविल्यागत होणार नाही का? असे प्रश्न तिच्या अल्पमतीस सुचलेही नसतील! अशीच एकदा ती अचानक आली, म्हणाली, "काल रातीच आलो हुतो." आणि जवळच्या ६ मैलांवरील एका खेड्याचा नामोल्लेख करीत ती पुढे म्हणाली होती, 'तिथं आमचं पाव्हणं हैत. तिथं रात्रीचा मुक्काम केला, आता जरा दर्ग्याला जाऊन येतो नि जातो!' नंतर

त्यानं मेस्त्रींच्या एका नातेवाईकाला तिनं सांगितलेल्या गावचं नाव घेऊन विचारलं, 'त्या गावी मेस्त्रींचं कुणी पाव्हणं-पै हाईत का?' यावर नातेवाईक म्हणाला, 'न्हाईत'. म्हणजे, ती खोटं बोलत होती. नातेवाईक वगैरे कुणी नसलेल्या गावी ती (कुणाबरोबर तरी) एक रात्र काढून आली होती...? तिच्या चारित्र्याबद्दलच्या संशयाचे धुके मनावर असे ओठंगून राहत होते... एकदा ती अशीच दर्ग्याला आली होती, पलीकडे मेस्त्रींच्या गॅरेजाला कुलूप असलेले पाहून ती म्हणाली होती,

"आमच्या बाबाच्या पायास्नी चक्कार बांधलंय, सारखं फिरतच असत्यात! आजबी कुठंतरी परगावाला गेल्यात जणू, तवाच ग्यारेज बंद हाय!"

"आजच का, गेलं दोन रोज ते बंदच हाय!" दत्ता म्हणाला होता, "कुठं तर भाहीर गावाला गेल्याशिवाय ग्यारेज बंद ऱ्हात न्हाई! नि गावात असल्यावर ते घरात कधी थरंबत न्हाईत! आता तरी ते कुठं तरी पाव्हण्यांच्या गावालाच गेलं असतील! तसं ते गावठी औषीद द्यायला जात्यात कुठं-कुठं, पण गेल्यावर लगेच त्या दिवशी परतबी येत्यात! पाव्हण्यांच्याशिवाय भाहीर कुठं ते वस्तीला ऱ्हात न्हाईत!"

"बरं, जातो आता. एक पाच रुपयं आस्लं तर द्या. यस्टीला कमी पडत्यात!" तशी दत्ताने गल्ल्यातून पाचची एक नोट काढून तिच्या हाती ठेवली न् मग ती म्हणाली, "म्होरच्या डावाला आल्यावर तुमचं हे परत करतो!" आणि ती निघून गेली. काही महिन्यांनी पुनःश्च ती दर्ग्याला आली तेव्हा पाच रुपये परत करीत बोलली,

"हे तुमचं पर्वा दिल्यालं पाच रुपयं!"

दत्ता ते घेईना. 'नको नको' करीत राहिला; तसं ती म्हणाली,

"अहो घ्या मामा! तुमचं काय फुकटचं हैत व्हय पैसे? राबल्यालं हैत, घ्या!"

तिच्यापुढे 'नको ऱ्हावू दे' म्हणत सारली तरी ती नोट घेईना. गिऱ्हाईक येण्याची वेळ. तिऱ्हाईताला हे सारं विचित्र वा वावगं दिसेल म्हणून 'नको-नको'चा जास्त नकार देत बसण्यात वेळ घालविण्यापेक्षा दत्ताने ती नोट स्वीकारत गल्ल्यात टाकणे उचित समजले. शेवटी निरोप घेता-घेता ती म्हणाली,

"आजबी बाबा दिसत न्हाईत पलीकडं, त्येंची सायकल गेली असणार परगावाला?"

"व्हय!" दत्ताने कबुली दिल्याच्या स्वरात म्हटलं,

अन् मग ती पाठ वळवून झपझप पाऊले टाकीत निघून गेली... मेस्त्रींसारखीच ती उंच व देखणीही होती... जणू एक बेदरकार वावटळ दत्तावरून निघून

गेल्यागत झाली! मोठी विचित्र मुलगी!

अशा या पूर्वेतिहासामुळे, बाकी इतिहासामुळे, मधल्याला आपल्या या बहिणीकडे जाताना हजार मरणाचं दु:ख झालं असणार! पण गेल्यावर तिनं आपल्या बापाची उसाभर करण्यास स्पष्ट नकार दिला. भावाला 'ये-बस' ही म्हटलं नाही, न मग चहा-पाणी करायचं तर दूरच! भाऊ गेल्यावर सुडाचं एक प्रकारचं हिंस्त्र समाधान तिला मनोमन झालं असेलही; आईच्या दिवसाच्या वेळच्या भावांनी केलेल्या अपमानाचा हा व्याजमुद्दलासह सूड घेतला, असं एक आत्मीक समाधान मिळविताना इतके दिवस पेटलेली तिची ध्याई थंड झाली असेलही, पण तिच्या सुडाचा हा सुरा भावावरती नव्हे तर प्रत्यक्ष तिच्या वडिलांवर वार करता झाला! अखेर निराश होऊन सायंकाळी मधल्याने दिवसभर पेशन्ट ठेवल्याची हॉस्पिटलची कसलीशी पाच रुपये फी भरली नि वडिलांना घेऊन गावाकडे आला...

दुसरे दिवशी काठी टेकत टेकत मेस्त्री संध्याकाळी गॅरेजकडे आले. पायाला इतकं झालं होतं तरी ते डळमळत्या पायांनी गॅरेजकडे यावयास बघत. अंगातील अशक्तपणामुळे, त्राणहीन अवस्थेत ते वाटेतच केव्हा-केव्हा कोसळून बेशुद्ध होत न् ओळखीचे लोक मग रिक्षात घालून त्यांना घरी पोहचवत. रिक्षाभाडे देता-देता सुना मग तणतणत राहत, 'ह्यांना घरात बसून न्हाय काय झालंय कुणाला दक्कल! वाटेत बेसुद्धी पडले नि मागनं येणारी गाडी ह्यंच्या आंगावरनं गेली तर काय करायचं?'

थोरला एके दिवशी म्हणाला,

"आमच्या म्हाताऱ्याचं डोस्कं फिरलंय! क्रॅक झालंय ते! काय-कसं वागाय् पायजे, काही कळत न्हाई त्येला! आम्ही पोटाच्या मागं राबाय जावावं का ह्येच्यावर खडा पहारा देत बसावं? आमची जरा नजर चुकली की ते म्हाराज सुटलंच ग्यारेजकडं! नि हितं ईवून कुठं काम तरी हाय ह्येला? उगंच काटकुट करीत लोकांड बडवीत बसायचं! लोकं म्हंत्यात सोडता का भाहीर? आता लोकास्नी काय आमच्या घरातलं सारं सांगतच बसावं? मी म्हंतो, ह्येनला तिकडं जिल्ह्याच्या गावाच्या सर्कारी हॉस्पिटलमदी ॲडमिट करून टाकून का घिनात? तिकडंच मरुं दे म्हातारा! त्यो मेल्यावर आम्ही जातबी न्हाई! बेवारशी म्हणून तिकडंच जाळून टाकूद्यात! आम्ही सारी कावून गेलाव त्येला! अहो, डॉक्टर म्हंत्यात, आंगात साखर वाढलीया, गोड खाऊ नका! पन ह्येला तर गोड-गोड खायाचीच आवड! आगदीच काय नसलं तरी वाटक्यात साखर घिऊन का आसंना ह्ये म्हाराज खातंच बसतील!"

हा थोरला रोज सायंकाळनंतर दारू पिण्यासाठी ६०/७० रुपये उडवीत

असे, पण स्वतःच्या वडिलांना एकदा दवाखान्यात नेऊन आणून २००/३०० रु. खर्च केल्यावर ह्याने काखाच वर केल्या होत्या.

मधल्या मुलाने ज्या व्यापाऱ्याकडून सरकारी दवाखान्यात आप्त असलेल्या डॉक्टरांना पत्र लिहवून घेऊन ॲडमिट करण्याचा प्रयत्न केला होता, त्या व्यापाऱ्याला नंतर डॉक्टरांनी फोनवर खडसावले होते, 'तुम्ही असले कसले पेशन्ट इकडे पाठवून देता? त्यांना ॲडमिट करून घेतल्यावर त्यांच्याजवळ राहायला त्यांच्या घरचे लोकही तयार नाहीत!'

हरएक रिपेअरीच्या कामात निष्णात असलेल्या कुशाग्र बुद्धिमत्तेच्या, निर्व्यसनी आणि सरळमार्गी व्यक्तीची अशी शोकांतिका झाली होती की, आयुष्यभर काबाडकष्ट करून वाढविलेल्या मुलांनाच ती नकोशी झाली होती. हीच मुलं म्हणत होती, 'त्यांनी काय केलं आमच्यासाठी?' इतक्या प्रतिकूल परिस्थितीतही ओंजळीतील पणतीच्या ज्योतीगत त्यांना जपलं, याचं काहीच महत्त्व नव्हतं? धाकट्यानं तर दत्तासमोर एकदा बोलूनही दाखविलं होतं,

"आमच्या महाराजास्नी या आजारातनं बरं कशाला करायचं? तर परत सायकलीवर ढेंग टाकून पाव्हण्यांची गावं न् गावं फिरत राहायला? त्यापेक्षा मरेनात का हे, आता जगून तरी असे काय दिवे लावणार आहेत?'' आपल्या वडिलांना 'महाराज' म्हटलं होतं त्यानं!

एका ओसरत्या संध्याकाळी मेस्त्री काठी टेकत-टेकत सावकाश आले न दत्ताच्या दुकानापुढील बाकड्यावर येऊन बसले. जखम आणखीन बळावली होती, पायाला सूज होतीच, नि त्या जखमेवर आपल्या गावठी औषधांचे कसले-कसले लेप लावून त्यांनी फडके गुंडाळले होते आणि अलीकडे पोटापाण्याला व्यवस्थित नसल्याने ते खूप हडसून, रोडावून गेले होते. त्यांच्या घरी त्यांच्या ऐन भराच्या उमेदीच्या वेळी ते नाटकात कामे करीत होते त्यावेळचा एक फोटो लावला होता. हाती नंगी तलवार घेऊन लढण्याच्या पवित्र्यात उभ्या असलेल्या शिवाजींच्या मराठमोळ्या फौजेतील सरदाराच्या भूमिकेत ते होते. 'रायगडची राणी', 'स्वराज्याचे तोरण', 'सिंहगडचा सिंह' अशासारख्या त्यांनी त्यावेळी केलेल्या ऐतिहासिक नाटकांतील त्यांचे ते राजबिंडे रूप होते. मेस्त्रींचा तो फोटो दत्ताला आत्ता आठवत होता नि त्यांची आजची ही हालत पाहून त्याला आतून भडभडून आले न् डोळे ओलसर होऊ लागले... एक माणूस दिवसा-दिवसांनी मरणाच्या जवळ जात आहे, हे पाहत बसण्याशिवाय आपल्या हातून काही होत नाही, या विचारानं बाभळीचं शिरं काळजावर ओरबाडत न्यावं, तसं दुःख होत होतं...

"हे बघ दत्ता, मी धाकल्या भावाच्या लेकाकडं ही जखम झाल्यावर एकदा

गेलोतो, तवा त्यो म्हणाला हुता, 'आबा तुम्ही ॲडमिट व्हा इथल्या सरकारी दवाखन्यात, मी बघतो.' तवा त्येला एकदा जाऊन भेटून ये जा. जिल्ह्याच्या गावाभाहीरल्या एम. आय. डी. सी. मदी त्येचा 'भैरीनाथ मेटल्स' नावाचा कारखाना हाय. पुण्यामुंबैकडल्या मोठ्या कंपन्यांच्या ऑर्डरी घेऊन येऊन, त्यांच्या मागणीनुसार पार्ट करून पाठवून द्यायचा त्येचा कारखाना हाय! ह्यो बघ त्येचा पत्ता!'' आणि मेस्त्रींनी एक चटोरं दत्ताच्या हाती ठेवलं.

''पर्वा तुम्हाला ॲडमिट करायला मधल्यानं तिकडं नेलं हुतं तवा त्यो सगळ्यांकडनी जाऊन आलाय. सगळ्यानी 'नाही' म्हटलं. तरीबी तुमच्या समाधानासाठी उद्या सकाळी यरवाळी उठून जातो जिल्ह्याच्या एम. आय. डी. सी. च्या या पत्त्यावर नि त्यो काय म्हंतोय बघून येतो...''

दुसऱ्या दिवशी दत्ता मेस्त्रींच्या पुतण्याला भेटला, तर पुतण्यानं वेगळंच गाणं लावलं,

''आजारपणात त्यांची सेवा करणं हे त्यांच्या मुलांचं कर्तव्य की त्यांच्या भावांच्या मुलांचं कर्तव्य? माऽप् तीन मुलगे हैत त्यांना, शिवाय इथंही एक मुलगी आहे, त्या मुलीनं आपल्या बापाची करावी थोडी सेवा? समजा, मी त्यांची सारी उस्तवार करण्याचं शिरावर घेतलं तर त्यासाठी एक सस्तर माणूस नेमायला हवा मला! माझा कारखाना इथं, मी ऱ्हातोय जवळच्या या समोरच्या खेड्यात. इथनं जिल्ह्याच्या गावचं सर्कारी हॉस्पिटल गावात, सेंट्रलला. इथनं तिथवर जाणं-येणं, त्यांची देखभाल करणं यासाठी एक माणूस रातध्याड रूदावंतयच हो तिथं. बरं असं गुंतून पडायला इथं कुणी माणूस तरी रिकामं पाहिजे का नको? माझीच इथं फाटायची वेळ आलीया! पर्वा माझ्या एका कामगाराचा लेथमध्ये हात गावला आणि त्यो हॉस्पिटलात न्हीवून कट करावा लागला. त्येला नुकसानभरपाई म्हणून अडीच लाख द्यावं लागलं मला! माझा एक भाऊ गावात वेगळा राहतोय. त्येच्या मोटारसायकलीचा पर्वा ॲक्सिडंट झाला. त्येला दवाखान्यात न्हीवून मी ॲडमिट केलं नि त्यो बरा झाल्यावर त्याच्या औषधोपचाराचं पंचवीस हजाराचं बिल मी स्वत: भरलं. डिसचार्ज घेऊन तो आपल्या घराकडं गेला, पण आजवर एकदाही भेटायला येऊन त्यानं 'दादा, तू बिल भरलास, लै उपकार झालं!' असं बोलून कृतज्ञता दावली न्हाई! कुणाचं कोण नसतंय जगात. कुठला भाऊ नि कुठला काका?''

दत्ताला कारख्यान्याच्या समोरच्या गाड्यावरून एक कप चहा पाजून मेस्त्रींचा पुतण्या असं बरंच काय-बाय बोलत राहिला. त्याच्या बोलण्यात थोडी फट पडताच दत्ता म्हणाला,

''जखम बळावून त्यांना गँगरीन झालंय. हॉस्पिटलमध्ये नेऊन गुडघ्यातून

पाय काढून ऑपरेशन केल्याशिवाय ते काही जगणार नाहीत!''

"बरोबर हाय तुमचंबी, पन हे सारं कोण करायचं? आम्ही का त्येंच्या मुलांनी? पंच्याहत्तरी केव्हाच उलटून गेलीया त्येंची, अंगात शिप्पीभर रक्त नाही. आता त्येंचं ऑपरेशन करायचं तर रक्ताच्या बाटल्या चढवत करायला नको का? नि त्यासाठी धा-पंधरा हजाराचा खर्च निघाला तर त्यो काय मी भरायचा? ऑपरेशन म्हंजे काय नुस्त्या तोंडाच्या गोष्टी हैत? बरं त्योही करून त्यांचा पाय काढला नि त्यांची जखम बरी होऊन त्यांना डिसचार्ज मिळूस्तोवर त्येंची शॅनिटरीची सारी उस्तवार कोण आम्ही करायची? तुम्हाला लिहून देतो- त्येंच्या अंगात साखर जास्त असल्याने त्यांचा पाय काढला तरी त्यांची जखम लौकर बरी होणार न्हाई! आता पायाला जखम आहे ती ऑपरेशननंतर गुडघ्याला होईल नि त्यांच्याबद्दल कुणाला आस्था असली तर त्यांचा जीव वाचला एवढेच समाधान त्यांना होईल... पण अशा अपंग व्यक्तीची सारी सेवा त्यांची मुलं आनी सुना करतील का? माझ्या कानावर आलंय तिकडलं लै न्हाई थोडं; आताच त्यांना घरचं कुणी विशेष बघत न्हाई आणि ते अपंग झाल्यावर मग तर बघायला नको, रोज हजार मरणं मरत ऱ्हातील ते! तुम्ही हवं तर मला दगडाच्या काळजाचा म्हणा, अशा परिस्थितीत त्यांनी जगण्यात काय अर्थ हाय का? गप्पवानी त्यांनी मरून निर्मळ व्हावं. जोवर जगण्यासारखं काय तरी हुतं तोवर ते जगलेच, नि आता जगण्यासारखं काही नसल्यावर मरून जाणंच बरं!''

तेथून दत्ता गावी परतला तेव्हा टळटळीत दुपार झाली होती. घासभर खाऊन तो दुकान उघडायला आला तो त्याच्यापूर्वीच मेस्त्री येऊन समोरच्या प्लॅस्टिक भांडी, बारड्या, घागरी, मग, पेले वगैरे विकणाऱ्या 'भारत प्लॅस्टिक सेंटर' च्या दुकानापुढे बसले होते - त्याचीच वाट पाहत! प्लॅस्टिक सेंटरवाल्या अब्दुलकडून त्याची एक फाटकं तटकूर सदृश पोतं मागून घेऊन जखमेवर माश्या बसू नयेत म्हणून टाकलं होतं... ऐन उमेदीच्या वयात, युद्ध जिंकून भूमी नमवीत जाणाऱ्या एखाद्या सरदारासारखे ते या भागात वावरले होते, पण गँगरीन होऊन पाय कुजू लागल्यावर त्यांची रया-रया उडून गेली होती नि महारोगी माणसागत असं बोतर पांघरून त्यांना बसलेले पाहून दत्ताला आतून भडभडून येत होतं.

आपलं दुकान न उघडताच दत्ता त्यांच्याजवळ बसला नि खिशातली यस्टीची तिकिटं काढून त्यांच्यापुढे धरीत तो म्हणाला,

"ही बघा यस्टीची तिकिटं, तुम्हाला आनी खोटं वाटंल! आता हेच तुमच्या पुतण्याला भेटून हिकडं आलो नि घराकडं जाऊन घासभर आन्नप्रसाद घेऊन

आता दुकान उघडावं म्हणून आलोय...''

''काय म्हणाला मग पुतण्या?''

''त्येनं नकारघंटा तर वाजविलीच, शिवाय आनी वर तत्त्वज्ञान मला ऐकवून झीट आणली! हे बघा, आतड्याची माया लागती, तर आपलं माणूस, न पक्षी कुणाचं कोण? आनी या अशा गोतावळ्यातल्या लोकास्नी भेटायला ऐंसी-नव्वद किलोमीटरचं अंतर सायकल ताणत, रक्त आटवीत तुम्ही जात हुतासा? तुमच्यागत आतड्याची ओढ त्येनला हाय का? कुठलं काका, कुणाचं कोण घिऊन बसलाईसा?'' आणि दत्ताने त्याला या साऱ्यात जाणविणारे सत्य त्यांच्यापुढे ठेवले, ''हॉस्पिटलमदी पाय कापून काढतील म्हणून तुम्हीच ॲडमिट व्हायला कचवचाय लागलाईसा! तुम्हावर जर लौकर ऑपरेशन केलं न्हाई तर यंदाचा दसरा तुम्ही काय बघत न्हाईसा!'' दत्ता विषादाने म्हणाला, ''तीन म्हैन्यांपूर्वीच हितलं सर्कारी डॉक्टर म्हनले हुते – म्हैनाभर ह्यांना हिथं ॲडमिट करा, मी बरं करतो. तवाच तुमच्या घरचं कुणी जर तुम्हापासी ऱ्हात हुतं तर आतापतोर तुमची जखम बरी हून पूर्वीगत तुम्ही सायकलीवरनं हिंडू-फिरू लागला असता...''

मेस्त्री सुन्न होऊन गप्प बसले... असाच वेळ गेला न मग त्यानं एक रिक्षा बोलावून आणली, रिक्षावाल्याला मेस्त्रींचा पत्ता सांगत १० रु. रिक्षाभाडे त्याच्या हातावर ठेवले व त्या पत्त्यावर जाऊण मेस्त्रींना सोडण्यास सांगितले... मेस्त्री कसेतरी लडबडत चालत येत, परत जातेवेळी ते रस्त्यात कुठे आणखी अशक्तपणामुळे चक्कर येऊन पडू नयेत म्हणून प्रत्येकवेळी तो रिक्षा करूनच त्यांना परत पाठवीत असे...

असाच आठवडा गेला अन् मग दत्ताला कुणाकडून तरी समजलं, मेस्त्रींना जिल्ह्याच्या सरकारी दवाखान्यात ॲडमिट करण्यात आलं आहे. ऐकून त्याला मनोमन बरं वाटलं. पाय काढावा लागला तरी हरकत नाही, मेस्त्री जिवंत तरी राहतील! पण ह्यानंतर पाच-सहा दिवसांनी मेस्त्री परत आपल्या घरी आलेत, हे दत्ताला समजलं तशी त्यानं कपाळावर हातच मारून घेतले!

मेस्त्रींचा थोरला मुलगा असाच एकदा रस्त्यात भेटल्यावर दत्ताला म्हणाला, ''आमचे हे बॉस एके दिवशी सरळ जिल्ह्याच्या गावी यस्टीने गेले नि तिथल्या आमच्या बहिणीच्या घरी जाऊन तिला म्हणाले,

'मला एवढं सर्कारी दवाखान्यात ॲटमिट करून ये चल' म्हणून. खरं तरी ही आमची सगळ्यात बेकार नि नल्याग बहीण. हिनं ह्यांना पर्वाच बजावलं होतं, 'आमच्या घरला यायचं न्हाई' म्हणून, तरीही नाक मुठीत धरून आमचे हे बॉस महाराज तिच्या दारात गेलेच! तिनं पूर्वीचं सारं

विसरून त्यांना सर्कारी दवाखान्यात ॲडमिट केले. यांच्या गळ्यात सोन्याचा एक छडा आनी उजव्या हाताच्या बोटात सोन्याची एक अंगठी होती. ती तिनं विकून घड्याळाचीही वाट लावून थोडा पैसा उभा केला असणार. डॉक्टरांनी लिहून दिलेली बाहेरील दुकानातील औषधं वगैरे आणण्यात दागिने विकून आलेला पैसा खर्च होऊन गेल्यावर आमच्या बॉस महाराजांना यस्टीत बसवून हिकडं पाठवून दिलं. हे घरी तर कुठं गप्प बसल्यात? एक पाव्हणा, हे आज्यारी हैत हे समजल्यावर, पर्वादिशी भेटायला आला तर त्येला हे म्हणाले, 'मला पावशेर बर्फी नि पावशेर पेढे आणून दे'. हे आणून देऊन त्यो निघून गेल्यावर ह्यांनी त्येचा फन्ना उडविला. आंगात साखर जास्त हाय म्हणून तर जखम बरी होईना; तवा गोडधोड खाणं बंद कराय पायजे का नको? पन हे म्हाराज तोंड कुठं पाळत्यात?''

यानंतर ३-४ दिवसांनी मधल्याच्या गॅरेजमध्ये काम करणारं एक पोरगं दत्ताकडं आलं नि म्हणालं,

''मेस्त्रीमामांनी तुम्हाला बोलाविलंय!''

दत्तानं आपल्या दुकानात बहिणीचं एक १६-१७ वयाचं नेटाक प्वार हाताखाली म्हणून आणलं होतं, ते आता किराणा माल देण्यासवरण्याच्या कामात चांगलंच तरबेज झालं होतं. 'आलो एवढ्यात!' म्हणून दुकान त्याच्यावर सोपवून समोरच्या सायकल दुकानातली एक सायकल भाड्याने काढून दत्ता निघाला...

मेस्त्रींच्या घरी त्यांच्या मेव्हणीचा चाळिशी उलटलेला पोरगा आला होता, तो 'काकांना आत्ताच्या आत्ता जिल्ह्याच्या गावाला न्हेवून तिथल्या सर्कारी दवाखान्यात न्यायचं, ॲडमिट करायचं, पाय कापला तर कापू देत, पन ऑपरेशन करायला लावायचं!' असं म्हणत कालवा करीत होता. त्याला दत्ताने एकच विचारले,

''तिथं दवाखान्यात ह्यांच्याबरोबर कोण राहणार हाय? तुम्ही ऱ्हाणार का?'' यावर मेव्हणीच्या पोराचा आवाज बंदच झाला. दत्ता म्हणाला, ''तिथं ह्येंच्या दवाखान्याला येईल तो खर्च मी करायला तयार हाय, पन ह्यांच्याजवळ ह्यांचं घरचं कुणी काय 'व्हयं-न्हवं' बघाय राहायला तयार न्हाईत. माझी बायकुबी अंथरुणावर खिळून मरणाच्या पंथाला लागलीया. माजं तरी कोण ऱ्हाणारं? तिथं जिल्ह्यातल्या गोतावळ्यातलंबी कुणी राहायला तयार नाहीत, आता काय करायचं तुम्हीच सांगा!''

यावर जीभ तुटल्यागत मेव्हणीचा पोरगा गप्पच बसला... इकडे मेस्त्रींची अवस्था तर भ्रमिष्टागत झालेली! आपल्या घरची, तसेच गोतावळ्यातली माणसं काय लायकीची आहेत, याचं जणू विस्मरण झाल्यावानी ते दत्ताला म्हणाले,

“आत्ताच्या आत्ता एक ट्याक्शीगाडी आण नि मला सर्कारी दवाखान्यात आडमिट कर चल. तिथं पाय कापून टाकला तर टाकू देत माजा!”

“तिथला डॉक्टर म्हंतोय, तिथं तुमच्याजवळ राहणारं घरचं कुणीतरी माणूस पायजे, त्याशिवाय ॲडमिट करून घेत नाही! कुणी हाय का तसं राहणारं?”

सायंकाळ झाली होती नि मावळतीकडे कललेला सूर्य अस्तास चाललेला होता. दत्ताच्या बोलण्यावर एक शब्दही न बोलता मेस्त्रींनी विषण्णपणे मान फिरवून अस्तास चाललेल्या सूर्याकडे नजर लावली... पैलतीरावरील धूळ जणू आत्ताच त्यांच्या डोळ्यांसमोर उडत होती...

यानंतर धडपणे आठवडाही उलटला नव्हता, तोवर मेस्त्रींच्या थोरल्या मुलाच्या गॅरेजात काम करणारा किसन एके दिवशी दुपारच्या अकराला आला नि म्हणाला, “दत्तामा, मेस्त्री वारले!”

हे कधी तरी होणारच होतं, पण आत्ताच झालंय हे समजल्यावर दत्ता मनोमन कोसळलाच! दुकान बंद करून मेस्त्रींच्या घराकडे जाताना त्याच्या मनात काय–काय भिरभिरत होतं! इतक्या चांगल्या माणसाची ही अशी अखेर व्हावी...? नियतीच्या हातातील आपण सर्व बाहुलीच, पण हे कळसूत्र फिरवत असताना तिच्याही हातून नीट न्याय होत नाही, हेच खरे का?

■

गोष्ट पवीतराची... नव्हे, पवीची...

तिच्या चालण्यात एखाद्या महाराणीचा आविर्भाव होता. इस्त्री केलेल्या सहावारी पातळाचा पदर खांद्यावरून खाली झेपावत घोट्यांभोवतालच्या गोल साडीची किनार चुंबायला जाई. उंच टाचांचे सँडल्स चटकफटक वाजवत ती रस्त्याने चालली की, भल्या-भल्यांची नजर वाकडी होई. तशी ती दहाजणीत उठून दिसेल अशी देखणी होतीही. चाफेकळी नाक, केवड्याच्या पानागत आकर्षित करणारा उजळ गोरटेला रंग... मोगऱ्याच्या कळ्यागत शुभ्र दंतपंक्ती, गुलाब पाकळ्यागत लालचुटूक ओठ, पाच फुटाच्या आसपासची उंची. सडसडीत बांधा, उभार वक्षस्थळांची गोलाई व चालताना गोल साडीतून दिसणाऱ्या नितंबांच्या मोहक हालचाली बघणाऱ्याच्या नजरेत फुलबाज्या फुलवित...

रस्त्याने ती गप्पगुमान कधीच जात नसे. ओळखीच्या बाप्यांना 'काका', 'मामा' अशा संबोधनाने बोलवीत, कुणी तरुण पोरं दिसली की, त्यांच्याकडे उडता कटाक्ष टाकून ओठांच्या कडांवरून दिसेल न् दिसेल अशी ती स्मित-हास्य करीत असे. एवढ्यानेही तिच्या डाव्या गालावर सवयीने खळी पडे आणि ती खळी एखाद्या पोराचं काळीज खुडून न्यायला पुरेशी ठरे... श्रीमंतांची खुशालचेंडू पोरं ही तिची खास रतिबाची गिऱ्हाईकं. अलीकडे दहा-पंधरा वर्षांत गाव झपाट्यानं वाढलं होतं. गावाभोवतालच्या भुंड्या, ओसाड माळरानांवर आता उपनगरांच्या रूपानं नव्या वस्त्या उठल्या होत्या. त्यातच म्युन्सिपाल्टीने बेघरांच्यासाठी घरं बांधून दिली होती. गावात ज्यांची घरं होती त्यांनीही नगरसेवकांशी संधान बांधून आपल्या पै-पाव्हण्याच्या नावांवर घर मंजूर करून घेऊन त्यातील खोल्या भाड्याने देऊन आपल्या उत्पन्नाचं नवीनच एक साधन निर्माण केलं होतं. अशीच एक खोली तिनं भाड्याने घेतली होती व पोरं गटविली की, ती त्यांना तेथे घेऊन जाई आणि कुणाला पन्नासला तर कुणाला शंभरलाही कापे. खास परटाकडून इस्त्री करून घेतलेली पातळं सकाळी एक नि दुपारी एक बदलत राही. तिच्यासारख्या पोरीच्या आयुष्यातील हे सुगीचेच दिवस होते. सुगी बारा महिने राहत नाही, ती काही काळापुरतीच असते, तसंच तिचंही झालं.

चरबीवाली बकरी आता तिच्या सुरीखाली पूर्वीसारखी गावेनात. खोलीचे भाडेही मेटाकुटीने फेडायची नाचारगत आली आणि तिने ती खोली सोडून टाकली नि ती शारु मौशीच्या घरी धंद्याला येऊन बसू लागली. गावात मंडईकडे जाणाऱ्या एका बोळकुंडीत तीन-चार घरवालींची घरं होती. त्यातून अशा पोरी धंद्याला येत. काही ध्याडभर धंदा करून मध्यान रात्रीचं आपल्या घराकडं जात, तर बाहेर गावाहून आलेल्या काही आपल्या घरवालीकडेच वस्तीला असत. रोज जी काही कमाई होई तीमधील निम्मा हिस्सा घरवालीला प्रत्येकीलाच द्यावा लागे... जेवणाखाण्याचा टायरनामा स्वत:च्या पैशाने प्रत्येक पोरीला करावा लागे. घरवाली शारुमौशी आपली चूल तेवढी फुकट वापरायला देई, एवढेच! मात्र जळाणकाटूक स्वत:च्या पदरच्याच पैशाने आणावे लागे...

आधी खाजगीत, प्रायव्हेटमध्ये नि असं आता रस्त्यावर उभं राहणं, ह्यात कितीतरी फरक होता! तिथे तशी स्पर्धा नव्हती, पण इथं तर... अगदी जीवघेणी स्पर्धा... गिऱ्हाईक तुला गटंल का मला... जणू ईर्षाच... पैसेवालं, चरबीवालं, बकरं एखादीच्या गळाला लागलं की, उरलेल्यांच्या डोळ्यांत आभाळातल्या वांझुट्या पांढऱ्या ढगागत सरकत जाणारी असुयेची भावना... ह्या स्पर्धेमुळं धंदा करायला जिगर यावयाची... अशा ह्या बाजारू वातावरणात त्याची ओळख झाली. त्याचं नाव महारुद्र. लांब अथणीकडील भागातला तो. सेंट्रींगचं काम करणारा... गाव सोडून लांब इकडे आला. एकाकीपणानं त्याला असा हा धंदेवाल्या बायका-पोरींची अंथरुणं उबवण्याचा नाद लागलेला... आणि अशा मध्येच ती त्याच्या आयुष्यात आली नि ती त्याला मनातून आवडूही लागली होती. धंदेवाल्या इतर बाया-पोरींहून ती बरीच वेगळी उमटून दिसत होती. इतर जणींपेक्षा ती टंच तर होतीच, शिवाय त्यांच्यागत हातानं नुसतंच धुतलेले कपडे ती घालत नसे. पोलकी, पातळं परटाकडून कडक इस्त्री करून आणून ती घालत असे. सकाळचं पातळ न्यारं असे; तर दुपारचं न्यारं ! डाव्या हाताच्या मनगटावर लेडीज वॉच तर टेचात बांधे... अशी फाकडू पोरगी नुकतीच विशी ओलांडलेल्या त्याच्यासारख्या ज्वानीनं सळसळणाऱ्या पोराच्या मनात रुतून बसली नसती तर नवल!

खिशात चार पैसे जादा खुळखुळत असले की तो तिला म्हणे,

"पवी, आज पिक्चर हाणू या कोंचंतरी!"

अर्थात् ती अशाला राजी व्हायला फारसे आढेवेढे घेत नसे. असा तो मनातून फुलावानी उमललेला असला की, एखाद्या पातळासाठी किंवा अगदीच काही नाही म्हटले तर झंपर पीससाठी त्याला शेंडी लावता येई. पिक्चर सुटल्यावर एखाद्या लॉजमध्ये रात्र कटे. तो तिला मिठीत घेऊन कुरवाळत मुके घेत म्हणे,

"तुझ्यावानी सुख आजवर कुणीच दिलं न्हाई बघ!" नि मग ओठांवर मधाचं पोळं पिळावं तसं ते सुख त्याच्या आत-आत झिरपत राही... सकाळची ती मौशीच्या ठाणकाला परते. मग अंघोळ तेथेच करी आणि दर्ग्याला जाऊन येई. दस्तगीरबाबाला पाया पडताना रोजच्या किळसवाण्या जिंदगानीवरली कात पडून-झडून जाऊन मन-शरीर कसं निर्मळ होऊन जाई! जगायला एक नवंच बळ येई. दर्ग्याहून परत फिरल्यावर ती आपल्या आईकडे जाई. गावाच्या मावळतीकडील ओढ्याजवळचा भुंडा माळ म्युन्सिपालिटीच्या मालकीचा असला तरी त्यावर दलितांनी एक झोपडपट्टीच उठविली होती. झोपडपट्टीच्या उत्तरेस लगतच अशी म्युन्सिपालिटीने मराठी शाळा बांधली होती. तिच्या आईनं झोपडपट्टीतलं आपलं खोपटं भाड्यानं देऊन आपलं बोचकं नि गटरं शाळेच्या लांबलचक व्हरांड्याच्या एका कोपऱ्यातल्या खांबाला टेकवून ठेवलं होतं. खाली जमिनीवर तीन दगडांची चूल होती. विकत आणलेल्या लाकूडफाट्यावर ती त्या तीन दगडांच्या चुलीवर जेवण करी नि जेवण वगैरे करून पोटातील भुकेच्या कावळ्यांना थोडं शांत केल्यावर भांडी घासून-धुऊन परत बोचक्यात बांधून ठेवी. शाळेपुढल्या विजेच्या खांबावर मर्क्युरी लाईट होता. रात्रीच्या त्याच्या त्या सोनपिवळ्या उजेडात स्वयंपाक करून जेवणादीला लख्ख दिसे.

पवी तेथे आली की, वाटेचा वाटसरू टेकावा तशी घटकाभर टेके. तिचं चार-पाच वर्षांचं पोर "आईऽ" करीत तिच्या गळ्यात पडून हेंदकळत राही... तारुण्याच्या पहिल्या बहरात ती पोटुशी राहिली तेव्हा तिच्या मैतरणींनी तिला सल्ला दिला होता,

"पवी, पाडून टाक हे! पोरं बाळंत होस्तोवर आपल्यासारख्या बायकांस्नी धंदा बंद ठेवून चालत न्हाई! बाळंत व्हायच्या आधी आनी मागनंबी आपला धंदा बरेच दिवस बंद ठेवाय लागतोय, मग तेवढ्या आवधीत पोटाचं कसं? खाणार काय? रोज धा जणांखाली पडावं नि आंगाची मळणी करून घ्यावी तवा कुठं आपली हातातोंडाची गाठ पडणार! तवा गप्प एखाद्या दवाखान्यात जाऊन रिकामी हो जा बाई!!"

"न्हाई, मी हे ठेवणार. ह्याआधी तुम्ही म्हंतासा त्या ईचारानंच दोन पाडली की, पन हे तिसरं ठेवणार! आपल्या मागं कोणतरी दिवा लावणारं असावं! आपला वस आगदीच वसाड पडून जाणं बरं न्हवं! आपल्या मागं तिथं नवं जित्राप तरारून येऊ दे की !!"

"काय व्हैक ! आगं व्हैमाले, बाळंतपणातनं उठून नेटाकहून परत धंद्याला बसूस्तोंवर पोटाला काय काटंकवाळं भरणार व्हय गं !"

"त्या धोरणानं मी भिशी टाकलीया, त्यात साठल्यालं पैसं मग काढायचं

नि त्यावर पुरवून-पुरवून दिवस काढायचं!''

आणि तिनं आपल्या म्हणण्याप्रमाणंच केलं. गर्भपात न करता मुलाला वाढविलं. पोरगा झाला. तिच्या आईनंही आठवड्यातनं एक-दोनवेळा खाटक्याच्या दुकानातनं बकऱ्याची मुंडी आणून, घिसाड्याच्या भात्यावर ती खरपूस भाजून नि तिच्यावरचं क्यास झडून, स्वच्छ करून तिचं कोरड्यास तिला भरपेट पाजलं. बाळंतिणीची कंबर घट्ट होऊन ती नेटाक व्हायला बकऱ्याची मुंडी लई चांगली, अशी सारीच म्हणत, त्याची परचिती तिला आली. दोन महिन्यांतच पवी पूर्वीगत नेटाक भरलेली दिसू लागली. बाळंतपण तिला खूप मानवलेलं दिसत होतं. गुर्टरऽगूं गुर्टरऽगूं करीत घुमणाऱ्या एखाद्या गच्च भरलेल्या कबुतरावानी ती आता वाटायची ! तीन महिने उलटल्यावर धंद्यावर बसायला ती शारु मौशीच्या घरी आली तेव्हा वासनांध शौकिनांची तिच्यावर मुकरन पडली! एक इवून गेल्यावर जरा उसंत मिळाली म्हणून पान चघळावं तंवर दुसरं येऊन धडकत होतं... प्रत्येकाकडनं चाळीस-पन्नासाचा गौना काढून घेऊन तिच्या बटव्यातला नोटा ठेवायचा कप्पा वतांबला होता. कुणी पूर्वीचं एखादं ओळखीचं गिऱ्हाईक सबागती म्हणून विचारत्यालं,

"पवी, कोंच्या मुलकाला लकार्णी मारून थापटून आलीस? पुना-मुंबै का सांगली-कोल्लापूर?''

"ह्या एकाच गावाला का टिकली लावलीया? हितला कट्टाळा आला की फुऽर्र व्हायचं नि दुसरं गाव गाठायचं! खांद्यावरल्या पदराबरोबर लाज टाकल्याल्या आम्हासारख्यांस्नी हरेक गावात उल्लू मशालजी भेटायला काय तोटा? बापयाची जात काय, हितनं-तिथनं सारखीच आस्ती! चांगली बाई दिसली की, ती आंगाखाली कवा वडाय ईल, हेच बघत आस्ती !!'' ती आपल्या बाळंतपणादी खाजगी आयुष्याचा जराही थांगपत्ता लागू न देता गोल-गोल मोघम बोलत राही.

पैसा वारेमाप मिळत होता आणि ती मनगंड खर्चही करीत होती. पातळं, ब्लाऊज पिसीस् , सिनेमा, आठवड्याला दोन डाव मटण... कधी ती आईकडं निघाली की, वाटेवरच्या हॉटेलातील भजी, उप्पीट वा शेवचिवडा असं काही आपल्या पोराला, आईला घेऊन जाई. ह्या असल्या चाटक्या खाण्यानं प्वार तर हूडागत वाढलंच, पण तिची रांडमुंड आईही गोलगप्पा दिसू लागली. कासुटा मारून ढुंगान हालवीत रस्त्यानं चालली की, साठी उलटलेली हिरवट खोडंही हावऱ्या नजरेनं बघू लागत!

गावाच्या खालतीकडील बसवान माळाला म्युन्सिपालिटीने सरकारी अठरा टक्के बजेटमधून दलितांसाठी दोन-दोन खोल्यांची दीडशे घरे बांधली आणि गावातल्या दलित वस्तीचं तिथं स्थलान्तर झालं. रिकाम्या झालेल्या झोपडपट्टीच्या

त्या जागेवर म्युन्सिपालिटी आता प्राथमिक शाळा बांधणार होती म्हणे! ह्या स्थलांतरात तिच्या आईलाही एक घर फुकट मिळालं. अशी फुकट घरं मिळूनही त्यात राहणाऱ्या बायाबापड्या सरकारची, म्युन्सिपालिटीची आई-माई काढून रोज शिव्या घालीत, कारण साधं दळणं दळून आणायला असो वा कोतमिरीच्या पेंडीला असो किंवा बाजारहाट करायला असो, दोनेक किलोमीटर तंगड्यातोड करून गावात यावं लागे! ''भाड्यांनी गावातच कुठं तरी जागा बघून आम्हांस्नी घरं बांधून दिली आस्ती तर त्येंचं आई-बा का नर्कात जात व्हतं ?'' अशी म्युन्सिपालिटीच्या मेंबरास्नी फुलंही वाहिली जात... रोजच...

पवीलाही धंदा करून रात्रीचं तेवढ्या दूरच्या पल्ल्याला चालत जायला जिवावर येई. ईळभर येणारं गिऱ्हाईक साऱ्या आंगांगाचा चोळामोळा करून आपलं पैसे वसूल करीत असे, त्यामुळे मुका मार बसल्याल्या माणसाला आभुळ आल्यावर आंग दुखू लागावं तसं तिचं आंग दुखू लागे! मग ती दहा रुपयांवर पाणी सोडून वस्ती म्होरल्या रस्त्यावरील कॉर्नरवरून एखादी रिक्षा करे नि ''बौधनगर'' नाव दिलेल्या त्या नव्या वस्तीत जाई. एखादं नवीन रिक्षावालं प्वार तिला टेचात सुनावे,

''रुपय् पंधरा बसतील तिथवर जायला!''

ह्यावर ती त्याच्याहून कडक आवाज काढून त्याला चापे,

''कोण नवीन रिक्रूट आलाईस वाटतं तू?'' आणि स्वत:च्या बाची रिक्षा असल्यावानी ती भास्सदिशी रिक्षातील गादीवर आरामात ऐसपैस पसरे नि रिक्षावाल्या मिसरूट फुटलेल्या त्या पोराला सुनावी, ''मी रोज जातो हितनं बौधनगरात धा रुपय दिवून; तू न्हाई म्हनलास तर तुझा बा दुसरा!''

गावात चांगल्या पाच-सहाशे रिक्षा झाल्या होत्या. शाळा मध्येच सोडलेली वा नोकरी कुठे चांगली मिळेना म्हणून बेकार हिंडणारी पोरेच त्या रिक्षा चालवीत. रिक्षामालक कुणीतरी असत. त्यांना रोजचं पन्नास रुपय् भाडं दिल्यावर वर जे राहील ते रिक्षा चालविणाऱ्या पोरांचं. शिल्कीच्या पैशातून पेट्रोलसाठी आणखी थोडे पैसे खर्च होत आणि एखाद्या ठिकाणी रोजगाराला जावं तेवढे पैसे निश्चितपणे मिळत.

पवीसारखी अंगापिंडानं घवीघवीत भरलेली पोरगी अशा आवरातंचं एकटीच रिक्षात बसल्यानं पोरं बावचळून जात, शिवाय तिच्या वेणीत गजरा असे आणि तिनं आपल्या साडीवर तीव्र वासाचं कसलंसं सस्तं अत्तर शिंपडलेलं असे. त्या वासानं रिक्षा घणाय् लागे. ती रात्रीची अकरा-बाराची वेळ... ती टंच पोरगी आणि अत्तराचा तो दरवळ ह्यानं रिक्षावाल्या पोरावर एक प्रकारचं गारुड केलं जाई न् मग त्या भारलेल्या अवस्थेत रिक्षाचं हॅण्डेल वर खेचून ते रिक्षा चालू

करी अन् बौधनगराच्या दिशेने ती पळवू लागे...

असं सारं चांगलं, सुरळीत चाललं होतं. सुख जणू मधाचं पोळं फुटून मध टिपकावा तसं टिपकत होतं आणि अशा तेजीच्या काळात महारुद्र तिच्या आयुष्यात आला. तो सेंट्रींगचं, नव्या इमारतीच्या गिलाव्यांचं, पीलर व स्लॅब वगैरे टाकण्याचं काम करीत असला तरी चांगला शिकलेला होता. सिव्हिल इंजिनिअरिंगचा डिप्लोमा केलेला होता. कंत्राटदार असलेल्या बापाबरोबर न पटल्याने रुसून इकडे आला होता. अंगावर कामे घेऊन ती धडाडीने पुरी करण्याचा त्याचा स्वभाव असल्याने खिशात चार पैसे खुळखुळत असलेला... पैशापाठनं बाई-बाटली हाही नाद अगदी ज्वानीच्या उंबरठ्यावरच त्याला यरगटलेला. भ्रमरवृत्तीने इथे-तिथे उंडारत, मिळविलेले चार पैसे वारंहूरं करून उधळत फिरण्यात एकप्रकारचा पुरुषार्थ त्याला वाटायचा! दहा ठिकाणी हिंडून एक जागी रुदावावं, रमावं तसं त्याचं मन पवीच्या ठिकाणी रमलं होतं. गावातील ज्या कुणी दीड-दोन डझन तरण्याबांड वेसवापोरी होत्या त्या सर्वांत पवी उजवी तर होतीच, पण त्या सर्वांहून जास्त नटमोगरी होती. देवानं जे काही आपणाला बहाल केलंय त्यावर कसा पैसा कमावून चांदी करायची ते ती ह्या धंद्यात कुणीही न शिकवता आपसुक शिकली होती...

मिळविलेल्या कमाईवर ती आपल्या पोराला, आईला पोसत होती. थोरली बहीण एक होती, ती बोरगांवला दिली होती. तिची सारी आबदा नि नाचारगत, दाल्ला दारुड्या, पदरात दोन कार्टी... ती कधी सणावाराला आली की, तिला पाताळ, पोरांस्नी नवी कोरी उक्ती कापडं नि अगदीच काही नसलं तरी ती जाताना हातावर शे-दोनशे तरी ती टिकवीच... तिचं प्वारही आता मोठं झालं होतं नि शाळेला जाऊ लागलं होतं. त्याच्या बाचं नाव म्हणून तिनं एका आपल्या आवडत्या सिनेनटाचं नाव लावून आडनाव मात्र आपलंच लावलं होतं. गावातला एक टी.व्ही. रिपेअरी दुकानवाला सतराअठराशेला ब्लॅक अँड व्हाईट चौदा इंची टी. व्ही. बांधून देत होता; त्याच्याकडून तिनं तसला एक टी. व्ही. ही बांधवून घेऊन घरी नेऊन ठेवला होता. नव्या बौधनगरात म्युन्सिपालिटीनं पाण्याच्या नळांबरोबर विजेचीही सोय केली होती; नि विजेपाठोपाठ एक केबलवालाही तिथे घुसला होता. दलित वस्ती असली तरी घराघरातनी आता "टीव्या" झाल्या होत्या. केबल कनेक्शनं गेली होती. महिना साठ भरणं कुणाला अवघड नव्हतं... ती ईळभर उंडरत तशी गावातच असे. तिला कोणी लॉजवर नेत; कुणी आपल्या शेतातील बंगल्यावर वा फार्महाऊसवर नेत, कुणी डोंगरावरल्या सरकारी डाक बंगल्यात नेत. अशा जोडप्यांना पैसे घेऊन खोल्या देणे, ह्मात तिथल्या वॉचमनला केव्हा - केव्हा आपल्या पगाराएवढी कमाई होई. गावातल्या

श्रीमंतांची टोळकी आपल्या कारमधून टी. व्ही., व्ही. सी. आर. नेऊन डोंगरावरल्या त्या सरकारी डाक बंगल्यात रात्रभर ब्ल्यू फिल्मही पाहत. सोबत धंदेवाल्या पोरीही नेलेल्या असल्या की, तेथे मग नागड्याने गोंधळ चाले. कुणाची कुणाला लाज नसे. माणूस हा एक प्राणी आहे, जनावर आहे हे तेथील एकाच हॉलमधे एकमेकांशी रत झालेल्या पाच-सहा जोडीदार भिडूंवरून दाराच्या फटीतून ही फुकटची करमणूक पाहण्यास नित्य सोकावलेल्या वॉचमनलाही कळून येत असे ! केव्हा-केव्हा तो मनी अचीट करीत स्वत:शी म्हणेही, ''बायली, कुत्रा-कुत्री नि माणूस यात कायबी फरक न्हाई!''

महारुद्र नित्यच पवीकडे येई. शारूमौशीला त्यानं दोन-चारवेळा बोलूनही दाखवलं होतं,

''मौशी, मी पवीला ठेवून घेटलंय्!''

मौशी मनातल्या मनात कपाळावर हात मारून घेत असे. प्वार सेंट्रींगच्या कामात पैसा मायंदाळा मिळवत आसंल, पन मनानं भावस्थी हाय. भाबडं हाय. महारुद्रची पाठ वळल्यावर ही भोसडी हिकडं धाजणांस्नी ऊरावर वडती; नि म्हणं ठेवून घेटलीय! आरं बाबा, अशा उंडगमल्ल्या पोरी ठेवून घेटल्या तरी त्या एकाच ठिकाणी रुदावत न्हाईत, रमत न्हाईत. ईरड कराय् सोकावल्यालं ढॉर गोरणीत मारवेलाचं गवात टाकलं तरी दाव्याचं बिरडं सोडून 'जरा दांतलूंदे माळरानात, गोठ्यात डांबून कट्टाळून गेलं असंल' म्हणून भाहीर ताणलं तर ते आधी गावदरीत घुसतंय्! बाबान्या, सवं लागल्याली अशी कवा जातीया का? सोता राबून आणून सोन्यासारखा गुलबा म्होरं टाकला तरी दुसऱ्याच्या रानाच्या कुप्पणाच्या बेळ्याला ढुश्या मारून असं सोकावल्यालं ढॉर आत शिरायला बघणारच!! त्या पोराचं पवीवर मन बसलं असलं तरी पवीला त्येची कितीशी पत्रास हाय? ती उंडगी धा जणांकडनं ठोकून घेत उंडारत फिरतीयाच! एकदा ती पवीला म्हणालीही,

''पवी, प्वार चांगलं हाय; भल्या घरचं हाय. 'पवीला ठेवून घेटलंय् मी!', म्हणून सांगत फिरतंय्..दोगं मिळून कुठं तरी एक खोली बघा जावा आनी दाल्ला-बायकुवानी निर्मळवानी ऱ्हावा जावा! रोज धा जणांकडनं आंगाची मळणी करून घेत जगण्यापक्षी ते आनी निर्मळ!!''

ह्यावर कधी नाही ते पवी गंभीर झाली; नि म्हणाली,

''मौशी, मलाबी हे का समजंना! पन अशी ठेवून घेणारी तीन-चार वरसं वापरत्यात नि आंगावरलं जुनं कापाड टाकावं तसं मग टाकून देत्यात, आनी मग आपल्या जातीतल्या एखांदीबरोबर लगीन करून घिऊन 'तू कोण, मी कोण' अशी जगत ऱ्हात्यात! आगं, त्यो लिंगाड्याचा, आमी म्हाराचं, तवा ह्ये

तिरगूतिप्पान्ना लै दिवस टिकत न्हाई, मग मी काय करू? आनी चार-सा वर्सानं मी पोतरंहून जाईन; मग कुणी तंगडीबी वर करायची न्हाई माज्यावर!!" पवीला शाळा-घराबाहेरच्या ह्या उपराट्या काळजाच्या दुनियेनं बरंच काही शिकविलं होतं...

"पवी तू लै म्होरचा ईच्यार करतीस! आनी वंगाळच हुईल, असंच का घोकत ऱ्हातीस? लिंगाडी आसला म्हणून कायम म्हारनीवर रुदावून, लुभावून जलम् काढणारी लोकं का न्हाईत? पेला अर्धा का आसंना, भरलाय म्हणून समाधानानं जलम् काढणारी माणसं जशी असत्यात तशीच माजा पेला अर्धा रिकामाच हाय, म्हणून आंगाला कावुसकोल्या लागल्यावानी जगणारी मान्संबी आसत्यात! आसं ईवळत जगायचं, का हाय त्यात समाधान मानून जगायचं, ते तुजं तू ठरीव, ईच्यार कर!!"

ह्यावर पवी गप्पच बसली. तिच्या वागण्यात विशेष बदल झाला आहे, असं मौशीलाही दिसेना! एखाद्यावेळी महारुद्र येऊन गुलूगुलू बोलत बसलेला असे आणि अशा वेळी एखादं गिऱ्हाईक आलं की, पवी चटाक्‌शिरी उठेल नि कामुक नजरेने तिच्याकडे पाहणाऱ्या त्या अनाहुताकडे पाहून त्याला खल्लास करणारं आपलं खास धंदेवाईक हासू हांसत ती महारुद्रला म्हणे,

"बस्स, आलोच एवढ्यात!" आणि ती त्या गिऱ्हाईकाला घेऊन मागील बाजूच्या खोलीकडे जाई.

ती एकच खोली म्हणजे जणू रंगमहालच होता. गिऱ्हाईक आल्यावर सर्व पोरी ती एकच खोली वापरत. आत एखादीनं कुणाला तरी नेलं असलं नि तोवर बाहेर बसलेल्यांपैकी एखादीच्या गळाला एखादा मासा गावला की, ती मग आतली खोली रिकामी होईपर्यंत त्या आंबटशौकीनाला पाचकट चावट बोलत नि तसलंच त्याचं बोलणं ऐकत रुदावून, गुंतवून ठेवीत असे! काही वेळानं त्या खोलीतलं जोडपं आहेर आलं की, 'चल' म्हणून ही दुसरी आपल्या भिडूला आत नेत असे...

पवी अशी गिऱ्हाईकाला आत घेऊन गेली की, इकडे महारुद्रच्या चेहऱ्यावर अभ्र सरकून जाई. मघापास्नं पवीबरोबर बोलताना फुललेला चेहरा आभाळातील ढगाची सावली पडल्यागत काळवटून जाई... हांसत-खिदळत, चिमटे काढून घेत खोलीकडे वाटचाल करणाऱ्या पवीला इकडे महारुद्रच्या ध्याईत कसला वडवानल धडधडून पेटत असेल, ह्याची कधी कल्पनाही आली नव्हती! अशा वेळी तिने कधी महारुद्रची विशेष पत्रासही ठेवली नव्हती, विशेष पर्वाही केली नव्हती...

पंचमीचा सण उद्यावर येऊन ठेपला होता. ईळभर पवीला मिळगतही बरी

झाली होती. रात्रीचे आठही केव्हाच होऊन गेले होते. मौशी म्हणत होती,

"पवी, आता जा घरला. बास्स, रग्गड झाली कमाई. आता दमली असशील. जा, निवान्त झोप काढून उद्या आनी ताजीतवानहून ये जा !!"

"मौशी, उद्या पच्चीम. माजा यजमान, माजा लवर आज येणार हाय. पच्चमीला पैसे देतो म्हंटलाय्. त्येचीच वाट बघत बसलोय!" पवी म्हणाली.

रात्रीचे नऊही होत आले. ह्या अवधीत एक गिऱ्हाईक येऊन पवीला चुरगळून, कुस्करून तिच्या नागड्या-उघड्या छातीवरच्या उंचवट्याच्या बेचक्यात दहा-दहाच्या तीन-चार नोटाही टाकून गेलं; तरीही महारुद्रचा पत्ता नाही. आता निघावं, रिक्षा करावी, बौधनगरातल्या घरात जावं, आईला आज आंडी आणाय् पैसे दिलं व्हतं. तिनं केल्यालं झणझणीत कोरड्यास ओरपावं नि गडदेबाजवानी ताणून द्यावी... पण तेवढ्यात महारुद्र आलाच... जणू ती त्याचीच खाजगी मालमत्ता असल्यावानी त्यानं तिच्या गळ्यात, उजव्या खांद्यावरनं आपला हात टाकला नि तिला आपल्याकडं किंचित ओढून दाबल्यागत केलं.

"चल!" मग आवाजात खूप मधाळपणा आणीत तो म्हणाला.

ह्यावर मत्तीर घातल्यावानी ती त्याच्यासंगं निघाली.. 'कुठं?' हेही तिनं आजवरच्या अनुभवानं विचारलं नाही. 'चल!' म्हणून तो जवा-तवा तिला नेई तेव्हा ती ओळखे - आज त्याचा खिसा गरम आहे; तेव्हा आपली तर चंगळच! गावात डझनहून अधिक मटणाच्या खानावळी होत्या नि कर्नाटकात पुस्तकातील कायदाकानूनची ऐसी-तैशी असल्याने तेथे मटणाच्या ताटासह गिऱ्हाईक मागेल त्या ब्रॅण्डची विदेशी दारू ऊर्फ क्वार्टर केव्हाही मिळे, तसेच विदेशी दारू दुकानात बिनपरमीटचे बिअरबारही वरपर्यंत जाणाऱ्या हप्त्यावर चालत... अशाच एका खानावळीच्या रूममध्ये दोघे घुसले. मटणाची दोन फुल्ल ताटांची त्याने ऑर्डर दिली आणि दोन क्वार्टर मागविल्या. सोबत क्लबसोड्याच्या दोन बाटल्याही आणण्यास सप्लायवाल्या पोराला सांगितलं... मग ऑर्डरची ताटं येईपर्यंत दोघं क्वार्टर फोडून मद्याच्या पेल्यात सोडा ओतून चवीनं घुटके घेत राहिले. ताटं आली. गरम-गरम चपात्या, फोडणीचा भात ऊर्फ पुलावा, सुक्की प्लेट, तवंगदार रस्सा... मद्याबरोबर हे गरम-गरम जेवण... क्वार्टर खाली होऊन तिच्यातील झिंग डोकीत चढणारी... जगात सुख-सुख म्हणजे काय? मनात भरलेलीला घेऊन झोपणं हे जसं सुखाचं, तसंच पोटात खूप भूक असल्यावर मद्याबरोबर खारकांडाच्या ताटावर असा आडवा हात मारणं, हेही सुखाचं! सुखाच्या ह्या किती परी! किती तऱ्हा!!

दोघं मौशीच्या दारात आले तेव्हा सारी निजानीज झाली होती... त्यानं दाराची कडी वाजविल्यावर मौशीनं दार उघडलं; नि दाराच्या दोन्ही फळ्या धरून जणू

त्या दोघांना आत येण्यास अटकाव करीत ती तशीच तटकबंद दारात राहिली.

"पवी, सुक्काळे, आजून घराकडं गेली न्हाईस?" मौशीनं विचारलं.

ह्यावर पवीऐवजी महारुद्रनं उत्तरं दिलं,

"मौशी, आज दोगं आम्ही हितंच झोपताव्" नि त्यानं खिशातून एक नोट उचलली नि मौशीच्या हाती सारली...

ती शंभरची नोट पाहून मनातून मौशी हारकून टूं झाली.. खुद्द तिला रोज शंभरची दारू लागे. घरात जोगतीण म्हणून यल्लाम्माला सोडण्याची परंपरागत चाल, त्यामुळं बानं तिला जोगतीण म्हणून सोडली तेव्हाच तिच्या पोटापाण्याला म्हणून पाच एकर रान सात-बाराच्या उताऱ्यावर नोंदविलं. तिच्या गावच्या बंकापुरेअण्णानं इथं तालुक्याच्या गावी एका हॉटेलम्होरं पान दुकान टाकलं होतं. त्यानं एका ट्रक ड्रायव्हरसंगं तिचा झुलवा लावून तिला इथं आणलं. रांडमुंड सासू एक पन्नाशी उलटलेला टॅक्शीवाला ठेवून घेऊन वस्तीत राहत होती; तेव्हा ती गावात वेगळी खोली घेऊन राहत होती. सासू वृद्ध होऊन वारल्यावर ती इथे आली. अडल्यानडल्या जोडप्यांना जागा देऊन पैसा मिळवू लागली. झुलवा लावून घेतलेल्या ट्रकवाल्याला मग बिनआयासी दारूला भरपूर पैसे मिळू लागले नि ड्रायव्हरकीची नोकरी करण्याची त्याला मग जरुरीही वाटली नाही. वर्षभरातच तिथे काही पोरी धंद्याला येऊन बसू लागल्या, कमाई वाढली, दारूला मिळणाऱ्या पैशातही वाढ झाली व तो दारू पिवून-पिवून, लिव्हर कंडम् होऊन मरूनही गेला. यानंतर तिचे पाच यजमान झाले नि ते सारे अती दारू सेवनाने वृद्ध होण्याआधी वर गेले, त्यामुळे वारयोषितेच्या जगात तिला सर्वच बायका 'लासवट रांड', 'हाडळ', 'बापयांचा आर घेणारी' अशा शेलक्या विशेषणाने बोलावित. तिलाही वाटे, आपली मिठी मरणाची हाय का? आपल्या आयुष्यात येणारा पुरुष आपल्या आधी मरतो म्हणजे काय? अशा प्रश्नांनी काळजाला काच लागल्यावानी ती सैरभैर होई न् मग जास्तच प्यायला लागे... ह्यामध्ये तिला रोज शंभर रुपयेही पुरे पडत नसत आणि तेवढेच पैसे ती आकडा, मटका खेळूनही घालवे! तशी तिला कमाईही भरपूर होती. त्यातील थोडा पैसा पोलीस कचेरीला हप्ते देण्यात जाई; तरीही बाहेर कुठे अगदीच केसीस मिळाल्या नसल्या म्हणजे पोलीस वस्तीत येत आणि 'रस्त्यावर येऊन अश्लील हावभाव करणे, पुरुषांना हाकारे घालणे, खोकणे-खाकरणे, कामुक बोलून गैरमार्गाला घेऊन जाणे' वगैरे कारणे देऊन केसीस घालीत व तारीख पडल्यावर कोर्ट 'गुन्हा कबूल का?' म्हटल्यावर 'कबूल' असे खोटेच वदवायला लावीत; नि मग जो काही चाळीस-पन्नास रुपये दंड होई तो मौशीच भरे! एकदा एक महिला जज्ज कोठूनशी बदली होऊन तालुक्याच्या गावी आली होती आणि

तिनं विचारलं होतं, 'तुम्ही हा घाण धंदा का करता? कुठं तरी कामधंदा करून खात का नाही?' यावर मावशीनं म्हटलं होतं, 'कोर्टमहाराज, आम्हाला कुठं तरी कामधंदा द्या, कुठं तरी कामावर लावा; उद्याच्या उद्या हे घाण काम सोडताव्! म्हाराज, आम्हाला काय ह्यात सुख हाय?' ह्यावर जीभ तुटल्यावानी जज्जबाईची अवस्था झाली होती...

महारुद्रनं दिलेली ती शंभराची नोट घडी करून तिनं चोळीत सारली. त्या नोटेची चोळीखालच्या तिच्या कवठागत कठीण वक्षस्थळाला एक वेगळीच ऊब आली. इतके पुरुष उरावर ओढले, पण तिचे प्वाटपाणी आजवर पिकलं नव्हतं. "वांझ वाकाळ, ××× पोकाळ" अशी तिची गत झाली होती. ती निब्बर वयाची असली तरी अशा वांझ बायका असतात तशी आतून-बाहेरून गच्च भरलेल्या बाभळीच्या खोडागत होती. पन्नासच्या घरातले काही मुरब्बी दर्दी काही वेळा तिलाच विचारत! त्यात तसा एखादा घणसर बांध्याचा पुरुषसिंह असला नि त्याच्या ओठावरील अक्कडबाज मिशाच्या आकड्यागत तो तिच्या मनात रुतला की, त्याला घेऊन ती खोलीत जात असे आणि लई दिवसाचा उपास सोडत असे! वयानं तिची पोरं शोभतील अशांनाही काही वेळा भुलावण घालून मन भरून त्यांचा भोग घेण्यात ती रत होत असे; वयाची काही दिक्कत, पत्रास तिच्या लेखी नसे. एक नर, एक मादी, हेच तिच्या लेखी एक आदीम सत्य होतं!

नोट खिशात सारताच तिनं पाठ वळवत म्हटलं,

"या आत!" नि पवीला तिनं सूचना दिली, "दाराला आडना टाक ग!"

दिवसभर अनेक पुरुषांच्या श्वापदी वासना अंगोपांगावर झेललेल्या, सोसलेल्या तीन-चार पोरी आंतमध्ये मिळेल त्या रक्कटावर आडव्या झालेल्या. जणू इथं-तिथं मढीच पडली होती! बाकीच्या तेवढ्या गावातच असलेल्या आपापल्या घराकडे गेल्या होत्या. मागच्या रिकाम्या खोलीत मौशीच पासलत होती. चोळीखाली थानावर रुतून बसलेल्या शंभराच्या नोटेच्या घडीनं खोलीतला तिचा थारा उडविला!

"झोपा जावा आत!" पवीला तिनं सुनावलं नि तिथलाच एक जमखाना, उशी नि तिथलीच चादर घेऊन बाहेर येत ती बोलली, "लैच घेटलीसा जनू आज दोघानीबी. वासानं सगळं घणाय् लागलंय की घर! आता चिप्प कुत्र्यानिपट पडा. दंगा-धुडकोस करत ऱ्हायलासा तर ह्या आवरातीचं भाहीर हाकलाय् आनमान करणार न्हाई!"

दोघांनाही इतकी चढली होती की, आत जाऊन ती गुमान पासलली. मौशीला बाहेर काही खसपस वा पलंगाचं कुरकुरनंही ऐकू आलं नाही! झोपमोड

मध्येच झाल्यानं मौशीला मग बराच वेळ झोप लागेना... आपल्या उघड्या छातीला कुणा तरी पुरुषाची केसाळ छाती भिडावी; त्या केसानं उघड्या अंगावर मोरपीस फिरावं तसं आपण मोहरून जावं अन् मग करकचून त्याला आवळत आपण मन भरूपर्यंत भोगावं! किती दिवस झालं... दोनेक म्हैने तरी सहज, आपलं हातरून उबवायला कुणी आडदांड म्हसोबा आला नाही! आतल्या महारुद्रला उरावर वडावं का? पन त्यो भाड्या पिवून इतका लास झालाय् की, त्येच्या हातानं काय निभणार? आंधळा ऊरावर, तशी गत! वासनेनं ती वेडीपिसी होऊन गेली. हळूच बेळाचं दार लोटत ती खोलीत शिरली. अंधाराला डोळे सरावलेले. तशीच कोपऱ्यातल्या आपल्या पेटीजवळ गेली. गळ्यातल्या चांदीच्या साखळीत अडकविलेल्या किल्लीनं तिनं पेटीचं कुलूप काढलं. आत तिची कापडं होती नि तळाला तीन क्वार्टर बाटल्याही... अशा आवरात्रीचं झोपेचं खोबरं झालं की, ती त्यातली एक क्वार्टर घशाखाली उतरवी नि त्या तारंत पासले! आताही तिनं एक क्वार्टर उचलली. बाहेर येता-येता तिनं बेळाचं दार ओढून घेतलं. चुलीम्होरं आली. तिथला एक रिकामा पेला घेतला; हांड्यातल्या पाण्यानं एक तांब्याही भरून घेऊन ती आपल्या अंथरुणावर येऊन आलकट-पालकट घालून बसली; मग पेल्यात जरा-जरा पाणी ओतून त्यात क्वार्टरमधील थोडी-थोडी दारू ओतत तिनं अख्खी बाटली रिकामी केली! आजच्या ईळभरातली ही आखीरची दहावी, का अक्रावी? तिला नीट आठवेना, मेंदूला मुंग्या येत गेल्या नि ती तशीच लवांडली...

तिला जाग आली ती पवीच्या बोंबल्याकारानं! दाराबाहेर पवी ठो-ठो बोंबल्याकार करीत सारी वस्ती जागी करीत होती,

"मौशी घात झाला ग, मौशी घात झाला! आता मी मरतो! त्या भाड्यानं आसीड फेकलं तोंडावर! हांट पाजला त्येला, पळून कुठं आंधारात दिक्पाल झाला!"

मौशीनं वर आभाळात पाहिलं, पयली चान्नी उगावली होती. पहाटेचा पाचचा टैम झाला होता. अजून नीट उजाडलंही नव्हतं. हिच्या कालव्यानं आजूबाजूची सारी घरं, सारी गल्ली जागी झाली, तशीच मौशीच्या घरातल्या पोरीही. त्यातीलच एकीला मौशीनं म्हटलं,

"बायने, जा कोपऱ्यावर नि सेंक्कर रिक्षावाल्याला उठवून बलवून आण. जा भिगीद्यान्. माजं नाव सांगा!"

काही सेकंदातच शंकर रिक्षावाला येऊन धडकला. तशी त्याला बोलवायला गेलेली व येताना आत बसून आलेली बायनी रिक्षातून खाली उतरू लागली, पण तिला उतरण्यास अडकाव करीत मौशी म्हणाली,

"तू खाल्ती उतरू नको ग, जा अशीच रिक्षा घेऊन बौधनगरात, पवीचं घर

म्हायतीच हाय तुला; पवीच्या आईला म्होरं घालून रिक्षातनंच चाट्शिरी घिऊन ये.''

तोवर इकडे पवीनं बोंबबाराखड्या लावीत गळा काढला होता.

''आता मरतो रं देवा! कोंच्या जल्मीचा वाद्या त्यो, वाद साधून पळाला! लै आगडोंब उठलाय् गं मौशी, मला दवाखान्याकडं न्हे ग मौशी! मला वाचीव ग मौशी!!'' पवी तळमळत होती. दाराम्होरच्या रस्त्यावर गडागडा लोळत तोंडावर हात मारून घेत होती... वस्तीतले बघे बाप्पे मौलिक सल्ला देत होते-,

''आधी सर्कारी हास्पिटलाकडं पळवा!''

''न्हाई, आधी पोलीस कम्लेन करायला पायजे!''

''सिरीयस केस आस्ली म्हंजे आदी दवाखाना, तिथं आडमिट झाल्यावर जाबजबाब घ्यायला मग पोलीस न्हाय् तर हवालदार येतोयच की!''

तोवर मावशी आतमध्ये गेली होती. पेटीतल्या काही नोटा तिनं तशाच अंधारात उपसल्या नि बाहेर आली. पवीच्या कालव्यानं आतला लाईट लावायची भाबबी कुणाला राहिली नाही...

हा वेळपर्यंत पवीच्या आईला घेऊन रिक्षा आली होती. पवीला गळामिठी मारून पवीच्या आईनं लेकीपेक्षा जोराने गळा काढला होता. म्होरं रस्त्यावर रिक्षावाला ह्या गोमगाल्यात रिक्षाचं भाडं कुणाकडनं वसूल करायचं, ह्याच्या विवंचनेत उभा होता. मौशीनं आईच्या हातात नोटा कोंबल्या नि दरडावल्यागत आवाज काढून सुनावलं,

''हितं बोंबल्याकार करून काय उपेगाचं हाय? जा आधी हिला दवाखान्यात घिऊन. भाहीर कोण असल्या केसीस धरत न्हाईत. सर्कारी दवाखान्यात न्हे जा. मग पोलीस कम्लेन कर जा!''

पवीला रिक्षात कोंबलं. रिक्षात तिच्या शेजारीच तिची आई बसली; तशी मौशीनं हुकूम सोडावा तसा आवाज काढीत रिक्षावाल्याला म्हंटलं,

''सेंक्कर, हंऽ पळीव!''

रिक्षा निघून गेली, तशी मौशी हे सारं झेंगाट निस्तरायला पोलिसांच्या मढ्यावर किती हजार आवळायला हवेत, याचा विचार करीत माघारी वळली. तोवर शेजारची घरवाली बुढ्ढी नस्सीमाबीनं म्हंटलं,

''शारुबाय्, क्या गे योऽ, कायेकु ऐसे छिनाला रांडाकू तू थारा देतीया?''

''खाला, क्या बतावू तेरेकू - मई रातपारेच पवीकु बोलने लगी थी - 'बाये, बस्स आता. रात झाली. पोटापुरती मिळगत केलीयास. जा घरला तुज्या तू!' पन हुबाल्या दान्याचीनं ऐकलं न्हाई. माजा यार येणार हाय, लवर येणार हाय, पच्चमीच्या सणाला पैसे देणार हाय, म्हणत होती. त्येची वाट बघत

न्हायली, त्योबी सुडका पिल्यान् घालूनच आल्याला. आसीडाची बाटली त्येनं हितं भाहीरच रातीचं दडवून ठेवली असणार, पाऽटंचं येरवाळी उठून, टमरेल घिऊन भाहीर जायाचं त्येनं निमित्त केलं. ही उंडगी आतनं दाराभाहीर ईवून त्येची वाट बघत थांबली आसंल. टमरेलातनं आसीड वतून घिऊन त्यो आला असणार नि तिच्या तोंडावर पानी मारावं तसं ते मारून आंधारात मट्टमाया झाला असणार! खाजवाडी रांड, रातीच माजं ऐकती तर तेवढी टाईम टळत हुती का न्हाई! आगं खाला, त्येच्याकडनं नडीकडीला पायजे तवा पैसे उकळायची आनी त्येच्या म्होरंच गिऱ्हाईकाबरोबर झोपाय् खोलीत घिऊन जायाची, असली मस्तवाल, रांड! कितीबी झालं तरी त्यो बापायगडी, त्येले राग हाय का न्हाय? त्येनं काढला काटा!!''

ह्यावर बुढ्ढ्या नस्सीमाबीच्या मनात आलं - तिचाबी काढला नि तिच्याबरोबर ह्या म्हशीचाबी. साऱ्या पोरींची भाडी जमा करून मांदं चढलंय् आंगावर. आता धार केल्याली पोलिसांची सुरी फिराय् लागली की, ते आपसुकच झडल्यागत हुतंय्!

सरकारी हॉस्पिटलमध्ये दोन वर्षांपूर्वीच एक नवीन, तरुण डॉक्टर बदली होऊन आले होते. गैरव्यवस्थेमुळे पेशंट राहू द्या, कोण काळं कुत्रंही तिकडं पूर्वी फिरकत नसे, पण गरिबांबद्दल कळवळा असलेले डॉक्टर सुट्टीदिवशीही हॉस्पिटलमध्ये हजर राहून कनवाळुपणाने रुग्णांची न कंटाळता सेवा करायला तत्पर राहत. त्यांचा नावलौकिक वाढत गेला, तशी मग पेशन्टांची रीघच लागली. डॉक्टरही मध्यान् रात्रीदेखील कुणी हाक मारीत उठवीत आला तरी न त्रासता, न वैतागता उठत व हसतमुखपणे रुग्णाला ट्रीटमेंट देत राहत. तेवढ्या पहाटेही, जवळच्याच कर्मचाऱ्यांच्या क्वार्टरमध्ये राहत असलेले डॉक्टर उठले. दवाखान्यात आल्या-आल्या पेशन्टची हकीकत समजल्यावर त्यांनी पोलीस कचेरीला फोन मारला आणि केस आपल्या हाताबाहेरची आहे हे जाणून जिल्ह्याच्या गावी, सरकारी हॉस्पिटलमध्ये अ‍ॅडमिट होण्याचा सल्ला दिला.. पोलीस कचेरी जवळच होती. डॉक्टरांचा फोन येताच ड्युटीवरच्या हवालदारानं त्वरित आपल्या एम्‌एटीवर कीक् मारली.. दोन-तीन मिनिटांतच तो हॉस्पिटलमध्ये हजर झाला आणि पवीचा जाबजबाब लिहून घेऊ लागला...

* * *

गावात सेंट्रींगची कामे करणारे पाचेक लोक तरी बाहेरगावचे होते. चौकशीला झाडून साऱ्यांना कचेरीत आणण्यात आलं... महारुद्रचं नाव, गाव, पत्ता आदी समजायला मग तासभराचा अवधीही लागला नाही.. पोलीस जीप जेव्हा त्याच्या

कंत्राटदार बापाच्या गावी, आलिशान बंगल्यापुढे जाऊन उभी राहिली तेव्हा त्याचा बापसुद्धा मनातून टरकून गेला. फार दिवसांनी आपलं पोरगं आपल्यावरचा राग-रुसवा विसरून परत घरी आलं म्हणून मनातून तो हारकून गेला होता. आता त्याला चुचकारून, गोडीगुलाबीनं आपल्या हाताखाली घेऊ नि म्होरच्या साली त्येचं दोनाचं चार करून बार उडवून टाकू, असे विचार त्याच्या मनात घुमाय् लागले होते. प्वारही जेवून मघाच वरच्या मजल्यावरील खोलीत कलंडलं होतं; तोवर ही खाकी कोल्ह्यांची धाड पडली! आपल्या पराक्रमी कार्ट्यानं तिकडं काय गुण उधळलेत कुणास ठाऊक, ह्या विचारानं क्षणभर बाप गोंधळात पडला. फौजदारनं त्याला कानडीत विचारलं,

"निम्द हुडगा इकडं बंदेतयेन?" (तुझं प्वार इकडं आलंतं काय?)

"इल्ला! आव आकडे सेंट्रींग दग्द म्याल..." (नाही! ते तिकडंच सेंट्रींगच्या कामावर...)

तशी फौजदारानं फाड्दिशी त्याच्या कानाखाली जाळ काढला नि गोळीबंद आवाजात म्हटलं,

"सुळ्ळीमगनं, सुळ्ळ माताडता?" (सुक्काळीच्या, खोटं बोलतोस?)

पवीचं भदं करून मिळेल त्या गाडीनं महारुद्रनं आधी आपलं गाव गाठलं होतं. त्याच्या यऊनं (आईनं) मोठ्या कौतुकानं दिलेल्या गरम-गरम पाण्याने मन:पूत अंघोळ करून त्यानं मनावरचा ताणही घालविला होता; मग कितीतरी दिवसानं यऊच्या हातचं सुग्रास जेवण त्यानं चवीनं खाल्लं होतं आणि माडीवरील खोलीत ताणून दिली होती.. बायली, आपलंच गाव बरं! नको 'ते' गाव - रांडा, पोरी, दारू आनी... विचार करत त्याला गडदेबाज झोप लागली होती... पण बाहेरील ह्या कालव्यानं त्याची झोपमोड झाली. खिडकीतून त्यानं खाली डोकावून पाहिलं - साले पोलीस! आयला, एवढ्या लौकर शिकारी कुत्र्यावानी साल्यांना आपला वास लागला! झटकन् त्यानं पलंगावरून खाली उडी मारली आणि जिना उतरून परड्याच्या आंगाला धावला...

तोवर हूमदांडगाव्याने पोलीस आतं घुसले होते. कोणतरी तरुण जिन्यावरून उतरून मागच्या दाराकडे सरवाटावानी सुटलेला पाहताच हवालदार कांच्यागोळ ओरडला, "नील्ल!" (थांब!)

पण पळणाऱ्याची थांबायची लक्षणे दिसेनात म्हटल्यावर त्यानं आपल्या हातातला दंडुका नेम धरून त्याच्यावर फेकला! नेमका तो डोकीत बसताच "यव्वो" करीत महारुद्र खाली कडमडला. कांच्यागोळनं झ्याल खाऊन त्याची मानगूटच गच्च पकडली नि लाथा-बुक्क्यानं तिथंच तुडवायला सुरुवात केली. तोवर बरोबरचे आणखी दोघे पोलीस तेथे आले; आणि साऱ्यांनी महारुद्रची

धुलाई करीतच बाहेरील पोलीस जीपजवळ आणलं... आपल्या पोराला असं ढोरावानी मारत असलेलं पाहून बाप कळवळला नि म्हणाला,

"का असं माझ्या पोराला मारतासा? काय गुन्हा केलाय् आसा त्येनं?"

"एक पोरीच्या तोंडावर ॲसीड फेकून त्येनं खून करायचा प्रयत्न केलाय्. पोरगी जिल्ह्याच्या हास्पिटलात ॲडमिट हाय. चांगलं तीनशे दोन कलम लावताव्... ह्यात पोरगी गचकली तर हे गेलंच बाराच्या भावात! फाशी, न पक्षी जन्मठेपच... काय म्हंताव?" फौजदारानं पूर्वीसारखाच जरबेचा सूर लावला. "पोरगं वाचवायचं आसलं तर आमच्या मागूमाग तुझ्या कारनं लगोलग चल. तिथं आमच्या वरचा यजमान बसलाय् सी.पी.आय्. त्यो आनी काय म्हंतोय बघ चल!"

कंत्राटदारच असल्यानं कायदाबाह्य सर्कारी कामं हाताळायला काय केलं पाहिजे, हे त्याला चांगलंच ठाऊक होतं. तो आधी घरात गेला. तिजोरीत दोन लाख होते; तेवढ्या नोटा त्यानं बॅगेत भरल्या. ह्याहून जास्तीची जरुरी पडली तर उद्या-परवा बँकेतून आपल्या खात्यावरून काढून आणून त्यांची भाराभरती करता येईल. तोवर 'म्हसोबाचा' कोप आपल्या पोरावर होऊ नये म्हणून निवद ठेवायला हे एवढे बस्स आहेत!

कंत्राटदाराचं प्वार म्हंटल्यावर सी.पी.आय्. जलालपुरेनं ओळखलं की, आजचं बकरं चरबीवालं आहे... महारुद्रला पुढं आणून चार-सहा पोलिसांनी बुटाच्या लाथानं त्याला चांगलंच कुबललं होतं नि पोलिसी हिसका म्हणजे काय असतो, ह्याचा हाबका त्याच्या मनी भरला होता! गुन्हेगाराला निम्मा करण्याचा हा कार्यक्रम संपतोय् तोवर त्याच्या बापाची झेन कार पोलीस स्टेशनपुढे उभी राहिली. सी.पी.आय्. जर आडव्या डोक्याचा असेल तर पोरासंगं आपल्यालाही लॉकअपमध्ये टाकेल म्हणून त्याच्या बापानं सोबतीला असावेत म्हणून आपल्या दोघा मेव्हण्यांनाही सोबत आणले होते. त्या दोघांना कारमध्येच बसवून तो एकटाच सी.पी.आय्. जलालपुरेच्या चेंबरमध्ये आला.

"नमस्कार साहेब!" त्यानं हात जोडले.

"या, आत या!" शिकाऱ्यानं सावजाचं निरीक्षण करावं, तसं सी.पी.आय्.नं कंत्राटदाराचं केलं नि आपल्या पेशाला शोभणार नाही अशा मऊ आवाजात म्हटलं, "बसा!"

तसा महारुद्रचा बाप साहेबाच्या टेबलासमोर असलेल्या दोन खुर्च्यांपैकी एकीवर बसला. साहेबही मग आपल्या खुर्चीत सावरून बसला न् त्यानं टेबलावरचा पेपरवेट हाती उचलून त्या काचेच्या गोळ्यातील रंगीत फुले न्याहाळीत तो हातात खेळवित म्हटलं,

"हे पाहा कंत्राटदारसाहेब, नाव काय तुमचं?"

"नागाप्पाण्णा! नागाप्पाण्णा ईश्वराण्णा बंकापुरे!"

"तर नागाप्पाण्णा, तुमचं हे पोर पुरं बिघडलेलं आहे. वाया गेलेलं आहे. काय म्हणतो? प्रत्येक बापाला आपलं पोर चांगलंच आहे, असं वाटतं! पन तुमच्या पोराला सगळे वाईट नाद आहेत, सगळे!!" सी.पी.आय्. म्हणाला. तो सहा वर्षे झाली, ह्याच गावात ठिय्या मारून बसलेला. 'वर'पर्यंत त्याचे हात, त्यामुळे तीन वर्षांनी बदली झाली नव्हती. या गावी तो आला तेव्हा त्याला धड मराठी बोलता येत नव्हतं, पण आता इतक्या वर्षांच्या इथल्या वहिवाटीनंतर तो चांगल्या प्रकारे मराठी बोलू लागला होता. कुणी-कुणी त्याला दुकानाच्या उद्‌घाटनाच्या, तसेच गणेशउत्सवाला, नवरात्र उत्सवात मूर्ती पूजनाच्या कार्यक्रमाला वगैरे नेत, तेथे मराठीतून दहा-पंधरा मिनिटे बोलून भाषणेही करू लागला होता.

ऐकून नागाप्पाण्णाचा चेहरा पांढराफटक पडला; न् पडेल आवाजात तो बोलला, "साहेब, मला पहिल्या तीन पोरीच झाल्या, पोरगा होऊ दे म्हणून नवस केला; नि त्यो असला निजपला! दिवटा!!"

"एकुलती एक पोरं असली की, ती अशी गुण उधळतातच! 'प्रॉडीगल सन'ची गोष्ट तुम्हाला कदाचित माहीत नसेल. कॉलेजला इंग्लिशच्या टेक्स्टबुकात आम्हाला होती. असाच एक वाया गेलेला कार्टा त्या गोष्टीत बापाचं घर सोडून निघून जातो नि शेवटी जगातल्या ठेचा खाऊन बापाच्या घरी परत येतो. तुमचा पोरगा तसाच परत आला आहे असं समजा नि त्याला फासातून वाचवायचं बघा. एका वेश्या पोरीच्या तो नादी लागला होता. त्यांच्यावर कितीही पैसा खर्च केला तरी त्या एकाबरोबर एकनिष्ठ कशा राहतील? जास्त पैसा देणारा दुसरा भेटला की, त्या निघाल्या तिकडे. ही असलीच स्टोरी तुमच्या दिवट्याच्या बाबतीत झालीय्. त्या पोरीच्या तोंडावर ॲसिड फेकून तिचा मर्डर करायचा प्रयत्न त्यानं केलाय्. तीनशे दोनचं कलम त्या पोरीनं मान टाकली तर लागू शकतं. जिल्ह्याच्या हॉस्पिटलात तिच्या आईनं तिला ॲडमिट केलंय! केस सिरीयस आहे, इथं कुणी धरली नाही.."

सारं ऐकूनच नागाप्पाण्णाच्या पायातनं वारं गेल्यागत झालं. जीभेला कोरड पडली.

"साहेब, हे सारं ऐकून माझं तर चित्त चिन्नभिन्न झालंय. माझं मलाच काय करावं, काय नको ते सुचेना. ह्यातनं आता तुम्हीच मार्ग काढा..." नि नागाप्पाण्णाने आपले डोळे टिपले.

"अहो, असे रडू नका. पुरुषानं रडायचं नाही. आयुष्यात अशी संकटं येतच असतात. तेव्हा दिल टाकून चालत नाही, त्येचा निडरपणानं सामना

करायचा, हाच खरा पुरुषार्थ!'' आणि साहेबानं आपल्या हातातला पेपरवेट टेबलावर ठेवीत नागाप्पाण्णाचा हात अतीव आपुलकीनं दाबून सहानुभूतीचं नाटक करीत म्हंटलं, ''तुम्ही पाच लाखपर्यंत जोडणी करून या जावा; तोवर हे प्रकरण कसं हॅण्डल करायचं, याचा मी विचार करतो...''

पाच लाखाचा आकडा ऐकून बुडात सुई घुसल्यागत अण्णानं खुर्चीत केलं न् मग म्हटलं,

''पाच लाख! काय साहेब, हे इतके? मी काय करोडपती शेठ सावकार नाही की व्यापारी नाही; साधा कंत्राटदार आहे... थोडी दया दाखवा गरिबावर!''

हल्ली साधी घरे-बंगले बांधणारा कंत्राटदार किती 'गरीब' असतो हे साहेबाला चांगलं ठाऊक होतं, त्यामुळं मघापासूनचा मऊ स्वर त्यानं एकदम बदलला,

''हे बघा अण्णा, एखादा गुन्हा दडपून 'होत्याचं नव्हतं' करायला काय-काय लटपटी करायला लागतात नि किती रक्त आटवावं लागतं, हे आमचं आम्हाला माहीत! तुम्ही देता तो सारा पैसा काय माझ्या घरी जाऊन साठत नाही. आमचेही हात 'वर'पर्यंत असतात. हल्ली आमदार-खासदारही हप्ते गोळा करू लागलेत. इलेक्शनमध्ये कोटीच्या घरात हे लोक उगीच पैसा खर्च करीत नाहीत! त्यापूर्वी पाच वर्षांच्या पिरीअडमध्ये दहा-वीस कोटींची कमाई त्यांनी केलेली असती. गांधी-नेहरू-सुभाषबाबू आजवर जर सुदैवाने आपल्यात असते तर हल्लीच्या पुढाऱ्यांच्या लीला पाहून त्यांनी आत्महत्याच केल्या असत्या!!''

ह्यावर अनेक उन्हाळे-पावसाळे खाल्लेल्या, साधा रोजगारी गवंडी ते कंत्राटदारपर्यंतची प्रगती केलेल्या अण्णाने ओळखले की, आता जास्त वाडाचार लावून इथे उपयोगाचं नाही. आपलाच दाम खोटा आहे. आपणच पडंपन घ्यायला पाहिजे. आपलं घोंगडं दगडाखाली गावलंय् ते गोडीगुलाबीनं, पाया पडून का असेना, सोडवून घ्यायला हवं. तसं तो एकदम खुर्चीवरून उठला नि त्यानं साहेबाचे पायच धरले न् म्हंटलं,

''साहेब, दोन लाख देतो, एवढ्यात ते सारं मिटवून टाका. माझी तेवढीच कुवत आहे. जास्त असते तर आनंदाने दिलेही असते. मी काय तसा मोठा कंत्राटदार नाही, आमचं गाव ते केवढं नि त्या मागास भागात मी असं मिळविणार तरी किती?''

''अण्णा, हे हो काय! उठा, उठा. तुम्ही माझ्याहून वयाने मोठे, असे वेड्यागत करायचं नाही! उठा, घेऊन या जावा आहेत तेवढे; पाहू त्यात काही सारवासारव होतेय् का ती!''

तसा अण्णा उठला. परत साहेबच म्हणाला,

''अण्णा, पोरगी दलित समाजातील आहे. महार जातीतील. कायद्यात

त्यांच्यासाठी खूप काही करून ठेवण्यात आलं आहे. पोरीच्या आईनं नेट लावला तर दलितांचा मोर्चाही कचेरीवर येईल नि माझाच गणपती त्यात विसर्जित होईल. त्यामुळे या प्रकरणात पोरीच्या आईला बरीच मोठी रक्कम दिल्याशिवाय ती गप्प बसणार नाही, नि कंप्लेनही मागे घेणार नाही; हे लक्षात घ्या.'' नि साहेबानं फर्माविलं, ''जा गावी; नि आजच्या आज रक्कम घेऊन या.''

''येतेवेळी मी जोडणी करूनच आलोय् साहेब, पैसे गाडीत आहेत. घेऊन येतो!'' आणि अण्णा साहेबाच्या चेंबरबाहेर गेला...

तोवर इकडे साहेबाने खिशातील पाकिटातून एक सिगारेट काढली अन् खिशातील लायटरने शिलगावली. मग तिचा एक खोल झुरका मारून धुराचा एक लोट तोंडाबाहेर टाकत हे प्रकरण कसं दाबावं, याचा तो विचार करू लागला...जिल्हा पेपरातून छोट्या का असेना, ह्याबाबत बातम्याही आल्या होत्या. हे प्रकरण खल्लास होईपर्यंत लोक त्या बातम्याही विसरून जातील, कारण मधल्या अवधीत ह्याहून सवाई घटना घडत असतात; आणि लोक मग जुन्या बातम्या विसरून जात असतात.

दोन मिनिटांतच अण्णा पैशाची बॅग घेऊन आला नि अदबीने ठेवावी तशी त्याने ती साहेबाच्या पुढच्या टेबलावर ठेवली आणि म्हटलं,

''घ्या साहेब, रक्कम मोजा हवी तर!''

तशी साहेबाने ओणवी होऊन बॅग आपल्याकडे ओढली न् म्हटलं,

''मोजायची जरुरी नाही. ह्याबाबतीत कुणी फसवत नाहीत. तसं केलं तर इथल्या कामाला ब्रेक लागतो हे सारे जाणून असतात!'' आणि साहेबानं आवरतं घेतलं, ''आता तुम्ही निघा. प्रथम जामिनाची व्यवस्था करा, पोरग्याला मी सोडतो. काही काळजी करू नका.''

आता साहेबाला अण्णाला लौकर कटवायची घाई लागली होती. एवढी रक्कम जवळ असणे डेंजर. वरपर्यंत हप्त्यांची साखळी असली तरी ह्या लायनीत मित्रापेक्षा शत्रू अनेक होत असतात. कधी वेळ फिरेल नि कोण घात करील न् ॲण्टीकरप्शनवाले केव्हा गोत्यात आणतील, हे कोण सांगावे? अण्णा गेल्यावर ही रक्कम आधी मॅनेजरच्या हवाली करायची. गावातल्या एका खाजगी बँकेचा मॅनेजर साहेबाच्या खास सर्कलमधील होता. साहेबाची दोन नंबरची कमाई बँक मॅनेजरकडे सेफ डिपॉझिटमध्ये ठेवल्यागत असे. साहेबाच्या त्या ओळखीचा फायदा मॅनेजरलाही अनेक प्रकारे व अनेक पातळ्यावर होई...

''जरा पोराला भेटून, धीर देऊन जातो साहेब!'' अण्णा म्हणाला.

''जावा, भेटा जावा!'' आणि साहेबानं हाक मारत टेबलावरील घंटा

बडविली, "अरे मुरग्याप्पा!"

तसा चेंबरबाहेरील बाकड्यावर बसलेला मुरग्याप्पा हवालदार आत आला. साहेबाच्या टेबलापुढं उभा राहून त्यानं सॅल्यूट मारला न् म्हटलं,

"काय साहेब?"

"हे बघा, ह्यांना लॉकअप्च्या खोलीकडे घेऊन जा. मघा आणलेल्या त्या आरोपी पोराचे वडील आहेत हे, आपल्या पोराला भेटणार आहेत!"

"चला हो!" मुरग्याप्पानं अण्णाला म्हटलं.

तसा अण्णा मुरग्याप्पामागोमाग निघून गेला आणि पाठोपाठ हाती बॅग घेऊन साहेब बाहेर आला नि पोलीस स्टेशनच्या जीपमध्ये बसून त्याने जीप स्टार्ट केली... आता सरकारी डाक बंगल्यात जायचं, तेथून फोन मारला की, बँक मॅनेजर येताच त्याच्याकडे ती रक्कम सुपूर्द केली की, ऊरावर ओझं नाही...

मागच्या बाजूला लॉकअप्च्या खोल्या होत्या. महिला गुन्हेगारांसाठी त्यातील एक राखीव होती. पोलीस कचेरीत आपला बाप आलेला पाहून महारुद्रनं गळाच काढून भोकांड पसरलं.

"अप्पाऽ मला सोडीव हितनं, पोलीस लई मारत्यात!" तो रडतच बोलला.

"हुच्च तुंन्याव! गुन्हा केल्यावर पोलीस मारणार नाही तर काय पूजा करतील तुजी!" पोराच्या वर्तनाने वैतागलेला बा म्हणाला. "तुला काय वाटतं - तुला हिकडं पकडून आणल्यावर मी तिकडं घरात आलकट-पालकट घालत आरामात बसून पंख्यानं गार वारं घ्याय लागलोय? मी जामिनाच्या खटपटीत हाय, लौकरच तुला सोडवितो. फार झालं तर आजची रात्र राहा हिथं चिरटाच्या खोलीत, म्हणजे बंगल्यातल्या पलंगावरल्या गादीवरलं मच्छरदाणीच्या सुखाचं म्हातम तुला कळंल!" आणि त्याने पाठ वळविली व झपझप् पावले उचलून आपल्या झेनमध्ये येऊन बसला न् आतल्या म्हेवन्यांना म्हणाला, "चला जाऊ. आधी जामिनाची व्यवस्था करून पोराला बाहेर काढू! मारून-मारून पोलिसांनी त्येचा सुपडासाफ केल्यात!" न त्याने गाडी स्टार्ट केली.

हे अवघड जागेचं दुखणं, ड्रायव्हरला कशाला बरोबर घ्यायचं, ह्या विचाराने अण्णा स्वत: ड्रायव्हिंग करीत आला होता. त्याच्या ड्रायव्हरनंच त्याला ड्रायव्हिंग शिकविलं होतं...

* * *

सी.पी.आय्. साहेबानं हे प्रकरण कसं हाताळायचं ह्याचा मनोमन पूर्ण विचार केला होता. प्रथम त्या पोरीच्या आईनं केस मागे घेऊन कॉम्प्रमाईज

करायला हवं. त्यासाठी तिला तयार करायला, फितवायला हवं होतं. सहकार, तडजोड हे कोर्ट-कचेरीच्या झेंगटापेक्षा सुखाचं, हे शहाण्यांना, थोडेफार शिकलेल्यांना लगेच कळतं, पण अडाण्यांची समजूत पटायला कपभर रक्त आटवावं लागतं... साहेबानं जिल्ह्याच्या गावी कचेरीची जीप पाठवून पवीच्या आईला आपल्या चेंबरमध्ये बोलावून घेतलं आणि केस मागे घेण्याचा प्रस्ताव तिच्यापुढे ठेवला...

तशी भट्टीत लाह्या उडाव्यात त्याप्रमाणे पवीची आई रागाने उडाय् लागली,

"साहेब, मी श्याप केस मागं घेणार नाही! माझ्या सोन्यासारख्या पोरीचं वाटुळं केलंय् त्या हांट्यानं; त्येला सजा व्हायलाच पायजे; चार-सा वरसं जाऊ दे पडकभाड्या जेलात, चक्की पिसायला!'' अन् मग बराच वेळ ती त्या 'भाड्या'ला शिव्या देत राहिली.

तिचा फसफसून आलेला राग पूर्णत: उतू जाऊपर्यंत साहेब टेबलावरचा तो काचेचा पेपरवेट हाती घेऊन सवईनुसार त्याच्याशी चाळा करीत राहिला. मग तो संथ आवाजात म्हणाला,

"हे बघ बाई, तुझंही खरं आहे. करू नये तो गुन्हा त्यानं केला. त्याला सजाही व्हायलाच पाहिजे, ह्या तुझ्या विचाराशी मीही सहमत आहे. माझ्या हातात पावर असती तर मी अशांना गोळ्या घालून तिथल्या तिथं सजा दिली असती, पण आपल्या देशात कायदा म्हणून एक चीज आहे. तुमच्या आंबेडकर बाबांनीच तो कायदा लिहून ठेवला आहे. त्यात पोलिसांचं काम एवढंच असतं की, गुन्हेगाराला पकडून कोर्टापुढं हजर करणं, कोर्टातल्या वकिलांच्या लढाईत खऱ्याचं खोटं नि खोट्याचं खरंही होत असतं. ज्यांचा पैशाचा दाब जोर जास्त, त्या बाजूनं न्यायाचा काटा झुकत असतो. पोराचा बाप कंत्राटदार, खूप पैसेवाला, शिवाय त्याला तो एकच दिवटा. त्याला वाचवायला वारेमाप पैसा खर्च करायला त्याचा बाप आनमान करणार नाही. कोर्टात त्याच्याबरोबर टक्कर द्यायला समज तू पैसा जमा केलास तरी कोर्टात गुन्हा शाबीत झाला तर गुन्हेगाराला शिक्षा होणार. त्या पोरानंच तुझ्या पोरीच्या तोंडावर ॲसिड फेकलं, याला काही आहे पुरावा तुझ्याकडं? कुणी आहे साक्षीदार या घटनेचा?''

"हाय की साहेब, ती घरवाली शारूमावशी.. तिच्या घरात तर हे सारं...''

"जा, तिला आधी भेट जा नि विचार - पवीच्या बाजूनं साक्ष द्यायला कोर्टातल्या तारखांना ती यावयास तयार आहे का ते! किंवा तिथं आणखीन् कुणी बाया-पोरी असतील त्यावेळी त्यांच्यापैकी कुणी साक्षीदार होण्यास तयार आहे का बघ जा आणि मग केस लढवायच्या तयारीला लाग... आमची जीप देतो, जा तिच्यातनं आणि त्यांना भेटून त्या काय म्हणतात ते इथं सांगायला ये आलबात!'' आणि साहेबानं टेबलावरची घंटा बडविली, तसा बाहेरील हवालदार

आत आला. त्याला साहेबानं सांगितले, ''त्या हुसेनला जीप काढ म्हणावं, आणि या बाईंना गावात कुणाला भेटायचं आहे त्यांना भेटून झाल्यावर परत गाडीत घालून इथं घेऊन ये म्हणावं!'' नि मग पवीच्या आईकडे वळून साहेब बोलला, ''जा बाई, जाऊन ये जा कुणाला भेटायचं आहे ते आणि परत आमच्या गाडीतनं इथं ये. मला भेट. काय झालं ते सांग. मग पुढं त्यातून काय मार्ग काढायचा ते ठरवू!''

तशी पवीची आई हात जोडून साहेबाला नमस्कार करून बाहेर आली नि पोर्चमधील जीपच्या मागील बर्थवर बसली. हुसेननं जीप चालू केली. पवीच्या आईनं जीप कुठं घ्यायची त्याचा पत्ता सांगितला. पाच मिनिटांत जीप वस्तीत येऊन उभी राहिली. पोलीस जीप पाहून जणू वेश्या वस्तीवर रेडच आली की काय या भयाने जोडीदार पोरींना घेऊन आत गेलेले बाप्पे आपली कापडं सावरत बाहेर पळाले. आपल्यावरही केसीस नकोत म्हणून धंदेवाल्या पोरीही त्यांच्या पाठोपाठ दिक्पाल झाल्या आणि मुरब्बी नि अशा अनेक रेड्सतून गेलेल्या घरवाल्या तेवढ्या आपलं घर सोडून हालल्या नाहीत. घर आपलंच हाय, आपल्या घरात बसाय कुणाच्या बाचं भ्या?

जीपमधून उतरून पवीची आई मौशीच्या घरात घुसली.

''शाराक्का, एक काम हुतं ग तुज्याकडं; म्हणून आल्तो...'' तिनं मौशीला म्हंटलं.

''कामाचं मागनं बोल. आदी पवीला कसं हाय ते सांगा!'' मौशीनं विचारलं.

ह्या आपुलकीनं पवीच्या आईच्या डोळ्यांना चळा सुटल्या. ते पाणी बोटाच्या पेरानं निरपत ती म्हणाली,

''तिथला डॉक्टर म्हंतोय्, दोन-तीन म्हैने तरी हितंच ऱ्हायाय् लागंल.. पवीच्या पोराला तिच्या थोरल्या भनीकडं बोरगावला न्हीवून सोडलोय् नि पवीच्याजवळ मीच हाय की आक्का तिथं! कचेरीत फौजदारवरचा सायेब हाय की त्यो, सी.पी.आय्. म्हंत्यात म्हनं त्येला, त्येनं खास गाडी पाठवून मला हिथं बलवून घेटलंय न्हवं आज. त्यो म्हंतोय - 'केस मागं घे'; म्या म्हनलो 'घेणार न्हाई! त्या पडकभाड्याला सजा हूंदे; माज्या सोन्यासारख्या लेकीचं वाटुळं केलंय त्येनं!' त्यो सी.पी.आय्. सायेब म्हंतोय - 'कोर्टात गुन्हा सिद्ध व्हायला पायजे साक्षी-पुराव्यानं. मग गुन्हा करणाऱ्याला सजा हुतीया. तुझ्या लेकीच्या तोंडावर त्येनंच आसीड मारलं म्हणून साक्ष द्यायला कुणीतरी म्होरं यायला पायजे! आक्का, तुज्या घरातच हे सारं घडलंय; तू, झालं तर त्या रात्री तुज्या हितं मुक्कामाला असल्याल्या पोरी पवीच्या बाजूनं साक्ष देशीला न्हवं?'

तसे मावशीनं कोपरापर्यंत हात जोडले नि म्हटलं,

"जा बाई, तुज्या पाया पडतो; आम्हास्नी ह्या झेंगटात गुंतवू नको. माज्यापुरतं हे सारं मिटवाय् पाच हजार मी त्येंच्या मढ्यावरती आवळल्यात, न्हाय् तर माज्याबी ढुंगनाची सालटी बुटाच्या लाथा घालून काढाय् त्या खविसांनी आनमान केलं नसतं. मी तुला आताच शाऽप सांगतो – कोर्टानं माजी साक्ष काढलीच तर मी पस्ट सांगणार – 'कुणी हिच्या तोंडावर आसीड फेकलं ते आमाला काय ठावं न्हाय, आम्ही काय बघाय् न्हाय!' खुळे, त्येचा बा तिकडं कंत्राटं घिऊन गब्बरगंड झालाय् म्हणं, त्यो पोलिसांची मूठ दाबल्याशिवाय आपल्या पोराला लॉकपातनं सोडवून न्हेतोय? तवा आमच्यासारख्या धंदेवाल्या बायांनी पोलिसांच्याबरोबर दुष्मनी करण म्हंजे आपल्या हातानं आपलं मरन् ओढवून घेणं! तवा इतकीबला लोकं हितं जमलीती; त्यातली साक्षीला तुज्या बाजूनं एक तरी कोण उभा ऱ्हातंय् का बघ जा! आगं, पोलीस न् कोर्ट-कचेरी ह्यात कोण श्यानं माणूस पडंल? तवा तू श्यानी आसलीस तर केस लढवत बसण्यापक्षी तडजोड करून आपापसात कराय् बघ! अग, हात्तीसंगं गांड्यानं लढायचं नसतंय्!!"

"बरं, बघतो काय, कसं ते!" पवीची आई पूर्णत: पराभूत आवाजात म्हणाली व उठली...

ती एवढंसं चिमणीएवढं तोंड करून साहेबांम्होरं येऊन बसली; तसा साहेब म्हणाला,

"काय झालं बाई, कुणी साक्ष द्यायला तयार झालं का?"

"कुणीबी न्हाई साहेब, आपली येळ फिरली की सारीच फिरत्यात."

"म्हणून मी काय म्हणत होतो – केस मागं घे आणि आपसात करून मिटवून टाकायचं बघ. मी त्या पोराच्या बापाकडनं तुझ्या पोरीच्या औषणपाण्याला दहा हजार आणि ती डिस्चार्ज मिळून इथं गावी आल्यावर पुरी बरी, ठीकठाक, नेटकी होईपर्यंत पोटापाण्याला दहा हजार, असे सगळे मिळून वीस हजार तुला द्यायला लावतो... बघ, नीट विचार कर! या उप्परदेखील ही केस लढवायचीच जिद्द तुझी असेल तर निकाल तुझ्याविरूद्ध जाणार, सबळ साक्षी-पुराव्या अभावी तो पोरगा निर्दोष सुटणार... कोर्ट – कचेरीच्या कामासाठी तुझा पैसापरी पैसा जाऊन तुझ्या पदरात एक फद्याही पडणार नाही. तेव्हा तडजोड करणं, हेच शहाणपणाचं, काय म्हंतो?"

"साहेब, ईस हाजार लईच कमी हुत्यात. सर्कारी दवाखाना फुकट असला तरी तिथं भाहीरली भारी-भारी किंमतीची औसीदं लई आणाय् सांगत्यात! कालच्या एकच रोजात बघा की, तीन हाजार मागं पडलं! तिथं तर दोन-तीन म्हैने आडमिट व्हायला पायजे म्हंत्यात. तुम्ही मिळवून दिल्यालं ईस हाजार

नित्राटकी तिथंच भाहीरली औसीदं आणाय् खर्च झालं तर मग डिस्चार्ज मिळाल्यावर इथं गावात आल्यावर पोर नेटाक् हुस्तोंवर पोटाला काय काटंकवाळं भरावं?''

''बरंऽ वर आनी एक पाच हजार चढ द्यायला लावतो, मग झालं का नाही? त्याच्या बापाला उद्या बोलावून घेतो नि आधी त्याच्याकडून पैसे काढून घेतो तेव्हा तू परवा येऊन भेट. पैसे हातात पडताच केस मागं घेण्याच्या कागदावर मान्यतेचा अंगठा तू तेव्हाच उठीव, काय? आता जा तू!''

परवा ही आली की, दोन लाखातलं पंचवीस हिला द्यायचे, पाऊणे दोन तरी राहिले!

* * *

दोनच महिन्यात पवीला डिस्चार्ज मिळाला. गावी आल्यावर पंचवीस हजारामधून उरलेल्या पैशांची चांदी उडायला फार दिवस लागले नाहीत. ॲसिडमुळे एक डोळा गमावून बसलेल्या व चेहराही विद्रूप झालेल्या पवीला पूर्वीवानी धंद्यावर बसणंही कठीण होऊन गेले. पैसे संपल्यावर फाके पडू लागले. बांधवून घेतलेला टी.व्ही.ही हजारभरात फुंकून टाकला. तेही पैसे पोटाला खाऊन संपले. मग एका कातरवेळी पवीची आई मौशीच्या घरात येऊन थडकली; न मौशीचं पाय धरीत बोलली,

''शाराक्का, याक तरी गिऱ्हाक् मिळवून दे मला! राच्याला कायबी न्हाई बघ पोटाला!''

''जा, बस जा - दाराभाहीर पोरीतनी!'' मौशी तिला उठवत तिच्या डोकीवरून हात फिरवीत बोलली...

अन् मग पवीची आई दाराबाहेरच्या पोरींत येऊन बसली - त्यांच्यासारखी, त्यांचीच होऊन, गिऱ्हाईकाची वाट पाहत!

■

फलुदा

न्हावी, परीट, शिंपी, सुतार आदी पिढीजात कारागिरांपैकी वा कारागीर कलावंतांपैकी म्हणा, माणसं हाताळण्यात, हॅण्डल करण्यात कोण जास्त चलाख वा अग्रेसर असतो हे त्यांची निर्मिती करणाऱ्या परमेश्वरालाही कळणार नाही. तेथे मजसारख्या पामराचा काय पाड? वरील कारागीर कलावंतांपैकी सुतार नामक प्राणी (मनुष्यप्राणी म्हणा! कारण 'सुतार' नावाची पक्षातही एक जात आहे!) मज मूढाच्या आयुष्यात आला आणि कुणी कुणी साठीत आले तरी मूढच कसे राहते, हे शिकवून गेला!

लेखकाविषयीचे वाचकांचे कुतूहल शमविण्यासाठी काही चतुर संपादक आपल्या नियतकालिकातून वा रविवारीय पुरवण्यांतून 'लेखकाचे घर' सारखी सदरे प्रसिद्ध करीत असतात. माझ्यावरही अशा सदरातून लिहिणारा कुणी उपटसुंभ उगवला व त्या आर्टिकलवर टाकायला म्हणून माझ्या घरापुढे मला उभा करून फोटो काढतो म्हणाला तर त्या घरापेक्षाही मी उंच दिसेन असं माझं बुटकंसं, साध्या खापरीचं घर आहे. कुणी थोडा उंचेला माणूस अनपेक्षितपणे मला भेटायला आला तर त्या अनाहुताचे स्वागत आधी माझ्या घराची चौकट करते! म्हणजे टण्णदिशी ती अभ्यागताच्या डोकीला लागते, वा बडविते म्हणा आणि माझ्यापेक्षाही माझ्या घराचे स्मरण त्याला दीर्घकाल होत राहते, म्हणजे डोकीवरील टण्णू नाहीसा होईपर्यंत तरी नक्कीच!

पावसाळ्यात छपरावरील पावळणीच्या धारा दारापुढील गटारीवर टाकलेल्या शहाबादी फरशीवर पडतात नि त्यावरून उडालेल्या पाण्याच्या चिकळ्या दाराच्या फळ्यांवर व चौकटीच्या खालच्या बाजूस सतत बडविल्यामुळे चौकटीचा व दाराचा तेवढाच भाग कुजून जाऊन निकामी झालेला. चौकट डगडगत असलेली नि ती केव्हाही धराशायी होईल, ह्या भयास्तव तिच्या तळातील फटीत काळ्या दगडाच्या चिपा मारून तिला मी थोडं जीवदान दिलं होतं, तसेच लाकडी दाराच्या खालच्या भसक्यातून एक कंडम् झालेला प्लॅस्टिकचा ट्रे मी मारला. पण हे माझे पॅचवर्क या वर्षी पडलेल्या धो-धो पावसाने निघाले व त्या

भसक्यातून मांजरे आत येऊ लागली व त्यांनी दोन-तीन वेळा दूध मटकावून, 'ते पातेल्याखाली झाकून ठेवले पाहिजे' हे सामान्यज्ञान आम्हाला शिकविले! मग त्या मांजरांचा आम्हापेक्षा आमच्या घरात घरातील सदस्यागत राहणाऱ्या उंदरांनाच जास्त त्रास होऊ लागला. तसं मी 'मला काय हो त्याचे?' म्हणत मांजराकडे पूर्ण दुर्लक्ष केले. उंदरं आपलं शिष्टमंडळ मजकडे केव्हा आणतील व आपल्या अडचणी, तक्रारी केव्हा मांडतील तेव्हा विचार करून एखाद्या आमदारागत मग त्यांना भरघोस आश्वासन देऊन परत पाठवू, असा सुज्ञ वगैरे विचार मी तेव्हा केला होता म्हणा!

पण एके दिवशी बी.ए. पर्यंत शिकलेले आमचे धाकटे चिरंजीव म्हणाले, "काल रात्री सिनेमा बघून साडेबारा नंतर घरात आलो. तर पुढच्या सोप्यात हाऽ एवढा मोठा उंदीर!"

आणि त्याने दिवाळीच्या दिवशी बाहेर लावलेली पणती विझू नये म्हणून दोन्ही तळहाताचा आडोसा धरतात, तशी कृती करून उंदराच्या आकाराची आम्हाला कल्पना दिली!

माझ्या सौ. चं माहेर येथून आठ-नऊ मैलांवरील एका खेड्यात आहे. तेथील आपल्या धाकट्या भावासाठी परवाच्या बाजार दिवशी सौ. ने २५ किलो तांदूळ विकत घेऊन त्याचे चुंबडे मधल्या सोप्यातील भिंतीकडेला टेकवून ठेवलं होतं. त्याला भोकं पडलेली आढळून आल्यावर चिरंजीवांच्या बोलण्यावर थोडा तरी विश्वास ठेवणं भाग पडलं! माझी पर्मिशन घ्यायचे सौजन्य न दाखविता उंदरांच्या टोळक्याने हे डेअरिंग दाखवून आपला हिस्सा पळविला असावा...! पण घरातील तो सोपा लोटून केर टाकण्याच्या प्लॅस्टिकच्या खोऱ्यावर केर व तांदळ्याच्या चुंबड्याजवळ शर्विलकांनी चोरून नेताना सांडलेले तांदूळ साळुत्याने ओढून घेत सौ. म्हणाली,

"अहो, उंदीर हाऽ असा मोठा होता, असं आपला मुलगा म्हणतोय, पण उंदीर कुठला, बाहेरून आत घूस यावयास सोकावलीय. ही बघा की लेंडी-घुशीची!"

मी पिठाच्या गिरणीत काम करणारा (साहित्यिक) माणूस. श्री. व्यंकटेश माडगूळकर व श्री. बाबा कदम हे शिकारीत तज्ज्ञ असलेले साहित्यिक लेंड्यांवरून उंदीर वा घूस ह्या प्राण्यांना काय ओळखू शकतील असा मी लेंड्यांवरून वरील प्राण्यांना ओळखू शकतो! अर्थात, वरील थोर व लोकप्रिय साहित्यिकांपैकी कुणी जर म्हणालं, 'आम्ही बंदुकीने घुशी वा उंदरांच्या शिकारी केल्या असत्या तर हे पण ओळखू शकलो असतो!' तर ह्यावर मजकडे काही उत्तर नाही! अमुक इतके उंदीर वा घुशी मारून जागतिक रेकॉर्ड केल्याची नोंद 'गिनीज बुक

ऑफ वर्ल्ड रेकॉर्ड' मध्ये अजून तरी नाही! शिवाय ह्याचे हेही एक कारण संभवते की, वाघ, सिंह, चित्ता, हरीण, अस्वल, रानडुक्कर आदी प्राण्यांना बंदुकीने मारणे एक वेळ सोपेही आहे. तुम्ही जर पट्टीचे शिकारी असाल व वरील प्राण्यांच्या आकारमानाचाही थोडा विचार केला तर तुमचा नेम चुकण्याचा सहसा संभव नाही. पण घुशी व उंदीर... हरे राम! एकदा मी उंदराच्या पिटुकाची ऊर्फ बछड्याची शिकार करण्याचा प्रयत्न केला. वेस्टर्न चित्रपटातील नायकागत उठसूट कमरेचे पिस्तुल काढून गोळ्या झाडत राहणं मला, मी भारतातील संसारी माणूस असल्यामुळं, शक्य नव्हतं. माझं आपलं हत्यार म्हणजे स्वयंपाकघरातील लाटणं! मी हे हत्यार फेकताच खरकट्या भांड्यांच्या ढिगाऱ्यावर घोटाळणारं उंदराचं ते पिटुकलं तर पळालंच, पण मी फेकलेल्या त्या लाटण्याने चार कपबश्यांचे मात्र लगीन लागले! मी त्वरेने लाटणं उचलून ते पिटुकलं पळालेल्या दिशेने धावताच तेथील शेवाळलेल्या फरशीवरून पाय घसरून मी धप्पदिशी खाली कोसळलो व माझ्याच गब्दुल शरीराखाली माझाच (लाटणे धरलेला) उजवा हात गावल्याने हाताचे हाड फ्रॅक्चर झाले न् हॉस्पिटलमध्ये जाऊन एक्स-रे काढून घेऊन, प्लॅस्टरमध्ये दीडेक महिने हात बांधून घेऊन फिरावे लागले. फसलेल्या शिकारीसाठी एवढा भुर्दंड खिशाला जर होत असेल तर पाच-दहा हजार उंदीर मारून 'गिनीज बुक ऑफ वर्ल्ड रेकॉर्ड' मध्ये नाव छापून येण्यास किती खिसा रिकामा होईल? अर्थात, उंदरं वा घुशी मारून रेकॉर्ड करणाऱ्यांची नावे तिथे छापतात का, हेही कुणी तरी विचारून घ्यायला हवे म्हणजे (मी राहू द्या एक वेळ पण इतर कोणाला तरी) प्रयत्नशील राहता तरी येईल!

उंदरांचं सोडा, पण आता घुशीही दाराच्या फटीतून आत येऊ लागल्याचे पाहून मी काळजीत पडलो! उंदीर वा घुशी चावल्या तर त्यांच्या विषाने रक्तात गाठी होतात, हे ऐकून होतो. बाहेरील सोप्यात झोपणाऱ्या माझ्या मुलग्याला रात्रीचे वेळी एखादी घूस चावली तर मग डॉक्टरला पैसे घालवीत बसण्यापेक्षा ह्या दाराचा आता काय तो सोक्षमोक्ष लावायचा, ह्या दृष्टीने मी गांभीर्याने विचार करू लागलो. नवीन चौकट घालून, नवीन फळ्यांची दारे करायला सुताराच्या मजुरीसह दोन हजारांपर्यंत सहज खर्च येणार होता! आणि एक रकमी तेवढे पैसे खर्च करायला एक तर मजवर लॉटरीची कृपा झाली नव्हती व पुढील आयुष्यात ती होणे संभवनीयही नव्हते. कारण लॉटरीच्या मृगजळामागे मी धावणाऱ्यातला नव्हतो, अन् दुसरं म्हणजे एखादा दोन नंबरचा धंदा करून बक्कळ माया ऊर्फ धन ऊर्फ काळा पैसा जमविण्याचे हुन्नरही प्राप्त करून घेण्यास मी असमर्थ ऊर्फ नालायक होतो! त्यामुळे, प्रामाणिकपणे राहून येणारी मिळकत उणे प्रापंचिक

खर्च ह्यातून खिशात जे काही राहील त्याचा विचार करून चौकटीची व दाराची जुजबी वा तात्पुरती रिपेअरी करून घ्यायचा मी माझ्या दृष्टीने रास्त निर्णय घेतला!

मी काम करतो त्या फ्लोअर मिलच्या शेडजवळ एक सायकल रिपेअरीचे दुकान आहे. तेथे जवळच्याच तीनेक मैलांवरील एका खेड्याचा सुतार अधून-मधून बसलेला दिसायचा. काम नसेल तेव्हा तो तेथे पेपरही वाचत बसलेला असायचा. त्याच्यासह दहा-बारा वर्षांचं एक पोरगं नेहमी दिसायचं. त्याच्या हाताखाली काम करणारं ते त्याचंच पोरगं असावं. त्या सुताराला तेथेच जाऊन मी भेटलो व विचारलं

"आमचं दार रिपेरी करायचं हाय, सवड हाय का तुला?" तळागाळातल्या लोकांत वावरण्यातच उभं वा आडवं, खूप लांबवर पसरत गेलेलं म्हणा, आयुष्य गेल्यामुळे त्यांचीच बोलीभाषा माझ्या तोंडात बसली होती.

"सवड नसली तरी काढता येती, चला बघू!" सुतारही लगेच तयार झाला.

तसे आम्ही घराकडे आलो. शेपटीगत त्याचं पोरगंही त्याच्याबरोबर होतंच. माझं घर आल्यावर बाहेरच्या दाराचौकटीचं निरीक्षण करीत सुतार म्हणाला,

"दार कंडम् झालंय, आनी ह्या चौकटीतबी काय आर्थ ऱ्हायला ऱ्हाई बघा! नव्या चौकटीला पाचशे तरी, सहज बसतील!!" पेशन्ट ऑपरेशनच्या टेबलावर घेण्यापूर्वीच एखाद्या उतावळ्या डॉक्टरनं कामाचा उरक केल्याचा प्रत्यय द्यावा, तसं त्यानं केलं.

"हे बघ", मी त्याला समजावू लागलो, "चौकट फुडं कवा तरी बदलू. आता फक्त तिच्या तळातला, पाण्याने कुजलेला भाग कापून काढून तिथे त्याच साईजचे लाकडाच्या फळ्याचे दोन तुकडे जोडू! हे दार जुन्या पद्धतीगत एकपाखी आहे, दोन पाखी करायचे. एवढंच काम हाय!!"

दार तीन फळ्या एकत्र जोडून एकाच उजव्या बाजूने उघडायच्या सिस्टीमचं होतं. फळ्या कट करून ते मधोमध उघडायचं मला करायचं होतं.

"बरं, तसं करू!" सुतार बोलला.

"तुझी मजुरी बोल!" मी म्हटलं.

"फकस्त दीडशे रुपये द्या!"

"फकस्त? दीडशे फकस्त हुत्यात व्हय रे?"

"ह्या म्हागाईत दीडशेला काय येतंय हो?"

"ते काय सांगू नकोस. लैच हुत्यात हे!"

"बरं, सव्वाशे द्या."

"न्हाई, शंभर देतो बघ!"

"एकशे धा तरी करा, ह्या म्हागाईत हे लै होत न्हाईत!!"

"बरं, करून टाक!" त्याचं म्हणणं मान्य करीत मी त्याला शरण गेलो.

"बरं, जवळ एक धा-ईस रुपयं आसंल तर द्या!" तो म्हणाला, "हे आधी पैसे घ्यायचे म्हंजे मी तुमच्या कामाची सुपारी घेतल्यागत!"

मोठमोठे बिल्डर, लीडर, सिने व कॅसेट धंद्यातील लोक आदींचे मुडदे पाडण्यासाठी अलीकडे कुणी कुणी सुपाऱ्या घेतात, हे दैनिकांतून बऱ्याचवेळा मी वाचलेही होते, पण साधे दार रिपेअरी करण्याच्या टीनपाट कामासाठीही सुपारी घेतली जाते, हे ऐकून मनातल्या मनात मी चाटच पडलो!

गप्पगुमान मी खिशातील दहाची एकुलती एक नोट काढून त्याच्या हातावर ठेवली. ती खिशात जास्तानाला ठेवीत तो म्हणाला,

"हे फळ्यांचं एकपाखी दार हाय, ते मधनं कट् करून दोन पाखी करता ईल, पन मदी गंधवालपट्टी लागणार, ती एक आणून ठेवा, शिवाय च्यार इंजीस, कडी-कोयंडा, आनी शंबर ग्रॅम आडीच इंची तारमोळे, एवढं सामान आणून ठेवा, आम्ही पर्वादिशी येतावच!!"

एवढं ऐकवून सुतार मेस्त्री निघून गेला. इकडे आमचा डायलॉग कानावर गेलेली सौ. म्हणाली, "समजा पर्वाच्या दिवशी त्यो आलाच नाही तर?"

"तर धा रुपये अक्कल खाती खर्च घालायचं!"

"तुमचं हे अक्कलखातं दिवसेंदिवस मारुतीच्या शेपटीवानी वाढतंच चाललंय् हं!"

अर्थात, असं तिरकं बोलायला सौ. चा हात कुणी धरू शकणार नाही. तिचं बोलणं कानाआड करीत मी माझ्या कर्मभूमीवर, अर्थात् फ्लोअर मिलमध्ये आलो. पर्वाच्या दिवशी शनिवार. तो उजाडला. नेहमीसारखा सकाळी आठ-साडेआठच्या सुमारास मी फ्लोअर मिल उघडली, नंतर नऊ ते अकरापर्यंत सुतार मेस्त्री कामावर आला असेल, अशा विचाराने सायकलीवरून घराकडे दोन फेऱ्याही मारल्या, पण सुताराचा पत्ता नव्हता. तो मला शेंडी लावून आणखी दुसऱ्या कुणाला लावायला गेला की काय, कोण जाणे! वाटलं, आता सौ. चंच म्हणणं खरं ठरणार नि माझं अक्कलखातं दहाने वाढणार! फ्लोअर मिलकडे आल्यावरही धड तेथे लक्ष लागेना! त्येच्या मारी, 'बंडू करायला सगळ्यांना नेमका मीच कसा भेटतो कळेना!' शेवटी न राहवून दुपारी एक नंतर घराकडे तिसऱ्यावेळी फेरी मारली, तर चौकटीचे काम चाललेले दिसले. म्हणजे, चौकटीचा एक पाय निखळून काढून टाकून मेस्त्री कुठंतरी पशार झाला होता आणि त्याचं ते दहा-बारा वर्षांचं मदतनीस असिस्टंट पोर चौकटीच्या त्या

पायाचा तळातला कुजलेला भाग करवतीने कापून काढून तेथे दुसरा जोडण्याच्या ऑपरेशनला लागलेलं दिसलं. मी त्याला विचारलं.

"बा कुठं गेला रे तुजा?"

"त्यो व्हय? आयेचं काम कराय् गेलाय्!"

"आँ?" नीट अर्थबोध न झाल्याने मी पृच्छा केली, "काय म्हंतोस?"

"आमची आये गावातल्या बालवाडीत टीचर हाय हो. तिनं बाला कामाला लावलंय, म्हंजे, काय तरी आपलं काम सांगितलंय. बा आयेला लई भितोय् ! तिनं काय तरी काम सांगितलं की, हितं आल्याआल्या पैला तिचंच काम करून येतोय नि मग आपल्यासारख्यांचं हातात धरल्यालं काम कराय लागतोय!!"

"आता लेका, तू हे काम करणार?" मी मनातल्या मनात (माझ्याच) कपाळावर हात मारून घेत विचारलं.

"मीच सारं काम करत आसतोय की हो!" पोरगं फुशारकी मारीत म्हणालं, "बाला सुक्काळीच्याला काय दगडं येतंय्? आये तर त्येला उठता-बसता टोमण मारती 'तुमच्या डोस्क्यात दगडं भरल्यात, तुम्हाला काय कळत नाही' म्हणून!"

प्वार त्याच्या वारगीच्या पोरांहून जास्तच आगाऊ बेन्याचं वा ॲडव्हान्स वाटत होतं. बाला 'सुक्काळीच्या' म्हणत होतं, म्हणजे ते लईच पोचल्यालं दिसत होतं!

त्याच्या बोलण्यावर मनात आलं 'आता हे मिड्याएवढं प्वॉर सारं काम काय करणार?' मी (मनातल्या मनात) आणखीन एकदा कपाळावर हात मारून घेतला आणि माझ्या कार्यस्थळाकडे, फ्लोअर मिलकडे, आलो...

दुपारी दीडेक नंतर फ्लोअर मिल बंद करून जेवायला म्हणून मी घराकडे आलो, तेव्हा मेस्त्री आलेला होता आणि त्याने चौकटीचा दुसरा पायही (ऑपरेशनसाठी) काढून घेतला होता अन् चौकटीचा वरचा आडवा भाग खाली न कोसळता तसाच वर अंत्राळी, आधाराशिवाय राहिला होता! स्कायलॅबगतच जणू! गुरुत्वाकर्षणाचा नियमही इथे पायात शेपटी घालून बसला होता!

मेस्त्री एका पायाने, कमानपाटा तुटलेल्या गाडीगत, लचक्यांव लचक्यांव म्हणजे लंगडा होता, नि हे तर कुणालाही सहज दिसून येणारं व्यंग होतं. पातळी, किकरं ह्यासारखी हत्यारं कशी तरी धरून, उजव्या व्यंग नसलेल्या धड हाताच्या बोटांनी ठोकणीचे पेट्ट पातळी वा किकरंच्या डोकीवर लगावत चौकटीला पाय कलम करण्याचे मेस्त्रीने ऑपरेशन सुरू केले होते. चौकट व पाय ह्यांचं ऑपरेशन जिथं होणार होतं, त्या खोबणीची खांच जर गुळगुळीत केली असती तर चौकट व खालचं जोडाप नीटपणे एकमेकांना सप्पय टेकून

मध्ये फट न राहता बसलं असतं, पण एकमेकांना टेकणाऱ्या त्या बाजू मेस्त्रीनं बोंदरट केल्या होत्या त्यामुळं चौकट व पाय ह्यांचे हे कलम नीट कसं होणार, हे न कळून मी विचारलं,

"मेस्त्री, हे आसं तुम्ही बोंदरट तासलायला लागलाईसा, हे जोडाप नीटपणे सप्पय तरी कसं बसणार हो?"

"अहो हे चौकटीचं लाकूडच बरोबर न्हाई हो! नीट प्लेन आसं निघंचना!" त्याला धड काम जमत नव्हतं. नि 'लाकूडच बरोबर न्हाई' म्हणत तो लाकडात दोष काढीत होता! मला त्याचा रागच आला. रागाच्या त्या भिरबीटीत मी म्हणालो, "आण हिकडं!" आणि त्याच्या हातातील पातळी व ठोकणी काढून घेऊन चौकटीचा पाय नि त्याला जोडायचं चौक लाकूड पुढं ओढून घेऊन खांच सप्पय, प्लेन करू लागलो.

मी सुतारागत काम करू लागलो आणि सुतार घरमालक असल्यागत पाहत बसला...!

दुपारी तीन वाजेपर्यंत चौकटीच्या दोन्ही पायांचे जोडाप (ऊर्फ ऑपरेशन) पूर्ण झाले व ते पायही चौकटीच्या वरच्या आडव्या बरग्याला बसवून झाले. पण सुताराने पाय कट करताना नीटपणे मोजमाप न घेतल्याने चौकट एखाद्या वृद्धाच्या मानेगत डगडगत हालू लागली. न राहवून रागाने मी म्हणालो,

"माप कमी घेतलास तू. चौकट उंचीला कमी पडाय लागलीया ही. आता बसा हातावर त्याल घिवून! ही अशी चौकट किती दिवस टिकणार? नीट उभी राहणार?"

"तेवढं लई काय बिघडाय् न्हाई घ्या हो!" सुतार कोडगेपणाने म्हणाला, "उगंच जरा हालतया, आता आसं करा- पलीकडल्या गल्लीत एका नव्या घराचं बांधकाम चालू हाय, तिथं खडीचा ढीग टाकल्याला हाय बघा, त्यावरनं बारीक-बारीक चिप्पा आणा दगडाच्या, त्या चौकटीच्या पायाखाली मारू, म्हंजे चौकट डगडगणार न्हाई, हालणार न्हाई, ज्यामबी बसंल!!"

झक्कत पलीकडील गल्लीत जाऊन मूठभर चिप्पा मी आणल्या नि चौकटीच्या पायाखाली त्या मीच जाम मारल्या, तशी चौकट हालायची थांबली!

मी हे सारं काम करीस्तोवर सुतार एखाद्या समुद्र किनाऱ्यावरील वाळूत सायंकाळी पाय पसरून व दोन्ही हात मागे टेकून आरामात सूर्यास्त पाहत बसावे, तशी पोझ घेऊन बसला होता! जणू मी त्याच्याच हाताखाली रोजगारावर सहाय्यक वगैरे पदावर होतो! माझं काम होताच तो कोडगेपणाने पुन्हा म्हणाला,

"जरा च्या कराय् सांगा हो घरात, आनी पानीबी जरा द्या म्हणावं!" मी आत जाऊन सौ. ला चहाचं सांगितलं, तशी ती डाफरली,

"तुमचा ह्यो सुतार कुण्या गावचा ईनामदार दिसतोय्! त्यो बसून ऱ्हायाचा, नि तुम्ही काम करीत ऱ्हायाचा!" आणि सौ.नं चहाचं भांडं, दाण्णदिशी गॅसवर आदळलं व ती चहाला आधण ठेवू लागली.

चहा घेऊन झाला, तसा मग एक बिडी शिलगावीत सुतार बोलला,

"आम्ही आज लौकरच जाणार हो गावाला-बायकुनं यायला सांगितलंय, तिचंच काम हाय हो जरा." नि आपली हत्यारं पिशवीत भरीत तो म्हणाला, "आज दिवस मावळूस्त्योवर काम केलं तरी हे दार काय कम्प्लीट हुनार न्हाई. माजं थोरलं प्वॉर धाऽवीत हाय. त्येला उद्या आईतवारची सुट्टी हाय. तर संगट उद्या त्येलाबी हाताखाली आणतो, आनी आम्ही तिघं मिळून उद्याच्याला सांजपतोर म्हंजे दार खल्लास करून टाकताव्!"

सरकारी ऑफिसातसुद्धा ह्याहून जास्त वेळ काम करतात, असा माझ्या मनात विचार येऊन मी दिक् होऊन त्याच्याकडे पाहतच राहिलो...

त्यानं आपली सारी हत्यारं पिशवीत भरली व ती पिशवी जवळच्या भिंतीला टेकवून ठेवीत तो म्हणाला,

"ही हत्याराची पिशवी ऱ्हावू दे हितंच, उद्या तिघं येऊन एकमेरीनं दाराचा पिट्टाच पाडताव!" आणि मग कसलेल्या नटागत सूर एकदम बदलून गरीब मवाळ करीत तो म्हणाला, "थोडं पैसे आसलं तर द्या, गावाकडं जातानं बाज्यार करून जायाय् पायजे."

आज हा बहादूर दुपारी चक्क तीन-वाजता कामाला येऊन खच्चून तासभर काम केल्यागत करून काम पूर्ण करण्यापूर्वीच माझ्याकडे पैसे मागायला लागला होता! मनातून चडफडत मी खिशातून २४ रुपये काढले व त्याला ते देत बजावले,

"उद्या मात्र ये हं!"

"आलबत येतो. बीन घोरी ऱ्हावा तुम्ही!" जणू मला दिलासा दिल्यागत तो बोलला व आपल्या पोरासह निघून गेला...

दुसऱ्या दिवशी दुपारचे चांगले अकरा होऊन गेल्यावर तो आला, त्यानं आज आपल्या धाकट्या पोराच्या जोडीला थोरलं पॉरही आणलं होतं. आल्या-आल्या त्यानं दार काढून पोरांच्या स्वाधीन केलं आणि त्यांना म्हटलं,

"ह्येचं आधी दोन तुकडं करा, आनी खालच्या आंगाच्या कुजल्याला फळ्यांचा भाग कापा, तंवर मी आलोच-तुमच्या आयेचं काम करून! हिकडं येतावरती तिनं याक काम सांगितलंय, ते आधी कराय पायजे!" आणि तो बहाद्दर कुठेसा निघून गेला...

मनातून मी वैतागलोच- हा बेटा इथं आम्हासारख्यांची सुतारकामं कराय्

येतोय की आपल्या घरची, बायकोची?

सुतार चांगला दोन तासाने परत आला. आल्या-आल्या त्याने मोंड झालेली आपली करवत काढली. दाराला आडव्या मारणासाठी आणलेल्या पट्ट्या व गंधवाल पट्टीही त्याने पुढे ओढली आणि मग मला म्हणाला,

"जरा करवतीला हात लावा!"

त्याची पोरं दाराच्या फळ्यांना झटाय् लागलेली. त्यामुळे मी झक्कत त्याच्या हाताखाली करवत ओढू लागलो...

त्याच्या थोरल्या पोरग्यालाही सुतारकामातलं काही जमत नव्हतं, आणि त्याचंही सुतारकाम मठ्ठ विद्यार्थ्यांच्या अभ्यासागत कच्चं नि फक्त १०-१५ मार्क्स देण्याच्या लायकीचं होतं. आपल्या पोरांगत हाही सुतारकामात 'ढ' होता!

"आम्ही सकाळी तसंच कामावर येताव्. घरात जेवाणबी यरवाळी झालं नसतंय्, तवा च्यासंगं वैनीस्नी जरा कांदेपोहेबी कराय् सांगा!"

तिघांनी संध्याकाळपर्यंत कसं तरी दार उभं केलं. हा वेळपर्यंत त्यांनी दोन-तीन वेळा चहा-कांदेपोहेची फर्माईश करून ते हांदललेले होते. दाराच्या फळ्यांचे खालचे कुजलेले भाग कापून तेथे चांगल्या फळीचे तुकडे जोडताना दोन-अडीच चौरस फुटांचे फळीचे तीन तुकडेही फोडून बाद केले होते आणि चौथ्यांदा तुकडे जोडले होते तेही सप्पय जोडणे त्याला न जमल्याने दोन फळीच्या जोडापात (पाली, छोटे सर्प अशासारखे प्राणी सहज जाऊ-येऊ शकतील अशा) सांदोऱ्या व फटी निर्माण झाल्या! रात्रीचे दार बंद करता यावं म्हणून आतून त्यानं कडी तेवढी लावली आणि म्हणाला,

"आता लई उश्शेर झाला. तीन मैल चालून गाव गाठाय् आनीक दीडेक तास जातोय्. शिवाय बायकुनं याक कामबी सांगितलंय, जाता-जाता तेबी करून जाया पाहिजे, तवा आता आम्ही चलताव. उद्या सकाळी यरवाळीच ईवून भाहीरला कोयंडा बसीवताय." अन् तो म्हणाला, "तीसेक रुपय जवळ आसलं तर द्या आज. घरात भाकरीचं पीठ सप्पलंय हो. गावाकडं जातानं हितनं जुंधळं घिऊन, दळून घिऊनच जाया पायजे. आता आमच्या गावातबी दोन गिरणी झाल्यात हो, फक्त ईळभर सिंगल फेस करंट अस्तोय, नि राच्चं तीन-बाराला कुठं फुल्लं करंट सोडत्यात, नि मग रातसारी दळण दळून ठेवत्यात! म्हंजे, आज दळण ठेवलं की ते उद्या मिळतंय्."

त्याचं हे घरचं रामायण ऐकत बसाय् मला तरी कुठे वेळ होता? झक्कत त्याच्या हातावर तीस रुपये ठेवले.

ह्यानंतर दोन दिवस तो कुठे दिक्पालच झाला! काशीच्या न्हाव्यागत माझी अर्धीच भादरून आणखी कुणाची तरी भादरत बसला जणू! काशीतल्या न्हावी

म्हणे गिऱ्हाईकाची अर्धीच करून मग पुढल्या नंबरातल्या गिऱ्हाईकाचं मुंडकं कबज्यात घेतो, त्याची अर्धी भादरल्यावर मग पुढल्या तिसऱ्याचं.. (अशी अर्धी भादरलेली गिऱ्हाईकं पळून तरी कुठे जाणार?) अशी सगळी 'रिझर्व्ह' केल्यावर मग शिस्तात एकेकाची कम्प्लीट करतो म्हणे! हाही लेकाचा असंच करीत असेल? एका गिऱ्हाईकाचं काम अर्धेच करायचं, तोवर दुसरं धरायचं तेही अर्धेच करून परत तिसरं धरायचं...?

दुसऱ्या दिवशी एक बाईच मला भेटायला आली. चापून कासुटा नेसलेली, जाम भरलेली, सावळ्या वर्णाची, पान खाण्याची सवय असल्याने सारं त्वांड लालभडक करून घेतलेली... आल्या आल्या तिनं लांब गटारीच्या दिशेने पिचकारी मारून तोंडातला 'ऐवज' थोडा कमी केला आणि मला विचारलं,

"ते लंगडं सुतारडं आलंतं काय हो काल, कामाला?"

ऐकून मी दचकलोच! लंगडा सुतार माझ्याकडे कामाला आहे, हे हिला कसं बुवा कळलं? आपल्या सरकारच्या पेक्षाही हिचं सी.आय.डी. खातं पावरफुल्ल दिसत होतं! अन् ह्या विचाराने एडबाडून जाऊन मी म्हटलं,

"न्हाई!"

"मग ह्येमलं बेनं कवा ईल तवा सांगा - मी भेटाय् बलीवलंय म्हणून!" आणि पाठ वळवून कचाकचा नितंब हालवीत, काळजाचं कडकं करीत ती चालूही लागली.

मी भान हरपून त्या मोहमयी हालचाली पाहत राहिलो. मग 'कोण बलीवलंय' हे तिनं सांगितलं नाही, हे कळताच म्हटलं, "कोण बलीवलंय म्हणून सांगायचं?"

तसं ते गिर्रेबाज कबुतर गर्रकन् वळलं नि म्हणालं

"त म्हनल्यावर 'ताक-भात' म्हणून वळीकणारं ते लंगड्याडोक्याचं मरतमढं. 'बाई आलीती' म्हणून सांगा, म्हंजे आपसुक वळीकतंय!" न ती पुष्ठनितंबिनी त्यांना हेलकावे देत, पांथस्थाची काळजं चक्रावर घालीत निघून गेली.

सुतार चांगला तीन दिवसांनी उगावला आणि मी काही विचारायच्या आत त्याने आपलीच कॅसेट लावली.

"पर्वाच्या दिसी शेवटचा सरावन सोमवार, त्या दिवशी रामलिंगची जत्रा हुती. माजं पोरगं त्या जत्रंला गेलंतं हो, मग एकटाच ईवून काय करायचं म्हणून आलो न्हाई! आनी काल म्हन्शीला तर आमुश्या, आमचा पाळक अस्तोय. आमुश्या दिवशी आम्ही काम करत न्हाई, त्यो दिवस पाळतो आम्ही गावातली सारीच. त्या दिसी शेताभागातली कामं, झालंच तर गावातल्या पिठाच्या गिरणीबी बंद ठेवत्यात." आणि तो म्हणाला, "जरा च्या नि फवं कराय सांगा वैनिस्नी! तुमच्या कामाच्या गडबडीत न्हारी न करताच आलाव् बघा आम्ही!"

कामाला सुरुवात करण्यापूर्वीच कांदेपोहे हांदलून हा बेटा हत्यारं हाती घेणार, म्हंटल्यावर सौ. तणतणू लागली.

"कुठला गावावरनं वव्वाळून टाकल्याला सुतार आम्हाला गावलाय् कुणाला दक्कल! भाड्या, पाच मिंट काम तर करून च्या-पऱ्या मागायचा हुता!" नि असं वटवटतच सौ. ने सुपात पोहे पाखडायला घेत म्हटलं, "आतां हे शेवटचंच! परत ते लंगडं च्याबी मागाय् लागलं तर हाटीलचा रस्ता कात्रा म्हणावं! खरकाट्या कपबश्या धुवायला हितं कुणाला बळ आलं न्हाई!"

कांदेपोहे - चहा घशात घातल्यावर सुताराने आपल्या खिशातून एक बंदा काढून पोरापुढं धरीत म्हटलं,

"हे धर बाळक्या रुपय! बिड्या आण जा. कोपऱ्यावरच्या हाटीला म्होरल्या पानाच्या दुकानातनं!"

पोर पैसे घेऊन गेलं तसं मी त्याला म्हंटलं,

"काल एक बाई आलीती, तुजी चौकशी करत!"

"आरं त्येच्या बायली!" सुताराने उद्गार काढला.

"काय भानगड आणि ही तुजी?" मी पृच्छा केली.

"तसलं काय खेकटं न्हाय हो! त्या भव्वानीनं सयपाकघरात बसायचा पाट कराय सांगितलाय, धा रुपय ईसार म्हणून दिल्यातबी, उरल्यालं पैसे म्होरल्या म्हैन्यात देतीया म्हणं! आता तुम्हीच सांगा-धा रुपयला पाटासाठनं फळीचा तुंडका तरी ईकत येतोय का? तवा पदरचं घालून त्या बयेला पाट करून देतो, आणि पैसे लौकर दिली न्हाई म्हंजे ते वसूल कराय आनी हिसकं, हेलपाटं मारीत ऱ्हातो!"

"आधी गुंतू नये, नि मग कुंथू नये" मी म्हटलं, "तुजं आसं हाय तर मग ईसारापोटी ॲडव्हान्स म्हणून तिचं धा रुपयं तरी कशाला घेऊन बसलाईस तू?"

"तवा तशी नडच पडलीती हो- म्हणून घेऊन बसलो पैसे!"

"उद्या इवून चार लोकांत तिनं आबरू काढली म्हंजे बोंबल्याकार करतच बसशील! त्वांड दाबून ढुंगणावर लाथा हाणल्यागत होईल तुला!!"

"मला कमी समजू नका! मिबी माऽप पावरीचा माणूस हाय!"

"तुझ्या पावरीचं तिच्याम्होरं काय केसावर फुगं येत न्हाईत! कसली झन्नाट बावडी हाय बघितलास न्हवं तिची? गळपटीला धरून दरादरा वडून न्हील घराकडं, आनी मानगुटीवर बसून पाट करून घील!"

"बाईच्या नादाला लागू नये हेच खरं. उद्या जातो आनी तिचं पैसे परत करतो, 'बाई तुजा ह्यो ईसार, तुजा तुला परत! मला काम कराय सध्याच्याला

सवड न्हाई!' असं म्हणतो, म्हंजे खटलं खल्लास!''

''मग खातोस तिच्या शिव्या 'पकड भाड्या, सवड न्हवती तर ईसार कशाला घेतलास' म्हणून तुजी आबरू काढील ती!''

''आता ह्या ईषय बंद! प्वार याय लागलंय, ऐकून त्ये बेनं आनी एकात दोन सांगत जाईल आपल्या आयेला, नि ऐकून मग ती माजा चांगलाच कुट्टा काढील! खरं सांगायचं तर मी माज्या बायकुला लई भितोय् हो. अशी अवदसा कुणा कुणाच्याबी नशिबाला येऊ ने!''

पॉर जवळ आल्यावर त्याच्याकडील बिड्या सुताराने घेतल्या. त्यातील एक बिडी शिलगावून बाकीच्या खिशात ठेवून दिल्या, मग आपल्या तुटक्या सामत्याने दारांच्या फळ्यांना कशी तरी भोके पाडली आणि कोयंडा बसविला...

काम संपायच्या अवधीत त्याने मध्ये घेतलेले पैसे वजा करून त्याचे उरलेले पैसे मी दिले. ते शर्टाच्या खिशात घालत तो म्हणाला,

''बरं. चलताव् आता! परत काई सुतार काम निघालं तर आलबत बलवा!'' आणि त्याने आपली हत्याराची पिशवी खांद्याला लावली व आपल्या असिस्टंट महाचालू पोराला घेऊन तो निघून गेला.

तशी सौ. म्हणाली,

''आता हे दार किती दिवस टिकणार हाय? सदान कदा खाल मुंडी घालून काय तरी वाचत बसायचं, न्हाय् तर कागदं घिऊन काय न् बाय खर्डत-ऱ्हायाचं एवढंच कळतंय, बघा तुम्हाला! म्हातारं हूनबी काई यव्हारज्ञान न्हाई! एवढ्या मोठ्या गावात तुम्हाला एक चांगला सुतार गावत न्हाई म्हंजे काय!''

''चांगला सुतार हुडकायचं ताप बघायच्या थर्मामीटरगत एखादं एंतरबिंतरबी निघायला न्हाई!'', मी म्हटलं.

ह्यावर मान उडवून माझा फलुदा करीत सौ. आतमध्ये निघून गेली...

■

फडा

बेरडाच्या तायव्वाच्या घराण्यात पोरीस्नी जोगतीण म्हणून सोडण्याची प्रथा नव्हती, पण लगीन होऊन सहा वर्षे झाली तरी तिला मूलबाळ होईना. गावातल्या जैन सावकाराच्या शेतावर गडी म्हणून असलेला दाल्ला ज्याच्या-त्याच्या समोर बोलून दाखवू लागला,

"ही भोसडी वांझुटीच हाय जणू! हिला 'सोड' देतो नि दुसरी करून आणतो..."

उडत-उडत हिच्या कानावर हे आलंच होतं. दाल्लाच्या मनात काय खदखदतंय ते ती जाणून होती. माघी पुनवेला डोंगरावरच्या यल्लामाची जत्रा झाली. गावातल्या दहा एक बैलगाड्या जत्रेला गेल्या होत्या. त्या परतल्यावर वेशीबाहेर 'बागेतील जत्रा' झाली. डोंगरावरल्या यल्लूआईच्या दरबारातनं आणलेला 'जग' वेशीबाहेरील रानातल्या पिंपळाखाली ठेवण्यात आला. डोंगरापास्नं शंभर एक मैलांचं अंतर तुडवून लांबनं गावच्या ओढीनं आलेले बैल सोडले गेले. भोवतालच्या झाडाच्या सावलीत बुंध्यास्नी त्यांचे कासरे गुंडाळून सूरगाठीने बांधले गेले आणि सायंकाळी ऊन जरा शिळापल्यावर आंबलीचा निवद नि जेवण बांधून घेऊन सारं गाव 'बागेतल्या जत्रे'ला लोटलं. लोकं 'जगा'तल्या यल्लामापुढं आंबलीचा निवद दाखवून, कापूर, उदकाड्या लावून, नारळ फोडून, पाया पडून मनातली कांक्षा, नवस, बोलत 'जगा'जवळ बसलेल्या परसू जोगत्याकडनं भंडाऱ्यानं कपाळ पिवळं-धम्मक करून घेऊ लागली. मग भोवतालच्या झाडाखाली जेवणाची गटरी सुटली नि भंडाऱ्यागत पिवळ्याधम्मक बनलेल्या सायंकाळच्या ऊनामधनं वाहणाऱ्या झुळकांमदी घरची भाकरी-उसळ-झुणका सारंच तोंडाला चव लागू लागलं-घरातल्यापेक्षा!

तायव्वाही गल्लीतल्या बायकांसह आंबलीचा निवद नि जेवण घेऊन बागेतल्या जत्रेत गेली होती. 'जगा' म्होरं निवद ठेवून नारोळ वाढवायला परसूकडं तिनं दिला नि 'जगा'तल्या आई यल्लूबाईपुढं तिनं डोकं टेकलं... हाती नारळ घेऊन समोरच्या दगडावर तो वाढविता-वाढविता परसू पुटपुटला,

"यल्लूआई, बघ ग जरा तुज्या ह्या भक्ताकडं... साऱ्या हिच्या शिनंच्या बायका लेकुरवाळ्या झाल्या; हिचं प्वाटपानी पिकंना, प्वार झुरनी खाय लागलीया, हिच्यावर वाईच किरपा हुंदे तुजी."

तायव्वानं तर डोकं टेकल्यावर मनात मागूनच घेतलं. - 'आई यल्लूबाई, म्याच काय पाप केलंय, म्हणून तू माजी कूस उजवंनास? हातनं कळता न कळता काय चुकलं माकलं आसंल तर मापी कर नि माजी कूस एकदा उजवूंदे- पायला पोरगा हूंदे व्हाव् तर पोर्गी हूंदे, तुजंच ते लेकरू म्हणून तुज्या दरबारात सोडतो!'

वर्षभरात तायव्वाला पोरगी झाली. यल्लूआईनं ऐकलं, आपली कामना पुरी केली, असं तिला वाटलं. पोरगीच्या पाठीवर पोरगा झाला, त्यानंतर आणखी एक पोरगी झाली... हिच्या मनात वरचेवर यायचं, यल्लूआईनं आपला शब्द पाळला. माजं प्वाटपानी पिकविलं. आता आपनबी शब्दाला जागलं पायजे... मध्ये एकदा सगळ्या पोरास्नी ताप आला... आधी थंड वाजायची नि मग एकदम ताप चढून पोरं फणफणायची... डॉक्टरच्या औषधानंही कमी येईना. एका मंगळवारी जोगवा मागायला दारात आल्याला परसू म्हणाला,

"आक्का, साथ आल्यावानी घरदार आज्यारी? आई यल्लामाच्या मनात काय हाय? तुजं काय चुकलंय का बाईना? बघ, नीट तरकंत धरून, आठवण करून..." नि त्यानं आपल्या बटव्यातला चिमुटभर भंडारा तिच्या हातावर ठेवत म्हटलं, "एवढा फूक पोरावरती. 'ताप निचरू दे. ईडापीडा टळू दे. तुजी जी काय करायची ती शांतवना पुरी करतो' असं म्हण आई यल्लाम्माला आनी आजाणपनानं हातनं काय चुकलंय का तेबी आटवून बघ!"

आणि काखेतलं चौंडकं वाजवत नि डोकीवरल्या चुंबळीवरचा 'जग' सावरत परसू निघून गेला...

कशापाई, का, कशानं हे व्हायला लागलंय, हे उमजत होतं, कळत होतं. पण करू सावकाश, आताच काय घाई मिरलीया, हे असं चालू होतं... पण आता हयगय करून उपेगाचं नव्हतं. पैशाची काय तरी जोडनी करून लवकरच पोर्गीला यल्लूआईच्या पायावर घालाय पायजे...

मग पुढल्याच आठवड्यात परसूला घेऊन डोंगरावर आईच्या दरबारात जाऊन आली. तिथं तो कार्यक्रम केला गेला. जुगुळभावी सत्यव्वाच्या कुंडात आंघोळ करून, लिंब नेसून वल्ल्या अंगानं दंडवत घालीत देवळात गेल्यावर तिथल्या पुजाऱ्यानं पोर्गीच्या गळ्यात 'दर्शन' (लाल-पांढऱ्या मण्यांची माळ) बांधल्यावर पोर्गी खऱ्या अर्थी देवीला सोडली. त्याआधी कुंडावर पाच परड्या पुजल्या. पाच जोगतीणीस्नी चोळी-काकणं केली... मग डोंगरावरनं गावी आल्यावर

परसू जोगत्यालाही आयारत्येन करावंच लागलं... ह्या समद्या खर्च्यानं इरागल्यालं जुन्यार आनीक फाटावं, तसं परिस्थितीचं झालं...

असंच दिवस सरत होतं. किती झपाट्यानं काळ बदलत होता! ह्या अवधीत उलथापालथीही किती झाल्या. धाकट्या लेकीचं उलगड्डी खानापूरला लगीन केलं... तिला एक लेक व एक ल्योक झाला. शेताच्या वाटणीपाई भाऊबंदांनीच तिच्या नवऱ्याचा खून केला, नि पडकभाडे कोर्टात निर्दोषबी सुटून आले. एकुलता एक ल्योक पोटाला, त्येचा आनी घात केला तर काय करायचं? एकच भ्या पोटात. त्यामुळं वाटणीच्या शेतावर सावराळं शिप्पडून ती ल्योक व लेकीला घेऊन आईच्या आसऱ्याला आली...

सव्वा एकरभर टपणं होतं घरचं, त्यात आसं कितीसं पिकणार? म्हणून तायव्वाच्या दाल्ल्यानं जैनाच्या शेतावर चाकरी धरल्याली नि तायव्वा स्वत: राबून घरचं टपणं पिकवीत होती. पण एके दिवशी लांबडं डसलं नि दवाखान्याला शेतावरनं न्हीवूपर्यंत म्हणजे तायव्वाच्या दाल्ल्यानं बैलगाडीतच प्राण सोडले... एवढ्याशा टपण्यात असं कितीसं पिकणार? रोज एकाच्या बांधाला रोजगाराला हे गेलंच पाहिजे, तरच कुठं प्वाटपाण्याचं जुगुतुगु चालणार! ल्योकबी आता थोरला झाल्याला. त्याचं तिनं लगीन लावून दिलं. लेकाला नि धाकट्या लेकीला गावातल्या घरात ठेवलं, "पिकवा श्येतात, खावा, राबा. हितंच सारी ऱ्हावून प्वाट भरणार न्हाई. म्या श्यारगावात जातो ह्या थोरल्या लेकीला घेऊन. दोघी तिथं ऱ्हाताव, कामधाम करून खाताव..." असं त्यांना सांगून दोघी जवळच्या ह्या शहरात आल्या. इथं तंबाखूच्या वखारीतलं काम, बिड्या बांधायचं काम. बिड्या बांधायलाही हुनर शिकावं लागतंय, पण तंबाखूच्या वखारीत कोणीही राबू शकतंय... इनामदार सरकारच्या रीवणीवर एक झोपडपट्टीच उठली होती. ती मधील एक खोलीवजा घर महिना १० रु. भाड्याने मिळालं, त्यात दोघी मायलेकी राहू लागल्या. लेक बसव्वाला जोगतीणच केलं असल्यामुळं मंगळवार-शुक्रवार तिला पाच घरं फिरून जोगवा मागावा लागत असे... ती आता वयातही आली होती व टेकावरच्या टांगेवाली म्हातारीच्या येथे अधूनमधून जायाला लागली होती. म्हातारीच्या दाल्ल्याचा पूर्वी टांगा होता. तो वारला, टांगा बंद झाला, तरी तिला 'टांगेवाली' उपाधी चिकटली ते कायमचीच. तिला एक पोरगं होतं, ते ड्रायव्हर होतं. त्याचं तिनं लग्नही लावून दिलं होतं, पण ते गावातच बायकोसह वेगळं राहत होतं आणि टांगेवाली कामावर तंबाखूच्या वखारीत जायची आणि अडल्या-नडल्या जोडप्यांना १०/१५ मिनिटांपुरती मजा मारायला घरात जागा देऊन ५/१० रुपये कनवटीला लावायची. तिनं टॅक्सीवाल्या बिरू ड्रायव्हरला ठेवून घेतलं होतं.

बसव्वा एखाद्याला गटवून टांगेवालीच्यात जायला सोकावली होती. ह्यामुळे तिला १० ची नोट तरी सुटेच. आपली लेक जोगतीणच असल्यामुळे तिच्या अशा वागण्याकडे कानाडोळा करणे तायव्वाला प्राप्तच होतं. नाईलाज होता... ह्या नाईलाजातच लाज लज्जा केव्हाच वाहून गेली, नि दोघी कोडग्या झाल्या... नि:संग...

ह्या नि:संगपणानेच टांगेवालीचा आदर्श तायव्वाने ठेवला व आपणही प्रेमी युगुलांना, पैसे घेऊन, घरी जागा देऊ लागली... बिन राबता, आतड्याला पीळही न पडता ह्यात बऱ्यापैकी पैसा मिळत होता... ह्या पैशाची चटक मग इतकी लागली की, टांगेवालीपेक्षा एक पाऊल पुढं मायलेकीनं उचललं... गावाबाहेरील माळभागातल्या रेड एरियातल्या काही बायकाही इथं गावात येऊन तायव्वाच्यात धंदा करून, बऱ्याचशा नोटा चोळीत कोंबून जावू लागल्या.

असेच दिवस चालले होते. टेकावरची टांगेवाली एक रोजी हार्टफेल होऊन गप्पगार झाली. तिचा एकुलता एक ल्योक येऊन त्यानं मरणानंतरचं सारं क्रियाकर्म पूर्ण केलं, नि तो आपल्या बायकोसह आईच्या घरीच मग राहू लागला... त्याची बायको शाराबाई. पोटी मूलबाळ नसलेली. वांझोटी. ती वखारीतल्या तंबाखूच्या कामाला जायची. हा आठवड्यातनं २/३ दिवस ड्रायव्हर कामाला जायचा नि बाकीचे दिवस दारू पिवून हॉल्ट होऊन घरीच पडून खायचा. अशी दारू पिवून पिवून दोन वर्षांतच त्याच्या आतड्याची चाळण झाली नि त्यातच तो आटोपला... विधवा झालेल्या शाराबाईलाही मग धरबंद राहिला नाही. तिनं एकाला ठेवून घेतलं आणि तायव्वागत तिच्या येथेही धंद्यासाठी चार पोरी दिसू लागल्या...

रीवणीवरल्या झोपडपट्टीत धंदेवाल्या बायकांची अशी दोन घरं आपसुक निर्माण झाली... स्त्रीसुखाच्या ओढीनं येणाऱ्या शौकिनांचाही तिथं राबता वाढला, नि त्यापाठोपाठ पोलिसांचे हप्तेही सुरू झाले.

पैसा म्हामूर मिळत गेला, तसं तायव्वानं गावाकडं दोन एकराचा एक डाग विकत घेऊन लेकाला दिला. बसव्वाच्या गळ्यातही चार दागिने सोनेरी प्रभा फाकू लागले...

असेच दिवस जात होते. काळ कोणासाठी थांबत नाही, काळापाठोपाठ माणूस फरफटत जातं नि चढावाची गाडी घसारतीला लागली की वयाचा आलेख चेहऱ्यावर दिसू लागतो... तायव्वाच्या चेहऱ्यावर, हातावर सुरकुत्या आता जाळं विणू लागल्या होत्या आणि बसव्वाच्या डोईतही एखाद-दुसरी चांदी चमकू लागली होती... अलीकडे तिला धाप लागायची, मग खोकला सुरू व्हायचा... गावातल्या एका नामांकित बड्या डॉक्टरकडे ती जाऊन-तपासून

घेऊन आली. त्यानं निदान केलं दम्याचं... नि ह्या दम्याची सोबत येथूनच तिला सुरू झाली... डॉक्टरनं लिहून दिलेली औषधं व गोळ्या घ्यायच्या नि अधीमधी दम्याचा जास्तच त्रास होऊ लागला की मग रिक्षानं दवाखान्याला जायचं नि सुया खुपसून घेऊन यायच्या नि चिटोऱ्यावर आणिक कसल्या कसल्या नवीन गोळ्या नि औषधं लिहून दिलेली आणायची...

बाजारच्या दिवशी गावाकडून भाऊ, केव्हा धाकटी बहीण निलव्वा यायची... निलव्वाची लेक तंगेव्वा मोठी झाली म्हणून यमकनमर्डीकडं तिला उजवूनही टाकली... तिला एक पोरगी झाली, नि ४/५ महिन्यांत तंगेव्वाच्या डोकीत 'जट' फुटली... तंगेव्वाच्या दाल्ल्याला व्हळेव्वाकडल्या एका देवरष्यानं सांगितलं, 'डोकीत जट आली म्हंजे ते माणूस आई यल्लम्माचं झालं. अशाबरोबर परपंच्या केला तर त्यो सारवळ जात न्हाई. दोन वर्सांत रक्ताची उलटी हुती, नि माणूस गार! चार दिवस जगायचं आसंल तर हिला सोड नि दुसरी करून घे...'

आच्यारी का बिच्यारी होत दाल्ल्यानं एका रोजी तंगेव्वाच्या चार-पाच महिन्यांच्या बच्च्यासह निलव्वाकडं आणून सोडलं नि हे असं म्हणून सांगितल्यावर निलव्वाच्या पायाखालची भुईही सरकली! तिचंही जोगतीणीचं घर. सख्खी भनच जोगतीण म्हटल्यावर तिलाही काही बोलता येईना... 'आई यल्लम्मानं हे कसलं ताट आपल्याम्होरं मांडून ठेवलंय?' म्हणत, नशिबाला बोल लावत गप्प बसावं लागलं...

मग तंगेव्वा आपल्या आईच्या येथेच राहू लागली... तिनं आपल्या पोरीचं नाव सोनव्वा असं ठेवलं होतं... सोनव्वा चुणचुणीत होती, देखणी होती, गोरटेली होती. तंगेव्वा ज्याला-त्याला बोलून दावी,

"हिला आडाणी ठेवणार न्हाई, लई शिकविणार..."

बाजार-फिजारसाठी हा सारा गोतावळा इकडं आला की, बुड्डी तायव्वा त्यांच्या हातात पाच-पन्नास सारायची- काय कडनड असली तर भागू दे म्हणून... बुड्डीचा आपल्या पणतीवर, सोनव्वावर, लई जीव. बानं दूर ढकलेल्या सोनव्वासाठी चार पैसे खर्च झाले तरी घणमणत नसे... सोनव्वा सहा वर्षांची झाल्यावर तिकडं गावाकडंच शाळेला जाऊ लागली... प्रत्येक वर्षी पास होत तिची १०वीही झाली नि लग्नाला आलेल्या द्यायघ्यायच्या पोरीगत ती उफाड्याची दिसू लागली... इकडं यस्टीनं रोज येऊन-जाऊन तिनं शिवणकलेचा कोर्सही पूर्ण केला... एक रोजी बुड्डी आपल्या नातीला म्हणाली,

"हे बघ तंगेव्वा, एक गोष्ट बोलतो, राग धरू नको. नीट इच्यार कर नि मग दोन-चार रोजानं सांग..."

"म्हातारे आयी, तुज्यावर राग धरून आमी कुनाच्या तोंडाकडं बघावं? सांग काय ते..."

“हे बघ पोरी, सोनव्वाला लै लाडानं जतान् केलीयास तू, ती मोठी झाली, तिचं कुठं ना कुठं तरी लगीन हे करावंच लागणार हाय... कुठं परक्यांच्यात तिला दिवून कुठं काळजी करीत बसतीस! तुजा पाठचा भाऊ हाय, मिळवता हाय, घसासा राबणारा हाय. त्येला देऊन टाक, नि निष्काळजी हो! तरणी पोर घरात असली म्हंजे नस्ता घोर, व्हय का न्हाई? तवा भावाला दे जा. पोर्गीबी तुज्या नद्रसमोर ऱ्हाईल. तिचं, तिच्या परपंच्याचं काई दुखलं खुपलं तुलाबी बघता ईल...”

“हे तू म्हंतीस... खरं, यवूचा (आयचा), तिच्या लेकाचा, ईच्यार घ्याय नको?”

“त्यो तर घ्यायलाच पायजे की! ती दोगं माझ्या शब्दाभाहीर जाणाऱ्यातली न्हवंत!” आणि म्हातारी म्हणाली, “जीवमान हाय तंवर हे कार्य घडू दे आई यल्लूबाई, मग कवाबी डोळं मिटू देत माजं!!”

हे लग्नकार्य झालंही महिन्याभरात; त्यानंतर म्हातारी वरीसभर जगली नि मग दोन दिवस शीक पडल्याचं निमित्त झालं आणि तिसरे दिवशी देवाचं आमंत्रण यावं, तशी ती सहज निघून गेली... आई म्हातारी होती म्हणून काय झाले, तिचा बसव्वाला एक आधार होता. ती गेल्यामुळे बसव्वाला खूप एकाकी वाटू लागले. एके दिवशी बाजारसाठी आलेल्या आपल्या बहिणीला ती म्हणाली,

“निलव्वा, यवू तर गेली. हितं आता मी कुणाच्या आधारावर ऱ्हावू? हितं तर धा परकारच्या धा बायका धंद्याला येणार. कोण कशी, कोण कशी, गळ्यात चार सोन्याचं डाग हैत ते कोण तरी गळा दाबून काढून घिवून फुर्रऽ हुतील! तू आलीस की तेवढीच सोबत हुईल. पल्याडल्या बाजूला खोली हाय, ती करूया, तिथं तू ऱ्हा. हितं माऽप काम गावतंय. राबून खायाय कसली आलीया लाज? आपुन काय इनामदाराचं न्हवं, तर बेरडाचं हाव. बापजाद्यांनी दरोडं घातलं, सुपाऱ्या घिऊन खून पाडलं, कुणी पचविलं ते पचविलंच, सापडलं ते सजा भोगून परत भाहीर आलं नि तेच धंदं करत ऱ्हाईलं, त्यापरास तर हे बरं...”

आपल्या अक्काचं म्हणणं पटून पलीकडल्या खोलीत निलव्वा येऊन राहिली आणि बाजारपेठेच्या चौकातील एका दुकानात असलेल्या चटणीच्या डंगावर कामाला राहिली. डंगात मिरच्या टाकायच्या नि त्या बारीक होतील तशा चाळून त्यांची चटणी पूड करायची, हे काम होतं. डंगाचा मालक तिला किलोपाठी आठ आणे कमिशन देई... सुरुवातीला कामाचा लई त्रास होई, मग सारं अंगवळणी पडलं... लेक, ल्योक गावाकडं भावाकडंच होती, त्यानंच त्यांच्यावर सावली धरल्यानं ती इकडं बिनघोर होती...

इकडं डंगावरचं काम नव्हे ते आणखी एक काम तिच्याम्होरं नियतीनं

वाढून ठेवलं होतं; आणि ते म्हणजे, आपल्या आक्काच्या दमानं उचल खाल्ली, नि तिला लईच त्रास होऊ लागला म्हणजे तिला नेहमीच्या डॉक्टरकडं घेऊन जाणे... डॉक्टरी ट्रीटमेंटने तिला काही दिवस पुरता, तात्पुरता का असेना, आराम पडे... दमा जास्त झाला की आक्काचं वातुळं आंग लबालबा हालायचं नि आता ही मरतीच की काय असं वाटावं, अशाप्रकारे ती डोळं गार्र गार्र फिरवत राहायची... बघून हिचा तर जीव चक्रावर घातल्यागत व्हायचा... मग जल्दीनं रिक्षा आणून तिला दवाखान्याकडं पळवूस्तोवर व्हारुव्हार होऊन जायचं...

एके दिवशी तब्बेत बरीचशी चांगली होती तेव्हा आक्का म्हणाली,

'हे बघ निलव्वा, औषीदपाण्यानं आसं किती दिवस ढकलत न्हाऊन निभावणार हाय? माजं काय खरं न्हवं आता, पैलथडीवरला धुळ्ळा आताच माज्या नद्रसमोर उडायला लागलाय... बोलता-बोलता कवा गाप्पदिशी डोळं मिटतील, तेबी काई सांगता यायचं न्हाई... बाई, मला तर कोण हाय म्हारमुडं? माजं काय प्वाटपानी पिकलंय? मिड्याएवढं एखादं प्वारबी नशिबात न्हाई, आसा वांझुटा जलम गेला सारा... हे बघ, आंगावर चार सोन्याचं डाग हैत, ते माझ्या माघारी समदं तुजं, नि ब्यांकेत खात्यावर ज्यो पैसा हाय त्यो भावाचा. त्येलाबी ह्ये सांगतोच... माघारी भांडायचं न्हाई, मला शब्द दे... वचन दे...''
नि आक्कानं हात पुढं केला...

तिच्या त्या रुंदाड पंज्यात आपला इवलासा वाटणारा पंजा देत निलव्वा म्हणाली,

''दिलं! तुजा शब्द आम्ही खाली सांडणार न्हाई. तुज्या म्हणण्याभाहीर आम्ही न्हाई...''

ह्यानंतर सहा महिनेही धड झाले नाहीत, तोवर देवाने आक्काला उचलून नेलं... तिनं जाण्यापूर्वी आपल्या मिळगतीची विल्हेवाट लावली होती; पण तिनं हिथं हा जो डोलारा उभा केला होता, त्याबद्दल तिनं काहीच सांगितलं नव्हतं... ते सारं आता आपल्याच बुद्धीवर येऊन पडलं होतं; न् त्यामुळं मनोमन ती भांबावूनच गेली होती... दाल्ला एक खून होऊन निम्म्या आयुष्यातनं गेल्याला; त्येच्या माघारी भुंड्या कपाळानं आजवरचा जलम् गेला, कुणा पर पुरुषाची सावलीबी कधी आंगावर पडू दिली नाही, आणि आता हे....

अक्काचं सुतक संपलं, तसं तिनं इथली सारी आवराआवर केली... हे घर ज्येचं भाड्यानं केलंय, त्येच्या सोद्यान करायचं आणि आपून आपल्या गावाकडं...

पण ती चाल्लीय् ह्याचा दूम लागताच अक्काकडं येणाऱ्या साऱ्या पोरींनी तिला यरगटून घेतलं... काहींनी तर आपणाला तिच्या पायावर घालून घेतलं...

''निलाक्का, आम्हास्नी आधी ईख घालून मार, नि तू म्होरं पाय टाक!''

"आक्का, आम्हास्नी भाहीर कामधाम कोण दील? धा जणांकडनं आंगाची मळणी करून घ्यायच्या ह्या धंद्याशिवाय आम्हास्नी दुसरा निर्वा हाय काय? का उपाशी टाचा घासून मरावं?"

"आक्का तू जायाचं न्हाई; आम्ही तुला सोडणार न्हाई... तू कशी आजवर पाकपवित्र ऱ्हायलीयास, आम्हाला ठावं हाय. तू फकस्त आमच्या मागं खंबीरपनानं हुबा ऱ्हायाचं, दुसरं काय न्हाय्... आगं, तुज्या आक्काच्या मागं आम्हासारख्यास्नी आधार द्याय् आमच्या आई यल्लूबाईनंच तुला धाडलंय... हे काम म्हंजे आई यल्लमाची, आई यल्लूबाईची, आई रेणुकाबाईचीच सेवा समज, आनी..."

तिच्या पायात जणू मणामणाच्या बेड्या पडल्या...

आक्काच्या जाण्यानं एक पर्व आता संपलं होतं आणि दुसरं हे असं फडा काढून म्होरं उभं होतं...

∎

पक्ष्या

पांडा समोरच्या टेकडाच्या सोंडपावर आला तेव्हा उगावतीला गोंडा फुटला होता. कुक्कू उधळल्यावानी सारं लाल लाल झालं होतं. आनीक कासराभर त्यानं वाट तुडविली तो फड्या निवडुंगावर लालगलींद बोंड दिसावं तसा गोल टप्पुरन्ना दिवस भुईतनं वर उगावत्यागत झाला. जसा दिवस म्हवरला तसा त्यानं सपाट्यानं पाय उचलला. कुणाच्यात रोजगाराला टैमाच्या आत पोहचायचं असल्यावानी तराट निघाला. तसा तो कुठं कायमचा कामालाही नव्हता व रिकामाही नव्हता. ईळभर तालुक्याच्या गावात लागूमागू दिवाळीवानी काम मिळायचं. ते करून रातीच्या साडेआठच्या यस्टीनं तेथून तीन मैलांवरील आपल्या गावाकडं सुटायचं आणि दुसऱ्या दिवशी खिशात यस्टीच्या पुरतं तीन रुपय असतील तर पयल्या यस्टीनं जायचं नि तीन रुपड्याही नसतील तर मात्र आपली पायगाडी हाणायची, हा पांडाचा नित्यनेमच होता. तालुक्याचं गाव आल्यावर तो बाजारपेठेतून पाठीवर हात बांधून, तर केव्हा हाफ पॅण्टीच्या दोन्ही खिशात हात खुपसून निरुद्देश भटकत राही. कुणाला त्याची आगत आसली की हाक मारत, "आरं पांड्या लेका, आगदी देवानं धाडल्यागत आलास बघ. ये, आत ये..." हाक मारणारा बहुधा हॉटेलवालाच असे.

"काय म्हंता मालक..." म्हणत पांडा हॉटेलच्या पायऱ्या चढून आत जाई... तसा मालक बराच वेळ शिव्याच देत राही... पांडाबी मनात चाट! तो म्हणे, "मालक, मला का हो शिवा द्याय लागलाईसा, म्या काय केलंय?"

"बेन्या, तुला न्हवं! आमच्यातलंच दोघा गड्यांनी न सांगताच आज ऱ्हावून, दांडी मारून, मला चांगलीच शेंडी लावलीया. म्हणून त्येंच्या नावानं शिमगा कराय लागलोय! ईनाकारणी तुला उगचंच शिवा द्याय मला काय खुळ्या कुत्र्यानं चावलंय? जा आत, कामाला लाग जा...एक भट्टीवाला, एक च्यावाला, एक सप्लायवाला एवढ्यांच्या जिवावर हॉटेल धंदा चालतोय् व्हय रं? भाहीरल्या च्याच्या आर्डरी घिवून जायाय्, हितं काय बाजारातलं वाणसामान लागलं सवरलं आणाय् आनी एखाद दुसरा गडी पायजे का नको?"

"पायजे की मामा, आनी एक तरी त्यासाटनं सस्तर मानूस पायजेच..."

"लोकास्नी काय वाटतंय, हाटेल धंद्यात लै मार्जीन, लै फायदा राहतोय. खरं बघा या म्हणावं ही झडती - सा तऱ्हंचं सा गडी, रोज एकाचा स्क्रू ढील्ला हुतोय, नि अचानक अशी दांडी मारली की मला डोस्कीवरचं क्यास उपटून घ्याची पाळी येती!!"

"मामा, हाटीलातल्या गड्यास्नी आकड्याचा लै नाद आस्तोय हो. आकडा लागला की ही बेनी जगाचं राजं हून बसत्यात! आकड्याचं आल्यालं पैसे संपलं की मग ह्येनला आपल्या कामावरल्या हाटीलची आठवण येती न मग मंग्यागत येत्यात कामावर."

"आनी तुला रं बेन्याऽ, तुला हाय का न्हाई आकड्याचा नाद? क्लोज जेवू दीना नि ओपन झोपू दीना, आसं हुतंय का न्हाई?"

"मामा, म्याबी गडीच की हो, कसला ना कसला नाद तसा परतेकालाच आस्तोय म्हणा; पण मी रोज लावत न्हाई पैसे, कधी मधी लावतो हे मतोर खरं."

"मग जा आत, कामाला लाग जा, कुठं तरी सोवळा असल्यावानी मगाधरनं बोलाय लागलाईस?"

अशी मालकानं खॅस मारली की पांडा आपला तोंडाला मुस्कं लावून तराट आत! आत च्यावाला च्याच्या आधणाजवळ. एका मोठ्या भुगुण्यात साखर-पावडर-दूध-पाणी ह्यांचं मिश्रण उस्साळी आणायसाठी एक आंगाच्या गॅस शेगडी-वर ठेवलेलं, तर दुसऱ्या बाजूला तयार केलेला चहा गाळून एका मोठाल्या किटलीत भरलेला नि ती किटली आतला चहा गरम राहण्यासाठी मंद गॅसवर ठेवलेली...

चहा हा पांडाचा वीक पॉईंट. चहाची किटली पाहताच त्याच्या तोंडावरलं मुस्कं गळून पडायला कितीसा वेळ? स्वत:च्या बाचं हाटील असल्यावानी त्यो पुढं होणार नि गॅसवरची चहाची किटली उचलून खालच्या कट्ट्यावरल्या पॉलीस केलेल्या फरशीवर ठेवलेल्या रिकाम्या ग्लासात आधी चहा ओतून एक ग्लास रिचविणार नि मग त्याच्या कामाचा श्रीगणेशा सुरू होणार. मग या कामाचा 'ओम नम: शिवाय' रात्रीच्या आठच्या सुमारास... पण त्याआधी भट्टीवाल्यानं व चहावाल्यानंही मालकाकडं चुगली केल्याली-

"मालक, पांड्यानं कामावर आल्यापास्नं ३० ग्लास च्या मारला बघा. एकाला दीड रुपय् दर धरला तरी तिसाचं किती झालं बघा...?" इति चहावाला.

"मालक, ह्येनं दुपारचं डब्बल मिसळ-पाव आनी भजी आत बसून हांदलली बघा, नि त्याशिवाय सांज करून आनी भडंग... ह्यावर आनी त्येला रोजचा

पगार दिला तर ह्यो गडी केवढ्याला पडतोय बघा.'' भट्टीवाला उवाच.

हे दोघे कान फुंकून जातात तोवर मालकाच्या कानाजवळ पांडाची भुणभुण सुरू, ''मालक, माजा पगार तेवढा द्या की - जातो! उश्शेर झाला तर गावाकडं जायाची शेवटची गाडी चुकंल.''

''साल्या शेवटची गाडी साडेआठला सुटती, नि तुजी आपली आठपास्नंच गडबड.''

''मालक, वडाप तर साऽऽलाच बंद झालं, तवा आता लास्टची यस्टी धरून गावाकडं गेल्याबिगार तरणोपाय न्हाई, न पक्षी तीन मैल पायगाडी ह्या अंधारात.''

मालकाला हे पटतं नि तो गल्ल्यातून वीसची एक नोट काढून पांडाम्होरं धरीत म्हणतो, ''हं हे घे...''

''काय, एवढंच! ईळभर ढोरागत वंगलोय की हो हितं...''

''ढोरागत वंगलाईस, नि ढोरावानी हांदललाईसबी... बेन्या तीस-तीस ग्लास च्या ईळातनं ढोसायचा म्हंजे काय? काय माणूस हैस का हैवान? का भसम्या रोग झाला तुला... खाईल त्ये भस्म!'' नि मालक पांडाम्होरं कोपरापासून ढोपरापर्यंत हात जोडून उपरोधी आदरार्थी स्वर लावीत म्हणे, ''हितंच भेटलासा, राम राम. आता उद्या येऊ नकोसा, न्हाय तर इचलकरंजीत वर्स-साऽ म्हैन्याला जसं एखाद्याचं दिवाळं वाजतंय, तसं माजं वाजंल.''

हेटावल्यागत पांडा ती वीसची नोट हाती घेत इन्टरनॅशनल चिकाटीनं म्हणे, ''मालक, यस्टीत ईसाची मोड देत्यात व्हय हो? कण्डक्टर सुक्काळीचं मोड असली तरी न्हाई म्हणून भम्प मारत्यात. वरचं सुट्टं तीन तरी द्या. तिकिटापुरतं...''

मालक एकदाची ही ब्याद टळू दे, अशा वैतागात गल्यातलं तीन बंदं काढून म्होरच्या टेबलावर आपटून म्हणे, ''आता कटा. का हातावर धई ठेवून निरोप द्याय पायजे?''

ते तीन बंदं घेऊन ढिम्मपणे क्षणकाल उभा राहून मग पांडा शांतपणे म्हणे, 'जातो घ्या हो मामा, परत्येकावरच गांडू टैम येती. माज्यावर आज आलीया, म्हणून तर तुम्ही बोलतासा. बरं, एक बिडी तर द्या, झुरका मारत जातो.''

'काय कोडगा माणूस हाय!' अशा आविर्भावात मालक गल्ल्यावर पडलेल्या आपल्या बंडलातील एक बिडी उपसून पुढं धरीत दुसऱ्या हाताने काड्यापेटी त्याच्याकडे सारी.

मग बिडी शिलगावीत एक दिवस आडवा मारलेला पांडा यस्टी पकडायला गावाच्या तिट्ट्याकडे जाणाऱ्या स्टॉपकडे येऊ लागे. यस्टी स्टॅण्ड पार लांब

खालतीकडं. तिकडनं सुटल्याली यस्टी या तिठ्ठ्यावर थांबलेल्या लोकास्नी घेऊनच म्होरं त्याच्या गावाकडं निघून जाते. ईळभर गावात काय ना काय तरी काम करून बडद्याडून आलेल्या लोकास्नी तांगड्यातोड करीत यस्टीसाटनं स्टॅण्डवर लांब जाण्यापेक्षा गावातनं वरतीकडल्या जिल्ह्याच्या गावाकडं गेलेल्या रस्त्यावरचा हा तिठ्ठा तसा लई जवळ...

एखाद्यावेळी ही शेवटची यस्टी चुकली की ह्या तिठ्ठ्यापास्नं जवळच असलेल्या शाराबाईच्या खोपटाकडं तो वस्तीला जाई. तिशी पार केलेली विधवा शाराबाई आपल्या सासूसह झोपडपट्टीतल्या त्या खोपटात राहत असे. चार घरची धुणीभांडी करून ती आपलं नि सासूचं पोट भरत असे. तिला पोटी पोरबाळ नव्हतं. रानात रोजगारी करीत फिरणाऱ्या दाल्ल्याला एका पावसुळ्यात सापानं फोडलं होतं नि तो त्यातच आटपला होता. शाराबाई पांडाच्याच गावची असल्यानं दोघांची वळख. हाटीलमधनं गावाकडं परतताना पांडा अधनंमधनं तिला शेवचिवड्याच्या वा भडंग किंवा पापडीच्या पुड्या खायला द्यायचा. पांडाची यस्टी चुकली व वस्ती पडली की, या चटकाव-मटकाव खादगीची परतफेड शाराबाईही करायची. ह्या फेडाफेडीच्या अरतंपरतंमध्ये तसं दोघांनाही सुख मिळायचं. शाराबाईची सासू आंधळी असल्यामुळं दोघांचंही तसं फावत होतं. तिला झोप लागल्याचं बघून दोघांची खुसपूस चालू व्हायची. अशीच एकदा म्हातारीला जाग आली नि तिनं आपल्या मूळच्याच खणखणीत आवाजानं विचारलं,

"काय गं श्यारेऽ टाप्पदिशी कसला आवाज आला?"

चोरून दूध पीत असलेलं मांजर दचकावं तशी शाराबाई दचकली नि तिच्या तोंडून सबागती गेलं, "मांजार हो आत्तीबाई. शेजारचा बोका आला जणू..."

तोवर पांडाच्याही तोंडून निघालं, "म्याँऽवऽऽऽ."

आणि दुसऱ्याच क्षणी हातभर लांबीची, जात्याच्या खुंट्याएवढी काठी भिरभिरत आली नि बरोबर त्याच्या नडगीवर बसली. घरात झालेलं उंदीर खडबडू लागलं, नि त्यानं झोपमोड झाली की म्हातारी ती काठी भुईवर आपटून शांतता प्रस्थापित करे व दुसऱ्याच क्षणी परत घोरू लागे. पण 'म्याँऽव' असं ऐकून उगंच 'म्याँव् म्याँव्' करून झोपेचं खोबरं नको म्हणून म्हातारीनं अंधारातच आमनधपक्यानं फेकलेली काठी नेम धरून मारल्यागत बरोबर पांडाच्या नडगीवर बसली नि तो 'म्याँव म्याँव' करीत भाहीर पळाला. तसं म्हातारीच्या तोंडून आलेले शब्द त्याच्या पाठीवर आदळले, "मढं बस्सीवलं ह्येचंऽ धडवानी झोपबी घिवू देत न्हाई मान्साला."

सकाळचं अंथरुण गुंडाळताना शाराबाईला अंथरुणात चड्डीच गावली.

"पडकभाड्या, घाबरून तसाच पळाला जणू! चड्डी घ्यायचं भाम्बबी न्हायलं न्हाई!" नि खुदकन तिला हासू फुटलं, अन ती चड्डी दडवून जास्तानाला ठेवता-ठेवता तिच्या मनात आलं, 'बरं म्हणून बरं, रातच व्हती. आता उद्या न्ह्यायला ईलच. फेरावर घालाय नको? जातोय कुठं मिड्ड्यात माकडमल्ल्या.'

तसं पांडाला एका हॉटेलातून काढलं तरी तो कायमचा रिकामा बेकार फापलत फिरताना कधीच आढळत नसे. तालुक्याचं गाव असल्यानं यस्टी स्टॅण्ड एरिया, कोर्ट एरिया, तहसीलदार ऑफिस एरिया, तसेच बाजारपेठ भाग आदी ठिकाणी बरीच बाहेरगावच्या लोकांची वर्दळ. त्यामुळे अशा लोकांच्या सोईसाठी हॉटेलं, खानावळी व बिअर बारही नको इतके. ह्यातून कुठे ना कुठे पांडाला रोज काम लागेच. अगदीच नाही म्हटले तरी बिअर बारमधील उष्टी ग्लासं धुण्याचे तरी काम असेच. तसेच रिकाम्या क्वार्टर बाटल्या गोळा करून त्या बारमागील परड्यातल्या बारदानात ठेवण्याचं, तसेच टेबलावर फडकं मारून ती स्वच्छ करण्याचंही काम मिळे. एखाद्या गिऱ्हाईकाने लोड झाली म्हणून क्वार्टरमध्ये तशीच सोडलेल्या दारूची चवही (त्याच्या भाषेत चकटफू) चाखायला मिळे. एखाद्या वेळी हॉटेल, खानावळी वा बारमध्येही 'कामाला ये' म्हणून कुणी हाक नाही मारली की हा बाजारपेठेत एक लकार्णी मारे. कुठे एखाद दुसरी ट्रक खाली करायचं काम चाललेलं असलं की त्यातील हमाल हाक मारीत, "पांड्या, म्हादेवाला सोडल्याल्या वळूगत गावभर कशाला फापल्या मारीत फिराय लागलाईस? ये हाताखाली. काई थोडं तुलाबी देताव च्यापान्यापुर्तं!!" अर्थात असं कुणी बोलविलं की पांडा कधी न्हाई म्हणत नसे. 'ये' म्हटलं की तो त्या हमालांच्या घुपळ्यात घुसता घुसता अंगावरला शर्ट काढून बाजूला ठेवी व नुसत्या मुंड्यावर ट्रकमधला माल वावून घेऊन तो खाली करायच्या कामाला लागे. मग हमालीचे पैसे वाटून देताना हमालांचा लीडर त्याला थोडं डावं माप देत, कमी पैसे दिले तरी पर्वा नसे. आजचा दिवस अगदीच काही बेकार गेला नाही, असं मनाशी म्हणत तो चालू लागे. एखाद्या दिवशी पन्वती लागे. दुपारपर्यंत पायाला चक्कार लावून फिरलं तरी कोठून 'ये बा' म्हणून काही हाक येत नसे. अशा वेळी त्याची पावले सरकारांच्या वाड्याकडे पडू लागत. तलवारीच्या बळावर मुलूख जिंकून संस्थान स्थापन केलेल्या थोरल्या सरकारांची सातवी पिढी सध्या वाड्यात ऱ्हावटीला. पांडाला पाहताच मधलं सरकार बंदुकीतनं गोळ्या सोडल्यावानी धडाधड आधी आस्सल आस्सल शेलक्या शिव्या देतात नि मग आपून स्वत:च दमल्यावर पडेल, मेलमुश्या आवाजात म्हणतात, "जा बघ जा गोठ्यात. ढोरं कशी धडपडाय लागल्यात. तुक्या गडी एक उलाथलाय,

त्येची रायबागची मावशी गचाकली म्हणून, नि हिकडं म्हसरास्नी-ढोरास्नी कुणी दिक्क न्हाई. जा, बिरडी सोड जा त्येंची, आनी फिरवून आण जा त्येनला वड्याकडनं सांजपतोर. जरा गवात दांतलली म्हंजे त्येंचं पायबी रिकामं हुतील. एकाच जाग्याला ईळभर गळ्यात दावं बांधल्यावानी न्हायाय ती काय श्यारगावातल्या हाफीसातली मान्सं व्हय रे?''

''जातो जी दादासाब, खरं वाईच जरा भूक लागलीया, आईसायबास्नी कोरतुकडा काय आसंल शिळापाका त्यो द्यायला लावा, त्यो चाबलतो नि ताणून आणतो तिन्ही सांजपतोर समद्यास्नी...'' पांडाला अनुभवानं ठाऊक असतं. वाड्यात शिळंपाकं असं काही नसतं. सकाळच्या धारा पिळायला स्वत: दादासाब गोठ्यात जात्यात तवा गोरणीत ठेवलेल्या भरड्याच्या बुट्टीत, सारा शिळातुकडा टाकला जातो, नि दुपारचं सारं कसं गरमागरम असतं.

''जा आत, आरग जा.'' दादासाब हुकूम सोडतात, ''अहो, पांड्या आलाय, जरा पोटाला घाला ह्येला.'' तसा पांडा आतल्या सोप्यात जातो नि लग्नाच्या एखाद्या पंगतीत बसल्यावानी अगदी अलकट पालकट घालून बसतो. आतून आईसाब ह्यो अश्शा पुनवंच्या चांदावानी गोल गोल मोठाल्या एकमेकींवर दोन भाकरी, त्यावर भरल्यालं अर्ध वांगं नि चिनुल्या व़रण्याचं सुक्कं, आणखी आगा बाबा गाऽ बांगड्याचा अंगठ्याएवढा तुकडा. बायलीऽ बांगडा खाऊन किती दीस झालं. भाकरी तर गरमागरम लागत होत्या तळव्याला. तेवढ्या दोन भाकरी खाल्ल्यावर पांड्याचं प्वाटच भरलं. भाकरीसंगं आज बांगडा असल्यामुळं त्याला आज तहानही लैच लागल्याली, त्यानं अख्खा पाण्याचा तांब्या रिकामा केला. 'आब्बऽ.' त्याला ढेकर आला.

''जातो सर्कार आता, ढोरं सोडतो, जातो.'' समाधानी स्वरात पांडा म्हणतो.

''वड्यानं चारवंत चारवंत तसाच वर्त्या आंगाला आमच्या आंब्याच्या बागंकडं न्हे ढोरास्नी. खाल्ती मार्वेलाचं गवात मोकारलंय. त्यात ताणून दे ढोरं. खाऊद्यात जरा. पोटं टुम्म हून जाऊद्यात. कुठल्याही ढोरास्नी मार्वेल आवडतंय. फुलात फूल जसं गुलाबाचं, तसं गवतात गवत मार्वेलाचं. जा पीट्टाळ जा.'' न् मग दादासाब काई आठवल्यागत म्हणीत, ''नि हे बघ, सांजकरून आल्यावर दाव्याला ढोरं गुतपाळून तराट गावाकडं सुटशील. राच्चं जेवणाला थांबायचं, शिदोबाच्या डोंगरात सश्श्यांच्या शिकारीला जाणार हाय आता आम्ही, राच्याला सश्शाचं मटण नि रस्सा व्हरपायचा नि मग गावाकडं सुटायचं.''

''बरंऽ जी!'' म्हणत पांडा गोठ्याकडे वळे. ह्या सर्कार लोकांच्यात खायला मनगंड, खरं एखादी बिडी इकत घ्यावी म्हटली तर दातावर माराय योक पैसा कधी मिळायचा न्हाई. सांजचं किनिट पडल्यावर परत आल्यावर गोठ्यातल्या

दावनीच्या दाव्यास्नी ढोरं गुतपाळून योक च्या पदरात पाडून घ्यायचा. ते हळूच सटकसीताराम करायचं... मग उद्या गावात कुठं काम भेटल्यावर हिकडं कोण येतंय? पांड्याच्या हिशेबात वाड्यातलं ढोरं राखुळीचं काम हे हातच्याला, बाहेर कुठं काम नाही मिळालं की हितं येऊन पडेल ते काम करायचं, निदान एक-दोन वेळच्या जेवणाला तरी मरान नाही. खानावळीतल्या नि हाटीलातल्या वाऱ्यानं उडून जायजोग्या कागदागत पातळ टीचटीचभर चपात्या, त्याबी आट्याच्या केल्याल्या नि म्हणून वातट आणि बेचव लागणाऱ्या. त्यापक्षी वाड्यातल्या सर्कारांच्यातल्या भाकऱ्या... नुस्ती एक खाल्ली तरी प्वाट भरून 'आऽबब!' दिशी ढेकर यावा, अशा...!!

असं कुठलंही काम राहू दे, आलं आंगावर घेतलं शिंगावर, असं पांडाचं वागणं असे. त्यानं आणखी एक हुन्नर प्राप्त करून घेतलं होतं. पोहायला, डुबक्या मारायला तो पटाईत होता... ह्याबाबतीत त्याचा हात धरणारा भोवतालच्या पंचक्रोशीत कोणीही नव्हता. आडात वा विहिरीत कुणाची घागर वा कळशी पडू दे, लोक आधी पांडाला हुडकत येत. कुणाला 'मी न्हाय बा' म्हणायचं पांडाच्याही स्वभावात नसल्याने तो कुणी बोलावील त्या गावी अलबत जाई नि डुबक्या मारून विहिरी-आडांचा तळठाव घेऊन, गाळ चापसून नेमका बुडलेला जिन्नस काढून देई... कुनाला कण्डकरून मुडदा आडा-विहिरीच्या वा खाणीच्या पाण्यात टाकला किंवा कुणी जीवनाला वा आजाराला कंटाळून अगर कौटुंबिक कलहाने त्रासून वा जवळच्याच कुणी जीवलगाने विश्वासघात केल्याने नैराश्य येऊन स्वत:ला संपवून टाकण्यासाठी पाण्याची निवड करून एखादी विहीर वा आड जवळ केला, तर खालतं गळ टाकून टाकून मुडदा वर काढण्यात यश न आलेले पोलीस, फौजदार शेवटी पांडाला शोधत येऊन त्याला शरण जात. पांडाही कमरेला वावभर दोरी खवून पाण्यात घुसला की, खाल मुंडी घालून आत गेला की, काठावरची सारी चितागतीत राहत. बायली, इतका उश्शेर ह्यो पाण्यात तळाला गेलाय का खालच्या गाळात रुतून बसला? की श्वास गुदमरून ह्योबी गेला वर? एक करता बेक व्हायचं! तोवर एखाद्या तलावातला ढोकरी मासा वर यावा, तसा तळास्नं हा वर येई. मुडद्याच्या पायाला दोरी बांधून खेचून त्यानं वर आणलेलं असे. या असल्या कामापाईही लोक त्याला आपखुशीनं पाच-पन्नास रुपये देत आणि तालमाल बघून तोही घेत असे. एखादं अगदीच गरीबगुरीब असेल तर मात्र 'नुस्तं माज्या गावाकडं जायसाठनं यस्टीपुरतं द्या, बाकी कायबी नको' म्हणत असे... जीव दिल्यालं माणूस एकदाच मरून कायमचं सुटतं, पण माघारी राहिल्याल्या त्येच्या घरच्यास्नी पोलीस एवढं पिडत्यात, सोलत्यात की, आपनंलाबी मरान आल्यालं बरं, असं त्यानला

वाटाय लागतं, हे त्याला ठावं होतं.

हरेक कामाला तयार, असा हुरहुन्नरी माणूस कुठंही जाऊ दे, उपाशी मरत नाही. त्यामुळे दोन बायका नांदणं सोडून गेल्या तरी त्यानं दिल टाकलं नाही, टेसात तिसरं लगीन करून घेतलं. तिसरी बाईल परपंच्यात जरा रुदावती, रमती तोवर सोडून गेल्याली पहिली, एक रोजी भुईतल्या आळंब्यावानी उगावली आणि तीही म्हणून लागली, ''मी बी नांदणार...!''

''नांद की, तुला कोण नको म्हनलंय...'' पांडा म्हणाला, ''तूच नांदणं तोडून मला सोडून गेलीस. आता पुन्यानडाव आलीयासच नांदायला तर मी कशाला जा म्हणू? सटवाईनंच पाळण्यात हुतो एवढासा मिड्याएवढा तवाच कपाळावर 'दोन बायका तुज्या नशिबात हैत' म्हणून लिवून ठेवलं आस्लं तर, नांदा दोघीबी, राबा, खावा. मलाबी राबून घाला. खरं हात जोडतो, भांडू मतोर नका, नि लोकास्नी बिन पैशाचा तमाशा दावू नका नि मलाबी 'दोन बायका फजिती ऐका!' आसं म्हणायची पाळी आणू नका - काय म्हंतो?''

ह्यावर नंदीबैलावानी मुंडी हालवून आजवर तरी दोघीही बायका भनी भनीवानी खेळीमेळीत नांदत हुत्या, असं खुद्द पांडाच ज्याला त्याला सांगून दोन बायकांच्या दाल्ल्याची 'कानी कानी कित्तानी, म्हशींनी घातला उत्तानी' असली कहानी ऐकायला मिळणार म्हणून आगाऊ औत्सुक्यानं विचारणाऱ्याचा हिरमोड करायचा. पांडाला केवळ एकच दुखणं मनाला इच्चवागतीनं नांगी मारायचं, नि त्ये म्हंजे, एवढ्या सणसणीत, घणसर दोन बायका असूनही आपणाला याकबी मूलबाळ होईना. त्यो वर बसल्याला देव आताच कुठं तरी ईरागतीला गेला का काय? पयल्या दोघी सोडून गेल्या म्हणून तिसरी केली, तर पयली परत नांदाय आली. ह्या दोघीबी वांझुट्या म्हणून सोडून गेल्याल्या दुसऱ्या बायकुलाबी नाकदुऱ्या काढत तिच्या गावाला जाऊन बलवून आणू? न्हाय न्हाय. हुबाली साली, सोता आपल्या पावलानं नांदाय ईवूंदे. मी सोता चालत जाऊन लायकी ड्याम करून घेणार न्हाई, तर तालेवार जावायावानी पोलमीनं, ईज्जतीनं ऱ्हाणार... का मुलासाठनं चौथं लगीन करून घ्यावं? बघू तरी देव दमतोय की मी? का माज्या सगळ्या बायका? आता बायका कशाला दमतील? चौथी करून आणलो तर त्या चौघीफुडनी गोंद्या तोडून घेऊन मीच दमणार! बायला व्हलेऽ, ती तिठ्ठ्यावरली शारी एक हाय आपनंवर फिदा, खरं तिचंबी प्वाट मोकारंना, फुडं ईना? इधवा बाईला गर्वार केलं म्हणून काय झालं? ती पोटुशी झाली की तिच्याबरोबरबी लगीन करून घेऊ. बायल्या व्हलेऽ हाय काय नि न्हाय काय!

यंदाच्याला पावसानं आधी जरा वडन खाल्ली. लोकं म्हणाय लागली, 'त्येच्यामारीऽ पावसाच्या हिंगीणमिट्टा. पडतोय बाबा का वड खातोय? दुक्काळ

तेवढा पाडू नकोस बाबान्या, निदान हुंदीर मुतल्यागतीनं तर पड, म्हंजे ढोरा करडास्नी माळामुरडावर दांतलाय हिर्व हिर्व गवात तरी उगवूंदे.' लोकांनी केलेल्या अशा दाताच्या कण्या बघून देवबी भुलला नि त्यो बाबा असा बदाबदा पाऊस पाडाय लागला. लोकं म्हणाय लागली, 'मागींद्या सर्कारनं ईमानातनं काळ्या ढगावरती जाऊन केमीकलची फवारनी करून कृत्रिम पाऊस पाडला व्हता, तवा जसं योक योक ठयांब ह्योंऽऽ अस्सा करंगळीच्या पेरावानी पडला व्हता, तसा पाऊस पडाय लागलाय.' कोण म्हणाय लागली, 'गुदस्ता तालुक्याच्या गावाभाहीरल्या जैनांच्या बस्तींच्या डोंगरावर पवनचक्क्या बशीवल्या म्हणून पावसानं वडन खाल्ली, पवनचक्क्या बंद करा, काढा; न्हाय तर मोर्च्यानं जाऊन त्या मोडून तोडून टाकू. या पवनचक्क्यांमुळं आभाळातनं पानी घिवून आल्यालं ढग पांगून लांबच्या पल्ल्याला दिक्पाल हुत्यात, नि खाल्तं दुक्काळ पडतो. शेतावर काढल्यालं कर्जबी फिटत न्हाई, म्हणून हारनकाळजीचं नि हलक्या दिलाचं शेतकरी जीव देत्यात, आत्महत्या करत्यात. तर ही लोकं यंदाच्याला दातकुळी बसल्यागत गप्प गप्प का? जैन डोंगरावरल्या पवनचक्क्या काढून टाकाय कोण माईचा पूत आजून तरी आल्याला नाही.

त्या चालूच हैत पयलंवानीच, तरीबी खूळ बडावल्यानी ह्यो बाबा बदाबदा पडायलाच लागलाय.' कोण म्हनाय लागली, 'आभाळ फाटलंया बघा. बायली, वर्सातनं एकदाबी कवा वडीवताडास्नी, नदीनाल्यावरची पूर येत न्हवता नि यंदाच्याला ह्यो किती येळा पूर आला बघा की. आमच्या डुईत तरी एवढा म्हामूर महापूर कधी आल्याचं कुणी बघाय न्हाई.' कोण म्हणत हुती, 'पाऊस पडंना झाला की, देवाला पाण्यात कोंडून घालत हुतासा न्हवं का? आता देवच तुम्हाला पाण्यात कोंडून घालतोय का न्हाई बघा!!' कोण काय, काय काय तोंडाला ईल त्ये बोलत्याली... महाराष्ट्रामधली लोकं म्हणाय लागली, कर्नाटकातल्या आलमट्टी धरणातल्या पाण्याचा तुंबा वाढत वाढत हिकडं ईवून हिकडली खेडी, गावं पाण्याखाली गेली, तर कर्नाटकातील जनता म्हणाय लागली, कोयना, चांदोली, काळम्मावाडी नि राधानगरीसारख्या धरणातलं पाणी एकदमच सोडल्यामुळं ह्यो पाण्याचा तुंबा वाढला नि महापूर आला. नदीकाठच्या गावातल्या लोकांची मात्र तापद्रा उडाली. पूर्वी एक-दोन रोजात पुराचं पाणी उतरून जायाचं. पण ४-६ दिवस झाले तरी पाणी उतरायचं नाव नाही. उलट ते नाव नाव वाढत असल्यालंच... तसं लोकांनी दिल टाकलं, धीर सोडला आणि मिळेल त्या होडीनं, डोणीनं अल्याडल्या गावात सुरक्षित जागी ती सारी काचबारल्याली माणसं येऊ लागली. पोरास्नी सुट्टी देऊन ह्या लोकास्नी राहण्यासाठी शाळा रिकाम्या केल्या जाऊ लागल्या. जिल्हा पालकमंत्री असलेला आमदार कोठून

कोठून मदत गोळा करून आणीत होता नि शिक्षणसम्राट असलेला इकडला दुसरा आमदार इकडं आलेल्या लोकास्नी आपल्या गोडावूनमध्ये खाणं जेवणं, चहापाणी, नाष्टा देऊन आपण मदत केल्याचं श्रेय लाटत होता. पालकमंत्र्याला हे समजल्यावर त्यानंही चार यस्ट्या लावल्या, नि अलीकडं आलेल्या लोकास्नी पंधरा एक मैलांवरील आपल्या गावी त्यातनं फुकट नेऊन तेथे सोय करू लागला. जे ते पुढारी मदत कराय 'मी पुढं का तो आधी पुढं,' असं ईरंला घातल्यावानी करू लागले...

इकडं पांडानं विचार केला, दोन वेळच्या जेवणासाठी हिकडं ईळभर राबत, गुद्याडत, घाम गाळत कोण बसणार? तिकडं फुकट दोन डाव पोटभर चापायला मिळाय लागलंय, शिवाय नाष्टा नि च्यापाणीही फुकट. तवा जाऊ तिकडं नि थोडं दिवस बिन राबता दोन वेळा चापून तदम होऊनी तयार बंब होऊन येऊ.

पांडा त्या धुम्बड्यात पोहचला, तोवर तिकडे मिलिटरीतल्या बोटी येऊन मिलिटरी जवान त्यातनं पलीकडं जाऊन लोकास्नी अलीकडं आणू लागले होते. मंगळून सांगून लोकं यायला राजी झाली तर बरं, न पक्षी धाकधपट्या देऊन लोकास्नी बोटीकडं ताणू लागले. जवानास्नी मदत करायला पूरग्रस्तातील काही नीडर तरणी पोरंही बोटीतनं पलीकडं आलीकडं फेऱ्या मारू लागली. इकडं येऊन दोन वेळा ऐतगब्बूगत खाईत बसणंही पांडाच्या स्वभावाला मानवंना न् तोही मग बोटीतनं मदतीसाठी पलीकडं जाऊ-येऊ लागला.

पल्याडलं गाव खाली झालं होतं, फक्त गावातला एक तालेवार पुढारी तेवढा मागं राहिला होता. 'आधी मीच म्होरं पळून गेलो तर गावातली सारी लोकं घाबरणार, कोयना फुटलं म्हणून आधीच आवई उठायला लागलीया, त्यात आनी भर नको, म्हणून बुडणाऱ्या बोटीचा क्याप्टन जसा मागं ऱ्हातोय, तसा मी ऱ्हाणार, तंवर हालवा लोकास्नी, मागनं माझं बघू - असं त्यानं आपल्या आमदार मित्राला कळवलं होतं. गावच्या पलीकडील एका उंच टेकडावरच्या खोपटात त्यानं आश्रय घेतला होता. सोबत दोन गडी होते. गुरंढोरं पलीकडं नेऊ न शकलेल्या लोकांनी त्याच्या गुरातनं आपलीही गुरं बांधलेली होती. वरच्या बाजूच्या उसाच्या रानात आजून पुराचं पाणी शिराय नव्हतं. तिथला ऊस कापून रोज ढोरांपुढं टाकून त्यांना जगवायचं चाललं होतं. ५-६ दिवस असेच गेले. जवळचा शिधाही संपला, पुराचं पाणी तर उतरत नव्हतंच. उलट दोन रोजापेक्षा आज अर्ध्या फुटानं आणखीन वाढलं होतं. तसा पुढारी गड्यास्नी म्हणाला, 'बाबांनो, काय खरं न्हवं, आता ढोराचं कासरं कापा, जाऊद्या.' कासरं कापल्यावर सारे तराफ्यावरनं गावात आले. पुढाऱ्यानं आपलं आर.सी.सी.चं तीन मजली घर बांधलेलं. खालचा मजला कमरेइतक्या पाण्यात गेलेला. पुढारी

घरात गेला. वरच्या मजल्यावर फोन, फोन तरी मारून बघावा आमदाराला. ह्या पुरानं फोन लाईन चालू हाय का बंद पडली, कुणाला ठावं, असा विचार करीत तो वरच्या मजल्यावर गेला. फोन उचलून ट्रायल बघितली तर आश्चर्य म्हणजे तो चालू होता. त्यानं आमदाराला फोन लावला, लगेच तो लागलाही. आमदार मदत केंद्रावरच ठिय्या देऊन बसला होता. ह्यानं बोलायला सुरुवात केली, "काई खरं न्हवं आण्णा माजं. पुराच्या पाण्याला उतारा न्हाई. रोज ते वाढायलाच लागलंय. आता मला पलीकडं न्ह्यायची काय तरी यवस्था तेवढी कर. सुखरूप आलोच तर भेटू. माज्यासंगं दोघं गडीमान्सबी हैत." पलीकडनं आमदार आण्णाचा आवाज आला, "सारीकडं समींदरावानी पसरल्यालं पाणी बघून ढळ फुटला जणू तुजा आता? घाबरू नको, मी सोताच येतो बोटीतनं तुला आणाय..." आणि आमदारानं फोन खाली ठेवला... मग तो उठला, म्हणाला,

"चला रं, पलीकडं तीन मान्सं आडकल्यात. आणू. या..."

महापुराचं आरबाट पसरलेलं पाणी बघून हाबका खाल्लेली लोकं बोटीतनं का असेना पल्याड जायला, कोणच तयार होईनात. उलट त्यातीलच एकटा म्हणाला,

"आण्णा, उगंच कशाला तुमीबी जीव धोक्यात घालता? बोटीवरलं मिलिटरी जवान हैत की, तुम्ही नुस्तं त्येंना सांगा जावा, तासाभरात आणून हाजर करत्यात. आम्ही न्हाय बाऽ! आमचा तर फेस पडला आठवडाभर वंगून वंगून."

तसा आमदारआण्णा तावातावानं बोटीकडं निघाला. मॉबमध्ये पांडाबी होता. त्याला वाटलं, आमदार काय आपल्या वळखीचा नाही, आपण कशाला जा? त्येच्या सर्कलमधली लोकं हैत, त्यातली जातील दोन-चार. पण कोणच छाती करंनात म्हटल्यावर तो न राहवून आमदाराच्या पाठनं निघाला. चार पावलं गेल्यावर मागं चाहूल लागताच आमदारानं वळून पाहिलं, तर हा! हाफ पॅण्ट, हाफ शर्ट, डोईवर मळलेली पांढरी टोपी, सावळा वर्ण, बारीक उंदरे डोळे, चेहऱ्यावर आठवडाभर वाढलेली दाढी मिशी.

"कोण रं तू?" बिन ओळखी चेहरा पाहून आमदारानं विचारलं, "कोंच्या गावचा?"

"मी पांडबा, लांब तालुक्याच्या पल्याड गाव हाय माजं, हितं लोकास्नी मदत कराय आलोय, चला जाऊ."

"पाण्याचं भ्या वाटत न्हाई तुला? बाकीच्यांनी बघ, 'चला' म्हटल्यावर पायात शेपट्या घातल्या..."

"मला न्हाय बा कधी पाण्याचं भ्या वाटलं, उलट पाणीच मला घाबरतंय. मी पानाड्या हाय, पानबुड्या."

"है श्याऽरे पठ्ठ्या."

पांडानं मनात म्हटलं, 'है श्याऽरे पठ्ठ्या कुठलं, शारीचा पठ्ठ्या' न त्याला खुदकन हासू फुटलं...

पुढाऱ्याचं घर आमदार अण्णाला माहीत होतं. मराठी-कानडी विशेष बोलता न येणारे सैनिक देखील आमदार अण्णाला हिंदीत म्हणत होते, "आप काहे को जान खतरे में डालते है साब, हम हैं ना!" पण ह्यावर अण्णा म्हणाला, "इलेक्शन में वो लीडरने मुझे बहुत मदत की है, मै खुद गया तो उस उपकार से मुक्त हो जाऊंगा." अण्णाच्या पुढं सैनिकांचंही काही चालेना, अखेर सारे निघाले... पांडाही होताच त्यात.

पल्याडलं तीर आलं... गावातील गल्लीबोळातून पाणी शिरलेलं... नदीकाठचं तर उंच देऊळ पार बुडून पाण्यावर वीतभर शिखर तेवढं दिसत असलेलं. अण्णानं सांगितल्या मार्गानं जास्तीत जास्त बोट पुढाऱ्याच्या घराजवळ नेली. बोटीच्या आवाजानं पुढारी व त्याच्या सोबतचे दोघे गडी माडीवरील गॅलरीत आले नि बोट आपणास नेण्यास आलीय हे ओळखून तराफ्यानं बोटीजवळ आले. आमदार अण्णा स्वत: पुढं झाला आणि आपल्या लीडर मित्राला बोटीत घेण्यासाठी तराफ्यावरील त्याच्या दिशेने उठून त्याने आपला उजवा हात पुढे केला आणि आणि कुठं काय चुकलं देव जाणे, सुखाच्या सायीचं मांदं चढून बोजड झालेला अण्णा धपाकदिशी पाण्यात पडला. पडला नि व्हावतीला लागला... नाही म्हंटले तरी कडेला का असेना, महापूर आलेल्या नदीच्या पाण्याला तशी वडन होतीच. सगळीच काचबारून गेली. हे अनपेक्षित अघटित घडलेलं... पण पांडा अशा गोष्टींना सरावलेला... त्यानं फार्रदिशी सूर मारून व्हावून जाणाऱ्या अण्णाला गाठलं नि गटांगळ्या खात वतात जात असलेल्या त्याच्या मागल्या आंगाला जाऊन कमरेच्या धोतरात पंजा घालून खेचत, पोहत बोटीकडं आणाय सुरुवात केली. तोवर सावरलेल्या तराफ्यावरील दोघा गड्यांनीही पाण्यात उड्या मारून बोजड अण्णाला बोटीकडं आणाय पांडाला मदत केली.

वर येताच अण्णा त्या बोटीत सरळ पसरला नि धापायला लागला. सैनिक कुरकुरत होते.

"हम पैलेच बोलते थे साबको - ज्यान जोखीममे मत डालो..."

"आनी एवढी घाई काय मिरली हुती, जवान लोकं हुतीच की मला हात द्यायला..." लीडर म्हणू लागला.

पाणी कात्रीत बोट पुढं निघाली... मग थोडा दम खाल्ल्यावर आमदार अण्णा नॉर्मल होत उठून बसला, म्हणाला,

"आता झाल्यालं झालं, त्येची जास्त चर्चा नको. नि एका अर्थी झालं ते

बरंच म्हणायचं. उद्या पेपरात फोटोसकट बातमी येऊ दे, आमदारांनी आपला जीव धोक्यात घालून पुरात अडकलेल्या तीन माणसांचे जीव वाचवले... काय...!!''

''आनी आमदारांचा जीव कोण वाचविला?'' पांडा मध्येच बोलला, ''ह्याच पड्ठ्यानं की...'' तसा आमदार अण्णाचा चेहरा पडला नि तो म्हणाला,

''ते झालंच की. पण ते सारं बातमीत कशाला? बातमी कशी थोडक्यात पायजे. मी पल्याड गेल्यावर ह्या पांडाला काय द्यायची ती बक्षिसी देतोच की माजा जीव वाचविल्याबद्दल.''

आणि पलीकडे गेल्यावर अण्णानं पांडाच्या हातात हजाराच्या नोटा ठेवल्या नि हे कुठं बोलायचं नाही अशी ताकीद देत त्याची पाठवणी केली. 'एकमुरी रुपयं हजार हाती पडल्यावर कोण कशाला बोलेल?' इति पड्ठ्या.

■

घबाड

रात्रीचे एक होऊन गेले आणि पुणे–बंगळूर हायवेवर असलेल्या आर्दाळकरांच्या पेट्रोल पंपावर थोडी सामसूम दिसू लागली. तसं पाहिलं तर मध्यरात्रीचे बारानंतर ट्रका–टोरिंगांची वर्दळ थोडी मंदावतेच. मोटारवाले हायवेवरील एखाद्या शहरातील लॉजवर किंवा शहराबाहेरील एखाद्या धाब्यावर रात्रीच्या जेवणासाठी व जेवल्यानंतर थोडावेळ विश्रांती घ्यावी म्हणून थांबत. इतरवेळी एक सेकंदही रस्ता कार, ट्रॅक्स, यस्टी वा एखादी मोटारसायकल ह्यांच्याविना सुनासुना, रिकामा नसे. पण ह्यावेळी मात्र तुरळकच एखादे वाहन जात वा येत असलेले दिसून येई. नपेक्षा जणू हा हायवेही आता ध्याडभर दमून थोडी ईस्वाट्याची झोप घ्यायला लागलाय, असे वाटे...

पेट्रोल पंप म्हटल्यावर जवळपास वा हायवे ओलांडून समोरच्या बाजूला एखादा धाबा वा एखाद्या प्रशस्त खोपटात मटणाची खानावळ; खानावळीच्या किंवा धाब्याच्या समोर पाच–सहा खाटली व त्यावर आडव्या टाकून सोडलेल्या फळकुटागत कमी रुंदीच्या फळ्या हा सारा टायरनामा असतोच... सहा–सातशे किलोमीटरचे रनिंग कुडपून दमून, शिणवटून आलेले ड्रायव्हर–क्लीनर आत आपली ऑर्डर सोडून जेवणाची ताटे बाहेर येईपर्यंत त्या खाटल्यावर आडवे होऊन शिणभागोटा घालवू लागतात; नि ताटं आल्यावर खाटल्यावरचं फळकूट म्होरं ओढून त्यावर ताट ठेवून जेवू लागतात; आणि जेवून झाल्यावर ताट, तांब्या, पेला आदी खाटल्याखाली ठेवून फळकूट उशाकडे वा पायथ्याकडे सारून त्याच खाटल्यावर आडवे होऊन क्षणात घोरायलाही लागतात... काही पेट्रोल पंपांजवळ, धाब्याजवळ वा खानावळीजवळ शीणभागोटा घालूवन ड्रायव्हर–क्लीनर लोकांना व प्रवाशांनाही ताजंतवानं, फ्रेश, करण्याचा दुसराही एक प्रकार असतो. एखाद्या धाब्यावर व पेट्रोल पंपावर गाड्यांची वर्दळ म्हामूर वाढली की, जवळपासच भुईतून आळंबी उगवावीत तशा पाच–सहा झोपड्या उगवतात; नि त्यांतून नव्या ताणाच्या पोरी धंदा करू लागतात...

पण आर्दाळकरांचा पेट्रोल पंप गुदस्ताच चालू झाल्यामुळे असला एखादा

धाबेवाला वा खारकांडाचा खानावळवाला किंवा पाच-सहा पोरी पदरी ठेवून धंदा करणारी एखादी घरवाली आदींची काकनजर ह्या परिसरावर अद्यापपावेतो वळली नव्हती... दोन्हीकडे पसरलेल्या भुंड्या माळरानाच्या टेकाडावर ह्या पंपावरच माणसांची थोडी जाग रात्रीच्यावेळी व दिवसाही दिसून यायची... सकाळी नऊ ते रात्रीच्या नऊपर्यंतच्या शिफ्टची पवन वरुटे, शंकर सारापुरे व दिनकर गोकाके ही तिघंजण होती. वरुटे केबीनमधील गल्ल्याच्या टेबलावर बसून हिशेबठिशेब लिहीत राही. सारापुरे कानातील मोळ काढीत फिरणाऱ्या माणसागत गळ्यात एक चामडी पिशवी अडकवून येणाऱ्या ट्रका-टोरिंगांना डिझेल वा पेट्रोल सोडत पंपावरच्या, कंपनीने नवीनच करून दिलेल्या शेडखाली उभा असे. पंपावरील केबीन व पुढलं मैदान ह्यांची झाडलोट करणारा गोकाके पंपावर एकदम दोन-चार गाड्या आल्या की, सारापुरेला डिझेल वा पेट्रोल सोडायला मदत करी, मोटारवाल्यांनी दिलेल्या नोटा सारापुरेपुढे धरी. सारापुरे त्या गळ्यात अडकविलेल्या चामडी पिशवीत सारी व पैसे देणे फिरत असतील तर त्या चामडी पिशवीतीलच नोटा वा चिल्लर काढून गोकाक्यापुढे धरी. एखाद्या ट्रक वा टोरिंगला चाकात हवा हवी असेल तर गोकाक्या हवा-मशीन असलेल्या केबीनजवळ जाऊन आतली हवा भरायची पाईप बाहेर काढून देऊन स्टेपन्या वा टायरींमध्ये मोटारवाल्यांना भरून हवीय तेवढी हवा भरायला मदत करी...

हे दिवसाच्या शिफ्टचं झालं... रात्री नऊनंतरच्या शिफ्टला वेगळेच तिघे येत व रात्रभर पंपावर ड्युटी करून सकाळी नऊला दिवसपाळीचे लोक आल्यावर घरी निघून जात... महिना झाला म्हणजे ही शिफ्टची ड्युटी बदले, चेंज होई. दिवसाचे लोक रात्री व रात्रीचे दिवसा, असे होई... महिनाभर रात्रीची ड्युटी करणाऱ्यांना कुटुंबसुख लाभावे, त्यादृष्टीने बाबुराव आर्दाळकर मालकांनी हा बदल केला होता... त्यामुळे आज रात्रीच्या ड्युटीला वरुटे, सारापुरे व गोकाके हे तिघे होते... दिवसा घरी आरामशीर तलंगा लावून, ताजेतवाने होऊन आलेले पेट्रोल पंपावरील हे लोक आपली ड्युटी मात्र प्रामाणिकपणे करीत... भर मध्यान् रात्रीचं पंपावरील गाड्यांचा राबता थोडा कमी झाल्यावर थोडी फुरसत मिळूनही वरुटे केबीनमध्ये एक डुलका काढावा म्हणत नसे, की केबीनबाहेरील बाकड्यांवर कलंडून सारापुरे किंवा गोकाके पहाटे चार-पाचपर्यंत थोडी ताणून द्यावी म्हणत नसत. कारण बारा-एकनंतर पंपावर येणारी गाड्यांची वर्दळ मंदावत जाऊन पहाटे चार एकपर्यंत ती तशीच राहत असे; मग विश्रांती घेऊन ताजेतवाने झालेले ड्रायव्हर लोक आपापल्या गाड्या हायवेवरून सुसाट पळवीत बेंगलोर-मंगलोर वा वरतीकडील मुंबई-अहमदाबाद लवकर गाठायला शिकस्त

करीत राहत... दुपारी उनाचं प्रवास करण्यापेक्षा पहाटेचे अशा थंड वेळी प्रवास करणे कुठलाही अनुभवी ड्रायव्हर पसंत करीत असे. त्यामुळे अशा उगवत्या पहाटेस, अशा पिंगळावेळेस, प्रवास करणाऱ्या गाड्या कुणी डिझेलसाठी, कुणी पेट्रोलसाठी पंपावर येऊ लागत. आर्दाळकर मालक परवाच म्हणाला होता, 'पंपाशेजारी आपणच एक धाबा टाकू, म्हणजे आपल्या पंपावर आणखीन् गिऱ्हाईक वाढेल!' पण त्याच्या मागेही सत्रा व्याप, त्यामुळे 'आज टाकू, उद्या टाकू, आता येत्या दिवाळीला नक्कीच' असं चाललं होतं...

आता रात्रीचे दोन वाजायला आले तरी एकही गाडी पंपावर वाकडी वाट करून आली नव्हती. मघाच दोन-तीन कार्स मात्र पाठीमागे पोलिसांची जीप लागल्यागत सुसाट वेगाने खालतीकडे गेल्या होत्या. खालच्या डांबरी रस्त्यावर झालेला त्यांच्या टायरींचा 'चर्रऽर' आवाज मध्यरात्रीचे ते शांत वातावरण चिरत गेला होता... मग एक मारुती झेनवाला हायवेवरून वाकडी वाट करून पंपावर आला. 'कोण तरी लांब रनिंगवाला हाय, त्याला पेट्रोलबी मायंदाळं लागणार', असा विचार करून सारापुरे बाकड्यावरून उठून पेट्रोल टाकीजवळ आला. केबीनमध्ये बसून आजचं दैनिक चाळत-वाचत बसलेला वरुटे थोडा सावरून बसला. 'हाक मारली नि आपली आगत लागली म्हंजे जाऊया म्हणं', असा विचार करून गोकाक्या मात्र कोडग्यावानी बाकड्यावरच बसून राहिला... पण झेनवाला पंपाला एक अर्धवर्तुळ मारत गाडीचं इंजन बंद न करताच थांबला नि पुढे आलेल्या सारापुरेला त्यानं विचारलं,

"कोल्हापूरकडे जाणारा हाच रस्ता का, भाऊ? मागच्या गावच्या बायपास रोडनं आम्ही आलो; तिथं तीन रस्ते फुटलेले. रात्रीच्या ह्या अंधारात सगळ्या दिशा सारख्याच वाटतात नि काही ओळखू येत नाही!"

"बरोबर हाय सायेब, ह्यो हायवेच हाय नि कोल्हापूरला डावं घालून कऱ्हाड-साताऱ्याकडे निघून जातो ह्यो!!"

"थँक्यू!!" आतून आवाज आला नि गेअर ढकलून गाडी निघून गेली...

"बायली, फुका चौकशी; योक फद्याचाबी आपल्याला फायदा न्हाय्!! आंधळा उरावर, तशातली गत!!" गोकाक्या पुटपुटला...

असाच कलाकभर गेला आणि मग एक जीप आली. मघावानीच फुकटची म्हारकी कराय नको म्हणून सारापुरे बाकड्यावरून आता उठलाही नाही. गोकाक्याही तोंडात तंबाखूची गुळणी असल्यागत मुकाट बसून राहिला. केबीनमधल्या वरुटेने पेपरातली नजर वर उचलून क्षणकाळ वर पाहिल्यागत करून परत पेपरात नजर रोवली...

पण ही जीप इतर गाड्यांगत पेट्रोल वा डिझेल घेण्यासाठी पंपाजवळ न

थांबता सरळ केबीनजवळ थांबली आणि तीतून पटापट सात-आठजण सूंब्याच्या सूंब्या गडी उतरले. हुतुतू खेळाडूवानी त्यांच्या अंगात निव्वळ बनियन नि कमरेला हाफ चड्ड्या होत्या. त्यातलं दोघा-तिघांच्या कमरेला केवळ निकरच होती. सिनेमातील चोर-डाकू तोंडावर रुमाल बांधून प्रत्यक्षात अवतरावेत तसं सर्वांनी तोंडाला रुमाल बांधले होते नि सगळ्यांचे केवळ डोळेच उघडे होते. एकाच्या हातात बंदूक होती; एकाच्या हातात पिस्तूल आणि बाकीच्या सगळ्यांकडे कानाएवढ्या उंचीच्या काठ्या... काय घडतंय् हे कळायच्या आत सारापुरेच्या कानाजवळ बंदुकीची नळी टेकली. त्वरेने गोकाक्याच्या डाव्या कानाजवळही जणू हाती बंदूक असावी तशी एकाने आपल्या हातातील काठी टेकवली नि बंदुकीतून गोळी सुटावी तशी त्या काठीधारकाने आवाज टाकला,

"साल्योऽ, चला आत केबीनमदी! गडबड बिडब्याड नको न्हाय् तर गोळीच घालतो!!" जणू तो कानाला टेकविलेल्या त्या काठीतूनच गोळी झाडणार होता!

'केबीनमदी' म्हटल्यावर रडक्या, घाबरट चेहऱ्याने गोकाक्याने केबीनकडे पाहिले, तर केबीनमधील वरुट्याच्या कानसुलाला पिस्तूल रोखून दुसरा एक खवीस उभा होता. त्याच्याजवळ असलेले त्याचे दोघे सोबती वरुट्याला खुर्चीबरोबर बांधल्यागत दाबून उभे होते. त्यातील एक फाशी देणाऱ्या मांगागत होता, तर दुसरा मटण मंडईतील खाटक्यासारखा! ह्या समंधांना पाहूनच वरुट्याला भिवून कन्नून मुतायलाच झालं होतं! त्यात मघाच त्यानं कऱ्हाडला एका कॉम्प्लेक्सवर पडलेल्या दरोड्याचं व त्यात दरोडेखोरांनी एकाला ठार केल्याचं वृत्त वाचल्यानं तो मनातून टरकून गेला होता व रडक्या आवाजात गयावया करीत होता,

"दरोडेखोरसाहेब, मला ठार मारू नका हो, मैं बालबच्चेवाला आदमी हूँ!"

"मग साल्या, आम्ही काय वांझुटं हाय व्हय् रे? आमीसुद्धा बालबच्चेवालेच हाय की! पन मागं पुरावा सोडणं वाईट! आम्हाला तुम्हा तिघास्नी ठार हे करावंच लागणार!!"

तोवर केबीनमध्ये आणलेले सारापुरे व गोकाके ह्यांनी 'ठार' हा शब्द ऐकून त्या साऱ्यांच्या पायावर लोळणच घेतली!!

"ओऽ दरोडेखोरसाहेब, दया करा नि ठार मारण्याच्या लिस्टातनं माजं तेवढं नाव वगळा-मीबी बालबच्चेवालाच हाय, प्लीज साहेब..."

तोवर गोकाक्याने आपली क्यासेट लावली,

"साहेब, मीबी बालबच्चेवालाच हाय हो! माजंबी लिस्टातनं नाव गाळा!"

"सुक्काळीच्याहो, तिघंही आसं म्हणाय लागल्यावर आम्ही ठार तरी कुणाला करायचं रे? दरोड्यात एखाद्याला तरी ठार केल्याशिवाय काई मज्जा न्हाई!

कुनालाबी ठार न करता दरोडा घालून जाणं हे अगदीच मिळमिळीत काम! ते हल्लीच्या बायकाबी करतील, तवा तुम्हापैकी एकजण तरी श्यांपलला म्हणून ठार व्हायलाच पायजे! आता कोण ठार व्हायचं ते तुमचं तुम्ही वल्लं-वाळकं उडवून ठरवा.''

''साहेब, हितं हाय ते सारं न्या; पन ठार मारायचं कलम तेवढं रद्द करा!'' वरुट्याने शेवटचा प्रयत्न केला.

''हितलं सारं डबुलं तर न्हेणार हौतच, आनी ठारबी करणार हाव! ह्या आजच्या कार्यक्रमात काय बदल न्हाई!!''

तसा गोकाक्या लहान पोरागत भाँऽ करून गळा काढीत रडायला लागला नि सारापुरे बोलाय लागलाय का रडाय लागलय असा संभ्रम पडावा, अशा आवाजात म्हणाला,

''ठार करायचं हाय तर दरोडेखोरसाहेब, माझ्या घरी एकबार फोन करून बायकापोरांच्या बरोबर शेवटचं बोलतो तरी! फाशी देणाऱ्या आरोपीचीबी शेवटची इच्छा पूर्ण करत्यात; तवा आता तुम्ही सारी दरोडेखोर लोकांनीच आम्हा कॉमन मान्सांची शेवटची इच्छा पूर्ण करावी...''

''व्हय् रे भडव्या, तू साधा टीनपाट नोकर-पेट्रोल पंपावरचा आनी घरात फोनबीन घ्यायला एवढा पैसा कुठनं आला तुज्याकडं?''

''हितं पंपावरच्या पैशात आम्ही तिघंबी रोज थोडा थोडा डलमा मारून खावडी करताव्, असा समज तुमचा झालाबी आसंल! पन साहेब, माझ्या घरी फोन न्हाई, तर शेजारी फोन हाय. त्येला रिक्वेस्ट फोन म्हणत्यात! त्या नंबरवर फोन केला की आमच्या घरातल्यास्नी ती लोकं बलीवत्यात!!''

''तू काय आम्हास्नी दूधखुळा समजतोस व्हय् रे काळतोंड्या? यशस्वी दरोडा कसा घालावा ह्याचं ट्रेनिंग देणारं एखादं स्कूल हितं निघालं नसलं तरी किंवा त्याबाबत एखादं पुस्तक नसलं तरी आम्ही आनभवावरनं शिकल्यालं हाव की, दरोडा कवा घालावा, कुठं घालावा, कोंच्या टैमाला घालावा नि त्यो घालाय जायच्या आधी टेलिफोन वायरबी कशा कट कराव्यात! आम्ही भाहीरनं डांबावरनंच वायर कट केलीया.''

''आता झाट की पाट कोण तरी एकजण मरणाला तयार व्हा, कसं!'' त्यातील लालगलींद डोळ्यांचा खवीस म्हणाला, ''तसं मेलेल्याने काही काळजी करू नये; मागे उरल्याल्या दोघास्नीबी तसं आम्ही काय कच्चं सोडणार न्हाई! त्येंच्या हातापायाचं स्पेअर पार्ट करून त्येनलाबी आम्ही अर्धमेलं करून टाकताव ह्येची ग्यारेंटी!!''

''बरं, आता उगंच घोळ नको! एखांदी चुकली माकली गाडी पंपावरती

यायच्या आधी आपलं मुख्य कार्य उरकून टाकू!'' त्यांच्यातील जाड्याला, ढेरपोट्या टकल्या म्हणाला.

''कोंचं म्हंता बॉस मुख्य कार्य?– ह्येनला मारायचं की तिजोरीचं वज्जं हालकं करायचं?'' त्यांच्यातील उंच्याली, ढेंगळी, तुरकाटी चिरपाट्या आवाजात बोलली. बहुधा देवाने त्या व्यक्तीला तसलाच कणा मोडका, प्रभावहीन आवाज दिला असावा.

''आधी तिजोरी नि क्यासबॉक्स हालकी करा नि आधी हितनं सटकायचं बघा!!'' तो टकलू हैवान कडक आवाजात बोलला, बहुधा तोच त्यांचा म्होरक्या असावा.

त्याच्या हुकमाची अंमलबजावणी करायला लगेच सारे लागले. एकाने कॅशबॉक्सच सोबत आणलेल्या सिमेंटच्या रिकाम्या पिशवीत डब मारली; तोवर वरुट्याने आपल्या डोस्कीत बंदुकीचा दस्ता बसायच्या आत गुमाट्याने तिजोरीची किल्लीच म्होरं केली... तशी दोघा-तिघांनी तिजोरी उघडून त्यातली रक्कम पिशवीत भरली... तोवर हायवेवर उभा असलेल्या टेहळणी करणाऱ्याने खुणेची शीट घातली; म्हणजे एखाद्या गाडीचा लाईट त्याला खालच्या वा वरच्या बाजूकडून दिसला असावा...

''अरे, जल्दी करा!!'' टकलूनं हुकूम सोडल्यागत म्हटलं, ''एखादी गाडी हायवेवरनं यायला लागली वाटतं! ती एखाद्यावेळी ह्या पंपावरही यायची! तवा जल्दी करा! आवरलं काय रे!''

''आवरलं साहेब!!''

''मग निघू तर आता!!''

आणि मग सारेच त्वरेने बाहेर पडू लागले; तसा वरुटे भिकाऱ्यागत आवाज काढून म्हणाला,

''साहेब, अहो दरोडेखोरसाहेब, आम्हाला कायबी इजा न करता तसंच चाललासा! ह्यो अन्याय हाय गरिबावर साहेब! जरा तरी काय तरी प्रत्येकाला इजा करा; न्हाय् तर आमचा मालक आनी म्हणाय लागंल, 'ह्या तिघा बेट्यांनीच दरोडा पडल्याची शाळा केलीया नि सारी रक्कम सोताच लंपास केलीया!' तवा दरोडेखोरसाहेब, प्रत्येकाची थोडी थोडी कुच्चीकोंबी लालबोंबी करा! म्हंजे, मालकाचा ईस्वास बसंल, खरोखरच डिक्टो दरोडा पडलाय् म्हणून!!''

तसा केबीनबाहेर पडत असलेला टकलू गर्रकन वळून म्हणाला,

''साल्योऽ, मार खायाची हौस आलीया व्हय तुम्हाला?''

''दरोडेखोरसाहेब, मघा तुम्हीच तर बोललासा की, एकाला ठार करू नि दुसऱ्यांशी अर्धंकच्चं करू म्हणून!!'' तशाही अवस्थेत गोकाक्या पाइंटाचं

बोलला. ''ती सारी आम्ही घाबरावं म्हणून थट्टाच केलीया का?''

''हुकमाची तमिली हो!'' अकबर बादशहाच्या ऐटीत टकलूने हुकूम सोडला, ''ह्या तिघास्नी जरा सणका चांगलं – आपल्या दरोडेखोरांचा हिसका कळू दे ह्यांना!!''

तशी सारी आत गेली आणि तिघांना बकाबका बुकलू लागली! 'मेलो', 'आय् गऽऽ!', 'अहो जरा दमानं, हाळूच!' असे उद्‌गार तिघांच्याही तोंडून निघू लागले...

''अरे जरा एका–दोघांचं रक्तबी काढा रे, म्हंजे चांगलाच मार बसलाय् अशी मालकाची खात्री पटू दे!!'' टकलूनं मारणाऱ्यांना आणखीन जरा पंप केला.

तसे हाताने रपाटे बसायचं बंद होऊन रपाऽरपा काठ्या अंगावर बसू लागल्या. गोकाक्याचं गुडघं फुटलं नि त्यावरनं रक्ताचं वरंगळं पायाच्या घोट्यापर्यंत लागलं. सारापुरेच्या कोपरावर अशी सणसणीत काठी बसली की त्या माराची कळ मस्तकापर्यंत गेली नि दुसऱ्या रिकाम्या हाताने बोंबलत तो म्हणाला,

''साहेब, हे ज्यादाच झालं!!''

''हे तुमच्याच फर्माईशवर चाललंय्!'' टकलू गम्मतीने म्हणाला, ''बस्स, आता पुरं करा रे!!''

ह्यावर सगळे हात व हातातील काठ्याही थांबल्या.

''हं, हे बेस्ट झालं! छान!!'' आपल्या सहकाऱ्यांच्या ह्या कामगिरीवर खूश होत टकलू बोलला, ''पन ह्यात अजून एक कसर राहिली – ह्या तिघांच्या अंगावरील कपडे अजूनबी श्याबूत हैत; ते ज्येच्या–त्येच्या आवडीप्रमाणे कुठंबी फाडून टाका, म्हंजे खरं रिॲलिस्टिक होईल!!''

''साहेब, तुम्ही इंग्रजी बोलताय् म्हंजे वेल एज्युकेटेड दिसता!'' शर्टाचा एक हात व खिसा गमावलेला वरुटे म्हणाला.

''व्हय्, आम्हा दरोडेखोरातबी आता एम.ए., बी.ए., एम.कॉम असं झाल्याली मान्सं हैत! एवढं शिकूनबी कुणाला कुठं चांगली नोकरीबी मिळंना; मग करत्यात काय? आमच्यासारखा असा सोपा कामधंदा कुठंबी न्हाई दुनियेत! ह्या धंद्यात माणूस काय उपाशी मरत न्हाई, नशीब गांडू आसलं नि पोलिसास्नी गावून आम्हाला सजा झाली तरी तुरुंगात का आसंना दोन वेळच्या आन्नाची ग्यारंटी ही असतीच!''

सगळ्यांचे व्यवस्थित कपडे फाडून झाल्यावर वरुटेला खुर्चीवरच बांधण्यात आलं, नि गोकाके व सारापुरे ह्यांना समोरच्या टेबलाच्या पायाशी, नि मग तिघांच्याही तोंडात बोळे कोंबून तिघांचीही तोंडं जाम बांधण्यात आली... तसं

एखाद्या पूर्ण केलेल्या कलाकृतीकडे समाधानानं पाहणाऱ्या कलावंताच्या तृप्त वगैरे स्वरात टकलू म्हणाला, ‘‘हं छान झालं! बेस्ट! फाईन!! आता आसं करा, पंपावरलं, म्होरच्या रस्त्यावरलं नि केबीनमधलंबी लाईट आधी बंद करा, पेट्रोल पंप बंद आहे, असं समजून सकाळपतोर कोण काळं कुत्रंबी हिकडं फिरकणार न्हाई!!’’

त्याचप्रमाणे तामिली झाली, अन् मग ते सारे सुशिक्षित वगैरे दरोडेखोर आले तसे भर्रदिशी आपल्या जीपमधनं निघूनही गेले!!

दुसरे दिवशी सकाळी नऊला दुसऱ्या शिफ्टचे कर्मचारी पंपावर आले नि ही दरोड्याची वार्ता सगळीकडे पसरली. जवळच्या तालुक्यातले, जिल्ह्याहून निघणाऱ्या दोन दैनिकांचे दोघे वार्ताहर एकाच स्कूटरवरून आले. त्यांच्या दैनिकांत गळेकापू तीव्र स्पर्धा असली तरी ह्या दोघांत तसा एकोपा व मैत्री होती. ह्यामागे हे एक कारण होते की, दोघातला सुभाष थोरवत हा तसा चलाख व हुशार होता. आणि शांताराम कागवाडे हा बराच धड्ड व चार ओळीही धड व्याकरणशुद्ध मराठी बातमी लिहायची क्षमता/लायकी नसलेला होता. थोरवत बातम्या लिही व त्याच नक्कलून कागवाडे आपल्या पेपरास पाठवी. तालुक्यात अशी एखादी दरोड्याची किंवा खुनाची व बलात्काराची सनसनाटी घटना घडली की तेथे थोरवतामागोमाग कागवाडेही सावलीगत असेच! हे दोघे घटनेची चौकशी करून नि घटनास्थळाचा फोटो मारून निघून गेल्यावर दुसऱ्याच दिवशी जिल्ह्याच्या दोन्ही पेपरांच्या पहिल्या पानावर ही बातमी फोटोसह झळकली. बातमीच्या शेवटी शेपटीगत नेहमीचेच वाक्य होते, ‘पोलीस तपास चालू आहे!’ अर्थात ही अशा प्रकारची वाक्ये नेहमीच वाचून लोकही म्हणू लागले होते – ‘म्हणजे, तपासबिपास काही चालू नाही, त्या दरोडेखोरांतच वाटणीच्या पैशावरून जर भांडणंबिंडणं झाली नि त्यातील एकानं फोननं वा निनावी पत्र पाठवून पोलिसांना कळविलं तर कुठं ह्यांना दरोड्याचा तपास लागायचा! नपेक्षा आजवर आपल्या भागात इतकं दरोडं पडलं, त्यातल्या कितींचा आजवर तरी तपास लागलाय्?’ वगैरे.

ह्या घटनेनंतर दोन–तीन दिवसांतच जिल्ह्यातून गेलेल्या ह्या राष्ट्रीय महामार्ग क्रमांक ४ वरील सर्व पेट्रोल पंपवाल्यांना जिल्हा पोलीस प्रमुख कार्यालयातून नोटीस आली. महाराष्ट्र बॉण्ड्रीला लागूनच हा कर्नाटकातील जिल्हा असल्याने त्यातील पंपधारकांतही मराठी–कानडीची सरमिसळ झाली होती आणि सरकारच्या कानडीकरणाच्या धोरणामुळे ही नोटीस अर्थात् कानडीतच आली होती. कानडीतलं ‘यान् माडती, कान झाडती’ एवढंही धड कानडी न येणाऱ्या पंपवाल्यांनी ह्या नोटिशीचा कानडी येणाऱ्याकडून,

मराठी तरजुमा करून घेतला, तो असा –

'नॅशनल हाय–वे क्रमांक ४ वरील सर्व पेट्रोल व डिझेल पंपधारकांना जाहीर नोटीस ऐसाजे–'

विषय – पेट्रोल पंपावर पडणाऱ्या दरोड्यांसंदर्भात संरक्षण व उपाययोजना.

सदरहू नोटिशीने नॅशनल हाय–वे क्रमांक ४ वरील सर्व पंपधारकांना कळविण्यात येते की, अलीकडे पेट्रोल पंपांवरही दरोडी घालण्याजोगे दरोडेखोर सुधारले आहेत. हाय–वेवरील सर्वच पंप रात्रभर उघडे असतात आणि हाय–वेवरील हल्ली बेसुमार वाढलेल्या रहदारीमुळे सर्वच पंपवाल्यांचा गल्ला बराच जमत असावा; त्यामुळे दरोडेखोरांची वक्र नजर पंपवाल्यांच्याकडे पडणे स्वाभाविक आहे. परवाच आर्दाळकरांच्या पेट्रोल पंपावर यशस्वी दरोडा टाकून दरोडेखोरांनी आपला ह्या साईडकडला मुहूर्त केला आहेच... सारांश, ह्या दरोड्यासंदर्भात व अशा प्रकारच्या भविष्यकालीन संकटासंदर्भात विचारविनिमय व चर्चा करण्यासाठी सर्वांनी मंगळवार दि. १६ ऑक्टो. रोजी जिल्हा पोलीस प्रमुखांच्या कार्यालयात जातीने हजर राहावे. जे पंपधारक ह्या दिवशी गैरहजर राहतील त्यांच्याकडून दंडापोटी १०००/- रु. वसूल करून जमलेली रक्कम पोलीस वेल्फेअर फंडात जमा करण्यात येईल, ह्याचीही कृपया सर्वांनी नोंद घ्यावी.– आणि खाली जिल्हा पोलीस प्रमुखाची सही, न वाचता येणारी; आणि म्हणून सहीवाल्याचं नाव सर्वांना कळण्यासाठी खाली कंसांत कानडीतच टाईप केलेलं–'टी. शिवशंकर' आणि सहीच्या डाव्या बाजूस मोकळ्या असलेल्या कोऱ्या जागेत लिहिलं होतं–'मीटिंगची वेळ – ठीक दुपारी ४ वाजता. स्थळ–जिल्हा पोलीस मुख्यालय.'

ठीक दुपारी ४ असं नोटिशीत असलं तरी ४ वाजून गेल्यावर मीटिंग सुरू झाली. हाय–वेवरील झाडून सारे पंपवाले मीटिंगला हजर झाले होते. अपवाद फक्त आर्दाळकरांचा होता. आपल्या पंपावर दरोडा पडून पाऊण लाखांची रक्कम लुटून नेल्याचे कळल्यापासून त्यांनी हाबका खाल्ला होता व त्यांना हॉस्पिटलमध्ये ॲडमिट करावे लागले होते! त्यांच्याऐवजी त्या दरोड्यात महाप्रसाद मिळालेले त्यांचे कर्मचारी वरुटे, सारापुरे व गोकाके मात्र हजर होते. ते तिघे मालकाची गाडी व गाडीसह अर्थात् ड्रायव्हर घेऊन मीटिंगला हजर झाले होते...

जिल्हा पोलीस प्रमुख टी. शिवशंकरसाहेब मीटिंगस्थळी येताच खुर्चीवर बसलेल्या साऱ्यांनी उभे राहून त्यांच्या अधिकाराबद्दल आदर व्यक्त केला. उजवा हात वारून 'बसा, बसा' असं कानडीत म्हणत साहेब टेबलामागील खुर्चीवर बसले; आणि मग त्यांनी कानडीतच म्हटले,

"आता मीटिंग चालू करायला कुणाची काही हरकत नाही ना?"

"न्हाई, न्हाई साहेब, करा साहेब!!" मीटिंगला जमलेल्या समोरील मॉबमधून

कानडीतच दोन–तीन आवाज उमटले.

तसं उभा राहायचेही कष्ट न घेता साहेबांनी खुर्चीवर बसूनच अर्थात् कानडीतच बोलायला सुरुवात केली,

"तुम्हा पब्लिकमदी कानडी भाषा येणारी जशी आहेत तशी ती भाषा न येणारीही थोडीबहुत आहेतच. आपला ह्यो जिल्हाच कानडी–मराठी भाषिकांचा सरमिसळ जिल्हा हाय. तशी मलाबी स्वल्प स्वल्प मराठी बोलायला येतीय्. पन आम्ही कर्नाटक गव्हर्न्मेंटचे सर्व्हंट असल्याने सरकारी कामकाजात कानडीचा वापर करणे, हे आमचे फर्स्ट कर्तव्य आहे. मराठी भाषिकांच्या सोईसाठी नंतर आमचे दरोडा पडलेल्या तालुक्यातले पी. एस. आय. श्री. बी. पी. हाळभांवी मराठी तरजुमाही पेश करतील... तर आता ऑन दी पॉईंट; आपल्या जिल्ह्यात सध्या दरोड्यांची संख्या बरीच वाढलीय हे तुम्ही पेपरात येणाऱ्या बातम्यांवरून जाणताच. आपला हा जिल्हा सीमेवर असल्याने काही वेळा दरोडेखोर शेजारच्या महाराष्ट्रातून येतात, तर काही वेळा आपल्याही भागातले दरोडेखोर पलीकडे दरोडे घालून इकडे पळून येतात; त्यामुळे तपासकामात दोन्हीकडील पोलिसांना खूप अडथळे येतात. सारांश, आपल्या जिल्ह्यातून गेलेल्या नॅशनल हाय–वे क्रमांक फोरवर असलेल्या पेट्रोल पंपावर दरोडेखोरांची वक्रदृष्टी वळून त्यांचा उपद्रव तुम्हा साऱ्यांनाच होऊ शकतो. तुम्हा साऱ्यांचेच पंप डे आणि नाईट चालू असतात. डेला तसा काय न्हाय्, पन नाईटला मात्र तुम्हाला खबरदार राहिलं पाहिजे. तुम्हाला संरक्षण व्हावे म्हणून माझ्या आधीच्या श्रीनिवास साहेबांनी रात्री ११ नंतर पेट्रोल पंप बंद ठेवण्याचा हुकूम जारी केला होता; पण तुमचे शिष्टमंडळ आमचे चीफ मिनिस्टरसाहेब आणि गृहमंत्रीसाहेब ह्यांना भेटून, 'आमच्या पंपाच्या संरक्षणाचे आमचे आम्ही पाहून घेतो, रात्रभर पूर्वीप्रमाणेच पंप चालू ठेवणेस आम्हाला परवानगी मिळावी', म्हणून सांगून तो हुकूम क्यान्सल करायला लावला होता. आता श्रीनिवासनसाहेब बदली होऊन गेलेत, ह्या गोष्टीला पाच–सहा महिने होऊन गेलेत. त्यांच्याजागी मी आल्यावर त्यांच्या हुकमाबद्दल थोडा विचार करू लागलो. त्यांचा उद्देश चांगला होता; पण त्यात तुमचे थोडे आर्थिक नुकसान होत असले तरी तुमची जीवित–वित्तहानी ह्यांचे संरक्षणच होत होते. आमची पोलीस यंत्रणा व ह्या यंत्रणेकडे असलेले पोलीसबळ हे सर्वांनाच संरक्षण देण्यास अपुरे पडते. आपण विनंती केल्यास आम्ही फार झाले तर हाय–वेवर जीपमधून गस्त घालणारे एक पथक रात्रीसाठी नेमू; पण हीही व्यवस्था अपुरी आहे. कारण एकदा का पेट्रोलिंग जीपची ठराविक वेळ टळून गेली की मग दबा धरून बसलेले दरोडेखोर आरामात दरोडा घालून पळून जाऊ शकतात! सारांश, आपण सर्वांनी 'आमच्या पंपांचे संरक्षण आमचे

आम्ही पाहून घेतो' असे आमच्या मुख्यमंत्री व गृहमंत्रीसाहेबांना दिलेल्या हमीनुसार आपण पंपांच्या संरक्षणाची काय व कशी व्यवस्था केलीय् ह्याची ट्रायल पाहावी म्हणून आम्हीच परवा त्या आर्दाळकरांच्या पंपावर दरोडा घालायचं नाटक केलं!!''

साहेबांच्या ह्या रहस्यस्फोटानं समोर मीटिंगसाठी जमलेल्या लोकांत एकच खळबळ माजली! आश्चर्योद्गार, कुजबूज ह्यांनी मघापासून असलेली पीन ड्रॉप शांतता ढवळून निघाली. तसं साहेबाने टेबलावर पंजा आपटीत आपल्या गोळीबंद आवाजात कानडीतच चालू केलं,

''सायलेन्स प्लीज! शांत राहा! अजून माझं स्पीच संपलेलं नाही! तर सांगायचा उद्देश हा की, प्रत्येक पंपवाल्यांचं मागील पानावरून पुढे चालू अशीच सारी अवस्था आहे. कुणीही आपल्या पेट्रोल पंपाच्या संरक्षणाची काळजी घेतलेली नाही. चार–सहा जणांचं कुणीही टोळकं उत्तररात्री येऊन पंप सहज दरोडा टाकून लुटू शकतं! तेव्हा सदरहू मीटिंगचा हा उद्देश आहे की, तुम्ही यापुढे आपल्या– आपल्या पंपावर संरक्षणासाठी काही तरी रात्रीच्या वेळेपुरता का असेना, बंदोबस्त करावा आणि आपणा सर्वांना मदत म्हणून रात्री एक ते पहाटे पाचपर्यंत जिल्ह्याच्या ह्या उत्तरेकडील बाजूस सीमेपर्यंत एक व दक्षिणेकडील बाजूस एक अशी दोन जीप्सची पथके पेट्रोलिंगसाठी तैनात करण्याची व्यवस्था मी आजपासून करतो!'' आणि समारोपादाखल साहेब म्हणाले, ''आता आर्दाळकरांच्या पंपावर दरोड्याचं नाटक करून आम्ही लुटून आणलेली ७६ हजार ८१० रुपयांची रोख रक्कम त्यांचे कुणी जबाबदार व्यक्ती आलेली असेल त्यांनी येथे येऊन ताब्यात घ्यावी व रक्कम पोहोचल्याची येथील मस्टरवर सही करावी; नि पंच म्हणून आपल्यातीलच दोघा–तिघांनी सह्या करण्यास पुढे यावे!'' मग साहेबांच्या ह्या कानडीचा मराठी अनुवादही पी. एस. आय. हाळभांवीने सांगितला.

तसा परवाच्या 'दरोड्या'त आराच्या भाहीर मार बसलेला नि त्यात फ्रॅक्चर झालेला डावा हात गळ्यात बांधलेला वरुटे पुढं झाला नि साहेबाकडून रक्कम आधी ताब्यात घेऊन समोरच्या सगळ्यांना ऐकू जाईल अशा अवाजात पुटपुटला,

''साहेब, त्या दिवशी म्हंजे आपलं रात्री, तुम्ही आमची लईच धुलाई केलीसा हं!!''

तशी समोरच्या मॉबमध्ये एकच खसखस पिकली! परत वरुटेच रडक्या आवाजात म्हणाला,

''तुम्हा साऱ्या पोलीस खात्यातल्या लोकांचा मार खाऊन माजं तर आंग

आंगभर खांडकं झाल्यागतीन् ठणकाय् लागलंय् बघा! आनी माजा डावा हातबी मोडला बघा!!''

''ज्यान बची लाखो पाये!'' साहेबानं राष्ट्रभाषेत डायलॉग हाणला. ''डिक्टो खरोखरचे दरोडेखोर आले असते तर ज्यानच घेतली असती त्यांनी एखाद्यावेळी तुजी!''

''साहेब, थँक्यू साहेब – ज्यान तेवढी ठेवून बाकी सारी कणीक तिंबली त्याबद्दल!!'' अन् तशाही अवस्थेत वरुटेने कसनुसं हसण्याचा प्रयत्न केला.

तसा परत एकदा तिथे हास्यस्फोट होऊन गेला... मग साहेबाने पुढे केलेल्या ऑफिसच्या मस्टरसारख्या फायलीतल्या कागदावर कानडीत लिहिलेल्या मजकुराखाली शाबूत राहिलेल्या उजव्या हाताने वरुटेने लांबलचक, इंग्लिशमध्ये! सही ठोकलीन मग साहेबाने मॉबमधीलच चार-पाच जणांना बोटाने खूण करून टेबलाजवळ बोलावले नि त्यांनीही साक्षीदार पंच म्हणून रक्कम दिल्याबाबतच्या सह्या मारल्या; नि पुढील कंसात आपली नावं व पत्तेही लिहिले...

अशारीतीने ती मीटिंग एकदाची आटोपली नि तेथे जमलेले सर्वजण आपापल्या गावाकडे जाण्यासाठी जिल्हा पोलीस प्रमुखांच्या कार्यालयाबाहेर पडले...

आर्दाळकरांच्या पेट्रोलपंपावरचे वरुटे, सारापुरे नि गोकाके हे तिघे मालकाच्याच मारुती झेनमधून हाय-वेनेच आपल्या पेट्रोल पंपाकडे येऊ लागले. कार, मालकाचाच लाडका ड्रायव्हर हासन, चालवीत होता... त्याच्या डोक्यात जणू कली शिरून विचार येत होता – गाडीतल्या ह्या तिघांना सामील करून घेऊन रस्त्यात गाडी अडवून गाडीवरच दरोडा पडल्याचं नाटक करून मघा मिळालेली सारी रक्कम ते तिघे व आपण, अशा चौघांत सारखी वाटून घेतली तर कसे? – आयडीया तर नामी हाय!!

तो असा विचार करून मनात प्लॅन घालतो आहे तो समोरच्या डोंगरघाटात पहिल्याच वळणाशी मागून एक ट्रॅक्स येऊन पुढे गेली नि ती कासराभर अंतरावर जाऊन रस्त्यातच आडवी उभी राहिली... तशी हासनलाही पलीकडे जाण्यास मार्गच नसल्याने आपली कार जवळ गेल्यावर थांबवावीच लागली... 'बायली, असं का? कोण हे मादरचोद? स्सालेऽ!!!' असा मनात संताप येतो आहे तो समोरच्या ट्रॅक्समधून सात-आठजण खाली उतरले. त्यातील काहींच्या हातात सत्तूर, काहींच्या चाकू, सुरा वा जंबीया, काहींच्या हातात सायकल चेन, तर काहींच्या हातात सोटेही दिसत होते. जवळ आलेल्यांनी मारुती झेनमधील चौघांनाही खाली ओढून कुचलायलाच सुरुवात केली! सर्वांची तोंडे रुमालाने बांधलेलीच असली तरी परवाच्या 'दरोड्या'तील नाटकागत हे लोक हाफ

पॅण्टीत व बनियनमध्ये नव्हते तर टीपटॉप ड्रेस करून, काहींनी तर कपडेही इन् करून घातले होते! साले, सारे कसे अप्‌टूडेटमदी होते!! चौघांवर हात-पाय चालविण्याच्या कामात खूपच पटाईत असलेला रानबोक्यागत चपळ तरुण बागवानी मुसलमानीत म्हणाला,

"पैला पैसा निकालो!!"

"काहे का पैसा?" खूप रडक्या आवाजात वरुटेनं विचारलं.

"अब्बी साबके ऑफिसमें लीयासो? हम सब्बी व्हाँ मौजूत अत्ते तो!! वहीसे तुम्हारा पीछा करने लगे हम; यहाँ घाटमें मोका मिला! जल्दी निकालो पैसे, नही तो एक-एकको भून लेता हूँ!!"

"तो तुम सच्चे दरोडेखोर हों!!"

"हाँ! हम सच्चे और इमानदार दरोडेखोर हैं; साहब का नाटक नही चला रहे हैं यहाँ! घाटमेसे दुसरी गड्डी आनेसे पहले पैसा निकालो, नही तो तुम सब्बी गये बाराके भावसे!!"

तशी जिवाच्या भयाने चट्‌कन वरुटेने आपल्या शाबूत उजव्या हाताने रक्कम ठेवलेली ब्रीफकेस, जी मघा येताना जिल्ह्याच्याच एका जनरल स्टोअर्सच्या दुकानातून विकत घेतली होती, त्या रानबोक्याच्या हवाली केली!

रक्कम आत आहे की नाही ह्याची खात्री करून घेत तो रानबोका आपल्या साथीदारांना म्हणाला,

"कारकी हवा निकालो; नही तो टायरपें सुरा मारके सब टायराँ नाकाम करो!!"

हवा सोडत बसत वेळ घालविण्यापेक्षा टायरीत सुरा मारून ती निकामी करणं खूप सोपं काम असल्यानं क्षणात ते सर्वांनी केलं! तसा परत तो रानबोका गरजला,

"गर, किसी दुसरी कारमेंसे हमारा पीछा किया तो एक एकको खल्लास कर डालूँगा!" आणि खिशातले गावठी पिस्तूल काढून त्यातून हवेत एक बार काढीत त्याने आणखीन दहशत बसविली न् मग आपल्या साथीदारांकडे वळून विजयी स्वरात म्हटलं, "चलो रेऽ हमारा काम तमाम हुआ! आखीर हमारी फत्तेह हुआ! दिन दहाडे डाका डालके पावना लाख कमाये!!"

आणि हवेतल्या पाखरावानी भर्रदिशी ते आपल्या ट्रॅक्सकडे गेले; नि तीत बसून दुसऱ्याच क्षणी त्यांनी उडन् छू: केलं!!

खाली धराशायी झालेल्या चौघांनीही आपले आठही डोळे फाड-फाडून ट्रॅक्सच्या पिछाडीच्या नंबर प्लेटवरील नंबर पाहण्याचा प्रयत्न केला; पण त्या साल्यांनी नंबर प्लेटवर रानातली लाल माती भिजवून फासटली होती; त्यामुळे

स्पष्ट काय ती अक्षरं व तीवरील आकडे दिसून आले नाहीत...

आता आठही डोळे विस्फारले नि घाटाची चढण चढून जाणाऱ्या पाठमोऱ्या ट्रॅक्सकडे पाहतच राहिले. हे मात्र दरोड्याचं नाटक नव्हतं; तर खरोखरीचाच दरोडा होता!! अगदी डिक्टो!!

ट्रॅक्स घाटमाथ्यावर जाऊन पल्याडल्या घसारतीवरील एका चिंचेच्या झाडाजवळ थांबली. झाडाखाली सिव्हिल ड्रेसमधला हवालदार नागाप्पा सुळकुडे होता...

ट्रॅक्समधून उंच्याला टोळीप्रमुख उतरला नि नागाप्पाच्या हातात रक्कम देत म्हणाला,

"साहेब, ही तुमची तिजाई वाटणी – ह्या 'घबाड'ची आम्हाला खबर दिल्याबद्दल! तुमच्यामुळंच तर हे सत्तर हजारावरचं 'घबाड' आम्हाला आज लाभलं; थँक्यू!!"

■

रेखा, दया आणि मी

(१)

दया आज बऱ्याच दिवसांनी भेटला होता. हा साला माझा क्लासमेट. दोघं एकाच गावात राहूनही कधी सटी-सहामाही भेट व्हायची. मी माझ्या व्यवसायात नि तो त्याच्या कामात. माझा छोटासा फोटो स्टुडिओ होता. गावच्या लोकसंख्येच्या मानाने कामही बरे होते आणि दया समाजकार्य वगैरे करीत असे. बी.ए., बी.एड्. झालेला दया नुकताच मास्तरकीतही चिकटला होता. त्यापूर्वी बेकार होता त्या कालावधीत त्याने एड्स व देवदासी सेवा केंद्र चालू केले होते. तो व मी दोघेही दलित समाजातील. तो चांभाराचा तर मी महार समाजातील. देवदासी म्हणून जोगतीण झालेल्या दलित समाजातीलच पोरी-बाळींचा, स्त्रियांचा जास्त भरणा असल्याने त्याचे ते समाजकार्य आपल्याच समाजासाठी आहे, असे वाटून माझ्या मनात त्याच्याबद्दल आपुलकीचा एक कोपराही निर्माण झाला होता.

"काय रे भीम्या, कुठं हाय पत्त्या?" त्यानं विचारलं.

डॉ. आंबेडकरांचं नाव मला ठेवलं असलं तरी घरटनीतले सारे मला 'भीम्याच' म्हणत. दया व मी बऱ्यापैकी शिकलो असलो तरी आमच्या तोंडून आमच्या समाजाची ग्रामीण बोली जात नव्हती. नागरबोली, जिला आम्ही 'बामणी बोली' म्हणत असू, आम्हालाही बोलता येत होतीच, पण आमच्या तळागाळातल्या समाजातील माणूस कितीही शिकला तरी त्याच्या तोंडात 'आहे' पेक्षा 'हाय' हेच सहजपणे येतं नि आपला समाज बांधव भेटला की तो 'हाय', 'व्हय्' अशा ग्रामीण बोलीतच बोलत असतो.

"हाय की हितंच!" मी म्हणालो.

"काय म्हंतोय् तुजा धंदा?"

"हाय आपला बरा, टिकीम-टिकीम चाललाय. मिळतंय आपलं पोटापुरतं!" नि मी विचारलं, "आनी तुजा धंदा रे?"

आमनधपक्यानं माझ्या तोंडून 'धंदा' हा शब्द बाहेर पडला, त्यामुळे

असेल, कृतक्कोपानं तो म्हणाला,

"साल्या, मी समाजकार्य करतोय. त्येला धंदा म्हंतोस व्हय रे?"

"बरं बाबा, मी माझा शब्द मागे घेतो..."

"हांम बघ. हे कसं झालं!!" तो खुशीत येऊन म्हणाला, "चल, जरा फिरून येऊ."

का कोण जाणे, आज तो फारच खुशीत आलेला दिसत होता. संध्याकाळचे सात होऊन गेले होते. बोलवत-घोळवत त्याने गावाबाहेर मला आणले. मी जाण्याच्या, तेथून निसटायच्या उद्देशाने त्याला म्हणाय लागलो,

"दया, जातो रे मी आता. काम हाय माजं."

"चल बे, कसलं झेटाचं काम. ह्या टैमाचं कोण म्हारमुडा येणार हाय तुज्या दुकानात, 'फोटु काढा' म्हणून!"

"तरी पन दुकानात कामाला प्वार हाय, त्येची वेळेवर सुट्टी तर कराय पायजे का नको?"

"सुट्टीच्या वेळेपर्यंत परत येताव चल! साडे आठ-नऊच्या आत तर तू फोटो स्टुडिओ बंद करत न्हाईस न्हवं?"

ह्यावर माझाही नाईलाज झाला. थोडा मनाविरुद्धच त्याच्यासोबत निघालो. घुमवत-घुमवत त्यानं मला गावाबाहेरील वेश्या वस्तीत आणलं! सराईतावानी तो आत घुसला नि त्यानं मग आवाज टाकला,

"ये बायनाबुढ्ढीऽ, हैस का उलथलीस?"

अशा जागी त्याचं हे असं बोलणं ऐकून हा इथे काही पहिल्यांदाच येत नव्हता, हे कळत होतं...

"एवढ्यात उलथल्यावर तुम्हासारख्यांचं कसं व्हायचं?" आतून एक काळीढुस्स, साठीच्या घरातील, थुलथुलीत अंगाची म्हातारी बाहेर येत म्हणाली.

"बऽर, दुरपी हाय का बसली जाऊन धंद्याला?" दयानं विचारलं.

"बहुतेक नसंल. एवढ्या लौकर कोण गिऱ्हाक येणार?" अन् तळागाळातील बायकांगत पुरुषीथाटाने 'आलो-गेलो' म्हणत म्हातारी बोलली, "थांब खा, आत जाऊन बघून येतो. धंद्यावर जाऊन बसाय नसंल तर हिकडं लावून देतो तिला!" नि म्हातारी आतमध्ये निघून गेली.

म्हणजे आम्ही ज्या दारातून आत आलो ते घराचे परसदार, पिछाडीचं दार असावं आणि उजारदार पुढे स्टँडकडे गेलेल्या रस्त्याच्या बाजूस नि येथील पोरीही त्या दारापुढेच धंद्याला थांबत असाव्यात...

इकडे तोवर दयानं खिशातून क्वार्टर काढली. बाजूच्या खिडकीजवळ पाण्याचा हंडा होता व हंड्यावर झाकलेल्या अल्युमिनियमच्या थर्डीवर एक

स्टीलचा पेला डब मारला होता. दयानं उठून हंड्यातून अर्धा पेला पाणी घेतलं आणि त्यात हातातील अर्धी क्वार्टर रिकामी केली व पेला मजपुढे धरीत तो ऐटीत, टेचात म्हणाला,

"घेणार?"

"साल्या, मी दारू पेत न्हाई, हे तुला ठावं हाय, तरीबी 'घेणार' म्हणून ईच्यारतोस?"

"ते म्हाईत हाय रे, पन आज घे, म्हूर्तानं! मान्साच्या जल्माला येऊन सगळं नाद करावं, आनी मग मरावं!" आणि तो बोलला, "आर्धी मी मारलोय. आर्धी तू मार!!"

"नको बा!" मी म्हणालो, "तुजं नाद तुजं तुलाच लखलाभ हुंदेत."

तोवर आतून विशीच्या घरातील, सावळी, टच्च भरलेली पोरगी बाहेर आली आणि दयाला पाहून उत्स्फूर्तपणे तिच्या तोंडात आलं,

"माजा यार, माजा लाडका-मैतर!"

अन् ती धावतच येऊन दयाच्या मांडीवर चक्क बसली नि माझं अस्तित्व जणू विसरून तिनं दयाचा एक मुका घेतला! पण तेवढ्यानं तिचं पोट भरलं नसावं, परत तिनं त्याचं दोन-तीन मुकं घेतलं न् मग म्हणाली,

"लै दिसानं पारवाळ उतरलं आज माज्या तळावर?"

"कुणा दुसरीच्या न्हवं, तुज्याच तळावर उतरलं न्हवं प्यारी. मग झालं तर!!" आणि माझ्याकडं हात व्हलपाटून माझ्या अस्तित्वाची तिला जाणीव करून देत दया म्हणाला, "ह्यो माजा दोस्त आनी क्लासमेटबी - भीमराव भोसले!"

"जय भीम!!" ती चावटरांड चावटपणे म्हणाली.

तिनं ही आगाऊपणे केलेली थट्टा मनोमन मला मुळीच आवडली नाही!

"ह्यो माजा मैतर बामनापक्षीबी जास्त सवळा हाय, दारुबिरु काय घेत न्हाई!" आणि दया तिला म्हणाला, "तू घेणार काय?"

"मला एवढं आर्ध्यानं भागतंयं व्हय ? मला पुरी एक क्वार्टर लागती!"

तशी दयानं आणखीन एक क्वार्टर खिशातून काढली आणि ती तिच्या हाती देत म्हणाला,

"हंऽ, हे घे मार!!"

तिनं ती क्वार्टर, सील असलेलं तोंडाचं टोपण जोरानं पिरगाळून फोडली न् पाणी न मिसळता अख्खी तोंडाला लावली नि मग पोटातील बया बोलाय लागण्यापूर्वी ती बोलली,

"आता ही आर्धी ठेवून तरी काय करणार, कुणाची धन करणार? आण हिकडं!"

आणि दयानं मघा अर्धीच पिवून जवळच ठेवून दिलेली क्वार्टरही तिने तोंडाला लावून मिंटात खाली केली. तसा दया म्हणाला,

"चल, जरा फिरून येऊ!"

ऐकून दाबून धरलेली स्प्रिंग उसळावी तशी ती त्याच्या मांडीवरून उठली. मग दया आत मध्ये जाण्याच्या दाराजवळ गेला नि म्हणाला,

"बायना बुद्धी, आज काय केलंईस ग जेवाण?"

"रक्ती आनी फेर!" बुद्धी आतनंच म्हणाली.

बकरं कापताना मटण मार्केटमधील कसाई त्याचं रक्त मातीच्या झांकण्यातून गोळा करतात, त्याला रक्ती म्हटलं जातं. कांदा चिरून तेलात ही रक्ती परतली की झाला चविष्ट पदार्थ खायला! फक्त परतताना आपल्या आवडीप्रमाणे त्यात कमी-जास्त प्रमाणात चटणी-मीठ टाकले की झाले! आणि फेर म्हणजे बकऱ्याचा आतडी-कोथळा. त्याचे बारीक तुकडे करून कांदा चिरून नि तेल-मीठ-चटणी वगैरे (अर्थात हे वगैरे म्हणजे खोबरं, मसालादी) घालून, रबरबीत शिजवलं की पट्टीचा खवैया मांसाहारी चार-पाच भाकरी मुरगाळल्याशिवाय आलकट-पालकट घालून बसलेली बैठक मोडून उठणार नाही!

"आयलाऽ लै दिसापास्नं रक्ती नि फेर खायाय् मिळाय न्हाई!" दया जणू दुष्काळातनं आल्यावानी बोलला, "च्या भनं, भाहीर खानावळीतनीसुद्धा हे खायाय् मिळत न्हाई!! म्हातारे, आम्ही जरा फिरून येताव् ग; आल्यावर आज मी जेवूनच जाणार तुझ्यात."

"ये बाबा, आलबत ये, तू आसा किस्तं खाणार हैस? पिवून तरकाटल्यालं माणूस जास्त जेवतंय व्हय? जरा तुकडा मोडला न् मोडला, खाल्लं न् खाल्लं, तंवर ताटाजवळच लवंडून गुडूक् हुतंय !"

"म्हातारे, आर्धी क्वार्टर मला लै लोड हूत न्हाई घे!" असं म्हणून दया मघा मांडीवर बसलेल्या आपल्या पाखराला बोलला, "चल ग!"

आणि आम्ही निघालो. जवळच्याच माळावर सरकारने बांधवलेली प्राथमिक शाळा होती. तिच्या आडोशाला, पलीकडे असलेल्या व्हरांड्यात दया आपल्या पाखराला घेऊन गेला...

थोड्या वेळाने दया परत आला, नि मला म्हणाला,

"मारणार माल?"

"न्हाय् रे बाऽऽ!" मी म्हणालो. उष्ट्या पत्रावळ्या चाटत राहणं काहींना आवडत असतं, हेच खरं!

"आरे, तू भितोस कशाला? निरोध हाय माज्याजवळ!" दया मला हुलीवर घालत म्हणाला.

खरं तर धंदेवाल्या पोरीला त्यानं 'माल' म्हटलेलं मनातून मला मुळीच आवडलेलं नव्हतं! कुणी सुखासुखी छातीवरील पदर टाकत नाही! प्रतिकूल परिस्थिती वा गरिबी, कुणाकडून तरी लग्नाची वगैरे प्रलोभनं दाखवून, मजा मारून सोडून दिलं जाणं, कुणाचं आई-वडिलांचं आपुलकीचं आभाळ-छत्र मृत्यूनं हिरावून घेतल्यावर आश्रिताला गेलेल्या नातेवाईकांनीच विक्री करून कुंटणखान्याचा रस्ता दाखविलेला... अनेकानेक अशी कारणं... असा देहच विक्री करत रस्त्याकडेला ठेवल्यावर जवळ येणाऱ्यांच्याकडून होणारा चोळामोळा सहन करण्याची सहनशीलता व बळ अंगी येण्यासाठी मग नको तितकं दारूच्या आहारी जाऊन शेवटी एखाद्या रोगाच्या मिठीत सामावून जाऊन संपून जातं वारयोषितेचं आयुष्य !

दयाच्या वागण्याची मला किळस आली नि त्याला तेथेच सोडून मी पाठ वळविली... शाळेच्या इमारतीकडून कपडे विस्कटलेली ती नशेत धुत्त होऊन कशीतरी लडखडत, लडबडत 'मेरे प्यारेऽ!' म्हणत दयाच्या दिशेने झेपावत येत होती; तिच्याकडे पाहून मनात वासनेऐवजी कणव निर्माण होत होती...

(२)

असाच एकदा दया खूप लोड होता नि मी त्याच्या चांगलाच कचाट्यात गावलो होतो. जायाच्या तयारीनं मी एक-दोनदा उठून उभा राहून म्हणालोही होतो,

"जातो रे दया मी आता! पेंडिंग कामं लई पडल्यात. दोन फोटो इन्लार्ज करून ठेवल्यात, त्यास्नी टचॉप कराय पायजे!"

"हे इन्लार्ज कराय देत्यात ते फोटो बहुतेकदा मौताचंच असत्यान न्हवं?"

"व्हय !"

"च्याबायली, काय जगाची मज्जा हाय!" फक्क्दिशी हांसत दया बोलला, "मज्जा म्हंजे रीत रे! माणूस जिवंत आस्तं तवा ते आज्यारीबिज्यारी पडल्यावर त्येच्या दवाखान्यातल्या औषधपाण्यासाठी पैसा खर्च करतावख्ती एकेकांचा बाप स्वर्गातनं खाली येत असतो, आनी त्ये मेल्यावर मात्र त्येचा फोटो एन्लार्जींग करून घ्यायला शेकडो रुपये खर्च करत्यात!!"

"दुनयेची रीतच तशी हाय दया! माणूस जित्तं आस्तं तवा घरात त्येचं तसं काय महत्त्व राहत न्हाई. मेल्यावर मतोर..." आणि उठत मी परत त्याला घाई केली, "बऽर, आता तरी निघतो रे दया!!"

"आऽबे, बस!!" हात धरून खाली ओढत, बळंनं मला बसवत दया म्हणाला, "मला कंपनी कोण तरी नको काय? आज जरा आंगापक्षी जास्तच

घेटली रे! समज, हितंच लुडुक झालो तर मला कोण तरी घरापतोर पोचवाय नको?''

आता ह्याच्या तडाख्यातून लौकर सुटणं कठीण, असा विचार करून मी खाली बसलो आणि फार दिवस मनात ठसठसणारा प्रश्न विचारला,

"दया, एड्स रुग्ण सेवा केंद्र तू चालवितोस, एड्स झालेल्यांची तिथं कसली सेवा करतोस?''

सरकारनं दलित विद्यार्थ्यांसाठी एक वसतिगृह बांधलं होतं, पण गेल्या काही वर्षांपासून खेड्यापाड्यांवरही शाळा झाल्यात आणि तालुक्यासारख्या गावीही दहावीनंतरच्या उच्च शिक्षणाची सोय झालीय, शिवाय शिक्षण घेणाऱ्या पोरापोरींसाठीही यस्टी पासेसच्या सोई-सवलती झाल्याने आता वसतिगृहात राहून शिक्षण घ्यावं, असं काही राहिलं नाही, त्यामुळे ते वसतिगृह बंदच पडलं होतं. आणि तशातच एका वर्षी दलिताच्या एका लीडरला नव्या कायद्याप्रमाणं नगराध्यक्षपदाचा चान्स मिळाला आणि म्युन्सिपालिटीच्या ताब्यात असलेल्या त्या वसतिगृहाच्या चार खोल्या दयाने नगराध्यक्षाला जॅक लावून आपल्या सेवाकेंद्राला वापरायला म्हणून कायम हक्काने मिळविल्या होत्या. पण एड्स झालेल्यांवर उपचार करायला तिथं कधी कुणाला कोणी डॉक्टर दिसला नव्हता की कुणी नर्स; मग औषधे वगैरे असण्याचा तर प्रश्नच नव्हता! एड्स होऊन मरायला टेकलेल्या वेश्यांच्याजवळ, म्हणजे त्यांच्या अंथरुणाजवळ, हाती ग्लोव्हज म्हणजे दवाखान्यात ऑपरेशनच्या वगैरे वेळी डॉक्टर वा सर्जन घालतात ते हातमोजे, वगैरे घालून त्यांची सेवा करीत असलेल्या, तसेच त्या मेल्यावर एका ढकलगाडीवर प्रेत टाकून दहनाला नेण्याऱ्या दयाचे फोटो त्यानेच छापून आणले होते. तसा दया काही वार्ताहरांना सांभाळून होताही...

"चांगला प्रश्न विचारलास बेट्या तू!!'' त्यानं माझ्या पाठीत धाप्पकन एक रपाटा बसवित म्हटलं, अर्थात् तो नशेनं धुत्त असल्यानं त्याचा हा रपाटा वाजवीपेक्षा जास्तच जोराने बसला. मग दया म्हणाला, "हे बघ, एड्स झालंय् हे कळल्यावर त्या माणसाला घरातील सगळ्यांच्याकडूनच टी.बी. वा महारोग झाल्यासारखी वागणूक मिळत असतीया. कुणी हितं आलंच तर आम्ही त्येनला जगवायला दोन टायमाची जेवणाची व्यवस्था करतो. मी स्वत: त्यांच्या जखमा धुतो. जखमात झाल्याले कीडे हाताने काढून टाकतो. पयल्यांदा मी हे काम केलं तवा त्येच्या आयला, भडभडा उलटीच झाली. पण मागनं सवय झाली बघ! वेश्या वस्तीतल्या वेश्याच अशा रोगानं सडत पडल्याल्या असत्यात. त्यातल्या बहुतेक सगळ्या जोगतिणी, म्हंजे देवदासी असत्यात. देवाला सोडलेल्या भाविणी, जोगतिणी, मुरळ्या ह्या सगळ्यास्नीच देवदासी शब्द कायद्याच्या पुस्तकात हाय;

म्हणून जोगतिणीस्नीबी देवदासी म्हणायचं! एड्स आनी देवदासी ह्यांचा असा संबंध हाय, म्हणून तर आमच्या संस्थेला एड्स व देवदासी सेवा केंद्र असं आम्ही नाव दिलंय्!!''

दयाची ही कॅसेट काही लौकर संपेना म्हणून त्याची गाडी रुळावर आणण्यासाठी मी त्याला म्हटलं,

''दया, पाईंटावर ये! तिथं कसली सेवा करतो तू, एवढंच सांग!''

''साल्या तेच तर सांगाय् लागलोय!'' नशेत हाल्ट आसूनही दया जरा कावलाच, ''हे बघ, एड्स काय बरा होत न्हाई; मरुपतोर त्या पेशन्टाला जगवायचं, एवढंच. कवा-कवा त्येंची हालत इतकी वाईट झाल्याली अस्ती की, तुला बघवणंबी हुनार न्हाई; मग एक रोजी मी डब्बल क्वार्टर मारून येतो, आनी अशांच्या नरड्यावर पाय ठेवून हळूहळू त्यो दाबत मी त्येनला संपवून टाकतो!!'' नशेत काही माणसं खरं सत्य सांगत असतात, दयाचंही तसंच होत होतं.

खूप प्यालेल्या दयाच्या तोंडून हे सत्य पचवायला मला खूप कठीण गेलं! त्याचं हे बोलणं कुणी टेपबिप करून ठेवतं तर दया काही वर्षांसाठी अंदरच झाला असता! मी म्हटलं,

''म्हंजे सुक्काळीच्या, ह्यो सरळ-सरळ मर्डरच की रे!!''

''येऽ भीम्या, शब्द बदल! मर्डर शब्द बदल!! अरेऽ, हे इच्छा-मरण रे! त्येंची हालत इतकी बिकट झाल्याली आस्ती की, त्येनला बोलताबी येत न्हाई; आनी बोलली आस्ती तरी 'आम्हास्नी मारून टाका, खरं हे हाल-हाल होऊन मरणं नको,' अशीच ती म्हंटली आस्ती! आजेबाद बोलता येत न्हाई ती हाताची बोटं हालवून, आम्हास्नी भूक लागली म्हणून सांगत असत्यात, अशास्नी आन्न देऊन तरी काय करायचं? उलट त्या आन्नाची नासाडीच न्हवं? मग मी त्येंच्या तोंडात नळी कोंबून त्यातनं दारू पाजवत राहतो. दारूच्या धुंदीत मग ती दिवस-दिवसभर उपाशी पडून ऱ्हात्यात. नि मग आठवड्याभरात त्येंचाबी खेळ खल्लास हुतोय!!''

''हेबी इच्छा-मरणच जणू!'' माझ्या आवाजातला विखार लपत नव्हता.

पण दया माझा विखार कळण्याच्या अवस्थेपलीकडे गेला होता. म्हणाला,

''येस्, राईट!!'' आपली भाषा सोडून दयानं एकदम परकीचा आश्रय घेतला!

(३)

एकदा एक वीसेक वर्षांची पोरगी माझ्या स्टुडिओत आली. तिच्या हातात

पोस्ट-कार्डच्या आकाराचा एक फोटो होता. एका तरुणाचा हात हातात धरून ती उभी होती. दोघांच्याही गळ्यात पुष्पहार होते.

"दादा, ह्यो फोटु मोठा करून पायजे मला!" ती म्हणाली.

"म्हंजे, एन्लार्ज?"

"व्हय!" ती समजल्यागत बोलली,

"फोटो मोठा करा आनी रंगीतबी करा, काय?"

तेव्हा रंगीत फोटोग्राफीची लाट गावात आली नव्हती. कुणाला तशी हौस असेल त्यांना रंगीत फोटोसाठी ब्लॅक ॲण्ड व्हाईटवरच आम्ही रंग चढवून देत असू! इन्लार्ज केलेल्या फोटोवरच रंग चढवून त्याला चकाचक करीत असू. मयताच्या फोटोचे इन्लार्जिंग असेल तर त्याचे (कायमचे) झाकलेले डोळेही आम्हाला ब्रशच्या साहाय्याने (कायमचे) उघडावे लागत!

"बरं!" मी तिला म्हटलं."

"किती बसतील पैसे?" तिनं विचारलं.

मी तिला एन्लार्जिंगचा दर सांगितला नि म्हटलं,

"नाव काय तुजं? वळखनीला हिथं लिवाय् पायजे!"

"रेखा आदीनाथ देसाई!"

"पत्ता?"

ह्यावर तिनं आपला पत्ता सांगितला तो गावच्या दलित वस्तीतील. गावात तीन ठिकाणी दलित वस्त्या होत्या. एक, मी राहत असलेली बौद्धनगर ही नवी वस्ती, दुसरी-थळोबानगर म्हणून थळोबाच्या देवळाजवळची वस्ती, तर तिसरी ती राहत असलेली गावच्या वेशीबाहेरची वस्ती; तिला 'म्हारवडा' असं नाव पूर्वीपासूनच पडलेलं असलं तरी त्या वस्तीत महार समाजातील लोकांबरोबर चांभार व ढोर समाजातील लोकही राहत. ही व थळोबाच्या देवळाजवळची वस्ती जुनी, त्यामानाने बौद्धनगर ही वस्ती नवी - केवळ गेल्या चाळीसएक वर्षांतील... आदीनाथ हे जैन समाजातील नाव. म्हणजे, ही जैन समाजातील का? नि तरीही ही दलित वस्तीत कशी राहते? पण मी हे तिला विचारलं नाही. आलेल्या अशा गिऱ्हाईकाच्या खाजगी आयुष्यात डोकावणे उचित नव्हे, असा मी विचार केला.

"किती दिवसानं फोटु मिळंल?" पत्ता सांगून झाल्यावर तिनं विचारलं.

"दोन आठवड्यानं देतो! तसं आठवड्यातही दिलं असतं; पन नुकतीच आता कॉलेज सुरू झालीत, त्येला नवीन जाणाऱ्या पोरा-पोरींच्या आयडेंटिटी कार्डावरील फोटोंची कामं जरा लोड असत्यात, म्हणून दोन आठवड्यानं देतो."

"बरं, मी येतो दोन आठवड्यानं!" आणि ती निघून गेली.

रेखा, दया आणि मी । १४१

आठवड्याभरानं जरा उसंत मिळाल्यावर मी तिच्या कामाच्या पूर्ततेसाठी तिनं दिलेले फोटो शोधू लागलो, पण तो कुठे गावेना! मी ऑर्डरी घेत बसतो त्या टेबलाखालच्या ड्रॉवरमध्ये मी सर्व फोटो व्यवस्थित ठेवलेले असायचे; नि तिथेच मी तो ठेवलेला होता, हे मला पक्के स्मरत होते. कुठे गेला असावा फोटो? दुकानात कामाला असलेलं पोरगंही दोन रोज झालं कुठं कामावर आलं नव्हतं... च्याबायली ही हल्लीची पोरं अशीच; त्येन्ला कामाचं जराही वळण नसतं! आपण आपलं काम कसं करावं? टुकीनं, बेस्ट! अखेर शोधून-शोधून मी थकलो; पण रेखानं एन्लार्जिंगसाठी दिलेला फोटो काही सापडला नाही. कामावर पोर आलं की विचारावं त्यालाच, असं ठरवून मी इतर कामाला लागलो...

पण ह्यावरही दोन-तीन दिवस उलटून गेले तरी कामावर पोर आलं नाही व चौथ्या दिवशी पोराऐवजी रेखाच आली, न् तिनं विचारलं,

"झालं फोटुचं काम माजं?"

"नाही!" नि मी खोटीच भम्प मारली, "कामं आजून लोड हैत, तीच आजून आवरंनात; त्यात आनी भरच म्हणून की काय, हाताखालच्या पोरानंबी गेले चार-पाच दिवस दांडी मारलीया. तवा आता असं करा, -म्होरल्या आठवड्यात या; आनी तुमचा फोटो घेऊन जावा; नक्की देतो तेव्हा!!"

तशी ती निघून गेली... गिऱ्हाईकाला काम न करता टोलवत राहणं माझ्याही स्वभावात नव्हतं. हाताखालचं पोर दहावीपर्यंत शिकलेलं नि माझ्याच दलित समाजातील होतं. 'आपल्याच समाजातलं प्वार आहे, ही हुनर शिकून घेऊ दे, म्होरं तीवर पोट भरून खाईल', असा मी तेव्हा विचार केला होता, पण त्यानं अशी न सांगता-सावरता मलाही का दांडी मारावी, कळेना! शेवटी न राहवून त्याच्या घराकडे गेलो. घरात त्याची सवतर आई होती.

"तुमचा नागाप्पा कुठं हाय हो? या आठवड्यात त्येनं दांडीच मारलीया!"

"आवं, न सांगाताच ते कुठं मट्टमाया झालंय न्हवं!" ती बोलली.

इतके दिवस पोर घराकडे आलं नाही, त्याची साधी चौकशीही करण्याचं कष्ट त्या बयेनं घेतलं नव्हतं! ती तर सवतरच असल्यानं तिच्या मनात मय्या का दया, पण बाप तर सख्खा होता, त्यानं तर चौकशी करू नये होती? माझ्या मनातले भाव ओळखून असेल, परत तीच म्हणाली,

"आम्हास्नी वाटलं, तुम्हीच कसल्या तरी कामाधामासाठनं भाहीर गावाला लावून दिला असशीला! लग्नाफिग्नात फोटु काढाय बलवून न्हेत्यात न्हवं?"

अर्थात् तिचं हे नागाप्पा नावाचं सवतर पोर चांगलं हुडागत वाढलेलं व विशीच्या घरातलं होतं; त्यामुळं बाहेरगावी एखाद्या कार्यक्रमाची मी ऑर्डर

घेऊन त्याला पाठवून दिलं असावं, अशी तिनं समजूत करून घेणं तसं स्वाभाविकच होतं, त्यामुळे ह्याबाबत मी जास्त वाडाचार न लावता म्हणालो,

"मी त्येला भाहीरगावात लावून दिवून मीच कशाला त्येला असा हुडकत बलवाय् ईन?'' आणि मी म्हणालो, "त्येचं त्योच बिन सांगता ऱ्हायलाय; काय वांदं न्हाई, फिंदं न्हाई; का ऱ्हायला, कुठं गेलं, हे समजाय् मलाबी काई मार्ग न्हाई.'' न् मग मी आवरतं घेतलं, "बरं, त्यो आला की, आलबत त्येला लावून द्या; मालक बलवाय सोता आलाता म्हणावं!!''

अन् मग तेथून मी परतलो...

ह्यानंतर दोन दिवस उलटलांही, तरी नागाप्पा आला नाही, तो वर पुढला आठवडाही चालू झाल्याने रेखा मात्र एके दिवशी दुकानात टपकली... असं गिऱ्हाईक आल्या-आल्या 'फोटो तयार हाय का?' म्हणून विचारतं; पण आज ती आत येऊन माझ्या टेबलासमोरच्या भिंतीलगत ठेवलेल्या बाकड्यावर तोंड काळंठिक्कर करून बसली. अर्थात् तशी ती गोरी (व देखणीही) होती, पण आपल्या मनाविरुद्ध काही झाल्यावर माणसं जे काही, जसं काही तोंड करून बसतात, त्याला काळंठिक्कर तोंड करून बसणे, ह्याशिवाय दुसरं काही म्हणत नाहीत.

फोटो संबंधाने ती काही मला विचारेना व एन्लार्जिंगला दिलेला तिचा फोटोच कुठे सापडेना, मग तिचं काम पूर्ण करायचं तर दूरच, अशी खुद्द माझी अवस्था झाल्याने मलाही काही बोलता येईना ! काही क्षण असे मौनाची बाधा झाल्यागत गेले; अन् मग आपणहून तीच म्हणाली,

"तुम्हाला माझा फोटो अजून गावला नसंल, व्हय न्हवं?''

"व्हय!'' रंजीसपणे मी उत्तरलो.

"कसा गावणार?'' असं विचारून ती बोलली, "तुमच्या नोकराला पैसे देऊन 'त्या' लोकांनी त्यो फोटोच ईकत घिऊन जाळून टाकलाय; आनी ते पैसे हातात पडताच तुमचा नोकर कुठं तरी फशार झालाय!!''

ऐकून धक्काच बसला! ही शक्यता मी गृहीत धरली नव्हती. एखाद्या फोटोच्याबाबतीत हे असंही होऊ शकतं, हे फोटोग्राफीच्या धंद्यात प्रथमच आज कळल्याने मनातून मी हादरून गेलो!

"तुम्हासारख्या फोटुवाल्यांनी हे समजाय पायजे-गिऱ्हाक फोटु का आणून देतं? का कुणाच्या खिशात पैसे खुळखुळायला लागल्यात, की एवढा फोटु मोठा करून द्या, म्हणत तुम्हापाशी यायला? काय तरी तसंच महत्त्वाचं असल्याशिवाय कोण कशाला हिकडं वाकडी वाट करील?'' तिच्या आवाजात उद्वेग नव्हता, तर अत्यंत सपाट आवाजात ती बोलत असल्याने त्याची धार दुधारी जंबियागत काळजाला चिरत जात होती, "अहो, त्यो फोटो माज्यासाठी

किती महत्त्वाचा हुता! त्या फोटुची तुम्ही अशी वाट लावल्यानं माजं जल्माचं नुकसानं झालंय्!!''

तिच्या येण्यानं व बोलण्यानं आधीच अपराधीपणाची भावना मनात निर्माण झाली होती, नि आता तर हे ऐकून मी हादरूनच गेलो!! काय बोलावं, समजेना, पण तीच परत बोलू लागली आणि मी सुन्न होऊन ऐकू लागलो...

तिची आई वारलेली. भाऊ कोल्हापूरला एका चांभाराच्या दुकानात कामाला होता व आपल्या बायकोसह तो तिकडेच राही. थोरल्या बहिणीचं लग्न झालेलं. बाप कापशी माटाची, गोंड्याची पायतानं तयार करी आणि आजूबाजूच्या पाच-पन्नास मैलांच्या परिसरातील गावातून भरणाऱ्या बाजारात विकायला जाई. त्याला बाई-बाटलीचा नाद होता. गावातच त्यानं एक बेरडाची बाईही ठेवून घेतली होती नि आपली कमाई तो तिच्यावर व मटका खेळून घालवीत असे. ही कशीतरी रखडत मराठी सातवी पास झाल्यावर चार घरची धुणी-भांडी करून पोटापुरतं मिळवीत असे. बाप ठेवलेल्या त्या बाईकडेच पडून असे आणि कधी घराकडे आलाच तर तिच्याकडे दारूला पैसे मागत राही व पाच-दहा रुपये हातावर टिकीवल्यावर निघून जाई. तिच्यावर असा कुणा वडीलदारी माणसाचा वचक वगैरे नसल्याने ती धुणी-भांडी करीत होती त्या एका जैनाच्या घरातील पोराच्या ती नादी लागली व तोही तिच्या नादी लागला. दोघांनी एका देवळात जाऊन एकमेकांच्या गळ्यात हार वगैरे घालून गांधर्व विवाहही केला. एका फोटो स्टुडिओत जाऊन गळ्यात हार घातलेल्या अवस्थेत फोटोही काढून घेतला होता; व तेव्हापासून दोघांचे नवरा-बायकोगत शारीरिक संबंधही सुरू झाले होते. दोघांना एक मुलगाही झाला; नि तोवर त्याच्या घरी त्याच्या ह्या गांधर्व विवाहाचे वगैरे समजल्यावर धुसफूस सुरू झाली. जैनाच्या पोराने चांभाराच्या मुलीशी गांधर्व विवाह का असेना, करणे ही पहिली चूक आणि दुसरी म्हणजे इस्टेटीला वारस निर्माण झाला होता. घरची बरीच शेती होती. त्यावर आता हक्क निर्माण होऊन पुढं त्यातील हिस्साही द्यावा लागला असता; त्यामुळे त्याच्या घरच्यांनी त्याचं ब्रेनवॉशिंग केलं. गांधर्व विवाहाचा एकमेव पुरावा म्हणजे त्यांनी काढलेला फोटो. एन्लार्जिंगसाठी माझ्याकडे दिलेला तो फोटो माझ्या दुकानातील नोकराला २/३ हजार रुपये देऊन त्यांनी हस्तगत केला होता; नि ते पैसे घेऊन माझा नोकर कुठे पशार झाला होता आणि तिकडे तिलाच त्यांनी पराणी लावली होती- 'हे पोर ह्याचंच कशावरनं? आणखी कुठंतरी तू तोंड मारलं असशील, तुझ्यासारखी पोरगी म्हणजे बिन कासऱ्याची म्हैस, कुणाच्याही उभ्या पिकात शिरणार,' वगैरे सुनावून हाकलून दिलं होतं... हे असं झाल्यामुळं तिच्यावर आभाळच कोसळलं होतं. फोटोचा पुरावा जवळ

असता तर पोटगी दावा वगैरे लावून तिच्या व पोराच्या भवितव्यासाठी थोडीबहुत रक्कम तरी मिळविता आली असती, पण तो मार्गही आता बंद झाला होता...

तिचं सांगून झालं. तिने जे भोगलं होतं ते ती बोलताना अश्रूंच्या रूपाने बाहेर पडलं होतं. सारं ऐकता-ऐकता काळजावरून बाभळीचं शिरं ओढावं, तशा मला वेदना होत होत्या. शेवटी ती म्हणाली,

"मी फोटुसाठी तुमच्याबरोबर भांडणतंटा करून काय फोटु परत मिळणार न्हाई. त्या लोकांनी त्यो कवाच जाळला असणार, आनी मी तसा लै वाडाचार लावला तर तुम्हीबी म्हणणार - फोटु मोठा कराय हिनं माज्याकडं दिला हुता, ह्येला पुरावा काय? नवा फोटु काढला तर तुम्ही ॲडव्हान्स म्हणून थोडं पैसे घेऊन पावती देता; पन अशा कामाची देत न्हाईसा! 'काम करून ठेवतो जावा, एक-दोन आठवड्यानं या', एवढंच सांगतासा!!"

पोरगी खूप शहाणी व समंजस वाटत होती. दुसरी कुणी असती तर आक्रस्ताळेपणा करून तिनं माझ्याशी भांडण काढलं असतं!

"त्याच्याकडनं पोटगीच पायजे हाय न्हवं, मग त्यासाठी मी करतो कायतरी खटपट; ह्या कामाला फोटुच पायजे, असं न्हाई; दुसरंबी मार्ग हैत की!!"

माझ्या ह्या दिलाशाच्या शब्दांमुळे तिच्या चेहऱ्यावरील चिंतेची अभ्रं थोडी दूर सरल्यागत वाटली; न् ती आशादायक स्वरात म्हणाली,

"तुमच्या खटपटीला यास आलं तर देवच पावला म्हनायचं!!"

"बरं, तुमचा पत्ता देऊन ठेवा. यश मिळू शकेल असं सुचिन्ह दिसू लागलं तर कळवितो; किंवा प्रत्यक्ष येऊन भेटतो." तिनं पत्ता सांगितला, तो मी ड्रॉवरमधील वही काढून टिपून घेऊ लागलो. ते काम झाल्यावर मी विचारलं, "ईळभर तुम्ही कामासाठी भाहीर पडणार; तवा तुम्हाला गाठ पडायचं ते दुपारच्याच टैमाला, न्हवं?"

"व्हय! दुपारी मी जेवाय घराकडं येतो."

"बरं, त्या देसाईचा पत्ता काय, सांगाल का?"

तशी ती देसाईचा पत्ता सांगू लागली, तोही मी वहीत तिच्या पत्त्याखालीच लिहून घेत राहिलो... नंतर ती उठत निरोपादाखल म्हणाली,

"बरंय, येतो!"

"या तर..."

आणि मग ती निघून गेली.

दुसऱ्या दिवशी मी दयाला भेटलो. ह्यातून काहीतरी मार्ग काढणारा तोच एक सर्वप्रथम नजरेसमोर आला. थोडा डॅशिंग, बेधडक व्यक्तिमत्त्वाचा असा तो असल्याने, त्याचीच मदत घ्यावीशी वाटली. त्याला म्हणालो,

रेखा, दया आणि मी । १४५

“दया, एका पोरीच्या आयुष्याचं मातेरं कराय मी सामील झालो, त्यातून तू काही मार्ग काढशील म्हणून तुझी मदत घ्यायला आलोय!”

“का बेऽ कुठली पोरगी हिंदी फिल्मी स्टाईलनं तुझ्याजवळ येऊन म्हणू लागली होय रे - ‘मै तेरे बच्चे की माँ बननेवाली हूं’ म्हणून!” दया मस्करीच्या आवाजात म्हणाला, आणि मिश्कीलपणे माझ्याकडे पाहत हासूही लागला...

“थट्टा करू नकोस दया, माजं ऐकून तरी घे!” काकुळतीस येत मी म्हटलं.

“बरं सांग - सगळ्यास्नीच सालं, आपलं अंत:करण उघडं करायला नेमका ह्यो दयाच रिकामा गावतो”, असं म्हणून तो म्हणाला, “सांग पटपट, येती आंबेडकर जयंती संस्थेत साजरी करणार हाय जरा जोरात; नि त्यासाठी इथल्या आमदाराला नि एका साखरसम्राटाला कार्यक्रमाला आणून त्यांचे खिसे हालके हुत्यात का ते बघायला काळ्या गाईचं लोणी घिऊन जायचं हाय मला; आनी हे बघ, अशास्नी बकरा कराय मी जातो तवा मी एकटा जात न्हाई, तर संगट आमच्या दलित वस्तीतली चार-सहा पोरं, म्हंजेच कार्यकर्ते घिऊन जातो; तर तूबी येत जा कधी-मधी माज्याबरोबर! अरे, घुपळा करून गेलं की मॉबचं प्रेशर पडतं, आनी ह्या आमदारबिमदारास्नी फळविणं सोपं जातं! भीम्या, तू माजी मदत घ्यायला येतोस, मीबी तुजी घेतो की जरा! आरं हे आरतं-परतं आस्तं रे! एकच बैल असल्याला शेतकरी दुसऱ्याचा बैल आणून पेरणी आटपतो; नि त्या दुसऱ्याची पेरणी निघाल्यावर आपला बैल घेऊन त्याच्या मदतीला जातो, ह्येच आरतं-परतं रे! बरं, ते राहो, नमनालाच घडीभर त्याल गेलं; आता बोल, सांग तुजी समस्या! पण लांबड लावू नकोस, थोडक्यात सांग गड्या!”

तसं मी थोडक्यात त्याला सांगितले. ऐकून तो खवळलाच,

“ह्येच्या आय-बायला लावला घोडा, आमच्या दलितांच्या पोरी म्हणजे ह्या सुकाळीच्याला आपल्या रांडा वाटल्या व्हय् - वापरल्या-वापरल्या नि सोडून दिल्या!!” आणि असा बराच वेळ शिव्या देत तो आपल्या संतापाचा निचरा करीत राहिला न् मग म्हणाला, “आता एक दिवस जरा दम घेऊ; तसं एक दिवसानं काई बिघडत न्हाई, आज त्या आमदाराची नि साखर फ्याक्टरीवाल्या पुढाऱ्याची चरबी जरा कमी करून येऊ नि उद्या ह्यो कोण देसाई का फिसाई, त्याच्या पाठी लागू!” न् मग तो म्हणाला, “आता तू असं कर, घरला जा, घासभर खाऊन इथं ये; तोवर इथल्या आपल्या दलित वस्तीतली आनीक पोरं जमवितो; मग आम्ही सारी मदत गोळा कराय भाहीर पडू. काय?”

“ठीक्काय, येतो मी जेवून-लगुलग!” आणि मी दयाच्या संस्थेच्या ऑफिसातून बाहेर पडलो.

(४)

दुसरे दिवशी ५/६ जणांची एक टोळी मिळूनच सारे देसाईकडे गेलो. उंच, लंबाटा, पंचविशीचा, सावळ्या रंगाचा देसाई होता. घरच्या श्रीमंतीमुळे तो उनाड झाला असेल, इतकेच. पण सारी टोळी बघूनच मनातून तो खूप टरकून गेला. दयानं त्याला दमात घेतलं,

"हे बघ, अलीकडलं नव कायदं म्हाईत हाईत न्हवं तुला? दलितांवर अत्याचार केल्यावर काय हुतंय् दावावं का तुला? घालाव केस? तू तर लेका दलितातील एका पोरीला वापरून, एक प्वार काढून सोडून दिलंस, ह्येचा वजावटा काढावा का?"

"हे बघा, हे प्रकरण लांबवू नका! तिनं व मी लगीन करून घेटलंतं हे कबूल हाय मला; पन आमच्या घरची लई ईरुद्ध हाईत, आई तर म्हंती मी जीवच देणार!!"

"जीव द्यायची हुती तर पाच वर्षांत म्होतर गावला न्हाई व्हय?"

"आमचं लगीन झाल्यालं तिला म्हाईत न्हवतं - आम्ही गांधर्व विवाह केला हुता!!"

"बरोब्बर!" दया बोलला, "सगळ्या आईबास्नी आपला पोरगा चांगलाच वाटतो; पन भाहीर त्येनं केल्याल्या भानगडी आधी साऱ्या गावाला समजत्यात, नि मग त्येच्या आई-बाला! अर्थात, हे कळायला पाच वर्षे लागली म्हणा!"

आणि सारीच खो खो करून हांसाय लागली, नि मघापास्नं गंभीरच असलेलं वातावरण थोडं निवळलं ! मग दयाच म्हणाला,

"हं तर देसाई, काय करायचं आता? मी दलितांचा लीडर हाय; म्हणून तर मला म्होरं घालून ह्या लोकांनी हितं आणलंय ! तुज्या मनात तिला नांदवून जर घ्यायचं न्हाई तर पोटगी दे. तुम्हास्नी एक प्वार झालंय, त्याच्या उभ्या आयुष्याचा प्रश्न हाय. कोर्ट, कचेरी, खटलं झालं तर तुला पोटगी द्यावीच लागणार; शिवाय वर आनी कोर्ट, कचेरीचा भुर्दंड तुला बसणार, व्हय का न्हाई? तवा मी म्हंतो तू त्या पोरीला रोख एक लाख पोटगी द्यावीस नि हे प्रकरण कंडका करून टाकावं!!"

देसाईचं राहो, पण एक लाखाचा आकडा ऐकून आम्हीही चीत झालो! देसाई तर गयावया करीत म्हणाला,

"बघा, एक लाख म्हंजे लैच रक्कम झाली, एक लाख म्हंजे काय?"

शेवटी 'नाही-व्हय' - 'नाही-व्हय' करीत पोटगीचा हा आकडा पन्नास हजारवर आला. मग दयाच म्हणाला,

“आता तू आम्हाला एवढंच लिहून दे - रेखाचा आनी माझा गांधर्व विवाह झालेला आहे. आम्ही पाच वर्षे संसार केला. आम्हाला एक मुलगाही आहे. आता दोघांचे एकमेकांशी पटेनासे झाल्याने आम्ही घटस्फोट घेत आहोत; घटस्फोट घेताना पोटगीसाठी म्हणून मी रेखाला ५० हजार रुपये द्यायचे ठरले आहे!'' आणि दयाने आमच्या टोळीतील दत्ता कांबळेला १४ रु. दिले व एक बॉण्डपेपर आणायला पिटाळले.

ह्यावर देसाईने खिंडीत गावलेल्या सावजागत सर्वांवर नजर टाकली व म्हटलं,

“हे बघा, तुम्ही म्हणता तसा मी बॉण्ड लिहून देतो; पन त्यावर ५० हजाराचा आकडा मात्र टाकायचा न्हाई. नुसतं ‘पोटगी द्यायचे ठरले आहे’, एवढंच लिहा. पोटगीचा आकडा मोघमच राहू दे. मी ५० हजार देतोय, त्याबद्दल काय वाद न्हाई; पाच हाप्तं करून, प्रत्येक हप्त्याला १०-१० हजार मी देतो, कारण एकमुरी एकदम एवढी सारी रक्कम मला देणं कठीण हाय, हे आताच सांगतो!''

आम्हालाही हे प्रकरण एकदाचे मिटवून टाकायचे होते आणि दोघांचे लग्न झाल्याचा काहीच पुरावा आम्हाकडे नव्हता! निदान, यामुळे आमच्या हाती आयता पुरावा तरी सापडत होता, त्यामुळे मी आता तोंड उघडलं,

“बरं, तसं करा, पोटगीचा आकडा मोघम राहू दे!''

“आनी हे बघा, १० हजाराचा पहिला हप्ता मी दोन आठवड्यानं देईन. आता, ह्या घटकंला तेवढी रक्कम न्हाई माज्याकडं!!''

“म्हंजे हे ग्वड्ड झौन झालं!'' दयानं एकदम केवळ आमच्या वस्तीतच शोभावा तसा व्हल्गर शब्द वापरला, “म्हंजे, वांझोट्या बाईला घिऊन झोपायचं, ना फूल ना फळ!!''

“दया, आता लई वाडाचार नको!'' आम्हापैकी सुभाष गायकवाड म्हणाला. हा तसा एम. ए. होऊनही ह्याला नोकरी नव्हती, त्यामुळे दयाच्या सर्कलमध्ये हा नेहमी दिसे. “माणूस अडचणीत असतं, त्याचीही बाजू विचारात घ्यायला हवी!''

“बघा हं लेकानु, तुम्ही सांगता म्हणून नमतो घेतो, न्हाई तर मी एक घाव की दोन तुकडे करणारा माणूस!'' दया म्हणाला, “मला असं लुचूपुचू काम आवडत न्हाई!!''

अखेर, एकदाचा बॉण्डपेपर लिहून झाला आणि आम्ही निघून आलो. रेखाला भेटून मी सारं सांगितलं. तिलाही निराशेच्या अंधारात थोडा प्रकाश किरण दिसून आल्याने तिचा चेहरा उजळला. ती कुठेतरी हरवेल म्हणून

बॉण्डपेपर दयाने आपल्याकडे ठेवून घेतल्याचंही मी तिला सांगितलं, नि निघून आलो.

पण दोन आठवड्यानं सरळपणानं ठरल्याप्रमाणं पहिल्या हप्त्याचे पैसे न देता देसाई टोलवाटोलवी करू लागला आणि मीच हे सारं शिरावर घेतल्याने त्याच्याकडे पैशासाठी एडताकायचे माझ्याच नशिबी आले. त्याने ४/५ वायदे दिले. तेवढ्या वेळा त्याच्याकडे चक्कर टाकून मला फेस आला. शेवटी त्यानं चक्क सुनावलं,

"एक पैसा देणार न्हाई, काय माझं वाकडं करायचं हाय ते करा!"

"आम्ही केस घालू, पोटगीचा दावा लावू!!" मी संतापून म्हटलं.

"बेशक लावा जावा!!" बेपर्वाईने म्हणून तो निघून गेला.

अशी थप्पड खाऊन मी दयाकडे आलो. माझं ऐकून तो उखडलाच,

"साल्यनु, बसा आता बोंबलत! त्यो सुक्काळीचा चांगलाच कचाट्यात गावला हुता तवा; पन तुम्हीच जरा नरमाईनं घ्यायला लावलासा मला! बरं ते गाढवाच्या गांडीत जावो; आपुनच एकमेकांवर चिडाचिडी करून, रागावून काय फायदा न्हाई. त्यो सुक्काळीचा दावा लावा म्हंतोय न्हवं? लावूया घोडा!! दावा लावूनच दाखवूया!" नि तो म्हणाला, "आता काय झालं सांगू काय भीम्या तुला, हे प्रकर्ण दोन आठवडं असं पेंडिंग पडल्यामुळं त्येला फाटं फुटू लागलं; त्येलाबी सल्ला देणारं कोणतरी असतंयाचकी! तवा जगात मी श्याना म्हणून चालत न्हाय बा; आपल्याबी टाळूवर हात फिरविणारा कोणतरी निघतोयच!!"

"बरं आता म्होरं काय?" त्याची कॅसेट लांबू नये म्हणून मी पाईंटाला हात घातला.

"केस करायची, दावा लावायचा पोटगीचा; आमच्या समाजाच्या अशा केसीस लढविणारा वंटमुरीकर वकील हाय. त्येला कराय लावू या दावा!"

"आनी त्यासाठी फी-बीला येणारा खर्च?

"अरे मी घालतो की, एवढं काय लावलाईस? त्येचा बॉण्ड तर हाय आपल्याकडं - बक्कळ पुरावा ! केस जिंकल्यावर मिळणाऱ्या पैशातनं वजा करू ह्यो खर्च! ह्यासाठी त्या रेखाकडं आनी कशाला मागायचं पैसे? ती बिचारी लोकांची भांडी घासून आनी धुणं बडवून असं किती पैसे मिळविणार हाय?"

दिवस असेच जात होते. मध्ये डॉ. आंबेडकर जयंतीही जोरातच दयाने केली. आपली भली नोकरी सोडून पूर्ण वेळ दलित समाजबांधवांच्यात समाजकार्य करून नुकताच नावारूपास येत असलेला डॉ. जगदीश गायकवाड हा उगवता नेता प्रमुख पाहुणा म्हणून दयानं आणला होता. त्याच्या भाषणातलं एक वाक्य माझ्या चांगलं लक्षात राहिलं - "आपल्या दलित समाजात कार्य करणाऱ्या

बऱ्याच संस्थांचा हा अलीकडे एक धंदाच होऊन बसला आहे. 'वरून' येणारी सरकारी मदत लाटायची, वेळोवेळी जुजबी कार्यक्रम घ्यायचे, बातमीदारांना खाऊपिऊ घालून, पैसे चारून पेपरातून फोटोसह बातम्या आणायच्या; नि ह्या कागदी कार्याच्या जोरावर सरकारी मदतीच्या कॅनॉलमधला एक पाट आपल्याकडेही वळवून घ्यायचा... पुण्या-मुंबईकडे तरी हे धंदे जोरानं सुरू आहेत, नि अलीकडे त्याचे लोण जिल्हा-तालुक्याच्या पातळीपर्यंत पोहचले आहे..." वगैरे

मध्ये एकदा दयाच्या कार्याबद्दल त्याला सरकारचा कसलासा एक लाख ५१ हजाराचा पुरस्कार मिळाला अन् मग नेहमी सायकलीवरनं फिरणारा दया नवी क्वीक हिरो होंडा घेऊन फिरू लागला. मध्ये माझ्या फोटो स्टुडिओत येऊन त्यानं मला ऐकविलंही,

"भीम्या, आता मला जरा हुरूप आला रं! मधी मी एड्सची केस हाताळली! गुलाब नावाची धंदेवाली पोरगी होती. अनेक जणांखाली झोपून, आंगाचं हालहाल करून घेऊन तिनं चार-पाच हजार रुपये साठविलं हुतं. अशा पोरींचा एखादा खास यजमान असतो. तशी ह्या शब्दाची लई गम्मत हाय. पुण्या-मुंबैकडं बायका आपल्या नवऱ्याला 'यजमान' म्हणत्यात!! तर आपल्याकडे बिन लग्नाचं तसंच ठेवून घेतलेल्या पुरुषाला 'यजमान' म्हणतात. तर गौस नावाचा तिचा एक यजमान हुता, त्यो तिनं साठविल्यालं पैसे घिऊन कुठं पळूनच गेला. ही खचून गेली. हा एकच आघात कमी हुता म्हणून की काय, देवानं तिच्यावर दुसरा आघात केला - तिला एड्स झाला. एड्सबद्दल लोकात लई समजुती. घिरण्या मान्सागत त्योंच्याबरोबर लोकं वागत्यात. कुणी त्यास्नी शिवत न्हाईत का त्येंची ताटवाटी कुणी धुऊन ठेवत न्हाईत. तर ह्या गैरसमुजती ईरुद्ध पयली फाईट खेळाय पायजे. मग म्होरची लढाई... तर त्या गुलाबचा एड्स बळावल्यावर वेश्यावस्तीतल्या तिच्या वारगीच्या पोरी, तसंच ह्यास्नी गिऱ्हाईकाबरोबर झोपाय लावून मिळगतीतली निम्मी वाटणी घेणाऱ्या घरवाल्या भोसड्या तिला देकू सकनात, पटवून घेईनात! शेवटी मी तिला आमच्या संस्थेत आणली नि तिची मरेस्तोवर सेवा केली. परवाच ती मेली बघ!" नि खिशातून एक फोटो काढून त्यानं माझ्या हाती देत म्हटलं, "ह्यो बघ, तिचा फोटो!!"

तो फोटो बघून अंगावर सर्रकन् शहारा आला! एका हाडाच्या सांगाड्यावर कसंतरी कातडं चिकटून राहिलेलं! हॉरर चित्रपटातील एखाद्या भूतप्रेतागत भयाण वाटत होतं. अशा मरणाच्या पंथाला लागलेल्या रुग्णाची दयाने मरेपर्यंत सेवा केली असेल? की एखाद्या रात्री एक-दोन क्वार्टर्स मारून त्या नशेत तिच्या नरड्यावर हळूहळू पाय देऊन तिला कायमची चिरनिद्रा दिली असेल? आई-

बाप-बहीण-भाऊ, नातेवाईक, मूळ गाव आदी तपशिलाचा आगापिछा नसलेल्या अशांची मेल्यावर कोण चौकशी करणार? एड्स झाल्यावर मरणाकडेच वाटचाल चालू असल्यामुळे कशाने रुग्ण मेला, ह्या न् अशा चौकशीचा प्रश्नच उठत नव्हता!!

"आनी एक कावेरी म्हणून धंदेवाली पोगी हाय; ती गरोदर ऱ्हायली, पन पोटचं पाडलं न्हाई तिनं. तसा सल्ला देणाऱ्या घरवालीस ती म्हणाली, 'ह्येच्या आधी मी तीन पोटची पाडल्यात, हे ठेवणार. मी म्हातारी झाल्यावर कोण तरी माझ्या तोंडात पानी घालणारं नि मी मेल्यावर माजं नाव काढणारं कोण तरी आसू दे की जगात!!' तिचं बाळंतपन आम्ही म्युन्सिपाल्टीच्या दवाखान्यात केलं. पोरगी झाली हुती. बाचं नाव काय लावायचं म्हटल्यावर ती म्हणाली, 'आता कुणा-कुणाची आठवण धरायची? कोण योक आस्तोय् का आम्हासंगं? ज्यो ईवून जाईल त्यो नवराच, कुणाचं नाव घ्यायचं? मला बच्चन नट लई आवडतोय, तवा त्येचंच नाव लावा 'बा' म्हणून!' ऐकून दवाखान्यातल्या नर्सासकट टाण्‌दिशी सारी उडालीच! मी म्हटलं, 'त्या आभिताब बच्चननं आपलं नाव लावल्याबद्दल तुज्यावर केस केली तर?' ह्यावर ती बोलली, 'हूंऽ, केस करतोय? त्यो बिचारा कशाला माज्या गरिबावर केस करंल? आनी केलाच तर कोर्टात सांगीन - 'आवडला म्हणून नाव लावलं!' नि ती फुडं म्हनली, 'अहो, हल्ली मर्डर करून मुडदा पाडला तरी कोण भेत न्हाई, नि ह्यात काय भ्यायचं!!' अरे, आपल्या समाजात वेश्यागमन नि एड्स एवढं जोरात हाय की, कोण त्यापास्नं लागीर झालंय, कोण न्हाई, हे कळायचं मुश्कील ! आपल्याच समाजातल्या एका मास्तरला एड्स झाला. त्येचापास्नं त्येचा बायकुलाबी झाला. मास्तर एड्सनं दगावलं, तसं त्येच्या भावानं त्येच्या बायकुबरोबर संबंध ठेवलं, नि त्येलाबी एड्स झाला, आनी त्योबी मेला. त्येच्याबरोबर झोपून त्येच्या बायकुलाबी एड्सची बाधा झाली असणार. दाल्ला मेल्यावर ती आता आपल्याच शेजारच्या कॉलेजात जाणाऱ्या कवळ्या पोराला चिकटलीया. आता घ्या, त्योबी लागला का न्हाई आता बरबादीला? म्हंजे, एकापास्नं ही कितीला लागण झाली बघ!!"

दयाची कॅसेट संपेना; मध्येच मी म्हटलं,

"दया, आपल्या त्या रेखाचं, म्हंजे रेखाच्या पोटगीच्या दाव्याचं काय?"

"अरे, त्यो तर दाखल केलायच आम्ही; पर्वा तिच्या घरी जाऊन तिला भेटून आलो, दिलासा देऊन आलो. कोण-कोण तिच्याच वस्तीतली, गल्लीतली येऊन तिला दाब देऊन चालल्यात म्हणं! 'केस मागं घे; न्हाय् तर त्यो देसाई हात-डोका मोडून टाकील, त्यो त्यासाठी बेरडास्नी सुपारीबी देणार हाय, म्हणत हुता!' अशी नाना तऱ्हेनं डोस्कं उठावाय् लागल्यात! त्या आपल्याच दलितांचा

मेंबर, त्येनंबी दाब दिली म्हणं तिला घरात जाऊन - 'केसं मागं घे, कोर्ट कचेरी तुला झेपणार न्हाई' असला मानभावी सल्ला दिला म्हणं! मी तिला धीर दिला - 'आम्ही हाय पाठीशी, घाबरू नको' म्हणून सांगितलं. 'कुणी सहीबिही घ्यायला येतील, देऊ नको आम्हाला विचारल्याशिवाय' अशीबी ताकीद देऊन आलोय!'' आणि तो म्हणाला, ''तिचं कल्याणच करू या घे; तू काय जीवाला लावून घेऊ नको. तू काय मुद्दाम म्हणून तिचा फोटु घालिवलाईस? तुज्या नोकरानं आई काशीत घातली, त्येला काय करायचं? आता काय बॉण्ड हाय आमच्याकडं, हुकमाचा एक्का! त्यावर चराऽरा वाकवितो त्या सुक्काळीच्याला!'' आणि फार्रदिशी पायडेल मारून वाऱ्यावर स्वार झाल्यागत दया आपल्या मोटरसायकलीवरून निघून गेला.

एकदा देसाई खुद्द मला फोटो स्टुडिओत भेटायला आला. म्हणाला,

''हे बघा फोटुवाले, तुमची-आमची काई दुष्मनी न्हाई; तुम्ही ह्यात इतकं सोताला आडकून घ्याय् नको हुतं!''

''एका गरीब, दुर्दैवी पोरीला न्याय मिळवून...''

''अहो, कुठला न्याय नि फ्याय!'' देसाई मध्येच माझं वाक्य तोडीत म्हणाला, ''ज्यो येतोय् त्यो तिचं मला भ्या दाखवून पैसे मागत ऱ्हायतोय? तुमच्या त्या नगरसेवकानं केस मागं घ्याय् लावतो म्हणून पाच हाजार उकळलं, तर गल्लीतल्यांनी कुणी एक, तर कुणी दोन हजार! तुमच्या दलित समाजात पुढारी तरी किती हाईत? पन्नास-साठ हजार माजं वाटूनच संपलं - हे प्रकर्ण आंगाशी लागू नये म्हणून! एका पोरीचं नाव फुडं करून पैसे खायला सोकावल्यात सारी - थूऽऽ!'' आणि तो खरोखरच दाराबाहेर थुंकला.

''ते काय का असेना, तुम्हाला तिला पोटगी ही द्यावीच लागणार, तुम्ही बॉण्डच करून पुरावा हाती दिलाय् आमच्या...''

''ह्योच बॉण्डचा पुरावा न्हवं?'' आणि त्यानं दयाकडला तो बॉण्डच आपल्या खिशातून काढून मला दाखवला.

बघून मी टण्ण्दिशी जागेवरून उडालोच! मग कसाबसा स्वत:ला सावरत त्याला विचारलं.

''ह्यो, तुमच्याकडं कसा आला?''

''अहो, पैशानं काय ईकत घेता येत न्हाई? - मान्संसुद्धा !'' आणि भूमी नमवीत चालणाऱ्या जगज्जेत्या योद्ध्यागत तो निघून गेला...

(५)

ह्यानंतर पाच-सहा महिने मी मेंटल हॉस्पिटलमध्ये होतो. तेथून डिस्चार्ज

मिळाल्यावर मला गावाकडं आणण्यात आलं... गावाकडं आल्यावर मी माझा स्टुडिओ उघडून बसू लागलो. इतके दिवस तो बंद असल्यानं आता गिऱ्हाईकांचं वळणही मोडलं होतं; त्यामुळं मख्ख बसून राहावे लागायचे - गिऱ्हाईकांची वाट पाहत! एकदा आपल्या धंद्याची घडी विस्कटली की ती परत बसविणे महाकठीण असते, हेच खरे! बसून काय करायचं म्हणून मग मी मन रमवायला रेखाची कहाणी रोज थोडी-थोडी लिहून काढू लागलो... आपल्याच समाजातील एका दुर्दैवी पोरीची लोक आपल्या स्वार्थासाठी कशी ससेहोलपट करीत असतात, ही कटु कहाणी शब्दांतून रोज थोडी-थोडी मांडत राहिलो; आणि ह्याच तंद्रीत रेखाला मी एक पत्र लिहिलं -

"रेखा,

मी तुझा अपराधी आहे. अजाणपणे माझ्या हातून घडलेल्या चुकीमुळे तुझ्या आयुष्याचं खूप नुकसान झालं आहे; ह्या पापक्षालनासाठी मी तुझ्याबरोबर लग्न करू इच्छितो! तुझी मनीषा कळव.

–भीमराव भोसले''

ह्यावर आठवड्याभरातच तिच्याकडून उत्तर आलं-

"श्री. भीमराव यांना,

साष्टांग नमस्कार -

आपली इच्छा कळली, त्यामागला आपला भावरथी स्वभावही कळला. जग इतकं साधं नसतंय्; आणि त्या जगातील माणसं तरी नसत्यातच नसत्यात. मी तुमच्या लायकीची नाही. झाडावर कळी होऊन उमलल्यालं फूल आनी वास घेऊन, हाताळून, चुरगळून टाकल्यालं फूल, ह्यात किती फरक असतोय! पूर्वी मी देसाईकडं हुते, नि आता दयाकडं. देसाईकडनं दहा हजार काढून घेऊन दयानं केस मागं घ्यायला लावून हे प्रकरण मिटवून टाकण्यासाठी सोडपत्रावर माझी सही घेतली आणि देसाईकडून लिहून घेतलेला बॉण्ड त्याला परत केला. भीमराव, बाईच्या जातीचं तुम्हाला नाही कळायचं. तिला कुणा न कुणा पुरुषाचा आधार घिऊनच जगायला लागतंय्! तेव्हा तुम्ही मला, माझ्या दुःखाला विसरून जा आणि चांगलीशी पोरगी बघून लग्न करून सुखी व्हा.

माझ्या हातून काही चुकल्यास माफी करा.

आपली नम्र,
रेखा''

क्याट

वर्तीकडल्या व्होन्नूरास्नं आल्याला रस्ता म्हारुतीच्या देवळाम्होरनंच खालतीकडल्या नदीकडं गेला होता. नदीचं पात्र खच्चून धड दोन कासराही रुंद होणार नाही, एवढंच. त्यावर कोल्हापूर पद्धतीचा बंधारा घातल्याला. पावसुळा सरत येऊन नदीचं वताभाहीर दोन्हीकडं पसरल्यालं पाणी कमी-कमी होऊन नुस्तं वतातनंच व्हावाय लागलं की, बंधाऱ्याच्या आखणातल्या खाचीतनी फळ्या सारून पाणी अडविलं जायाचं आणि मग दोन्ही काठावरील मळीस्नी नि उसाच्या रानास्नी ते फुडं बक्कळ दिवसं फुरं व्हायचं. गावाला पैलंपास्नंच पल्याड जाय्- यायला पूल नव्हता म्हणून ह्यो बंधारा पुलावानी रुंद बांधला होता नि नदीला पावसाळ्यात आल्याल्या पुराचं पाणी वसरलं की बंधाऱ्यावरनं टोरिंग गाड्याच काय ट्रका-यस्ट्या आरामात येत-जात. ह्या पुलावरनं पलीकडं दीडेक मैल गेलं की, अवचीतवाडी लागे. तिथनं डावीकडल्या सात-आठ मैलांवर असलेल्या तालुक्याच्या गावास्नं आल्याला रस्ता म्होरं उगावतीकडं जाऊन मग तिरका-तिरका होत महाराष्ट्र बॉण्ड्रीकडं गेला होता. तालुक्यास्नं व्होन्नूरापतोर दिवसाकाठी सात-आठ वेळा यस्टी धावायची नि ह्या शिवाय दोन वडापच्या जीपाही होत्याच. मेंढरागत माणसं आत कोंबून त्याबी पळायच्या. ह्या वडापवाल्या जीपा काय नि यस्ट्या काय, गावातल्या वेशीत त्या आल्या की, म्हारुतीच्या देवळाम्होरंच त्या थांबायच्या. नदीला पूर आला तरी वताभाहीर पसरून वेशीत आलेल्या पाण्यात देऊळ बुडू नये म्हणून माणसाच्या डोस्कीइतका भला उंचच्या उंच चौकोनी पारकट्टा बांधून त्यावर ती चकोट, देखणी अशी भर मध्धासाला फाडीच्या घडीव दगडाची चौक-घुमटी उभा करून वर शिखर केलेलं. ह्या घुमटीतल्या म्हारुतीच्या मूर्तीम्होरं पाया पडाय जायाचं झाल्यास मावळतीकडल्या एकमेव अशा गिड्डुकल्या दारातनं वाकूनच आत जावावं लागे. रस्त्याच्या पलीकडे उंच टेकाड होतं नि त्यावर गावातली घरं असल्यामुळं त्यास्नी पुराच्या पाण्याचा धोका नसे. त्या टेकाडावर चढत गेलेल्या रस्त्याच्या डाव्या आंगाला पीर होता, तिथं वर्सातनं एकदा ऊरूस भरे. पीरापास्नं वर

टेकाडं पार करून टप्पारावर गेल्याला रस्ता गावाच्या भर मध्धासाला असलेल्या सिद्धेश्वराच्या देवळाकडे गेला होता... वेशीतल्या म्हारुतीपाशी आधी काहीच नव्हतं. पण अलीकडे जरा गाड्यांची वर्दळ वाढली तशी तिथं तीन-चार टपऱ्या उगवल्या. त्यातली एका पानपट्टीवाल्या रावताची, दुसरी भजंवाल्या मोकाशाची, तिसरी कोरगाव्याच्या राजारामची 'राज टेलर्स' म्हणून आणि चौथी मसन्या न्हाव्याची - ह्येचं चांगलं धोंडीबा नाव होतं, पण लहानपणी एकदा हे डोळं पांढरं करून प्यात पडलं नि ते मेलंच जणू म्हणून पुरायला हातावरनं गावच्या मसनकाठात नेलं. खड्डा काढून ह्येला डबरायला म्हणून खाली ठेवलं, तोंवर ह्येनं ज्यो 'ट्याँऽ' पसरला, ते आचीट करीत साऱ्यांनी त्येला घराकडं झक्कत आणलं. तवापास्नं त्येला कुणी धोंड्या म्हणून बलविनात. सारीच 'मसन्या' म्हणू लागली होती! ह्या मसन्याच्या टपरीम्होरलं बाकडं म्हणजे गावच्या लोकांचा अड्डाच झाला होता. वेशीतल्या वडाच्या, चिंचेच्या, पिंपळाच्या झाडांच्या सावल्या ह्या टपऱ्यांवर नि म्होरल्या रस्त्यावरही पडत असल्यामुळं टपऱ्यांम्होरल्या बाकड्यावर, पीराम्होरल्या कट्ट्यावर गप्पा हाणत बसलं तरी ऊन लागत नसे...

सकाळच्या टैमालामतोर मसन्या न्हाव्याच्या टपरीम्होरलं बाकडं 'हाऊस फुल्ल' असायचं! म्हंजे त्याला सकाळी-सकाळी मायंदाळं गिऱ्हाक असे, असंबी नाही; तर रोज जिल्ह्याचा पेपर तो घेत असे. जिल्ह्याच्या गावास्नं पेपरटॅक्शीनं भल्या पाऽटचं पाचच्या टिप्पणाला तालुक्याच्या गावाला पेपरांचं गठ्ठं येऊन पडत. तिथला मुख्य एजंट देशमुख मग त्यातलीच पेपरं गठ्ठे बांधून यरवाळीच सुटणाऱ्या पयल्या यस्ट्यामदनी आजूबाजूच्या खेड्यावरती धाडून देत असे. पयली पावणेसातला सुटणारी गाडी सव्वासातला आत म्हंजे गावातल्या वेशीत येई. तिथं वास्कराचं गंग्या आधीच येऊन उभं असे. कंडक्टरनं टाकल्याला पन्नास पेपरांचा गठ्ठा ते ताब्यात घेई. गावात खच्चून १५ न्हाय तर १६ पेपरं खपत; नि बाकीची भोवतालच्या तीनेक मैलांवरील गावातनी टाकायला ते सायकलीवरनं सुटे... गंग्यानं गठ्ठ्या फोडल्यावर त्येचं पयलं गिऱ्हाक म्हंजे मसन्या न्हावी! मसन्या नुस्ता गंग्याला पेपरचं पैसे देऊन पेपराचा नावालाच धनी असे; खरं धनी बाकड्यावरचं पब्लिक ऊर्फ जनताजनार्दन! पेपरची तीनेक पानं तेवढीच जण वाटून घेऊन त्यात मुंडकी खुपसून बसत. एका-एका पानात कवा-कवा तीन-तीन मुंडकीबी खुपसल्याली दिसत. कुणी एक बातमी वाचली रे वाचली की पंधरा-वीस मिनिटं तीवर चर्चा करीत. कुणी पंतप्रधानाला मौलिक सल्ले देत. आपन पंतप्रधान अस्तो तर काश्मीरबद्दल सारखं सतावणाऱ्या पाकिस्तानला कसा धडा शिकविला असता, ते सांगत! बाकड्यावर चाललेल्या ह्या चर्चेत केव्हा तरी हुक्की आली म्हणजे मसन्याही भाग घेई आणि आपणही

राजकारणात 'किसीसे कम न्हाई' ते दाखवून देई!

सकाळच्या टिप्पणाला संग्या-बाळ्याची जोडीही हमेशा मसन्याच्या बाकड्यावर आढळे. बाकड्यावरचा कोरम फुल्ल झालेला असला की, बाजूच्या दगडावर तरी बसलेली दिसे. रस्त्याकडेला रोवलेली दोन उंच दगडं, त्यांच्या मध्ये आणखी बसाय म्हणून टाकलेली फाडीची दगडं खाली पार म्हारुतीच्या चौथऱ्यापर्यंत गेली होती. चौथऱ्यावर चढून जायला ७-८ पायऱ्या होत्या; त्यावर बाहेरगावी जाणारी गावची माणसं यस्टीची वाट पाहत बसून असत. टप्परीच्या मागं चावरंकराचं रान होतं. त्या मागच्या पट्टीत चावरंकर तंबाखू लावी. बांधावर ईलायती चिंचेचं भलं मोठ्ठं झाड आबरानं वाढून उंच गेल्यालं, त्याची सावली; झालं तर म्हारुतीच्या देवळाजवळच्या पिंपळाच्या झाडाची सावली मसन्याच्या टप्परी म्होरल्या रस्त्यावर पडायची; त्यामुळे त्या सावलीत आरामात गल्लीपास्नं दिल्लीपतोरचं राजकारण रंगायचं... गावच्या बऱ्याच लोकास्नी तिथं येऊन रोजचा ताजा पेपर चाळत-चाळत राजकारणावर चार गोष्टी बोलल्या-ऐकल्याशिवाय चैनच पडत नसे!

सिद्धेश्वर देवळाकडल्या चढावावरनं आज प्रथम कुलंगी संग्या खालच्या वेशीत येत असल्यालं दिसलं. जेमतेम चार-साडेचार फुटी उंचीचं लुटकं संग्या होतं. जवानीत त्याला तालमीचा बेजान नाद होता. रोज हजार-दोन हजार जोर-बैठका चापून मारायचं. त्यामुळे बाभळीच्या खोडावानी त्याचा बांधा आटूकच व्हायला होता. तंबाखू अर्धामुर्धा जाळून त्यानं राखुंडी केली होती. डाव्या हातावरची ती चांगली मळून त्याचं किटान दातांवर फासडत लुटूक-लुटूक चालत तो खालतं येत होता. उंचीनं तो बुटक बैंगन असल्यानं त्याला सारी 'कुलंगी संग्या'च म्हणत... तसं संग्या हे नाव तरी कुठं त्याचं खरं नाव होतं म्हणा! संतू, संताजी हे त्याचं खरं नाव, पण ह्यो संतू कायम जाधवाच्या बळीसंगं असे. हणमपाड्यांची जोडी असावी, तशी ही जोडी केवळ गावातच नव्हे तर उभ्या (व आडव्याही) पंचक्रोशीत मशहूर होती. गावातल्या सिद्धेश्वराच्या जत्रेत अथणी-रायबागकडील कानडी नाटक मंडळी 'संग्या-बाळ्या' नावाचं दोन मित्रांच्या जीवनावर बेतलेलं नाटक करीत असे. आज राच्चं साडेदहा-अक्राला चालू झालेलं नाटक दुसऱ्या दिवशीची पाऽटचं चान्नी उगवूपतोर चालूच असे. दिवसाचा गोंडा फुटायला मग कुठं ते संपे! ह्या गाजलेल्या नाटकावरून गावातल्या ह्या जोडीलाही 'संग्या-बाळ्या' हे आवळं जावळं असल्यावानी नाव पडलेलं...

तोंडातनं राखुंडीचं बॉट फिरवीत आणि पचाक पचाक करून काळंशार थुंकीत कुलंगी संग्याचा रथ मसन्या न्हाव्याच्या टपरीम्होरं ईवून धडकायच्या आत वर्तीकडल्या व्होन्नूरकडं गेल्याल्या रस्त्यानं ढेंगाळं बळी, म्हंजेच बाळ्या,

लांब-लांब ढेंगा टाकीत टपरीच्या दिशेनंच येत असलेलं बघाय मिळालं... बाकड्यावर आधीच कवा येऊन बसल्यालं कडाकण्याचं तुक्या ठिसकलं,

"आयलाऽ, ह्यो संग्या एकलाच येत्याला बघून आम्हास्नी तर बाबा वाटलं, बाळ्या कुठं उलाथला काय की! पन ह्यो भाद्दर संग्यानं टेलीफून केल्यावानी लगुलग हितं दत्त!!"

लांब-लांब ढेंगा टाकत तंवर बाळ्या टपरीजवळ आल्यालंच होतं; त्येच्या कानांवर हे बोलणं पडताच ते तडकलं,

"तुक्या बेन्या, तुला आधी मस्नात पोचवूनच मी उलाथणार हाय!!"

"कवाबी उलथंनास, पण तवासुद्धा जोडीनं उलथू नकोसा म्हंजे झालं!!"

ह्यावर खॅऽखॅऽ करीत मसन्याचं बाकडं नि टपरीबी हांसली!!

तंवर संग्याबी जवळ आलं नि बाकड्याजवळच्या दगडावर बूड टेकवित, मागल्या आंगाला रानाकडल्या बाजूस पचाक्‌दिशी थुंकून राखुंडीनं भरल्यालं त्वांड मोकळं करीत म्हणालं,

"काय म्हंतोय् तिरकाळ?" तो दैनिकाला 'तिरकाळ' म्हणे.

"संग्या, जग सुधारलं किती? पैलं पावसुळ्यात भोयानं नदीत नाव घालावी तवा कुठं गावच्या मान्सास्नी पल्याड जाता यायचं. आता नदीवर फ्फुल बांधून सुधारणाबी झाली आनी तुजं आजून 'पेपरा'ला 'तिरकाळ' म्हणायचं चाललंय? मर्दाच्या, सुधार की जरा!"

"बाबान्या, आमचं आता निम्मं वय झालं, हाडं गेली नदीवर, आम्ही कसलं सुधारताव?" आणि संग्या बोललं, "तुक्या, आण हिकडं, एक पान आण; बघू तरी वाचून काय हालहवाला?"

तुक्यानं वरच्या पानावरील ठळक बातम्या चाळलेल्या होत्या पेपर हातात घेतल्या पेट्टाला पयल्याझूटच; त्यामुळे त्याने वरचं पान संग्याकडं दिलं. संग्या पान हातात घेऊन 'ट' ला 'ट', 'म'ला 'म' करीत वाचायचा प्रयत्न करतोय तंवर बाळ्याबी त्येला येऊन चिकटलं, नि त्येबी पेपरात मुंडकं घालीत बोललं,

"संग्या, धड चौथीबी पास न्हाईस तू, तुला पेपराचं याक पान वाचायला अर्धा ध्याडा लागंल! तवा जरा खालचं पान आसं धर, म्हंजे मागल्या पानावरलं मलाबी वाचाय सलामत पडंल!!"

तसं संग्यानं ते आख्खं पेपरचं पानच बाळ्याच्या सौद्यान करीत म्हंटलं,

"तूच वाचून दाव त्येच्या आयलाऽ, तू तर मुलकीपतोर शिकलाईस; आता वाच मोठ्यानं, म्या आरामात ऐकतो!!"

"च्या भनं, हे बरं झालं- 'आयजीच्या जीवावर बायजी उदार, ध्याडंला उजेड, राच्या आंधार!!" आणि बाळ्यानं पेपराच्या पयल्या पानावर नदार

फिरवित म्हंटलं, ''आम्हास्नी राजकारण काय आडवं मारायचं हाय? आम्ही हितं बोंबल्याकार करून आमदार,खासदार, मंत्री थोडंच मेचणार हैत? त्येंचं आपलं 'खा-खा' सुरूच -हाणार, ज्यो त्यो पाच-धा पिढ्यास्नी फुरं हुईल एवढी बेजमी करून ठेवतोय- सत्तेची खुर्ची आस्तीया तंवर!! आपुन आपलं मागलं शेवटचं खेळाचं पान बघायचं, आपल्या आवडीच्या कुस्तीच्या मैदानाचंबी फोटू आस्त्यात कवा-कवा त्या पानावर, आनी खालती बातमीबी!!''

बाळ्याचंही खरंच होतं. संग्या-बाळ्या या दोघास्नीबी जवानीत कुस्तीचा नाद होता. गावच्या वर्तीकडल्या मायाक्काच्या देवळामागच्या तालमीत दोघंबी जायाचे. मायाक्काच्या जत्रंत तवा कुस्त्यांची मैदानंबी भरायची. चिंचणीची मायाक्का नंतर ह्या भागात हीच मायाक्का प्रसिद्ध होती. कोल्हापूरचं शाहू महाराज आपल्या रायबाग परगण्याकडं हत्ती-घोडं असा सारा लवाजमा घेऊन जात, तवा वाटंत विश्रांतीसाठी दोनेक दिवस, त्येंच्याच संस्थानच्या हद्दीत असणाऱ्या ह्या गावात मुक्काम करीत. कुस्ती शौकीन असा त्यो राजा तवा गावात कुस्तीचं मैदानबी भरवी आणि त्यासाठी शाहूराजानं आपल्या कोल्हापुरातल्या खासबाग मैदानाच्या धर्तीचं, पन त्येच्यापेक्षा लहान असं एक मैदानबी कायमचं करून ठेवलं हुतं. हे मैदान म्हंजे, मायाक्काच्या देवळामागल्या काळवाटातली एक हीर मुजविली हुती नि तिच्या भोत्याभोर गोल बाजूकडनं तळापतोर उतार केल्याल्या हुता; नि तळात गोल मैदान... साऽ-सात हाजार सहज बसतील लोकं, असा त्यो उतार हुता, पन शाहूराजं गेलं, संस्थानं खालसा झाली, तरी मैदानाची ही परंपरा गावात पर्वापर्वापतोर चालूच हुती! आता ह्या पर्वा-पर्वाला म्हंजे झाली आस्तील धा-पंद्रा वर्स, पैलं शाहू महाराज मुक्कामाला आस्तील तवा मैदानं व्हायची, मग त्येंच्या मागनं फकस्त मायाक्काच्या जत्रंतच तेवढी मैदानं भराय लागली, नि मग एका वर्षी पयल्या नंब्राची कुस्ती निकाली होऊ न देताच पंचानी सोडविली, 'मत्तून कुस्ती लावली', ह्या समजुतीनं मैदानात दगडफेक नि दंगल होऊन धा-ईस डोस्की फुटली, तवापास्नं मैदानच भरवायचं बंद झालं ते बंदच! वरनं सरगातनं शाहू महाराज दिकून रागानं उसळून म्हणत असतील, 'कसलं जोकमाराचं गाव! म्या चालू केल्यालं मैदानबी बंद पाडलं व्हळीकणीच्यानी, गावातलं बापय आता केवळ पोरं काढाय पुरतंच!!'

''आरं संग्या, तुम्हा दोघांच्या कुस्त्यांची 'ती' स्टोरी सांगा कीरं!'' कमत्याचा सुब्राव चावी देत म्हणाला, ''लई काटाजोड हुती म्हनं दोघांची, लई झन्नापन्नी झाली म्हनं गा!''

''तऽर!'' संग्या म्हणालं, ''दोघं एकाच तालमीत खेळत्यालं; पन तालमीतल्या पोरांनीच दोघांचं एकमेकांविरूद्ध कान भरवून दोघास्नीबी हुलीवर घाटलं. डावी

टांच उडवत चालत्याला समशेर वस्तादबी त्येंनलाच मत्तल्याला, त्योबी म्हणाला की एक रोजी फुसुक्क दिशी- आवंदा मायाक्काच्या जत्रंत लावू या रं दोघांची झोंबी! कोण वरचढ हाय ते मैदानातच ठरूं दे!!''

''आनी मग गाऽ?''

''आनी का कानी! मग कायऽ तळंच्या लीस्टातल्या धा-बारा कुस्त्या संपल्यावर आमची सलामी झडली की!! आमच्या आताच्या बावड्यावरनी जाऊ नकोस तू! तवा आमच्या कशा बावड्या हुत्या! मल्लाप्पा तडाखे, ईस्नु नागराळ्यागत! दंड फुगीवला की ह्योंऽ अशी बेडकुळी उठायची! मांड्या अशा भरल्याल्या, शड्डू मारला की तालीम घुमायची!! तटाटून भरल्याली छाती तर अशी की, दोन तवंच उलटं बांधल्यावानी! मर्दाच्या, तवा दूधदुभतं मनगंड; खाऊन सरायचं न्हाई! जोर-बैठका माराय सुरू केलाव की हाजार दीड हाजार झाल्याबिगर थांबायचं न्हाई; घामानं हितनं तिथवर तालमीतली भुई भिजायची! आकडी दुधाची चरवी तोंडाला लावली की ती रिकामी करूनच खालतं ठेवायची, तूप कढवून त्यात खारका फोडून, बी काढून टाकून तुपात टाकायच्या, दोन-चार दिवस तुपात त्या चांगल्या मुरल्यावर मग तुपासकट वरपायच्या! आकडी दुधाची 'थंडाई' तर आठवड्यातनं दोन तीन डाव घोटायची! लेकानू, आमी जे खाल्लाव त्यातलं चार आणे सुदीक तुम्हास्नी मिळायचं न्हाई!! आता काय, तालुक्याच्या डेअरीची शाखा गावात झाली, आनी गावचं दूध चिट्टून सारं त्या डेअरीला! एखांद्या घरात दोन-चार पावनं आलं तर शिप्पीभर दुधात काळामिचकुट, चिराईताच्या काढ्यावानी, च्या करायचा. त्येची बाय व्हले, आनी...''

''संग्या, तुजी गाडी घसरली रुळावरनं!'' टपरीच्या खांबाला अडकविलेल्या हातभर रुंदीच्या चमड्यावर हातातला वस्तारा चटाक-फटाक घासून त्येची धार आनीक जरा तेज करीत मसन्या न्हावी बोलला, ''तू दोघांच्या कुस्तीचं सांगता-सांगता हे डेऽअरीचं काय आनी गानं मदीच लावलंस!''

''थॉऽत्येच्या बायली, व्हय की! हे उतार वयात आसंच हुतंय बग! बिन कासऱ्याच्या बैलगाडीवानी माळरानातला रस्ता सोडून हे वताडात शिरल्यावानी झालं म्हनंनास!'' नि संग्या म्हणाला, ''हं, तर काय सांगत हुतोऽ..''

''येऽ, त्या तुज्या सांगायची गांडकूट! ह्या शेंदडीच्याची लांबन दुपारपतोर संपायची न्हाई!'' मधीच बाळ्या म्हणालं, ''म्या सांगतो, पाइंटाचं!! एकाच आखाड्यातलं आम्ही, तरीबी कुस्ती लावायची ठरली जत्रंतल्या मैदानात, तशी म्याबी म्हेनतीची रिप्पी लावली! जोर, बैठका, झालं तर करेली फिरवायचं, व्होन्नूरपतोर पळून यायचं, तालमीतला हौदा उकरायचा, मग फळीवर तीन-चार पोरं बसवून उकरल्याल्या मातीवरनं फळी वडायची नि दोन-दोन गड्यांच्याबरोबर

हौद्यात झोंबी खेळायची... मला योक ज्योतिषीबी भेटला, त्येनं सांगितलं, 'मैदानात नदीकडल्या आंगानंच आत पाऊल टाकायचं, आनी जोडीदाराला भिडण्यापूर्वी मैदानात शड्डू ठोकत योक राऊंड मारायचा, नि मग उगावतीकडं त्वांड करूनच त्येला सलामी द्यायची!' मर्दाच्यानु, आमच्या कुस्तीचा गोमगाला एवढा झाला, गावातच न्हवं तर आजूबाजूच्या खेड्यावरनंबी पैजा लागल्या. कोण म्हंतोय 'संग्या जिततोय? -बाळ्याच त्येला उत्ताना करून उरावर बसतोय, बीट लागली, शंबर-शंबरची!!' हे आसं सुरू झालं! आनी परत्येक्ष जत्रंदिवशी मैदानात काय व्हावं?- एकमेकास्नी सलामी दिवून आमची खडाखडी, झन्नापन्नी सुरू झाली. पटात घुसून त्येला मी एकदा खाली घेटलं नि घिस्सा वडून उत्ताना करावा म्हणून लांगंतं बोट चढविली; तर बेन्याची लांगच फाटून हातात यावी; नि त्याबरोबर आतला लुंगटाबी? 'हैऽऽ' करीत सारं मैदान हुबा ऱ्हायलं! संग्याबी असं अचानक जैनस्वामी व्हायला लागल्यावर मिनिटभर काचबारूनच गेलं नि काय!! मैदानाभाहीरली लोकं धावून ईवून त्येला आडोसा करायच्या आत रागानं त्येबी मला भिडलं, नि मग काय? - तर मीबी भांबावूनच बेसावध हुतो, तर त्ये भिडलं, नि त्येनंबी माज्या लांगंत बोट खुपसून ती टर्कावली!!''

''मग नागव्यानंच कुस्ती खेळलासा का काय गा?'' मान्याच्या बच्चारामनं मदीच ईच्चारलं, भावरथीपणाचा आव आणून!

''बायली, लई चावट बाबा तू!'' बाळ्या म्हनलं, ''आनी समज, ईरंसरीनं आम्ही तशीच झोंबी धरली आस्ती तरी लोकं आम्हाला खेळू द्यायला नकोत? - ती पळून मैदानात आली, नि त्येंनी आम्हा भोत्याभोर हुबा ऱ्हावून आडोसा केला; नि मग आम्ही कापडं घाटली!''

''बायलीऽ, व्हैक म्हनायचं का व्हनार? आशी कुस्ती कुठं झाली आसंल जगात? तुम्हा दोघांची अशी कुस्ती बघून पैज लावणारी मतोर चारी मुंड्या चीत झाली असणार!!''

''बाय् व्हलेऽ, आसं गाजविलं दिवस आम्ही त्या येळंला! आता काय? कुनाला तालमीचा नाद हाय? कुस्तीचा षौक हाय? गुढीपाडव्यातल्या काठीवानी आता घराघरावरनी टीवीच्या आंटीनाच्या काठ्या!- बसत्यात सारी आपली माना वर करून बघत, त्या डबड्याकडं! पैलंची मज्जा आता गेली! आता नुस्तं 'त्ये दिवस कसं व्हतं? हे दिवस कसलं उपलानी आलं,' म्हणत आठवण करीत ऱ्हायाचं!!'' आणि बाळ्यानं हातातल्या पेपराच्या मागच्या पानावर नदार फिरविली नि आचीट करीत म्हटलं, ''आबाऽबाऽबाऽ, कुंडलच्या मैदानाचा फोटू बघा ह्यो-ह्या कडस्नं त्या कडंपतोर! क्यामेरा कसला जंग्गी आसंल बघा, एवढा मोठा फोटू माराय!''

तशी सारीच जागची उठली आणि बाळाच्या हातातल्या पानावर सगळ्यांनी नदार टाकली... संग्या तर न राहवून म्हणालंबी,

"आगाऽ आगाऽ आगाऽऽ, काय ही मान्सं...! नुस्ती लाह्या फुलल्यावानी फुलल्यात बघ! कुस्तीचा षौक करावा, आनी अशी मैदानं भरवावीत सांगली-कोल्हापूर जिल्ह्यातल्या लोकांनीच! कुंडललाच काय, पलुसला, बांबवड्याला, वारणेकडं, झालं तर सांगली-कोल्हापूरलाबी वरचीवर अशा कुस्त्यांची मैदानं हुत्यातबा; पन आपल्या भागातमतोर अशा मैदानांचा बीमोड झालाय म्हणंनासा!!"

"गावची तालीम तरी कुठं धडपनानं चालू हाय? चार पोरं जमत्यात नि पाच-पन्नास जोर-बैठका मारून उगंच शड्डू-खम्म ठोकत न्हात्यात नि हौदातल्या लाल मातीत लोळून लाल टावेलं खांद्यावर टाकून छातीचं तकाटनं म्होरं काढत उगंच गावातनं टेचात फिरत्यात! एकानं तरी कुठं भाहीर गावाला, सांगली-कोल्हापूर भागात जाऊन मैदान मारलंय् ?"

"म्हंजे, गावात हे राऽच्च्या मैदानाचं पैलवान तयार व्हायला लागल्यात म्हणंनास!!"

"खिऽ खिऽ खिक्क्!!"

"राच्च्यं मैदान माराय् तालमीत तरी कशाला जायाय् पायजे म्हणा!! हे किरमाडं बाबश्याबी त्ये मैदान मारील की!"

"आता मारतंय का सोताच चित्तपट व्हतय कोणाला ठावं? ह्यो बसायच्च्या वाटणीचा ह्येचा भीडूच ह्येच्या उरावर बसायचा!!"

"हॅ:ऽऽ हॅ:ऽऽ हॅ:ऽऽ!!"

तसं बाबश्यानं इज्यार वर उचलून हडकुळ्या मांडीवर शड्डू मारीत म्हटलं,

"अबे साल्यो, तुम्हास्नी शंका वाटती व्हय रे माज्याबद्दल? पन ध्येनात धरा, ढोबळ्या मान्सापक्षी हाडकुळ्याचा स्टॅमिना दांडगा आस्तोय्, एका लांगंवर दोन-दोन कुस्त्या मारील की ह्यो पट्‌टुश्या!!"

"राच्च्या कुस्त्यांची गाडकूटा; गब्रुनुं दिवसाच्या कुस्त्यांची बात करा! मैदान भरवायचं का आपल्या गावात? म्होरल्या म्हैन्यात जत्रा आली, तवा आतापास्नंच तयारीला लागाय् पायजे!"

"त्यात आनी तयारी कसली? का, नाटकावानी रोजच्या रोज तालमी घ्यायच्या हैत; आनी मग जत्रंदिवशी एकदमच रंगीत तालीम!!"

"तयारी म्हंजे काय? तर आपल्या हातात आदी पैसा नको काय? पैलंगत नारळाच्या एका भकालावर जत्रंतल्या कुस्तीच्या फडातनी आता कोन लांग चढविल? आता कुस्त्या ठरवायच्या झाल्या तर रोख पैसा मोजाय् पायजे! पैलं आठ-बारा आण्याला शेरभर आकडी दूध मिळायचं नि आता पंद्रा-सोळा रुपय

मोजलं तरी तसलं दूध मिळंना! पैलंच्याला आनी आत्ताच्याला लई फेर! आता खुराकाला मनगंड पैसा पायजे, तर पैलवानकी. म्हणून रोख दाम मोजून, आदी सुपारी दिवून कुस्ती ठरीवतानाच 'सस्कार' म्हणून लई न्हाई थोडं तरी पैसे पैलवानास्नी द्यायला लागत्यात!!"

"आरं संग्या, पैसा-पैसा काय लावलाईस, पैसा कुत्रंबी, खात न्हाई!"

"पन मान्सं खात्यात न्हवं?- पैशाशिवाय काय हाय जगात?"

"पैशासाठनं घरपती पट्टी जमा करू; त्यात काय?"

"खरं संग्या, जत्रंचीच पन्नास-पन्नास रुपय पट्टी घरपती वसूल करूस्तोंवर 'जत्रा कमेटी'वाल्यांचा गळ्याचा घाम ढुंगणापतोर वरंगळत येतोय्! आपल्या गावची लोकं तर झाडावरच पिकून पक्की झाल्याली; जत्रंची वायली आनी मैदानाची वायली ती पट्टी देतील व्हय? 'जत्रंच्याच पट्टीत मैदान भरवा जावा' म्हंतील. तेवढ्या पट्टीत मैदान भरत न्हाई, भरविता येत न्हाई, असं म्हणायचीबी सोय न्हाई! फुसुकदिशी ती बेनाटं म्हणणार, 'तुम्हाला एवढी हौस हाय तर पदरच्या पैशानं भरवा जावा की मैदान! ह्या जत्रंच्याच पट्टीसाठी पन्नासाची जोडणी करूस्तोवर टाळा पसरायची पाळी आलीया!!' मर्दाच्यानु कसलं व्हलस गाव हे- गावसुधारणेला जागतिक बँकेची मदत आल्यालीबी लोकांनी परत पाठविली! का? तर ती मदत मंजूर व्हायला गावचा हिस्सा म्हणून शंभर-शंभरची घरपती पट्टी बसत हुती म्हणून! तवाबी लोकांनी असं म्हणत आडवा पाय घाटला हुता- 'तुम्हा लोकास्नी शंभर-शंभर देण्यापक्षी तेवढं खर्चून आम्ही आमच्या - आमच्या घराम्होरं सुधारणा करून घेताव् की!' तर असलं आपल्या गावचं पब्लिक! तालमीत जावावं, म्हेनत करावी, भाहीर गावाला जाऊन मैदानं मारून येऊन गावाचं नाव करायचं ऱ्हावू द्या, सोताची बावडी तरी चांगली राखावी, ही कांक्षाच आता नव्या पोरास्नी न्हाई बघा! आठवड्यातनं एक तिथं दोनदा जाऊन तालुक्याला एकेक सिनिमापाई व्हाव तर पंद्रा-ईस रूपय खर्चून येतील, पन तेवढ्याचंच दुभतं खाऊन, म्हेनत मारून आपली बावडी सुधारावी म्हणणार न्हाईत! हर घटकंला बिड्या वडून, न्हाय तर ईळातनं धा टैम गुटक्याची पाकिटं घशाखाल्ती सोडून एकेक पाप्याची पितरं झाल्यात, वावटूळ सुटली तर हितनं तिथं तीनताड उडून पडतील!!"

"असल्या पोरास्नी तर तालमीचा, कुस्तीचा नाद लागावा म्हणून यंदा जत्रंत मैदान भरवायचंच!" बाळ्या ठाम आवाजात बोललं.

"मग पट्टी जमवायची तर भोत्याभोरची ही चार-पाच गावं तरी तिरपटाय पायजेत. धा घरं फिरावीत तवा दोनेक घरातनी मोठ्या मिनतवारीनं मिळालं तर पाच-दहा मिळायचं, न्हाय तर 'दोन दिसांनं लकाण्णी मारा, तंवर जोडणी करतो

पट्टीच्या पैशाची' असा वायदा ऐकायची पाळी!!'' धोंड्या शेंडून्या म्हणाला.

"खेड्यावरनं श्यार गावतल्यावानी रोख गौना कुठला आलाय्? आनी चार पैसे बाळगून असणारं तालेवार असं किती आस्त्यात? नि जी आसत्यात त्यातली निम्मी आर्धी चिकाट भोकरागत - झिंगट्या बेन्यांची! गावातल्या असल्या एखांद्या कामाला, उच्छावला त्येंचा हात कधी वर आस्तोय?''

"त्ये काय का आसंना, मैदान हे भरवायचंच ह्या जत्रंत. मैदान भरीवण्याचा आनुभाव तर घिऊन बघूया! आपल्या तालुक्यात दोन साखर फ्याक्टऱ्या हैत, त्येंच्या बावडीच्या मेंबरास्नी काळ्या गाईचं लोणी न्हीवूया लावाय, कोण फळलं-फळलं! तिकडं सांगली-कोल्हापूर जिल्ह्यातनी बघा जावा, खुद्द साखर फ्याक्टरीवाले आपल्या साईटावर कशी मैदान भरीवत्यात! नि खाल हिकडं आपल्या कर्नाटकात काय हाय? कोण फ्याक्टरीवाला मैदानाचं नाव तर काढतोय? आपून गड्याहो, त्येनलाबी जरा हुलीवर घालू या; हे काय तसं वंगाळ काम हाय का?- मग झालं तर!!''

"तर संग्या-बाळ्या, तुम्ही ह्यात फुडाकार घ्यायचा रं! तुम्हास्नी तालमीचा नाद आदीपास्नं हायच, शिवाय तुम्ही दोघं राजकारणातबी आस्ता, नि ग्रामपंच्यायती, जिल्हा पंच्यायती, लोकसभा, विधानसभा अशा इलेक्शना लागल्या की त्या धुम्बड्यात तुम्हीबी आस्तासा. कोण लोकं कशी, कोण फुडारी कसा ह्येचा तुम्हाला अनुभवबी दांडगा. तवा पट्टी जमा करायपास्नं कुस्त्यांच्या जोड्या ठरीवण्यापतोर तुम्ही दोघांनीच म्होरं व्हायचं; आम्ही हावच मागूमाग. मैदानामदी उगावल्याला झाडझाडुरा साफ-स्वोच्च करण्यापासून ते पट्टी जमवाय तुम्हा दोघासंगं येण्यापतोर तुम्ही सांगशील तवा आम्ही हाजार ऱ्हाताव!!''

"आता गड्यानु, जरा हुरूप अला बघा!'' संग्या बोललं, "आसं कुठल्याबी कामाला गावच्या पब्लिकचं ब्याकिंग पायजे गा, म्हंजे डोंगराएवढी कामं आस्ली तरी त्येंचं काय वाटत न्हाई!!''

"जत्राबी तोंडावर आली; मैदानाची पट्टी जमवाय कंबर कसाव आता उद्या ठावनं; खोगीर भरती म्हणून आम्ही सारी हावच संगं-संगं; च्यार लोकं जमून गेलाव तर वजनबी पडतं नि पैसा गोळा व्हाय मदतबी हुती म्हणंनासा!!'' केरबा कडाकणे बोलला.

"तर उद्यापास्नं सुरुवात करूया पट्टी गोळा कराय, सकाळच्या नवाच्या टिप्पनाला ह्या मसन्याच्या दुकानाम्होरं जमू आनी सुटू -शुभस्य अग्रम!!''

"अग्रम न्हवं रे शीघ्रम!'' गणा मास्तर तोंवर वाढलेली आपलीच दाढी खांजळत तेथे मघा आला होता व मसन्याच्या खुर्चीतलं डोस्कं भादरून झाल्यावर आपला नंबर येण्याची वाट पाहत बसला होता, तो बोलला.

“शीघ्रम काय नि अग्रम काय, दोनीत ‘म’ आलं म्हंजे ‘मम’ झालं, म्हंजे एकच झालं!!” आडव्या डोस्क्याचं हुम्ब धोंड्या म्हणालं.

ह्यावर गणा मास्तरनं मनातल्या मनात कपाळावर हात मारून घेतला! ‘गाढवाम्होरं वाचली गीता’ असं मनातच म्हणत गप्प बसण्यात शहाणपण समजलं...

दुसऱ्या दिवसापास्नं खरोखरच पट्टी जमा करायच्या कामाला जुप्पी सुरू झाली. दोन आठवड्यांतच ‘न्हाई-व्हय्’ ‘न्हाई-व्हय्’ म्हणत बक्कळ पट्टीबी जमा झाली... तसं एक रोजी संग्या म्हणालं,

“गड्याहो, आत मैदान हुतंयाच! जत्रा तर तीन आठवड्यांवर आली, आता आम्ही दोगं, म्हंजे मी नि बाळ्या, एक-दोन रोजाचा दौरा कराय भाहीर पडताव. कोल्हापूर, झालं तर सांगली, कवठेपिरान, झालं तर वारणाभाग, हिकडं फिरून चाचपनी करून जोड्या ठरवून ‘सस्कार’ दिवूनच येताव. एकदा जोड्या फिक्स झाल्या म्हंजे ह्यांडबिलं काढून आजूबाजूच्या खेड्यातनी आनी तालुक्याभर वाटायला बरं!!”

“मैदानाला, कुस्त्या बघाय तिकीट लावायचं का?”

“ह्ये बघ, येडा का खुळा तू? आम्ही शाळंला जात हुताव तवा तालुक्याच्या गावाला भोला पंजाबी नि मल्लापा तडाख्याची कुस्ती एक लंबराला लावल्याली. तवा धा-धा रुपयचं तिकीटबी लावल्यालं. तवाचं धा म्हंजे एक आठवड्याचा रोजगार! तरीबी मैदानात तिकिटं काढून जेवढी लोकं तेवढीच भाहीर, तटकबंद! आनी काय, शेवटाच्या नंबर एकच्या कुस्तीला, भोत्याभोर बांधल्याल्या तट्ट्या वर उचलून लोकं घुसली की आतमदी! तिकीट लावलं तर हितंबी काय, त्योच परकार हुनार!!”

“तसं कुठलं व्हायला मर्दाच्याहो! तिकीट काढून हल्लीच्या कलीत कोण कुस्त्या बघणार? हितं व्हायचं मैदान रिकामं आनी मैदानाभाहीरमतोर बांधलेल्या तट्ट्याच्या कुप्पनाभोवत्यानं फुकट्यांची म्हामूर गर्दी! आता सगळं लोकास्नी फुकट पायजे! शिवाय उलट तीच भांडान काढणार - ‘आमी काय पट्टी द्याय न्हाई?’ तवा आता अशा पट्ट्या जमवून खुल्ली फ्रीमदीच, मैदानं भरवायची आसत्यात बाबानु!”

“हे बघा, पर्वाच्या रोजी शनिवार हाय. म्हारुतीचा वार, पठ्ठ्या बजरंगबलीचा वार! दिवस चांगला हाय; त्या दिवशी पयल्या गाडीनं आम्ही दोघं सुटताव. एका रोजात काय सांगली-कोल्लापूर भागातल्या तालमी तिरपाटून, कुस्त्या ठरवून हुनार न्हाईत; तवा मुक्काम करायची पाळी आलीच तर जैसिंगपूरला माजा मेव्हणा हाय, त्येच्याकडं एक रात काढताव आनी मग दुसऱ्या रोजी

पुढली मोहीम करून, काम फत्ते करूनच हिकडं गावाकडं परतताव !!'' बाळ्या म्हणालं.

"पिल्यान वाईट न्हाई; शनिवारी सुटाच तुम्ही, वरच्या लंबरातल्या धा-पंद्रा तरी कुस्त्या ठरवून या!'' पाटलाचं ईरगौंडा म्हणालं, "मग तळातल्या ईस-पंचवीस कुस्त्या हिकडल्या फाट्यावरल्या चिल्लर मोडखुर्दा पैलवानांच्या लावाय येतील!!''

अखेर शनिवार उजाडला. राच्चं व्होन्नूरला वस्तीला असणारी यस्टी सकाळी सातच्या टिप्पनाला म्हंजे मारुतीच्या देवळाम्होरं ईवून उभा राही. पण सातच्या आदीच संग्या-बाळ्याची जोडी देवळाजवळच्या मसन्या न्हाव्याच्या दुकानाम्होरं हजर झाली. आज दोघांनीबी ठेवणीतली कापडं घातली होती. एखादं तळ झिजकं स्लीपर पायात घालून कायम गावातनं वरावरा हिंडणारं कुलंगी संग्या आज कापशी माटाचं, चार्र चार्र वाजत्यालं पायताण घालून आलं होतं. कमरंला पांढरं धोट मसाराई धोतार, अंगात तलम नेहरू शर्ट, त्यावर गळ्यातल्या ताईताची पेटी लोंबकळणारी, नि काल मसन्याकडून घोटून दाढी करताना त्याच्याकडून हेअरडाय लावून काळी केलेली मिशी थोडी अक्कडबाजपनं वर चढविलेली आणि डोईला लहरी पटका टेचात बांधल्याला. कुलंगी संग्या त्या पटक्यामुळं थोडं उंच मात्र दिसत होतं! आणि बाळ्यानं मात्र विजार-शर्ट व डोईवर गांधी टोपी, असा साधाच एबाव केल्याला... जणू दोघं कुठं मुंबई-दिल्लीला वा फॉरेनला निघाल्यागत! पट्टी गोळा कराय त्येंच्या टोळीत असणारी झडा सारी इतक्या यरवाळी गावच्या वेशीत हजर झाली होती...

नेहमीपेक्षा आज जरा लौकरच, म्हंजे सातच्या आतच व्होन्नूरकडून यस्टी आली नि मसन्या न्हाव्याच्या दुकानाम्होरंच थांबली. तालुक्याच्या गावाला जाणाऱ्या केवळ सात-आठ सीटाच आत होत्या. सकाळची न्हारी बिरी करायच्या आधी एवढ्या यरवाळी कोण तालुक्याला जाणार? इथं गावातलंसुद्धा संग्या-बाळ्याशिवाय अजून कुणी वेशीतल्या ह्या बस थांब्यावर तालुक्यात जायला यावयास नव्हतं!

यस्टी थांबताच दोघं आत शिरले...

"जपून जावा रं...'' खाली निरोप द्यायला आलेल्यातला बाबश्या म्हणाला.

"काई काळजी करू नका रं!'' यस्टीच्या खालच्या पायरीवर उभा राहिलेलं बाळ्या बोललं, "काय आज पयल्यांदाच चाल्लाव् सांगली-कोल्लापुराकडं?''

"कोल्लापुरात पोचल्यावर तार करा रं!'' गम्मतीनं मसन्या म्हणाला आणि खोऽ खोऽ करीत सारी हासाय लागली...

तंवर म्हंजे यस्टी हालली आणि नदीकडल्या घसारतीवरनं पुलाच्या दिशेने धावू लागली...

दिवस असाच म्हवरला आणि सूर्येनारायण डोस्कीवर चढला, नि लोक बघत्यात तर संग्या-बाळ्या आपलं वेशीतल्या म्हारुतीच्या पारावर चढायच्या पायऱ्यावर, कुणाला तरी नुकतंच नदीकाठाच्या मस्नात पोचवून आल्यावानी तोंड करून बसल्याले!

पुढ्यातल्या खुर्चीवरच्या गिऱ्हाईकाची उलटी-सुलटी करून मसन्या सहज भाहीर डोकावतंय तर पारावर ही जोडी! मायलाऽ सकाळी येरवाळी पयल्या यस्टीनं सांगली-कोल्हापुराकडं गेल्याली ही जोडी एवढ्यात परतसुद्धा आली? मारीऽ, काय भानगड?

एव्हाना तराळानं दवंडी पिटल्यावानी संग्या-बाळ्या कुस्त्या ठरवाय आज पयल्या गाडीनं सांगली-कोल्हापूर भागात गेल्याची बातमी गावभर झालेली आणि तेच दुपारी एवढ्यात परत आल्याचं समजल्यावर त्येंच्याबरोबर गेले दोन आठवडं पट्टी जमा करीत फिरणारी सगळीच नि त्येंच्याबरोबर गावातलीबी पाच-पन्नास माणसं पाराजवळ जमली.

"का रंऽ, एवढ्यात परत आलासा? कुठं माशी शिंकली आनी?" धोंड्या शेंडुऱ्यानं विचारलं.

"तालुक्याच्या यस्टी स्ट्यांडावर कोल्लापूरच्या यस्टीत चढतावख्ती त्येंचा गर्दीत कोण तरी खिसा कापला म्हणं! आल्या-आल्या ह्येंनला बघीटल्यावर मी ईच्यारूनच आच्यारी का बिच्चारीहून बसलोय्!!" मसन्या बोललं.

"व्हय् रे संग्या?"

"व्हय् रं धोंडबा! आम्ही कुठल्या म्होरतानं भाहीर पडलाव कुनाला दक्कल! तालुक्याला कोल्लापूरकडल्या यस्टीत चढतावख्ती दारापसल्या गर्दीत कोंच्या सुक्काळीच्यानं माज्या मुंड्याच्या खिशाला ब्लेडच मारावं, आनी आतल्या सगळ्या नोटा बोटाच्या चिमटीनं वडून पळवाव्यात!! ह्यो बघा खिसा, त्येच्या आयला, केवढं ब्लेड मारलंय! बरं तर बरं, न्हाय तर पोटावर ब्लेड लागलं आसतं म्हंजे, कोथळाच भाहीर यायचा." आणि संग्या शर्ट वर करून गुंड्याचा पोटावरचा खिसाच जमलेल्या साऱ्या पब्लिकला दावू लागलं...

"खरं बोलता रे ह्ये सुक्काळीच्याहो?"

"खरं हें बावानुऽ, ह्या मारुती शप्पथ, त्या मायाक्काची सुद्धा शपथ खाताव आम्ही, व्हाव् तर आंगारा उचलताव तिथला! आम्ही काय वंगाळ केलं न्हाई तर डर कसली..." बाळ्याही आता बोललं.

घंटा-दोन घंटा हे असंच चाललं. ईल त्येंच्या म्होरं, ईच्यारतील त्येंच्या म्होरं हीच क्यासेट लावून-लावून दोघांच्या तोंडाला खरस आली.

"बाबानु, तालुक्यास्नं हीतवर यायलाबी खिशात पैसा ऱ्हायले न्हाईत!

स्टयांडभाहीरला हाटीलवाला वळखीचा, त्येच्याकडनं उसनं घिऊन तर इथं गावापतोर आलाव, न पेक्षा चालत यायची पाळी हुती आज!!''

''बायली, कसलं मैदान हुतंय यंदाच्याला जत्रंत! त्या मैदानाचंच नशीब आजून उजाडलं न्हाई!!'' अशासारखे डायलॉग पुटपुटत जमलेली गर्दी पांगली...

तसे संग्या-बाळ्या उठले, घराकडं चालू लागले... थोडं अंतर चालल्यावर रस्त्यात कुणी माणूस-कानूस नसलेलं बघून संग्या हळूच कुजबुजलं,

''रक्कम जास्तानाला येवस्थीत ठेवलीया घरातच, काय काळजी करू नको. उद्या वाटणी करून घेऊ! आयला, ईलेक्शनंबी लागंनात आनी त्यात त्या शेषननं उकरून काढल्याल्या आचारसंहिता का काय, त्यामुळं जास्त चरायबी मिळंना आधीसारखं, तवा डोस्कं लढविलं आनी ह्ये मैदानाचं क्याट काढलं झालं!!''

■

तिंगाड

आजवर घरचीच म्हसरं तो राखयचा. एवढा–एवढासा मिड्याएवढा होता, तेव्हापासून त्याच कामावर त्याची जुप्पी झालेली. नशिबाला एक–एक चिकटतंय, चिकटलं की कायम ऱ्हातंय, पण नशिबावर असा हवाला ठेवून नेमल्या कामात रुदावणारा, रमणारा, तो नव्हता. खळ्यातल्या एकाच तिवड्याभोवती फिरून–फिरून बैलबी कंटाळून जातोय आणि तो तर माणूस होता– उमतीत आल्याला पोरगा होता. कोवळं वय असतं तेव्हा एक जगाची समज नसते; पण त्याला आता नुकतीच ज्वानीची पालवी फुटायला लागली होती. सारी दुनिया नवी–नवी दिसू लागली होती. हरेक गोष्टीत अप्रूप वाटू लागलं होतं. मन वारंहूरं झालेलं, मग ते असल्या ढोरं राखुळीत कुठलं आलंय रमायला? शाळा शिकायच्या नावानं तर बोंबल्याकारच होता! पाढे पाठ करून आला नाहीस म्हणून मास्तरानं झमाझमा छप्प्या ओढल्या, तेव्हा अशा बेजानकळा मारल्या! तोंडातून आपसुक शिव्यांचं मोहळच फुटलं– 'रांडच्या, उंडगीच्या, व्हैमालीच्या!' आणि अशीच त्याची आईमाई उद्धारीत तो बाहेर आला, हाती गवसेल तो दगड उचलला आणि पेकाट गौसून एक टिप्पीरना लगावला! मग मागं तरी कशाला बघतोय? भिरीऽरी पळाला वाऱ्यागत!! मागं शाळेत राहिलेल्या दप्तराचं भानसुद्धा राहिलं नाही त्याला! तर अशी शाळा सुटली आणि म्हसरं राखायचं नशिबाला आलं, ते अजूनपर्यंत!! तरी पण थोडं–थोडं लिहाया–वाचाया येत होतं, एवढंच.

पण आता मात्र त्यानं ठरविलं होतं– बाला भ्यायचं म्हणजे किती दिवस भ्यायचं? भ्यायचं तेव्हा भिलं की, आता कोण भिणार? नेहमीगत बाचं जेवण घेऊन तो दुकानाकडं गेला. गावात झेंड्याचा चौक होता, त्या चौकात २६ जानेवारी वा १५ ऑगस्ट रोजी झेंडावंदन केलं जायचं, म्हणून नाव पडलं होतं, झेंड्याचा चौक! त्या चौकात त्याच्या बाचं किराणा दुकान होतं. ४–५ हजार वस्तीचं गाव होतं. झेंड्याच्या चौकाच्या भोवतालची वाव–दोन वाव लांबीची गल्ली–बोळं हीच बाजारपेठ. ह्या भागात एक जंगमाचं नि एक

ह्याच्या बाचं, अशी दोनच किराणा दुकानं होती. दोन्हीही जोरात चालल्याली बघून गावातल्या आणखी कुणी-कुणी दुकानं टाकून बघितलेली, पण गावातल्या रोकड अल्ली कुळांच्या उधारीनं ती सारी बाराच्या भावात गेलेली! अखेर टिकून राहिली ही दोनच! त्याचा बा तसा धंद्याला लै खवाट! कॅम्पीटेशनमध्येही चिकाट भोकरागत त्यानं चिकाटी धरली, म्हणून दुकान तगलं!

त्या दिवशी सारा धीर एकवटून तो बाला म्हणालाच,

"बा"

बा खाली मुंडी घालून जेवत होता. पोराचे शब्द कानांवर येताच त्याने मान वर उचलली. भाकरीच्या तुकड्यानं डांगार वडून ते तोंडात घालता-घालता त्याचा हात थरांबला नि त्यानं गुरकाविल्यागत विचारलं,

"का रं? काय पैसेबियसे पायजेत?"

त्यानंही असं विचारणं बरोबरच होतं. पान, सुपारी, तंबाखू, कात आदी चंचीच्या वरकड खर्चाअर्चाला पैसे पाहिजे असले म्हणजेच ह्यो आपल्याकडं मागणार.

"पैशाचं काय न्हाय!" पोरानं आज न्याटच लावायचं ठरविलं होतं, "मी उद्याठावनं म्हसरं राखणार न्हाई!!"

ऐकताच अंगावर पाल पडल्यावानी बा दचकला! सदा घुम्मन घुश्यागत असणारं हे प्वार एवढं बोललं तरी कसं? आणि तेही आपल्या म्होरं? त्याला याच गोष्टीचं आचीट वाटत होतं, त्यामुळं त्यानं विचारलं,

"काय म्हनलास?"

"ढोरं राखणार न्हाय मी उद्यापास्नं!!"

"मग काय खांद्यावर धोपटी आडकून त्या मसन्या न्हाव्यागत फिरणार गावातनं- हजामती करीत"

लहानपणी मसन्याचा जीव गेला म्हणून त्याला स्मशानात नेलं होतं, तर तिथं त्यानं टक्क डोळं उघडलं, नि तिथनं परत त्याला घराकडं आणलं, तेव्हापासून सारं गाव त्याला 'मसन्या'च म्हणे! मसनातनं (स्मशानातनं) परत आलेला, म्हणून मसन्या!!

"उद्या ठावनं मी दुकानात बसणार!"

"आरं तुज्याऽ दुकानात बसणाऱ्याच्या मी! ह्ये डॉळ लागलं व्हय तुला? शाना हैस, गुमान घरला जा!"

"मी घरला जाणार न्हाई! गेलो तर मिलिटरीतच जाईन!!" आणि तो म्हणाला, "उद्या ठावनं लिप्पाणीच्या डाक बंगल्यात भरतीबी सुरू हाय म्हणं!

मग मी जातोच तिकडं मिलिटरीत–कायमचा!!''

त्यानं अशी आकडी लावल्यावर बा पार हाबकून गेला मनातून! पण तसं चेहऱ्यावर काही न दाखविता त्याने उसने अवसान आणले. पाच–दहा मिनिटं वटावटा करून लेकाला आडवं–तिडवं बोलून त्याची आई–माई काढली; तरीही ल्योक घणमणत नाही, हे बघून त्याचा तोच मग नरम आला आणि मग लेकाला उपदेश करायला लागला! अर्थात् ल्योक त्याचं ते बोलणं हिकडल्या कानानं ऐकून तिकडल्या कानानं सोडायला लागला.

घरात त्याच्या बायकोनंही लेकाचीच री ओढली.

''प्वार बसतो म्हंतय तर बसू दे की त्येला दुकानात, ते काय आता ल्हान न्हाई! त्ये किती दिवस आसं ढोरं राखत ऱ्हाणार? मनातनं लाजबी वाटत आसंल तेला!''

''लाज वाटतीया तर शेतात काम करायचं! श्यात तर आपलंच हाय नव्हं? दुकान सांभाळून श्यात बघूस्तोवर माजाबी पिट्टा पडतोय, तवा त्येनं जरा शेतात देखरेख केली, तर तेवढीच मला मदत केल्यागत हुईल का न्हाई?''

''त्येच्या मनात हाय दुकानात ऱ्हायाचं आणि तुम्ही त्येला शेतकीत ढकला, म्हंजे डोस्क्यात राख घालून हातातोंडाला आल्यालं प्वार मिलिटरीत जाऊ दे की! सारं गावबी आपल्याच तोंडावर थुकायला मोकळंच मग!!''

''च्याऽ बायलाऽ ही एक व्हैकाचीच वाटणी झाली म्हणायची! दुकानदारीची काय म्हायती न्हाई, फियती न्हाई, आनी एकदम त्येला दुकानात–?''

''तुम्ही हैसा न्हवं! त्येला वैवाट हूस्तोवर तुम्हीबी ऱ्हावा की संगंसंगं त्येच्याबरोबर दुकानात, नि काय व्हय–न्हवं सांगा–शिकवा त्येला, नि मग हळूहळू आपन आपलं आंग काढून घ्यायचं. आवं, आपनं किती दिवस पुरटी पडणार हाव त्येनला, ज्येची ती श्यानी हुंद्यात की येवार–धंद्यात!!''

आणि त्याच्या बापानंही तसंच केलं. कितीही झालं तरी हा धाकटा ल्योक. थोरलं दोघं नोकरीला. एक लांब तिकडं कोकणात चिपळूणला मास्तर म्हणून, तर दुसरा वडूजकडल्या बाजूला पोलीस खात्यात! आपापली बायका–पोरं घेऊन तिकडेच त्यांनी बिऱ्हाडं केल्याली, त्यामुळं इथं गावात हा एकटाच होता. हाही जर मिलिटरीत जाऊन भर्ती झाला, तर दुकान आणखी शेत कोण सांभाळायचं? म्होरं उतारवयात आपनालाही ही दगदग सोसणार नाही! ह्येबी प्वार उडालं तर वांझोट्या माणसागत आम्हा म्हातारा–म्हातारीला ह्या तीन–चार आखणी घरात ऱ्हावून दिवस काढायची पाळी, त्यामुळं त्याला लेकाचं म्हणणं मानावंच लागलं!

अपेक्षेहून तो लवकरच दुकानदारीत तयार झाला. एकदा दुकान सांभाळायला लागला, तसं आपसुक बापानं अंग काढून घेतलं व तो शेताकडं जाऊ लागला– सोबत म्हसरंही असतंच! म्हसरं व शेत दोन्हीही असं बापाच्या गळ्यात पडलं नि इकडे पोरगा टेचात दुकान सांभाळू लागला. त्याचं दुपारचं जेवण त्याची आई कोणाकडून तरी पाठवून द्यायची. गल्लीत तशी पोरंटारं मायंदाळी होती, त्यातीलच एखादं जेवण घेऊन आलं की, त्याच्या हातावर गोळी, चॉकलेट वा बटार ठेवलं की, ते प्वार खूष होऊन जाई! खाऊच्या ह्या लालुचीनं त्याचं जेवण घेऊन यावयास पोरं मी–तू करायची. जेवण आलं की, शेजारच्या घरातून तो तांब्याभर पाणी आणायचा, मग जेवायला बसायचा. शेजारी मुरग्याप्पा करजगीचं घर होतं. मुरग्याप्पा तीन सालापूर्वीच खपल्याला. हातावरचं प्वाट. कसा तरी नाचरगतीनं प्रपंच करायचा. निपाणीच्या तंबाखूच्या वखारीत हमाली करायचा. घरात चार डोस्की, एक ल्योक, सून, बायको व चौदा–पंधरा वर्षांची पोरगी – चन्नव्वा. तशी त्याला आणखी दोन मुलं होती, पण ती इचलकरंजीला पावर मागावर कामाला होती. ती आपली बायकापोरं घेऊन तिकडेच रमली होती. इथं तिसरा ल्योक होता बसगौंड्या. त्याचं दोन सालामागंच लग्न केलेलं. मुरग्याप्पा खपला नि प्रपंचाचा सारा भार त्याची बायको शिरमव्वावर पडला. दाल्ला खपल्यावर वर्षाच्या आत तिनं बसगौंड्याचं लगीन लावून दिलं. त्याच्या आधी बसगौंड्या गावातनं भकीस्तावानी नुसताच टळोऽ करून फिरायचा. पण लगीन झाल्यावर त्याच्या बेंबीला वड लागली, मग इथं खेड्यावरील रानाशिवारातील रोजगारानं काय भागतंय, हातातोंडाची गाठ पडूस्तोवर व्हारुव्हार! त्याच्या बाचा एक मैतर होता– लिंगाप्पा हमाल. त्याच्या ओळखीने बसगौंड्या निपाणीतील एका तंबाखू फर्ममध्ये हमालीच्या कामावर चिकटला. उन्हाळ्यात तंबाखूच्या सिझनमध्ये कामासाठी घायटा पडायचा, रातपाळ्या चालू व्हायच्या आणि झोपायला बसगौंड्या तिकडेच असायचा. गावातला अर्जुन्या गवळी रोज तीनेक मैल सायकल रेमटत निपाणीच्या हॉटेलात दूध घालाय् जायचा. केव्हा त्याच्याबरोबर बसगौंड्याचं जेवण पाठवून दिलं जायचं. बसगौंड्याची आई शिरमव्वा गावातल्या बायकांबरोबर निपाणीच्या वखारीतील तंबाखू कामाच्या रोजगारावर जायची. केव्हा तीही जाताना आपल्या लेकाचं जेवण घेऊन जायची.

उन्हाळभर चालणारा तंबाखूचा सिझन. त्यामुळे शिरमव्वा वखारीतल्या कामाला उलथल्याली आणि तिची लेक चन्नव्वा गावातल्या माध्यमिक शाळेला गेलेली. त्यामुळे दुपारचे जेवण आलं म्हणजे तो पाणी मागायला जाई, तेव्हा हाटकून तंगेव्वाच घरी असायची. एकाच गावात असल्यामुळे

तिला तो आधीपासून ओळखत होताच आणि शेजारच्या दुकानदाराचा पोरगा म्हणून तीही त्याला ओळखत होती.

पाणी मागायला गेल्यावर तो दाराजवळच थांबायचा व म्हणायचा,

"जरा पाणी द्या हो!"

तशी स्वच्छ तोंडभर हसून ती म्हणायची,

"जेवाण आलं व्हय मालक?"

"व्हय!" आणि क्षणभर त्याची नजर तिच्यावर खिळायची नि मग तशीच ती तांब्यावर घसरायची.

पाण्याचा तांब्या घेऊन तो दुकानात यावयाचा, पण तिच्यावर क्षणभर खिळलेल्या नजरेत दिसलेलंच त्याला आठवत राहायचं–फुललेल्या कमळागत तिचा चेहरा, गोरापान, जणू केवड्याचं रान! काळेभोर डोळं, पव्याच्या धारंगत लांबसडक नाक नि तोंदलीगत लाल ओठ. वाटायचं, वाटायचं की... पण असं हे वाटणं हे तर पाप होतं! ती दुसऱ्याच्या मालकीची होती. त्याच्या मालकी हक्काची निशाणी गळ्यात मिरवीत होती. मनात काही वंगाळसं सरपटू लागल्यावर स्वत:लाच तो कोंचकारत राही. ती देवगुणाची बाई. आपणाला धर्मानं पाणी देते, नि आपण तिच्याबद्दल मनातून काय–काय विचार करीत राहतो! त्याची त्येलाच मग लाज वाटू लागे!

एके दिवशी दुपारचा नेहमीगतच तो पाणी मागायला गेला,

"जरा पाणी द्या हो!"

"देतो, आत तर येशील–" ती म्हणाली. खेड्यातील बायका 'देतो–करतो' असं पुरुषी थाटात बोलतात, तशीच.

तसं हे बोलणं साधं होतं! पण ते एखाद्या देखण्या बाईनं, काळजावर नक्षी कोरत जाणाऱ्या तशाच देखण्या, कणीदार आवाजात लाडे–लाडे बोलावं, तसं बोलल्यावर त्याच्या काळजावर मत्तीरच पडलं!

तर मत्तीर घातलेल्या माणसावानीच तो आत गेला, तशी ती बोलली,

"माजी एक नड हाय, भागीवशीला?" आणि ह्यावर त्याला बोलण्यासही उसंत न देता तीच परत म्हणाली, "मला विसेक रुपयं पायजे व्हतं–उसनं म्हणून! बेस्तरवारी ह्येंचा पगार झाल्यावर फेडीन तुमचं!!" बेस्तरवार म्हणजे गुरुवार, त्या दिवशी निपाणीचा बाजार व म्हणून पगाराचाही दिवस. 'ह्येंचा' म्हणजे नवऱ्याचा!

ती आतल्या दाराच्या चौकटीला टेकून उभी राहिली होती. बोलता–बोलता तिच्या उजव्या पायाचा चंपा बोटावर उभा राहिला नि डाव्या हाताची कोनाळी होऊन ती चौकटीला टेकली, तसा तिच्या उजव्या बगलंवरून पदर घसरला

नि एक वक्षस्थळ उघडं पडलं. आपला पदर घसरल्याची जाणीव तिला होती की नव्हती, काही कळत नव्हतं; पण तो कटबंद गडी, कवठासारख्या त्या गोलसर वक्षाच्या नुसत्या दर्शनाने तापून गेला, त्याची कानशीलं गरम झाली नि डोळं जळजळायला लागलं– मग तशीच त्यानं आपली नजर वर उचलली, तर तिच्या चेहऱ्याचा रोख त्याच्यावरच खिळलेला! क्षणभर त्याचं मन लाजाळूचं रोपटं झालं!

तो असा मत्तीर घातल्यावानी, भूल पडल्यागत, तशी मग तीच म्हणाली,

"नसलं जमत तर मग ऱ्हावू दे, मी बघीन आनी दुसरीकडं कुठं तरी–"

ह्यावर पटकन त्याच्या तोंडून शब्द गेले, "जमत नसाय काय झालं? देतो घ्या, त्येची काय एवढी आपरुबाई! मागनं येऊन घिवून जावा!"

"बरं!" ती म्हणाली व पाणी आणायला आत गेली.

मग पाणी घेऊन तो दुकानात आला. दुपार कलंडली आणि ती आली. ह्यावेळी विशेष गिऱ्हाईकही नसे. गिऱ्हाईकाचा बहर सांजकरून आणि सकाळीच.

"साबण द्या योक–गोटा छाप!" ती म्हणाली.

तसा त्यानं बाजूच्या साबणाच्या कप्प्यातील कपडे धुण्याचा गोटा छाप साबण काढत व तिच्या पुढं करीत म्हटलं,

"हं, हे घ्या!"

"पैसे ऱ्हावू द्यात, बेस्तरवारी देतो, काय?"

"बरं!" तिच्याकडं पाहत तो म्हणाला. आणि मग तिनंही त्याच्याकडे पाहत असा एक नयनबाण मारला–! पूर्वी पौराणिक काळात, रामायण–महाभारताच्या कालखंडात वेगळेच बाण असत. अग्नीबाण सोडला की म्हणे धडाऽडा आग लागायची, पर्जन्यबाण सोडला की धो–धो पाऊस कोसळू लागायचा! पण हल्ली कलियुगात तसले बाण काही पाहायला मिळत नाहीत; पण हे असले नयनबाण मात्र पाहायला मिळतात! ह्या बाणाने जीव काही जात नसला तरी, माणूस घायाळ मात्र नक्की होतो! घायाळ होतो आणि तळमळत राहतो–

तर अशी बाणांची फेक करून मग ती म्हणाली, "बरं, तेवढं दोपारी सांगितल्यालं काम करता न्हवं?"

"हां, हां!" आणि मग तो उगीच भाव खात म्हणाला,

"एकदा शब्द दिला म्हणजे दिला! मग त्यो फिरीवणारा ह्यो पठ्ठ्या न्हवं!!" आणि त्यानं गल्ल्याच्या पेटीतून दहा–दहाच्या दोन नोटा काढून

शंभराच्या नोटा म्होरं केल्याचा ऐटीत तिच्यापुढं धरल्या.

हाताचा एक देखणेबाज फलकारा मारून तिनं त्या नोटा घेतल्या अन घेता-घेता असं हसली- मघाशीच तो घायाळ झाला होता, आता तर पार खल्लास झाला! मग ती मागं फिरली नि घाटदार नितंबांच्या आव्हानात्मक हालचाली करीत चालू लागली. तिच्या निरीचा घोळ इकडे-तिकडे होऊ लागला, आणि त्याच्या नजरेला गढूळ करू लागला-!

ह्या एका प्रसंगानं दोघे किती जवळ आली! परकेपणा गळून गेला. रोज पाणी मागायला जाताना त्याला उगीच अवघडल्यागत व्हायचं. वाटायचं, ती मनात म्हणत असेल ही रोजचीच साडेसाती! पण आता मात्र तसं वाटेनासं झालं!

ती आजवर नुसताच पाण्याचा तांब्या देई; पण आताशा घरी काही चांगलं-चुंगलं केलं असेल, तर तेही आवर्जून पाण्याच्या तांब्यासह देऊ लागली! केव्हा आळवाच्या वड्या, केव्हा भरलेली वांगी, केव्हा आंबाड्याची भाजीबिजी!

ती एक देवगुणाची बाई, असं आधी त्याला वाटायचं; पण आता तसं वाटेनासं झालं. तीही अशीच दहा जणीगत आणि हे जेव्हा मनात पक्कं ठसलं, तेव्हा मग तिच्या वागण्या-बोलण्याचा, बघण्या-हसण्याचा एक-एक वेगळाच संदर्भ त्याला कळू-जाणवू लागला आणि त्याला वाटायला लागलं- तिच्या पुढं आपण अगदीच शामळुगत वागतो आहोत! ती किती धिटाईनं जवळीक कराय बघतीय आणि आपण ती सती सावित्री असल्याची समजूत करून घेऊन अगदी बैलोबागत वागतोय.

असेच दिवस जात होते. ह्यानंतर तिने आणखीन दोन-तीन वेळा परत करण्याच्या बोलीवर उसने पैसे नेले. तसेच रोजच्या रोज तिच्या नावावर उधारी तर वाढतच होती आणि परत-परत तिला उसने पैसे देऊन तिची नड भागविली जात होती! किती बेस्तरवार आलं नि गेलं; पण पैसे द्यायचं नाव निघत नव्हतं, आणि 'दे' म्हणून तिच्याकडे मागायला त्याचीही जीभ उचलली नव्हती!

चैतातील ऐन भराचा उन्हाळा चालू झाला होता. उकाडा तर मी म्हणत्याला. जरा कुठं माणसाला डोळा लागतोय तोवर ढेकणांची बटालीयन हल्ला चढवायची. शेजारच्या जान्या टेलरच्या दुकानात माणसांची वर्दळ मायंदाळी असायची. 'आयलाऽ घरात ढेकणं लै झाल्यात, औषीद तर मारून बघावं का?' असं कुणी विचारायचीही सोय नव्हती. लगेच टेलर म्हणायचा, 'घरात औषीद मारण्यापरास माणसानं ते सोता प्यावं, म्हंजे ढेकणं चावत

न्हाईत!' आणि हे ऐकून लोक 'खॉ खॉ ऽ' करून हासाय लागायची. किराणा दुकानात बसलेल्या त्यालाही हे ऐकून सुरुवातीस हासू यायचं! त्या ढेकणाच्या औषधानं ढेकूण नाही मेला तर माणूस नक्की मरतोय आणि अशा मेलेल्या माणसाला ढेकूण चावण्याची काय बिशाद?

त्या ढेकणाच्या त्रासानं त्यालाही आता जान्याचा तो नामी उपाय आठवायला लागला. ते औषध एक वेळ परवडलं; पण ह्या ढेकणांची पीडा नको. ढेकणाच्या ह्या कावानं त्यानं दुकानाकडं झोपायला जायचं ठरविलं. दुकानात रात्रीचं वस्तीला कुणी नसल्यानं तिथं ढेकणं तरी नव्हती ! एके दिवशी त्यानं अंथरूण कडकडीत उन्हात वाळवून घेतलं आणि ते काखोटीस मारून रात्रीच्या जेवणानंतर दुकानाकडे आला. मालाच्या रेकार्ड्याजवळ पडलेलं सारं सामान त्यानं जास्तानाला लावलं. कुळथीचं व पेंडीचं पोतं जरा वरच्या अंगाला ओढलं, तेव्हा कुठे त्याला पाय लांब करण्याजोगी पुरेशी जागा तयार झाली; आणि मग तो अंथरुण घालण्याच्या उद्योगाला लागला. घडी करून घोंगडं अंथरलं, त्यावर जमखाना टाकला, उशी ठेवली आणि आता चादर उलगडून 'जय बजरंग' म्हणत लवंडणार तोवर दारातून आवाज आला,

"आज दुकानाकडं हातरुण टाकलं, मालक?"

त्यानं दाराकडं नजर टाकली, तर ती तंगव्वा होती! ढेकणांच्या विचाराच्या भिरंबीटीत तो ह्या तंगव्वाचा शेजार विसरूनच गेला होता आणि अशा रात्रीच्या अवेळी ती अशी बोलेल-सवरेल, हे तर स्वप्नातही न आलेलं.

गाव 'व्हलस' म्हणून प्रसिद्ध होतं. व्हलस म्हणजे ड्यांबीस. गावात दोन पार्ट्या होत्या. त्यातील पुढाऱ्यांच्या भांडणात अजून गावात के. ई. बी. (कर्नाटक इलेक्ट्रिसिटी बोर्ड)ची वीजही आली नव्हती ! त्यामुळे रात्रीचे डोळे म्हणजे कंदील, दिवा वा चिमण्या, मेणबत्त्या व हात बॅटऱ्या! दुकानात त्यानं कंदील लावला होता. कंदिलाच्या त्या फिक्कट उजेडातही तिचा गोरापान चेहरा उजळल्यागत वाटत होता. पदरा आडून तिचा वक्षभाग खूप फुगीर दिसत होता. उकाड्यामुळं तिनं चोळी काढून आतील कैद्यांना मुक्त केलं असावं, हे जाणवून येत होतं!

खेडेगाव म्हणजे रात्री नवा म्होरं सारं सामसुम्म आणि आता तर दहाचा टाईम होत आला होता. सारीकडं शांत-शांत झालं होतं. नाही म्हणायला एखादं कुत्रं कुठं तरी मध्येच भुंकत उठत होतं आणि मग आपसुक गप्पही बसत होतं. गावच्या मावळत्या आंगाला असलेल्या लक्ष्मीच्या देवळात आता

नुकतंच भजन चालू झालं होतं. गावात सोंगी भजनाची पार्टी होती. उत्तूरला होणाऱ्या सोंगी भजनाच्या स्पर्धा जवळ आल्या होत्या. यंदा पयला नंबर काढायचाच, अशा जिद्दीने रोज तालमी चालू होत्या. त्या भजनाचे स्वर हवेत तरंगत तरंगत येथवर येत होते; तेवढाच नाही म्हणायला शांततेचा भंग होत होता!

'आज दुकानाकडं हातरुण टाकलं, मालक?' या तिच्या आगाऊ चौकशीबद्दल मनोमन तो थोडा रागावला असला तरी वरून ते न दाखविता तो म्हणाला,

"घरात ढेकणं लै झाल्यात, काय करायचं? म्हणून म्हटलं आज दुकानाकडं झोपाय जावं!"

"निस्तं आजच?" तिनं विचारलं.

"न्हाई, आता रोजच की!!" त्यानं माहिती दिली.

"बरं झालं बाई, आम्हास्नी सोबत तर झाली!"

"म्हंजे?" तिच्या बोलण्याचा अर्थबोध त्याला होईना.

"म्हंजे आमचं मालक तिकडं लिप्पाणीलाच आठ-आठ रोज तंबाखू वखार- मालकाच्या दुकानात झोपत्यालं, रखवालीला म्हणून! सासुबाईंची तर ह्या मोसमाच्या दिवसात रोजचीच रातपाळी वखारीतल्या कामाची. घरात मी नि नंदूबाई. त्यास्नी तर अशी झोप म्हंता, हांतरुणावर पडल्या की सक्काळलाच जाग्या हुणार! ऱ्हाता ऱ्हायलो मी एकटी! का कुनाला दक्कल, मला लौकर झोपच येत न्हाई! आनी जागी आसलो मंजे सारखं भ्या वाटतंय! बापय मान्साची सोबत बाईला पायजेच रातच्या टायमाला!" आणि ती बोलली, "खरंच मालक, अगदी देवानं धाडावं तसं तुम्ही आलासा बघा! आता मतोर कसलं भ्या न्हाई!!"

त्याला आश्चर्य वाटलं - दाल्ल्याला मालक म्हणायचं आणि आपणालाही मालकच! अरेऽच्या बायली, पण मनोमन त्याला भय वाटत होतं - ही अशी अवेळ नि ही बया अशी दाराच्या तोंडाशी उभी राहून बोलाय लागलीय, कुणी बघितलं तर गावभर नाम्ना व्हायला, नाचक्की व्हायला, कितीसा उशीर?

"का हो मालक, असं का त्वांड झालंय?" खुदकन हसत तिनं विचारलं, "माज्या मनातलं भ्या तुमच्या मनात शिरलं का?"

"तसं न्हवं, पन तू - तुम्ही - अशा दारात-? कुणी तरी बघितलं तर-? हेच भ्या, दुसरं काय?"

"बरं, दारात नको, आत येतो, मग भ्यायचं काय कारण न्हाई न्हवं!!"

आणि आत येत तिनं मागल्या मागं दार ओढून घेतलं!

"आनी तू... तुजी नणंद?" काचबारून जात त्यानं कसंबसं विचारलं.

"ती कवाच डाऱ्याडुर झोपलीया!!" खाजगी गोष्ट सांगावी, तशी ती कुजबुजली आणि भक्ष्याच्या दिशेने झेप घेणाऱ्या भुकेल्या वाघिणीगत त्याच्याकडे झेपावली!

त्या रात्रीपासून त्याचा कटबंदपण संपला! एक नवंच सुख-निदान त्याला गावल्यागत झालं! तसल्या त्या सुखाची चव माहीत नव्हती तेव्हाची गोष्ट वेगळी होती! पण आता तोंडाला रक्त लागलेल्या वाघागत त्याची स्थिती झाली होती. केव्हा एकदा रात्र होते आणि केव्हा एकदा आपल्या मिठीत तिची गबगबीत काया येते, असं त्याला होऊन जात होतं!

खरं तर तिचा दाल्ला बसगौंड्या झन्नाट होता! ओठांवर मिशांचे कंगाल, पायात कोल्हापुरी जोडा घालून, डोईला लहरी पटका बांधून, त्याचा दोन हात शेमला काढून तो फलकारत बसगौंड्या गावातनं टेचात चालला की, कुणाच्या श्वासानंही जिचा पदर कधी ढळला नाही, अशा गरती बाईच्या मनाचा सुद्धा टवका उडावा! पण कुणाकुणाचं नशीबच असं दळींदर असतंय की, देवानं त्याच्या सोग्यात बावन्नकशी सोनं टाकलेलं असूनही ते त्याला पेलवलं नाही. व्हटावर नुसतं मिशांचं कंगाल आसून काय उपयोग? स्वत:ची बायकोही जर सांभाळता येत नसेल; तर मग त्या मिशास्नी काहीही अर्थ नाही! केसांचं नुसतं जंगलच ते!! तसं बसगौंड्याला जरा 'हे' कमीच! तसं ते असतं तर अशा उमतीत रातचा तिकडेच कसा तो राहिला असता? तो रजा काढून केव्हा तरी आठ-पंधरा दिवसांतून एकदा गावाकडं फेरी मारायचा, म्हणजे तापल्या तव्यावर पाण्याचा शिंतोडा मारल्यावानी. वाळूसरा पडलेल्या शिवारावर केव्हातरी एकदा पावसाचं बुरंगाट पडल्यावानी! ऐन भरातलं रान असलं की एवढ्यानं काय कात हुणार? उलट आणखी आगची की!

पण ह्या भडकलेल्या आगीनं आपली अशी नवी आडवाट शोधली होती!

काहीच नसण्यापेक्षा काही तर घडत होतं, हेच ह्या आयुष्यात काही तरी विशेष होतं! आणि ह्या देवाण-घेवाणीत देणाऱ्या व घेणाऱ्या अशा दोघांनाही खुषी होत होती, मग आणखी काय पाहिजे होतं?

चोरून दूध पिणाऱ्या मांजराला वाटत असतं- कुणी आपणास पाहात नाही, पण-

आणि ह्याची प्रचिती यावयास फार दिवसही लागले नाहीत!

गावातल्या लक्ष्मीची जत्रा आली आणि प्रत्येक वर्षीगत या वर्षीही टोरींग

टाकिजनं गावाबाहेरल्या भैरोबाच्या माळावर तंबू टाकला. तिथं रोज नवा सिनेमा लागायचा. आजूबाजूच्या गावातील लोकंही संगट पोत्याची तटकारं घेऊन यावयाची, नि तंबूतल्या भुईवर ती अंथरुण (भारतीय बैठकीवर) सिनेमा पाहत राहायची. तंबूवाल्याला बऱ्यापैकी गल्ला जमायचा. जत्रा संपली तरी सिनेमाच्या तंबूनं आपलं गूळं, चंबूगबाळं अजून उचलाय नव्हतं!

तर अशाच एका रात्री तो झोपायच्या तयारीत होता. त्यानं अंथरुण वगैरे घातलं आणि आता दार झाकणार एवढ्यात ती आली! संधी मिळेल त्या रात्री येऊन त्याला सुरतसुखाचे नवे-नवे धडे शिकविणारी तंगव्वा नव्हे, तर शाळेला जाणारी चन्नव्वा! सगळीकडे सामसूम झाल्यावर तंगव्वा यावयाची, हलकेच दारावर टिचकी मारायची. अशा वेळी तिच्या गोऱ्यापान हातातील कांकणांचाच केवळ निनाद होई व तो त्याच्या अंगावर रोमांचाची फुले फुलवी! उठून तो दार उघडी आणि दारातल्या त्या धुमसत्या फुलझाडाला कवळा घालून अलगद आत घेई...!

पण आज काही निराळंच घडलं होतं! तंगव्वा ऐवजी चन्नव्वा आली होती! शाळेत जाणारी चन्नव्वा! डब्बल हाडापेराची व थोराड बांध्यामुळे तशी ती पंधरा-सोळाची असली तरी ऐन विशीच्या भरातली वाटणारी!

तिला अशी दारात बघून तो गोंधळूनच गेला! काय लडतर हाय, भानगड हाय, त्याला समजेचना! अखेर मनाचा हिय्या करून त्यानं विचारलं,

"काय...? का आलीतीस?"

"घरात कोणच न्हाई; मला भ्या वाटायला लागलंय म्हणून!" ती बोलली.

तिच्या स्वरात भोळा भाव होता. तिच्या अंगातील पोलक्यातून कोवळे कळे कवठागत झालेले आता दिसत होते. तरीही ती अजून साडी नेसत नव्हती! पोलक्या-परकरावर, मोकारत चाललेला, देह झाकत होती.

"सगळी कुठं गेल्यात?" त्यानं विचारलं.

नजरेला लगाम लावला तरीही ती, सोकावलेलं उंडगं ढोर पिकात शिरावं, तशी परत-परत तिच्या टारलेल्या छातीकडे जातच होती!

"शिनिमाला गेल्यात." ती बोलली.

"तंगव्वाबी?" त्यानं महत्त्वाचा प्रश्न विचारला. तेव्हाच त्या भोसडीनं दुपारी तीन रुपये मागून नेले जणू. म्हणजे आपणाला आज उपास घडतोय!!

"व्हय!" ती बोलली, "आज दादाबी आलाय लिप्पाणीस्नं रजा टाकून! तवा दोगं जोडीनं गेल्यात!"

"मग तुलाबी न्हेतील का न्हाई-संग-संग?"

"मला कशाला न्हेतील? दोघात तिसऱ्याची अडचण? घर रखवालीचं कारण सांगून मला माघारी ठेवली!!" आणि ती थेट त्याच्याकडे पाहत म्हणाली, "भ्या वाटाय् लागलं एकटीला, आनी म्हणून झोपबी ईना झालीती! एवढ्यात उश्यापास्नं सार्रदिशी लांबडं पळालं बघा हे आस्सं दांडगं-ऐदानावानी!!"

"आस्सं!" तो म्हणाला आणि दुकानात लोखंडी गज होता तो शोधायला लागला.

'काल तर इथं बघितला व्हता, पन इथं तरी न्हाय! मग गेला कुठं? कुठं असंल? तिथं? हांऽ, सापडला!!' आणि मग गज हाती घेऊन तो म्हणाला,

"हंऽ, चल, बघू या तर कुठं हाय साप त्यो! माज्या आधी त्यो जलमलाय का, बघू या चल!"

अन् पाहातोय तर काय?- तर ती दार बंद करून त्यालाच पाठ लावून तटकबंद उभी राहिलेली आणि भोळसट आवाजात विचारते कशी,

"मालक, तुमचं लगीन झालंय का, न्हाई?"

"का-?" तिच्या प्रश्नाचा रोख न समजल्यानं त्यानं विचारलं, "तुला कशाला पायजे ते?"

"सांगा की, काम हाय याक !" थट्टंगतीचा तिनं आता सूर काढला.

"न्हाय बा, आजून व्हायला न्हाई!" भोळसटपणे त्यानं सांगितलं- गावातल्या गावात राहूनही तिनं आपल्या लग्नाबद्दल का विचारावं, तेही त्याला नीट कळेना!

"मग कवा हुईल तवा बायकू आल्यावर वव्वाळून घ्या तिच्याकडनं- दिष्टबिष्ट लागंल कुठंतरी!!" आणि ध्यानीमनी नसता तिनं त्याच्याकडे झेप घेतली नि आपल्या नव्या ताणानं त्याला करकचून आवळत म्हणाली, "खुळ्यानदेवराच हैसा बघा, मालक! अहो, कुठला साप आनी काय!"

ह्यावर तो मनोमन गारच झाला! मग कसा तरी अडखळत म्हणाला,

"आगं आगं... ह्ये-ह्ये काय चन्नव्वा?"

पेरूच्या झाडावर चढलेल्या पोपटानं पिक्या पेरवावर टोच मारावी तशी त्याच्या गालाचा मुका घेत ती म्हणाली,

"ह्यो ह्ये लव हाय... माजं लव हाय तुज्यावर!"

"आँ?"

"आता माज्याबरोबरबी लव करा की! आमच्या वैनीबरोबर कसं करता?" उत्तेजित, अधीर आवाजात ती त्याच्या कानाशी कुजबुजू लागली. "करता

का तुम्हा दोघांचं सांगू सारं- दादाला, आँ? सांगू काय?''

ऐकून तो धाडदिशी मागं कोसळला! तशी त्याच्या देहावर ओठंगत अंतर्बाह्य पेटलेली ती पेटलेल्याच आवाजात म्हणाली,

''हे नाटक बास्स झालं, मालक! ही चन्नव्वा उडत्याल्याची मोजती आनी त्येचा रंगबी वळीकती! काय?'' आणि निग्रही आवाजात ती म्हणाली, ''का आरडू मी? तोंडावर हात मारून सारं गाव जमा करू– ह्येनं एकली बघून माज्या अंगावर हात टाकला नि आबरू...''

तसा कळसूत्री बाहुलीवानी तो चट्‌दिशी उठून बसला आणि घयंगटीला येत, रडवेल्या स्वरात म्हणाला,

''माझे बाये, पाय धरतो तुजं-तसं काय करू नकोस! सारं गाव जमा करून, माजी आबरू काढून दुकानाला टाळं लावायची पाळी आणशील तू!''

तशी ती खुदूखुदू हसू लागली! त्याला ते हसू फार क्रूर वाटू लागलं! बायका आसं हासूनबी एखाद्याचा कसा कचरा करत्यात!!

''घाबरू नका, मालक! तशी काय पाळी येणार न्हाई!'' आणि परत ओठांवर ते खट्याळ व क्रूरही हसू खेळवत लासवट आवाजात ती म्हणाली, ''माजं तुमच्यावर लव हाय, आनी तुमचं वैनीवर हाय, आता हे तिंगाड कसं सोडवायचं ते तुम्हीच बघा, तरच आज सुटका!!''

(तिंगाड = त्रांगडं, गुंता)

■

आस्काट

(१)

शंकरने आज पाडव्याच्या शुभमुहूर्तावर नवी कोरी सहा आसनी रिक्षा जिल्ह्याच्या गावच्या डीलरकडून आणली आणि ती दारात उभी करून टेचात हॉर्न वाजविला.

आवाज ऐकताच त्याचीच वाट पाहत असलेली घरातील बायको व मुले डोळ्यांत अपार औत्सुक्य घेऊन बाहेर आली.

शंकर रिक्षातून खाली उतरला व त्यांच्याजवळ गेला.

"आरती तयार करा. पूजा करूया!" त्यानं बायकोला फर्मावलं.

बायको आत गेली नि ती आरत्यांत तेल ओतून, कापूस वळून वाती करायच्या कामाला लागली तसा शंकर आपल्या थोरल्या लेकाला म्हणाला,

"महालिंग्या, ही आरत्या तयार करीस्तोवर तू कोपऱ्यावरल्या किराणी दुकानातनं एक नाराळ नि जवळच्या गोकुळ स्वीटमधनं धा रुपयचं पेढं घिऊन ये जा भार्रक्यान्!!" आणि शंकरनं दहा-दहाच्या दोन नोटा पोराच्या म्होरं धरल्या न् म्हटलं, "हं, हे घे!"

महालिंग ह्याच वर्षी दहावीच्या वर्गात गेला होता. शंकरची प्रायव्हेट टॅक्शीला ॲम्बेसिडर कार पूर्वी होती. धंदाही बरा चालला होता. गाव लाखभर वस्तीचं, तालुक्याच्या लायकीचं, पण भौगोलिक स्थान व राजकीय डावपेच ह्यांमुळे तालुक्याचं ठिकाण होऊन नशीब न उजळलेलं, पण तंबाखूची भारतातील एक प्रमुख बाजारपेठ असल्यामुळे पैशाची खूप उलाढाल होणारं, त्यामुळे टॅक्शी धंद्यासाठी पाचशेच्या घरात ॲम्बेसिडर कार होत्या. सर्वांना टिकीम-टिकीम का असेना धंदा होता... म्हणायला गेले तर तसे सगळ्यांचेच बरे चालले होते, पण दिल्लीतलं सरकार बदललं नि मुक्त अर्थव्यवस्थेचे वारे जोरात वाहायला लागले. फियाट-ॲम्बेसिडर कार उत्पादन करणाऱ्या कंपन्यांना 'मारुती' कार्स बनविणाऱ्या कारखान्यामुळे थोडी स्पर्धा निर्माण झालीच होती; तीत आता परदेशी कंपन्यांच्या

कार्समुळे भरच पडली. हर एक नमुन्याच्या कार्स रस्त्यावरून धावू लागल्या. ह्या बदलत्या वाऱ्यामुळे टॅक्शी धंद्यात ट्रॅक्स आल्या नि ॲम्बेसिडर गाड्यांची चाकं जाग्यावरून हालेनात. एका ट्रॅक्समध्ये दोन ॲम्बेसिडरमध्ये मावतील इतकी माणसं मावत व दोन्हीतील भाड्यात म्हणावा तसा फरकही नसल्याने लोक ट्रॅक्स पसंत करीत, त्यामुळे ॲम्बेसिडर कार घेऊन प्रायव्हेट टॅक्शी धंदा करणाऱ्यांवर बाराच्या भावात जायची पाळी आली. चार-चार दिवस भाडी लागेनाशी झाली व फाके पडू लागले. तसा शंकरने विचार केला, हे काय खरं न्हवं! अशानं आपला जलम काही कडंवर जाणार नाही. जिल्ह्याच्या गावी सहा सिटांच्या रिक्षा सीट सर्व्हिस करीत जवळच्या गावाकडनी पळायला लागल्यात; तर आपुनबी त्यो धंदा करावा... आणि मग त्यानं ॲम्बेसिडर झाडून टाकली होती; नि तीतून आलेल्या रक्कमेत बँक प्रकरण करून आणखीन थोडी भर घालून ही सहा आसनी रिक्षा आणली होती...

महालिंग नारळ-पेढे आणीपर्यंत शंकरच्या बायकोने आरत्या तयार करून त्या पेटवूनही ठेवल्या होत्या... मग महालिंगच्या हातातील नारळ घेऊन शंकरने त्याची शेंडी काढून तो फोडण्यास योग्य असा केला, पेढ्याचा पुडा सोडून तो रिक्षापुढे ठेवला, पाच उदकाड्या पेटवून तो पुंजका जमिनीत रोवला, समोरच्या कांचेखालच्या पत्र्याच्या शोच्या पट्टीवर हळदी-कुंकवाच्या पाच टिकल्या उठविल्या आणि घराच्या पायरीजवळ पडलेल्या दगडाला रिक्षापुढे ओढून त्यावर नारळ वाढविला; तसं नारळाची दोन भकलं होऊन फळ्ळदिशी पाणी जमिनीवर पडून जिरलं न् शंकरनं बाजूच्या तांब्यातील पाणी हातावर घेऊन ते रिक्षाच्या तोंडावर शिंपडल्यागत करून पेढ्या-नारळाचा नैवेद्य दाखवला व जमिनीला तळवे लावून नमस्कार करीत पूजा आटोपली नि बायकोला म्हटलं,

"हे बघ पार्बतेव्वा, खोबऱ्याची भकलं आत घिऊन जा नि खोबरं काढून त्येचं तुकडं आनी पेढ्यांचा बुकणा करून त्यो शेजारपाजारच्या चार घरात परसाद म्हणून वाटा जावा!!" आणि त्यानं दगडावर मोठं भकाल कोरीकडनं आपटून खोबऱ्याचा एक तुकडा काढला नि त्याच्यासह एक पेढा उचलून रिक्षावर ठेवला... तशी पूजा संपली.

बायको आत निघून गेल्यावर शंकर रिक्षाच्या स्टेरिंग व्हीलकडील बाजूस आला नि आत ड्रायव्हर सीटवर बसण्यापूर्वी उजवा हात रिक्षाच्या बॉडीला लावून तो कपाळापर्यंत नेत त्यानं आपल्या ह्या नव्या लक्ष्मीला नमस्कार केला आणि मगच उजवा पाय आधी वर ठेवून तो रिक्षात बसला. स्वीचमध्ये किल्ली सारून, फिरवून त्यानं रिक्षा स्टार्ट केली आणि गावातून गेलेल्या पूना-बेंगलोर नॅशनल हायवे क्रमांक ४ वर दक्षिण दिशेच्या वेशीजवळ असलेल्या लक्ष्मीच्या

देवळापुढील स्टॉपवर आणून लावली.

गावचं स्टॅण्ड उत्तरेच्या वेशीबाहेर असलं तरी गावात येणाऱ्या व बाहेर जाणाऱ्या यस्ट्या दक्षिण दिशेच्या वेशीजवळ असलेल्या ह्या लक्ष्मी देवळासमोरील स्टॉपवर थांबत. पुढल्या बंकापूर या तालुक्याच्या गावापर्यंत सीट सर्व्हिसचा धंदा करणाऱ्या वडापवाल्यांच्या जीप्स व मिनी बसेसही ह्या स्टॉपवर थांबून सिटा घेत व मगच पुढे निघून जात. त्यामुळे ह्या स्टॉपला दुय्यम स्टॅण्डचं स्वरूप आलं होतं. देवळापुढल्या पिंपळाच्या कट्ट्यावर लोक वडापवाल्यांची नि यस्ट्यांची वाट पाहत थांबत आणि देवळाच्या कम्पाऊंडला लगडून निरनिराळ्या धंदेवाईकांच्या ८/१० टपऱ्या आरामात आपले संसार थाटून सुखनैव बसून होत्या... येथून हायवेनं दक्षिणेस ६/७ कि.मी. गेले की, सिद्धेश्वरचा डोंगर लागे. ह्या डोंगरात सिद्धेश्वराचं देऊळ होतं. देवळाच्या बाजूसच मठही होता. जवळच आश्रमशाळाही होती नि तिला लागून काटकोनात विद्यार्थी वसतिगृहाची इमारतही होती. देऊळ, मठ, आश्रमशाळा, वसतिगृह व ह्या साऱ्यांपुढील मोकळे भव्य पटांगण ह्याने डोंगराचा बराचसा भाग व्यापला होता आणि ह्या पुढूनच घाटाचा रस्ता वर चढत बंकापूरच्या दिशेने गेला होता. घाटाच्या अलीकडेच दीडेक कि.मी. अंतरावर गणेशवाडी कत्री होती. 'तिठ्ठा' असं कुणी म्हणत नसंत; 'कत्री' म्हणत. ह्या कत्रीपासून मावळतीस गणेशवाडी फर्लांगभर अंतरावर होती. गावाच्या चौ दिशांस असलेल्या सर्वच रस्त्यांवर जीप्स नि ट्रॅक्समधून वडाप चालू झालं होतं, मात्र गणेशवाडी अजूनही कुणाचं लक्ष न गेल्यानं तशी वडापविना उपेक्षितच होती. येथून तिचं अंतर केवळ ५/६ कि.मी. असल्याने एवढ्या कमी अंतरात असं काय मिळणार, अशा विचाराने असेल, वडापवाल्यांचं ह्या खेड्याकडे अजून तरी दुर्लक्षच झालं होतं. त्यामुळे शंकरला वाटलं, बघावं तरी आठवडाभर प्रयोग करून - किती इन्कम होतंय ते! परतड पडत असेल तर वडाप चालू ठेवायचं न पेक्षा मग ह्यो रस्ता बंद! काय वाडीवाल्यांचं लग्नाच्या बोलीनं आम्ही पैसे काढले न्हाईत! अगदीच कट्टाकट्टी मिळगत व्हायला लागली तर मग दुसरं एखादं गाव बघता ईल!

स्टॉपच्या पुढल्या बाजूस असलेल्या नगरपालिकेच्या बागेच्या बाजूस शंकरने रिक्षा लावली आणि कुकारा चालू केला,

"चला, गणेशवाडी,-सिद्धेश्वर; गणेशवाडी-सिद्धेश्वर!!"

पंधरा मिनिटांतच रिक्षा फुल्ल भरली. तसा उजवा हात छातीशी लावून लक्ष्मीच्या देवळाकडे पाहत तोच हात कपाळाकडे नेत, बोटे कपाळाला टेकवून शंकरने देवीला नमस्कार केला; नि अशाच प्रकारे रिक्षालाही नमस्कार करून तो व्हीलवर बसला आणि त्याने रिक्षा चालू केली. गावाबाहेर पडताच त्याने वसुली सुरू केली.

"हं काढा, दोन-दोन रुपये!!"

"आगा, मुक्कामाला तर पोचताव, मग घे की!" मागची एक सीट बोलली.

"यस्टीतबी आसंच कर्ता काय?" शंकरनं थोड्या चढ्या आवाजात प्रश्न केला.

"यस्टीची गोष्ट वायली नि ह्या वडापवाल्यांची वायली!" फ्रंटसीटवर क्लीनर साईडला बसलेली एक सीट बोलली.

"का गा यस्टीला काय शिंगं फुटल्यात? तिथं बसल्या पेट्टाला पैसे चकता का न्हाई?"

तशी झक्कत साऱ्यांनी दोन-दोन रुपये दिले. ते पैसे खिशात टाकीत शंकरने रिक्षा दौडविली. गणेशवाडीची कत्री आली तशी उजवीकडे टर्न मारून शंकरने रिक्षा गावाच्या दिशेने वळविली. वाडीत उतरणाऱ्या सिटांनाही थोडं समाधानच वाटलं. यस्टीनं आल्यावर तिठ्ठ्यावरून गावापतोर चालत यावं लागत असे, पण आजची ही रिक्षा आच्युती गावच्या ईसीत आपल्याला आणून सोडती नि तेबी यस्टी एवढ्याच पैशात.

गावच्या वेशीत सर्कल होतं व एक पिंपळाचं झाड माळवतीस उभं होतं. त्याच्याभोवती गोलाकार छानसा पारकट्टा बांधविलेला होता. पारकट्ट्यावरून पूर्वाभिमुख छोटी घुमटी बांधली होती. तीनेक फूट रुंद व वावभर उंच अशा ह्या घुमटीत हनुमानाची काळ्या पाषाणाची एक सुंदर मूर्ती एका हाती गदा घेऊन व उजवा हात उगारून उभी होती. पारकट्ट्याचा उपयोग रिकामटेकड्या गावकऱ्यांना सावलीत बूड टेकवून गप्पा मारण्यासाठी होई.

ह्या पारकट्ट्यापुढे शंकरने रिक्षा थांबविली. तशी क्लीनर साईडला शंकरजवळ बसलेल्या वाडीतल्या सर्व सिटा खाली उतरल्या; मागच्या बाजूसही तशा दोन सिटा होत्या; त्याही उतरल्या. बाकीच्या सिटा मात्र पुढल्या डोंगर घाटाच्या पायथ्याच्या सिद्धेश्वरला उतरणाऱ्या होत्या. शंकरने रिक्षा स्टार्ट केली व वळवून वाडीच्या कत्रीकडे येऊ लागला. पाच-दहा पाऊले रिक्षा अंतर काटतेय तोच कत्रीकडे चालत जाणाऱ्या बायकांच्या एका जथ्यातील बाईने हात उंचावून रिक्षा थांबविली.

"निगवणीला चाल्लास व्हय गा?" त्यातील पस्तिशीच्या घरातल्या, गच्च भरलेल्या बांध्याच्या, उजळ वाणाच्या व देखण्यात जमा होणाऱ्या एका धीट विधवा बाईनं विचारलं.

"व्हय!" शंकर म्हणाला, "मागच्या साऱ्या सिटा सिद्धेश्वरच्या हैत, तिथं त्येनला सोडून मग निगवणीकडं परतणार हाय!!"

"थांब खा, आमीबी निगवणीलाच चाललाव! वाडीच्या कत्रीकडं यस्टीसाटनं

निघाला हुताव, तू एक देवानं धाडल्यावानी आलास, तिथवरची आमची तंगड्यातोड तरी वाचली!!'' नि सोबतच्या बायकांकडं मुरा करून ती बया हुकूम केल्यागत म्हणाली, ''बसा ग!''

आणि सगळ्यात आधी आपणच वर क्लीनर साईडकडून चढली अन् शंकरजवळ बसली. बाकीच्या सगळ्याच तिच्यामागोमाग वर आल्या व दाटीवाटीने पुढल्या सीटवरच बसल्या. शंकरजवळची बाई आणखीन जरा त्याच्या बाजूस सरकली तशी त्या जथ्यातील शेवटच्या बाईलाही बूड टेकण्यापुरती जागा मिळाली तसा शंकर म्हणाला,

''म्होरंच एवढी मुकरन पडण्यापक्षी मागं एक दोघी बसा की, जागा हाय!!''

''मागं बापयातनी कुटं बसावं बा!'' शेवटी चढलेली, दातवन लावून दात काळेकिट्ट केलेली पन्नाशी उलटलेली काटकुळी बाई बोलली, ''हितं म्होरच बायका-बायका बसताव घे गा- आता किती लांब जायाचं हाय? पंद्रा मिंटाची तर वाट!!''

''मग आनी जरा-जरा सगळ्याच जणी हिकडंच सरका! रिक्षा पळाय् लागली की कडंला बसल्याली बाई खाली पडली म्हंजे नस्ती बिलामत माझ्या गळ्यात ईल. नवी रिक्षा ईकत आणून आजच पयली बॉनी करतोय नि पयल्याच ट्रीपला अपशकुन नको, तवा सरका वाईच हिकडं. जरा रिक्षा पळाय लागली म्हंजे हालून घळघळीत बसल्यावानी जागा हुईल! सरका हिकडंच, आनी जरा-जरा सरका!!''

वांड मास्तरच्या वर्गातील आज्ञाधारक पोरावानी सगळ्या बायका आणखीन शंकरकडील बाजूस सरकल्या. शंकरजवळची घवघवीत अंगाची बाई तरी मोकळ्या-ढाकळ्या वानाच्या बाईगत त्याला अगदी भिडून, चिकटून बसली. तिच्या उजव्या बाजूचं मऊ-मऊ अंग अगदी डाव्या कुशीत ओढून स्पर्शसुख देणाऱ्या भाळलेल्या बाईगत शंकरच्या अंगाला घासू लागलं. शंकरनं आणखीन थोडं अंग चोरलं नि उजव्या बाजूस थोडा सरकला, पण वाडीच्या कत्रीपर्यंत खड्ड्यांनी भरलेला कच्चा-मुरमाड रस्ता असल्याने तीवरून रिक्षा आदळताच आपसुक दोघांत किंचित सुटलेलं अंतर संपलं नि ती अगदी रेलल्यावानी शंकरच्या डाव्या बाजूला चिकटून आपल्या मऊ मांसल आंगाने त्याला स्पर्शसुख देत व आपणही घेत एक वेगळीच धुंदी अनुभवीत राहिली... वाडीच्या कत्रीजवळ उजवा टर्न मारून शंकरनं रिक्षा सिद्धेश्वरकडं वळविली तेव्हा तर शेजारची बया पार त्याच्या अंगावर कलंडली न मग पूर्ण बहरातले तिचे मऊ-मऊ अंग त्याच्या डाव्या दंडाला-अंगाला दाबजोराचा स्पर्श करीत मनात चंद्रज्योत पेटवित राहिले... नवरा डबरून बसलेली ही विधवा बया पुरुष सुखापास्नं आचावली असावी,

तवाच नव्या ताणाच्या पोरीगत आंग न चोरता ती अशी निःसंगपणे अंगावर पडत असावी!

शंकर असा विचार करतो आहे तोवर दीडेक फर्लांगावरील सिद्धेश्वर मंदिराचा स्टॉप आला. देवळाच्या परिसराच्या मध्यभागी घाटाकडे जाणाऱ्या रस्त्याकडे तोंड करून एक भव्य कमान उभी केली होती व तिच्या वरच्या अर्धगोलाकार भागावर अर्ध्यात मराठी व अर्ध्यात कन्नडमध्ये 'श्री क्षेत्र सिद्धेश्वर' असे जाड, ठळक अक्षरात कोरून घेऊन त्यात रंग भरून लक्ष्यवेधी करण्यात आलं होतं.

मंदिराकडे जाणाऱ्या रस्त्यावर रिव्हर्सने रिक्षा घेत शंकरने ती उभी केली. तशा सिद्धेश्वरला आलेल्या सिटा उतरल्या आणि यस्टीची वाट पाहत तिथे थांबलेल्या बऱ्याच वर चढल्याही. वरच्या डोंगरावर सिद्धेश्वर-वाडी हे छोटं खेडं होतं. तिथलेही लोक यस्टीसाठी ह्याच स्टॉपवर येत. सिद्धेश्वरचे दर्शन घेऊन परतणारे भक्त व हे वरच्या वाडीतील खेडुत ह्यांमुळे ह्या स्टॉपवर नेहमी तुरळक का असेना माणसे असतच. शंकरला वाटलं, खालची गणेशवाडी नि ह्यो स्टॉप ह्यावर आपल्या एका रिक्षाला 'सिटां'चा काही तोटा पडणार नाही! आपला ह्यो वडापचा धंदा त्यामुळे टिकीम-टिकीम का असेना, पण चालायला हरकत नाही!!

चांगल्या आठ-दहा सिटा रिक्षात बसल्या. त्यातील एक-दोन ईवळल्याही,

"काय गा डायवरमाऽ, मेंढरं भरल्यागत गर्दीची मुकरन हितं झाली की!"

"वडाप म्हंजे आसंच असायचं घे गा! घळघळीत जागा गावाय ही काय यस्टी हाय?" मागल्याच दुसऱ्या एका 'सीट'नं परस्पर त्याचं बोलणं काटलं. "ते यस्टीवाले तरी कुठं ह्या तिठ्ठ्याम्होरं गाडी हाल्ट करत्यात? निगवणी चारेक मैल आली म्हणून कंडेक्टर खाल मुंडी घालून हिशेब पुरा करत आस्तोय, त्यो घंटी मारत न्हाई मग डायवर तरी कशाला गाडी थांबवल? बसायचं तसंच जरा आखडून, पाच-धा मिंटांची तर वाट हाय!!"

(२)

चार-सहा दिवसांतच शंकरच्या वडाप रिक्षाची लोकांच्याकडून आपोआप माऊथ पब्लिसिटी झाली. निगवणीच्या लक्ष्मी देवळापुढील स्टॉपवर रिक्षा लावताच जणू तिथं ह्याच वडापची वाट बघत थांबल्यागत पटापटा सिटा आत बसत. 'सहा आसनी रिक्षा' हे बिरुद केवळ नावालाच! आत चांगल्या १७/१८ सिटा दाटीवाटीनं नि मागच्या दोन बर्थमधल्या रिकाम्या जागेत बसत. सिटांची अशी बेजमी झाली की, मग शंकर स्टेअरिंगवर बसे अन स्वीच देऊन स्टार्टर मारे! त्या ५/६ कि.मी.च्या अंतरामध्ये अध्ये-मध्ये रानात न्हावट्या होत्या; तिथं

उतरणाऱ्या सिटा असत. वाटेत चार मैलांवर हत्ती छाप बिडीची वखार वा वेअरहौस होतं. पूर्वी अशा बिड्यांचे मालक निगवणीतील एखाद्या दलाल व्यापाऱ्याच्या मदतीने आपल्या बिडीसाठी तंबाखू खरेदी करीत व दलालाच्याच तंबाखूच्या वखारीत त्यावर प्रोसेसिंग/प्रक्रिया वा चाकी करून आपल्या गावी घेऊन जात. ह्या व्यवहारात दलालही खूप गब्बर होत. पण अलीकडे काही वर्षांपासून हे बिडीवाले कारखानदार बरेच व्यवहारचतुर, शहाणे झाले होते. गावाबाहेरील ३/४ कि.मी. वरील माळरानं खरेदी करून त्यांनी त्यावर आपली भव्य गोडाऊन, वेअरहौसेस व तंबाखू वखाऱ्या बांधल्या होत्या व स्वतःच आजूबाजूच्या खेड्यांवर तंबाखू खरेदी करून, निगवणीतील, तसेच जवळच्या खेड्यावरील मजूर बायकांकडून त्यावर आपल्याच तंबाखू वखारीत प्रोसेसिंग करून घेऊन आपल्या बिडी फॅक्टरीच्या गावी तो ट्रकातून पाठवून देत. हे प्रोसेसिंग वा चाकी तयार करणे, हे फार महत्त्वाचं काम असतं. निगवणीपासून १५ कि.मी.वरील अरगोळचा तंबाखू स्वादाला, रुचीला अत्यंत कडक म्हणून पूर्वीपासून प्रसिद्ध होता. ह्या एक नंबरी तंबाखूत इतर गावातील २ वा ३ नंबरी तंबाखूचे व तंबाखूच्या खोडांना मशीनद्वारा बारीक करून बनविलेल्या ऱ्हाळाचे मिश्रण करून आपापल्या बिड्यांच्या विशिष्ट स्वादासाठी खास तंबाखू बनविणे ह्यालाच 'प्रोसेसिंग' वा 'चाकी करणे' म्हणत. ह्यासाठी शेकडो, हजारो रोजगार मजूर बायका निगवणीतील, तसेच निगवणीबाहेरील अशा तंबाखूच्या वखारीतून राबत असत. खेड्यांवरून आलेल्या तंबाखूच्या बोदांचे ट्रक्स उतरायला, तसेच प्रोसेसिंग केलेल्या तंबाखूची पोती ट्रकात भरून तो माल बिडी फॅक्टऱ्यांच्या गावी पाठवायला म्हणून कायम ७/८ हमाल पुरुषही प्रत्येक वखारींतून कार्यरत असत, तर वाटेतील ह्या हत्ती छाप बिडीच्या वखारीजवळही काही सिटा उतरीत असतही. शंकरची वडाप रिक्षा ह्या मार्गावर धावू लागली; तसे निगवणीकडे बाजारला वा कामाला चालत जाणारेही हात करून वाटेत रिक्षा थांबवू लागले. 'आयलाऽ चालत जाऊन वाळ्ळी पेकाटं ढिल्ली करून घ्यायची नकोत; जाऊ या रिक्षानं. पिवून मुतून घालवत न्हाई आपुन पैसे? त्यापक्षी तर बरं!' असं उघड वा मनाशी म्हणत रिक्षात बसू लागले. शंकरच्या वडापच्या ट्रीपा वाढू लागल्या तशी कमाईही वाढू लागली. एक-एक दिवशी जेवायलाही सांधा मिळेनासा झाला. लक्ष्मी देवळापुढल्या स्टॉपवरच्या जम्बुअण्णाच्या हातगाड्यावरील वडा-चटणी वा मिरची भजी-पाव खाऊन पुनश्च वडापच्या ट्रीपांना जुंपून घ्यावं लागत असे. अमावश्येदिवशी तर सिद्धेश्वरला भाविकांची खूपच गर्दी होत असल्याने वडापच्या ट्रीपांत आणखीन वाढ होत असे... कल्पनेतही नव्हतं इतका धंदा तेजीत चालू असल्यानं शंकर मनातून खूष होता, पण एके दिवशी

कचेरीचा हवालदार यमागत दत्त झाला!

"साहेबगोळ कऱ्याकदार!!" त्यानं गोळाबंद आवाजात म्हटलं. (साहेब बोलवा लागल्यात!)

"नडीरी!" शंकर म्हणाला. (चला!)

"रिक्षा त्वगा कचेरीकडे - नडकोत यार होगावर?" हवालदार टेचात बोलला. (रिक्षा घे कचेरीकडं. चालत कोण जाणार?)

रिक्षात ३/४ सिटा बसल्या होत्या. 'आलो एवढ्यात', असं त्यांना सांगून शंकरनं त्यांना खाली उतरविलं. तसा हवालदार आत बसला नि शंकरनं रिक्षा कचेरीकडं घेतली. आत पी. एस. आय. चौगला बसला होता. उंच, धिप्पाड, मटण मंडईत सोललेली बकरी टांगायला आंकडे असतात तशा अक्कडबाज, टोकदार मिशा असल्याने व मूळच्या सावळ्या वर्णाने जरुरीपेक्षा जास्तच उग्र वाटणारा. मिलिटरी कट् मारावा तसं त्यानं डोईवरून न्हाव्याकडून झेरो मशीन मारून घेऊन वरचं जंगल तळाबरोबर भादरून घेतलं होतं; अन् त्यामुळे तो साक्षात यमच वाटत होता! आत गेल्या गेल्या त्यानं जणू शंकरची हजेरीच घ्यायला सुरुवात केली.

"येनो, निंद ह्येस्र येन्?" (काय रे, तुजं नाव काय?)

"शंकर!"

"यस्ट दिना ऐतू निंद वडाप चालू एत्त?" (किती दिवस झालं तुजं वडाप चालू हाय?)

"हाजेद दिना ऐतू साहेबगोळरी!" (पंधरा दिवस झालं साहेब!)

"इल्लेंद निंग नियम गोत येत एन ईल?" (इथलं नियम म्हाईत हाईत न्हवं तुला?)

कायद्याच्या पुस्तकातले नियम वा कायदे काहीही असोत, इथल्या बॉण्ड्री लाईनवरल्या स्टेशनचे कायदेकानू वा नियम वेगळे होते हे टॅक्शी धंद्यात बरीच वर्षे काढलेल्या शंकरला ठाऊक नव्हते, असेही नव्हे. आपण वडाप चालू केलंय म्हटल्यावर एक ना एक दिवस पोलीस कचेरीतून 'प्रेमाचे आमंत्रण' येणार हे तो जाणूनच होता, त्यामुळे साहेबाच्या प्रश्नावर गप्प बसणे हेच शहाणपणाचे त्याने समजले. तसा पी.एस.आय. चौगलाच परत बोलला,

"इद नोड, वंद तिंगळग नूर रुपय कुडाक बेक!" (हे बघ, म्हैन्याला शंभर रुपये द्यायला पायजे)

"नूर रुपय हेच्च आगतेत! हाज़ेद मैलग आस्टू मत नाकू मैलगबी आस्टू ऐनू? ना इप्पद ऐद कुडत्यान नोडरी!" (शंभर रुपय जास्त हुत्यात. पंधरा मैलालाबी तेवढंच नि चार मैलालाबी तेवढंच काय? मी पंचवीस रुपये देतो बघा!)

"इप्पद ऐद कडमे आगत्येत, आरव्वत कुडाक बेक!" (हे पंचवीस रुपये कमीच हुत्यात; साठ रुपये तरी द्यायला पायजेस!)

"साहेबगोळ, नम्मकडे नोडरीला! नाव गरीब इदावू! नानु ऐदवत कुडत्यानु, अष्टम्याल समाधान माडरी!" (साहेब, आमच्याकडं बघा की, मी गरीब हाय! मी पन्नास देतो तेवढ्यावर समाधान माना!)

"वळेद, अष्ट कुड!!" (ठीकाय तेवढं दे!) नि निरोपादाखल साहेब बोलला, "इद होग नि!" (आता जा तू) नि त्यानं सूचना दिली. "नम्द हवालदार बरताव, अष्टकडे कुडू!" (आमचा हवालदार येतोय, त्याच्याकडे देत जा!)

"ठीकाय साहेब, येतो साहेब!" त्यानं निरोप घेतला.

"इल्ल नोड..." (हे बघ...) पी.एस.आय. म्हणाला, "आपला आमदार हाय का न्हाय त्येनच हुकूम केलाय 'वडापवाले लई कमवा लागल्येत, त्येंचा हप्ता वाढवा' म्हणून!"

पी. एस. आय.ला इथं येऊन तीन वर्षे होत आली होती. ह्या अवधीत तो बऱ्यापैकी मराठीत बोलाय शिकला होता. क्रिकेट वा व्हॉलिबॉल/फुटबॉलचे सामने, न्हाव्याच्या नव्या दुकानापासून कोल्ड्रिंकच्या दुकानापर्यंत कुठं-कुठं आताशा लोक त्याला उद्घाटनाला बोलावित असत; अशा ठिकाणी कन्नड-मराठी भाषेचं मिश्रण असलेलं व्याख्यानही तो धीटपणे करू लागला होता.

शंकरलाही माहीत होतं - ह्या भागातल्या सगळ्याच सरकारी अधिकाऱ्यांच्या नाड्या आमदाराच्या हातात होत्या. बॉण्ड्रीवरच्या ह्या चरायच्या कुरणातून आमदार कुणाचीही बदली करू शकत होता, त्यामुळं त्याला खूष करण्यासाठी त्याच्या म्हणण्याप्रमाणं वागावंच लागत होतं. शिवाय त्याला हप्ताही द्यावा लागत असे. सराफ कट्टा, वारयोषितांची वस्ती, बॉण्ड्रीवरचे चेक पोस्ट, डिझेलमध्ये भेसळ करायला हायवेवर ३/४ ठिकाणी बेकायदा रॉकेल विकत असणारे डेपो, गावातला व परिसरातील खेड्यांवरला आकडा घेणारा बुकी, रात्री एकपर्यंत बेकायदा दुकानं उघडी ठेवणारे गावातील फॉरेन लीकरवाले न् दारू दुकानवाले आणि त्यांनी चालू केलेले बिगर परमिटचे बिअरबार, रात्रीच्या दीडेकपर्यंत उघड्या असणाऱ्या मांसाहारी खानावळी व तेथे गिऱ्हाईकाला पिण्यासाठी खुलेआम दिली जाणारी दारू... ह्या नि अशा हप्त्याच्या अनेक ठिकाणांहून लाखो रुपयांचा ओघ कचेरीकडे बारा महिने तेरा काळ लागलेला असे. एकटा आकडा घेणारा मुख्य बुकीच महिन्याला तीन लाखांचा हप्ता कचेरीला देत असे! ह्या हप्त्यांच्या स्त्रोतात आणखी एक स्त्रोत अलीकडे येऊन मिळाला होता आणि तो म्हणजे वडापच्या हप्त्यांचा! निगवणीहून दाही दिशांना फुटलेल्या रस्त्यांवरून वडापच्या कमांडर जीप्स, टाटा सुमो, ट्रॅक्स, मिनी बसेस धावू लागल्या होत्या. त्यांच्या

धावण्याच्या अंतरावरूनही हप्ते ठरविले जात होते. कुणाला दीडशे, कुणाला शंभर, कुणाला पन्नास... निव्वळ ह्या हप्ते वसुलीसाठी एका हवालदाराची ड्युटी लावलेली असे... कचेरीत जमा होणाऱ्या लाखो रुपये हप्त्याचं हे पाणी आमदारापासून राजधानीतील मंत्रालयापर्यंत झिरपत जात असे. सत्तारूढ पार्टीचा आमदार आपल्या पाच वर्षांच्या कारकिर्दीत २/४ कोटींची माया सहज जमा करीत असे, त्यामुळे अध्येमध्ये इलेक्शन लागले वा मुदतपूर्व निवडणुका आल्या तरी निवडणुकीच्या आचारसंहितेची ऐसी की तैशी करीत दारुपानी, प्रचार, भोजनावळी इ.वर ७०/८० लाख खर्च करण्यास तो घणमणत नसे. म्हणून शंकर म्हणाला,

"वडापवाल्यांची सुखं-दुक वडापवाल्यास्नीच ठावं, त्यात आमदाराला काय कळतंय? अहो, एकेकांचं बँक लोनबी आजून फिटायला न्हाई!!"

"ते सारं रामायण आमदार म्होरं सांगून काय उपेग हाय का?" चौगलानं प्रश्न केला.

"व्हय साहेब! आमदार आता पैलंचा ऱ्हायलाय का? सत्तेच्या खुर्चीच्या गुणानं सारं त्येला मिळालं. पन्नास-साठ लाखाचा बंगला, ८०-९० लाखाचं श्यात, बुडाबुडी साताठ लाखाची गाडी, त्येच्या डोळ्यांवर मांदं आलंय साहेब, पन हे शिराळशेटीचं राज्य. आज हाय, उद्या न्हाई... परमेसुराच्या लाठीगत मतदारांची लाठी. इलेक्शनच्या टैमात ती पाठीत बसती, वळ उठत न्हाई, पन कळ जरूर येती!" आणि शंकर बोलला, "ठीक्काय साहेब, मी देत जाईन तुमचा पन्नासचा हप्ता! हवालदार एक तारखेला वडाप स्टापवर आला की त्येच्याकडं देत जाईन!!"

शंकर बाहेर पडला आणि त्यानं रिक्षा चालू करून लक्ष्मी देवळापुढल्या स्टॉपवर आणून लावली.

(३)

एके दिवशी यस्टी स्टॅण्डवरल्या कण्ट्रोलरनंही गाठलं.

"तिकडं आम्हाला उपाशी ठेवून तू हिकडं परस्पर वडाप चालू केलाईस व्हय? कळवू का आर.टी.ओ.ला? त्येच्या पंज्यात एकदा का मानगूट गावली की, पाच-धा हजारला वकाय लावील तुला त्यो!" कण्ट्रोलर चिरपाटला होता; तरी त्याचा आवाज मात्र घणसर होता.

शंकरच्या मनात आलं - आयलाऽ काय दुनियादारी हाय? कचेरीतल्या बोक्याला हप्त्याचा तोबरा देऊन गप्प बसीवलं, तंवर ह्यो स्टॅण्डवरला रानबोका उपटला! तरी पण मनातला उद्वेग लपवित शांतपणे शंकर म्हणाला,

"तुमचं आनी काय कायदंकानू आस्तील तर त्ये सांगा साहेब!"

“प्रत्येक वडापवाला रोजी मला तीन-तीन रुपये देतोय. आमच्या यस्टीचंच सारं प्यासेंजर पळवून तुम्ही लोक यस्टी घाट्यात आणीत असता!”

यस्टी कोण घाट्यात आणतं हे उघड्या पुस्तकातलं गुपित होतं. ते सारं पब्लिकला ठावंही होतं. त्या साऱ्याची लीस्ट देत बसणं म्हणजे यमाम्होरं गीता वाचण्यागत होतं. म्हणून शंकर म्हणाला,

“तर साहेब, तुम्ही मलाबी तीनची नंबर प्लेट लावाय घिवून आलासा तर!”

“तर मग! जनरीती परमानं तू चालाय नको!”

“साहेब, माजं वडाप हे चार मैलाच्या रावंडात! त्यात मी काय मिळवायचं? बोडल्याल्यात बोडत बसायचं झालं! रोजी तीन म्हंजे म्हैना नव्वद झालं! हे लईच वज्जं हुतंय आमच्या डोस्कीवर. आधीच पोलीस कचेरीवाल्यांनी माज्यावर म्हैना पन्नासचा हप्ता बसीवलाय; त्यात तुमचं आनी ह्ये वज्जं, म्हंजे मरतावच त्याखाली! साहेब, सोन्याचं आंडं देणाऱ्या कोंबडीला एकदम कुणी मारून टाकत न्हाई! तीबी जगू दे, तुम्हीबी जगा!”

“बऽरं, रोजी दोन देत जा!” कण्ट्रोलरनं थोडं माघार घेणं शहाणपणाचं समजलं.

“लई आकडी लावू नका साहेब, कचेरीवाले मागत्यात तेवढंच तुम्हालाबी देत जाईन साहेब! वट्टात म्हैना पन्नास! खटलं खल्लास! आता म्होरं एक शब्दबी काढू नका साहेब. तेवढं मान्य करून घ्या!”

“बरं, तेवढं दे, पन म्हैना एक तारखेला न चुकता माझ्याकडं पन्नास आलं पायजेत बघ, न्हाय तर सांगितलं न्हाई म्हणशील!” कण्ट्रोलर ताकीद दिल्याच्या आवाजात बोलला.

“त्याबद्दल बिनघोरी ऱ्हावा साहेब!” शंकर बोलला.

समाधानानं शीळ घालीत कसलंस सस्तं छीनाल गाणं गुणगुणत कण्ट्रोलर निघून गेला...

(४)

दोन्हीकडं महिना शंभर रुपये हप्ता गेला तरी शंकरला तशी पर्वा नव्हती. कारण मिळगतही तशी वाढली होती आणि तिचा आलेख रोजच्या रोज चढतच होता. रोजची मिळगत चार-पाचशेहून हजारपर्यंत, हजारनंतर दीड–दोन हजार न् मग त्याहूनही पुढे अडीच हजारपर्यंत कशी पोहचत गेली, हे त्याचं त्यालाही धडपणे कळलं नाही!

रिक्षाचं काही दुरुस्तीचं काम निघालं की, मेस्त्रीच्या गॅरेजपुढे रिक्षा लावून

आपल्या एखाद्या टॅक्शी धंद्यातील मित्राची कमांडर जीप वा ट्रॅक्स घेऊन लक्ष्मीच्या देवळापुढील स्टॉपवर शंकर लावत असे व तीतून आपल्या लाईनवर वडाप करीत असे. आपल्या पॅसिंजरांचा खुळांबा झाल्यास आपली धंद्याची लाईन मोडेल, बसलेली घडी विस्कटेल, ह्याचं भय त्याला वाटत असे. आपली रिक्षा तयार झाल्यावर वडापच्या हिशेबासह मित्राची गाडी परत देऊन तो पुनश्च स्वत:ची रिक्षा लक्ष्मीच्या देवळापुढील स्टॉपवर लावत असे. सायंकाळचं सहा-सातनंतर वडाप बंद झाल्यावर फॉरेन लीकर शॉपजवळील शॉपवाल्यांच्याच एखाद्या बिगर परमिट बिअरबारमध्ये मित्राला नेऊन एखादी क्वार्टर क्लब सोड्यासह पाजली म्हणजे मित्राचे पित्तर स्वर्गात जात! धंद्यातील दोस्ताना क्वार्टरच्या बाटलीमुळे आणखीन घट्ट होत असे... दोस्तही म्हणत, "सालं, शंकऱ्या आपल्या धंद्यात बापक्षी उजवं निघालं." शंकरचा बापही टॅक्शी फिरवीत असे, पण गावाकडल्या रैतासंग कज्जे खटले खेळून नदीकाठचं पाचेक एकर शेत ताब्यात आल्यावर ते पिकवायला स्वत: तिकडे तो निघून गेला नि टॅक्शीचं चाक शंकरच्या हातात आलं. साप चावल्याचं निमित्त होऊन बाप गुदस्ता वारल्यावर शंकरनं आपल्या भावकीतल्याच एकाला तिजाईनं ते शेत करायलं दिलं होतं आणि स्वत: टॅक्शी सांभाळली होती. पण बापानं कधी मिळविला नव्हता एवढा पैसा वडाप धंद्यात त्याला मिळू लागला होता. जणू नशीबच त्याच्यावर शिकंदर झालं होतं!

पहिल्या दिवशी वडापच्या पहिल्या फेरीत स्टेअरिंगवरील त्याला धीटपणे चिकटून बसलेली ती गबगबीत अंगाची, टायरीतल्या इन्नरीगत गच्च भरलेली विधवा कधी वडापच्या फेरीत रिक्षातनं आली की आपल्याशी नको इतक्या सलगीनं वागते आहे, असं शंकरला उगीचच वाटू लागलं... एकदा तर सारी उतरल्यावर ती खाली उतरली, पण उतरण्यापूर्वी वडापचं दोन रुपये, बारक्या पोरग्याच्या तळव्यावर ठेवावेत, तसे तिनं ठेवले नि आपला उबदार पंजा त्याच्या पंज्यावर दाबला! सालं, हे तर आमंत्रण झालं...! धीटपणे तिने एक पाऊल पुढे टाकलं होतं. आता घुमजाव करण्यात काही पुरुषार्थ नव्हता. तर आपणही तिच्या दिशेने दोन पाऊलं टाकायला हवीत! भिडू नको इतका धीट होता, आपण आता बुजरेपणा सोडून द्यायला हवा होता.

"बाजार करून येतो, तंवर हाय न्हवं रिक्षा? का लगेच सुटणार?" तिनं विचारलं.

"सिटांची भराभरती झाली की सुटाय नको?" तिडा टाकल्यागत त्यानं प्रतीप्रश्न केला.

"मग जिल्ह्याच्या गावाकडं जाणारी यस्टी पकडून, वाडीच्या तिठ्ठ्यावर

उतरून बाजारचं वज्जं घिऊन वाडीपतोर जायाची पाळी हाय तर...''

"एवढं आगतीनं, मागच्या वडीनं कशाला परतायचं? एक ट्रीप टाकून ईस्तोवर थांबायचं जरा."

"थांबू की मग! थांबायचंच झालं तर जरा काय नि लई काय, सारखंच की सारं!''

आणि ती पाठमोरी झाली नि पार्श्वभागाला आकर्षक हेलकावे देत बाजारपेठेच्या दिशेने चालू लागली. शंकर चाळिशीच्या उंबरठ्यावर आलेला. बाईच्या देहाचं विशेष अप्रूप तसं त्याला राहिलंही नव्हतं. तरी त्याची नजर त्या दिशेला वडन घेत राहिली...

तो गणेशवाडी-सिद्धेश्वराची वडापची एक लकार्णी मारून आला, तोवर ती बाजार वगैरे करून येऊन त्याच्या रिक्षाचीच वाट पाहत लक्ष्मी देवळापुढील स्टॉपवर येऊन थांबली होती.

सिद्धेश्वर-गणेशवाडीकडून आणलेल्या सिटा उतरून गेल्यावर रिक्षा रिकामी झाली. तशी वाडी-सिद्धेश्वरकडे जाण्यासाठी शंकरच्याच रिक्षाची वाट पाहत बसलेल्या सिटा आत बसू लागल्या. लक्ष्मीच्या देवळापुढून गेलेल्या रस्त्यापलीकडे पूर्वी रिकामं मैदान होतं; तेथे म्युन्सिपालिटीने 'म. गांधी उद्यान' नावाची बाग तयार करून आत लहान मुलांसाठी घसरगुंडी, झोपाळे, सीसॉ, गिरगिरे आदी बसविले होते, तसेच बागेच्या दर्शनी बाजूस लक्ष्मीच्या देवळाकडे तोंड करून डझनभर दुकानगाळे बांधून ते भाड्याने देऊन म्युन्सिपालिटीच्या उत्पन्नात भर घालणारी कायमची सोय केली होती. न्हावी-शिंपी-परीट यांनी ते गाळे भाड्याने करून आपापले धंदे-व्यवसाय जसे त्या गाळ्यात उघडले होते, तसाच एक रेडिओ-टी.व्ही. रिपेअरीवालाही आपलं दुकान थाटून बसला होता, एक शू-मार्टवालाही होता. तसेच प्लॉट खरेदी-विक्रीच्या व्यवसायात दलाली खाऊन व्यवहार करून देणारा आधुनिक 'हेडी'ही आपलं दुकान टाकून बसला होता. ह्या गाळ्यात मन्नोळेनंही आपलं वडा-पाव सेंटर खोललं होतं, तिथं सकाळी यरवाळी नाष्ट्याला कांदेपोहे मिळत. कांदेपोहेची परात संपली की, मन्नोळेअण्णा भजी-वडा काढत असे. भजी-वड्याबरोबर तिथं चटणीही मिळे. ताक नि खोबऱ्यापासून बनविलेली व हिरव्या मिरच्या न् मसाला घालून बनविलेली ही चटणी खूप टेस्टदार लागे नि गिऱ्हाईकानं 'अण्णा, आनी जरा चटणी दे' म्हणून फर्माईश केली की, तो गिऱ्हाईकाच्या प्लेटीतील वड्यावर व भज्यावर आणखीन एक चमचा चटणी सोडत असे. अण्णाने मिरची-भजी केली की, मग त्याच्याबरोबर खाण्यासाठी प्लेटभर हिरव्या मिर्च्या अण्णा तळून ठेवीत असे व मिरची-भज्याच्या प्लेटला ह्या तळलेल्या हिर्व्यागार २/३ मिरच्या लावीत असे.

खवय्यांची ईळभर तिथं मुकरनं पडे. भजी वा वडा खाल्यावर तेथे वेलदोडा घालून केलेला चहाही फर्मास मिळे. तेथे दरही विशेष नव्हता. भजी वा वडा ४ रु. नि चहा दीड रुपये एवढाच खास 'जनता स्पेशल' दर होता!

सिटा रिक्षात बसूस्तोवर वडा-पाव खाऊन येऊ, असा विचार करून मन्रोळेअण्णाच्या स्टॉलवर शंकर आला. वडा-पाव हांदलून, वर एक चहा ढोसून आपली पोटाची 'टाकी' फुल्ल करून शंकर रिक्षाकडे आला तेव्हा रिक्षा फुल्ल भरली होती. येताना त्यानं गरमागरम मिरची भज्याचा पुडाही 'तिची' आठवण होताच बरोबर आणला होता व वाडीत रिक्षातून ती उतरून जाताना तिच्या बाजारच्या एखाद्या पिशवीत ठेवून देता येईल, असा प्लॅन मनातून त्यानं आखला होता.

रिक्षाजवळ तो येऊन पाहतोय तो ती त्याच्याजवळच क्लीनर साईडला स्टेअरिंग व्हीलजवळ जागा पटकावून बसली होती. म्होरच्या सीटवर बाई बसलीय म्हटल्यावर तिच्या बाजूच्या रिकाम्या जागेवर वाडीच्या आणखीन दोघी बायका धीटपणे बसल्या होत्या; आणि मागच्या हौद्यातील दोन बाकड्यावरती पुरुष बसले होते. साऱ्याच सिटांनी आपल्या बाजार-फिजारांच्या पिशव्या खाली हौद्यातील जागेत, आपापल्या पायाजवळ ठेवल्या होत्या.

शंकर रिक्षात बसला. स्वीच किल्ली फिरवून त्यानं स्टार्टर बटन दाबलं, तशी फर्रदिशी इंजन चालू झालं; पायातला चमचा दाबून, किंचित रेस करून त्यानं गेअर ढकलला तशी रिक्षा पळू लागली.

वाडी आली. गावच्या वेशीतल्या नेहमीच्या स्टॉपवर त्यानं रिक्षा उभी केली. तिथं उतरणाऱ्या इतर सिटांप्रमाणे तीही खाली उतरण्यासाठी आपल्या बाजारच्या पिशव्या उचलण्यासाठी हौद्यात वाकली, तशी त्याने एका पिशवीत भज्याचा पुडा सारला. ते बघून ती बोलली,

"कशाला उगंच उपकार तुमचा?" तिच्या आवाजात कृतक्‌कोप होता.

मघापासूनच्या तीन मैलांच्या प्रवासात तिनं त्याच्या डाव्या अंगाला चिकटून बसून आपल्या भुकेल्या मऊ मांसलपणाने त्याला बरंच चेतविलं होतं; आणि अनुरक्त झालेली बाईच टाकू शकेल असा एक मोहक कटाक्ष त्याच्याकडे फेकून मधाळ हसत तिनं प्रश्न केला होता - 'कशाला उगंच उपकार तुमचा?' आणि ह्यावर त्याच्याकडून काही प्रतिक्रिया यावयाच्या आत परत तीच म्हणाली, "शिप्पीभर च्या प्यालाबी कधी वाकडी वाट करीत न्हाईसा, आम्हा गरिबाच्या खोपटाकडं!"

"येऊ की एक दिवस - वडापच्या ह्या घायटयातनं सवड तर व्हायला पायजे!"

"आवड आसली की सवड हुतीया; न्हाय तर कुठली आलीया!" असं पुटपुटल्यागत करीत ती निघून गेली.

तिच्या बोलण्यातील ह्या सूचक आवाहनानं शंकर अंतर्बाह्य मोहरून गेला. आयलाऽ जावं तर एकदा... पारवाळ लई गुटरऽगूं, गुटरऽगूं कराय लागलंय... एकदा फिरवून यावा हात...

एकदा अशीच ती वडापमधनं आली नि उतरून आपल्या बाजारच्या पिशव्यांना हात घालीत त्याच्याकडं ओझरता कटाक्ष टाकून बोलली,

"आज तरी सवड हुतीया का? का पिसाळल्यालं कुत्रं पाठ लागल्यावानी पळतच ऱ्हायाचं नुस्तं?"

शंकरही आज जरा मूडमध्ये होता. रिक्षात सिद्धेश्वरपर्यंतच्या ५/६ सिटा होत्या, त्या आणखी माघारी कोकलत बसणार म्हणून त्यांना त्यानं सांगितलं,

"पावनं, आलोच मिंटात-जरा पानी पिऊन!!"

आणि पाठ वळवून तो तिच्यामागून चालू लागला. "आता ह्यो बाबा पिवून येतोय का पाजवून, कुणाला दक्कल?" रिक्षातील एका सीटनं चावट कॉमेंट केलेली त्याच्या पाठीवर येऊन आस्वल गुदगुल्या करती झाली. त्या गुदगुल्यांच्या कळा सोसत गुमाट्यानं तिच्या मागोमाग तो निघाला.

वेशीपास्नं खाल आंगाच्या ओढ्याकाठच्या गणेश मंदिरापर्यंत गावातला हा मुख्य रस्ता गेला होता. ह्या रस्त्यालाच लहान-सहान गल्ली-बोळांच्या डझनभर फांद्या डावी-उजवीकडे फुटत गणेश मंदिरापर्यंत गेल्या होत्या. वेशीतून ह्या रस्त्याने आत गेल्यावर उजव्या हाताची पहिली गल्ली सोडून दुसऱ्या गल्लीत घुसलं की, तिचं घर येत असे. जेमतेम, कट्टाकटी एखादी बैलगाडी जाऊ शकेल, एवढीच ती गल्ली होती. ह्या गल्लीत पयल्या घरालगटचंच तिचं घर होतं. दाराम्होरं येताच ती म्हणाली,

"वाईच पिशव्या जरा धरा, कुलूप काढतो!"

तिच्या हातातल्या पिशव्या घेताना नाही म्हटले तरी तिचा थोडासा हस्तस्पर्श त्याच्या तळव्यांना झालाच! तिच्या मऊशार बोटांची ऊब अंगात नक्षत्रं उजळवून गेली.

तिनं कुलूप काढलं आणि दार उघडून आत जात म्हणाली,

"या आत!"

तसा तो आत गेला. तिनं त्याच्या हातातील पिशव्या घेता-घेता आपल्या उबदार तळव्यानं त्याचा हात किंचित् दाबल्यागत करीत म्हटलं,

"टेका वाईच, च्याला आधाण ठेवतो!"

ह्यावर म्हटलं तर सरळ, म्हटलं तर चावटपणानं तो म्हणाला,

"हे बघ, हे टेका-टेकवी ऱ्हावू दे आता. मागं रिक्षातल्या सिटा बोंबल्याकार करीत ऱ्हातील! मघा एका सीटनं काय डायलॉग हाणला म्हाईत हाय हिकडं उतरून येतावख्ती पाठीमाघारी?"

"काय म्हणाला?

तसं त्यानं मघाच्या सीटने माघारी उच्चारलेले शब्द काहीही आडपडदा न ठेवता जसे न् तसे तिला ऐकवले. तशी ती म्हणाली,

"काय बाई आबंड लोकं आस्त्यात तरी! द्येवानंबी धा नमुन्याची धा तऱ्हंची शाम्पलं काढल्याली असत्यात, कुणा कुणाच्या तोंडाला हात लावत ऱ्हायाचं?"

"तू एकलीच ऱ्हातीस हितं?"

"ईधवा बाईजवळ आनी कोण ऱ्हाणार?" तिनं प्रतिप्रश्न केला.

"का, सासू, दीर, कुणी न्हाईत?" त्यानं औत्सुक्यानं विचारलं.

"दीर मास्तर हाय सदलग्याकडल्या फाट्याला, तिकडं त्येनं आपल्या आयीला न्हेलंय! मलाबी 'चल' म्हणला, पन हितलं श्यात का नुसत्या रैताच्या भरोशावर ठेवून जायाचं? आपलीबी लै न्हाई थोडी देखरेख पायजे, तरच रैतावर अंकुश ऱ्हाणार, व्हय का न्हाई?"

"म्हंजे श्यात समाकातच हाय, वाटण्या व्हायला न्हाईत आजून?"

"हुईनात तर! दीरानं आपल्या वाटणीचं श्यात ईकून टाकलं नि आल्याल्या पैशात सदलग्याकडचं पलाट घिऊन बंगला बांधला! गावात कधी जत्रा-उच्छावाला आल्यावर पाय ठेवाय जागा आसावी म्हणून हे घर मतोर राखलं!"

"ह्या एवढ्या दांडग्या चार आखणी घरात एकटीच ऱ्हातीस म्हणंनास?"

"व्हय!"

"भ्या न्हाई वाटतं?"

"भ्या कसलं आलंय? आपनं घट्टघंबीर आस्लं म्हंजे झालं! कुणा पकडभाड्याच्या मनात कली शिरला नि त्यो दात ईचकत आलाच तर त्येच्या आंडबिल्ल्या उपडून त्येच्याच हातावर देण्याची शामत आजून आंगात हाय! मी अशी खमकी हाय म्हणून सहसा कुणी माज्या वाटंला जायाची छाती करीत न्हाई!"

"बराय येतो!" नि शंकर म्हणाला, "आता घर म्हाईत झालंयच!"

"कवा येणार? दिवसा तर तुम्हास्नी सवड नस्ती वडापातनं, तवा रातीलाच जेवायला या जावा आज. चार आंडी आणून कोरड्यास करतो, जेवा नि रातची धाची बंकापुरास्नं निगवनीकडं जाणारी गाडी वाडीच्या तिठ्ठ्यावर हात केल्यावर थांबती, तिच्यातनं परत जावा!"

"पिल्यान् चांगला हाय, बगतो कसा काय जमतोय ते!"

"आलबत या बघा, वाट बघतो!" खेड्यातल्या अडाणी बाईगत 'आलो- गेलो- बघतो' असं पुरुषी पद्धतीनं ती म्हणाली.

तेथून बाहेर पडल्यावर तो रिक्षाजवळ आला. हा वेळपर्यंत गणेशवाडीच्या निगवणीकडे जाणाऱ्या चार-पाच सिटाही रिक्षात येऊन बसल्या होत्या; त्यातील एकजण म्हणाली,

"काय गा डायवरा, रिक्षा हिथंच सोडून कुठं मट्टमाया झालातासा?"

"गेलोतो झक माराय!!" वैतागानं बोलत शंकर स्टेअरिंगवर बसला.

"मग मारलीस पुरा काय आर्धीच सोडून आलास!" वरच्या टप्पारावरलं क्यास पिकलं तरी अजून हिरवाटपणा पुरता न गेलेला नागुअण्णा गोकाके म्हणाला.

तशी रिक्षातल्या उरलेल्या सिटांनी आपली तोंडं ईचकून खॅऽ खॅऽ खॅऽऽ केलं! इकडं शंकरनं स्टार्टर मारला नि रिक्षा चालू करून गेअर ढकलला...

(५)

सायंकाळचं सातवरनं म्होरं काटा सरकला की, भोवतालच्या सर्वच खेड्यांवर जाणारी वर्दळ मंदावे. तशा मग धाई दिशांच्या धा रस्त्यावर वडापच्या धंद्याला पळणाऱ्या जीपा, ट्रॅक्स, सुमो, मिनी बसेस एकेक करून बंद होत. किनिट पडायच्या टैमाला शंकरनं वडापची लास्टची ट्रीप हाणली नि रिक्षा आपल्या दाराम्होरं लावली नि भाहीरनंच बायकुला सुनावलं,

"पार्बतेव्वा, एका दोस्ताच्यात बारश्याला चाल्लोय; यायला टैम हुईल, तवा माजी वाट बघत उगंच मिकीमिकी बसू नका; जेवून घ्या नि तलंगा लावा, पासला!"

"काय आबंड बोलणं; तेबी दाराभाहीरनं!" बायकोनं खॅस मारली, "जेवून झोपून घ्या असं नीट सांगाय ईत न्हाई व्हय? का 'पासला' म्हणायचं?"

"पार्बतेव्वा, नीट बोलाय मी काय मास्तरगडी न्हवं! डायवरगडी आसाच बोलायचा. तुला बघाय आलो तवाच 'ह्यो दाल्ला नको' म्हणून बाला पस्ट सांगून एखादा मेलमुश्या मास्तरला करून घ्यायची हुतीस! आता दोन-तीन कोंबटी काढून आसं बोलून काय उपेग?"

"जावा तिकडं! जिभंला काई हाड!!" खोटं-खोटं दटावत पार्बतेव्वा म्हणाली.

तेथून तो लक्ष्मीच्या देवळापुढील स्टॉपवर येऊ लागला. वाटेतील टॅक्शी स्टॅण्डवरील लीकर शॉपमधून त्यानं रमची एक क्वार्टर खरेदी करून खिशात सारली आणि मग तो देऊळापुढे आला. तिथं येऊन पाचेक मिनिटं होतात तोवर खालच्या यस्टी स्टॅण्डकडून एक यस्टी आली. मावळतीकडील महाराष्ट्रातील

कोकणात जाणारी असेल, असं शंकरला वाटलं, पण ती महाराष्ट्रातली लाल रंगाची बस नव्हती तर कर्नाटकाची निळ्या रंगाची होती व पुढलं तालुक्याचं बंकापूर घेऊन त्याही पुढं जिल्ह्याच्या गावाला जाणारी ऑर्डिनरी गाडी होती; म्हणजे गणेशवाडीच्या तिठ्ठ्याला थांबणारीच होती. गाडी निम्मी अर्धी भरलेली होती. स्टॉपवरील काही अधल्या-मधल्या गावांना उतरणारी, काही बंकापूरला जाणारी, तर काही त्याही पुढे जिल्ह्याच्या गावी जाणारी माणसं वर चढली. शंकरही त्यांच्यासह आत शिरून एका रिकाम्या सीटवर बसला. सर्व आत आल्यावर कण्डक्टरनं झाप्पदिशी यस्टीचं दार मारून घेतलं न् यस्टी निघाली.

गणेशवाडीची कत्री, तिठ्ठा, आल्यावर शंकर खाली उतरला तेव्हा ठार अंधार झाला होता. गणेशवाडीत वीज आली होती, त्यामुळे गणेशवाडीतील दिवे येथून दिसत होते. शंकर आपल्या पत्नीशी एकनिष्ठ कधीच नव्हता. संधी अध्ये-मध्ये मिळाली की, नडल्या-अडलेल्यांना अंगाखाली ओढायला कधी तो कचवचला नव्हता. त्यामुळे आजही अंधारी आडवाट चालताना तो वेगळेच थ्रिल अनुभवत होता. तशी प्रत्येकीची पुरुषांना खूष करण्याची, समाधानी करण्याची स्टाईल वेगवेगळी असते. हिची कशी असेल?

तो गावच्या वेशीत आला तेव्हा रात्रीचे आठ होऊन गेले होते. खेड्यावर विजेचं लोडशेडींग चालू असल्यानं दुपारी १२ ते रात्री १० पर्यंत सिंगल फेज करंट चालू होता, त्यामुळे वेशीतल्या खांबावरील लाईट झिरो व्होल्टेजच्या लाईटगत मंद लागले होते.

तो तिच्या घरासमोर आला. दार नुसतेच पुढे लोटलेले होते; नि दाराच्या फटीतून उजेडाच्या बर्च्या बाहेरच्या अंधाराला भोसकायलाच जणू आल्यात असं वाटत होतं.

दार ढकलून तो आत गेला. ती जणू त्याच्याच वाटेकडं डोळे लावून बसली होती.

"आलासा...?" तिच्या आवाजातला हर्ष लपत नव्हता. "मला वाटलं..."

"येणार न्हाई!" शंकरनं तिचं वाक्यं पुरं केलं, "असं कधी झालंय का? शब्द द्यायचा त्यो पाळायसाठनं; फिरवायसाठनं न्हवं!"

तशी ती जागची उठली नि म्हणाली,

"माघारी परड्याआंगाला न्हाणी हाय, चला, हात-पाय धुऊन घ्या चला!"

तिच्या मागोमाग परड्याकडे जाताना तो म्हणाला,

"हे बघ, मी येतावख्ती एक क्वार्टर आणलीया. घेटली तर चालंल न्हवं? का तुजी आडकाठी हाय?"

"माजी कसली बा आडकाठी? ह्यो ज्येच्या-त्येच्या आदतीचा प्रश्न हाय!

शिंदीच्या झाडाखाली बसून माणूस पाणी पीत न्हाई; ते शिंदी न्हाय तर नीराच पिणार!''

घरात तिने वीज कनेक्शन घेतलेले दिसत होते. परड्याआंगाच्या न्हाणीकडे झिरोचे लाईट दोन खोल्यांतून आपला फिक्कट प्रकाश सांडत होते. फक्त पुढल्या सोप्यात नि त्याच्या लगतच्या जेवणघरात तेवढे ४० व्होल्ट्सचे बल्ब होते.

न्हाणीत पाण्याची बारडी भरलेली होती आणि बारडीतल्या पाण्यावर जर्मनी तांब्या तरंगत होता. तांब्यानं पाणी घेऊन शंकरनं हात धुतले, चूळ भरली, पायावर पाणी घेतले, तोवर ती टॉवेल घेऊन आली. तो घेऊन त्वांड पुसून त्यानं जल्दी लावली,

"हंऽ वाढ आता चटाकशिरी. घासभर खाऊन पळाय पायजे वाडीच्या कत्रीला; न्हाय तर बंकापुरास्नं येणारी धाची लास्टची गाडी चुकलीच मग!''

"चुकली तर चुकंना का! नि चुकली म्हणून हिकडली दुनया तिकडं उलटीपालटी थोडीच हुणार हाय! चुकली तर करायचा मुक्काम हितंच नि पाऽटंच्या गाडीनं जायाचं. जिल्ह्याच्या गावास्नं पाऽटं पाचला सुटल्याली गाडी साऽच्या टिप्पनाला कत्रीला येती. हात केला तिला की हुबा ऱ्हाती!''

"आनी न्हाईच हुबा ऱ्हायली तर चार मैल निगवनीपतोर जायाचं म्हणावं लंबे-लंबे, तंगड्यातोड करीत!''

"चालल्यालं काय वाईट न्हवं! चालण्यानं यायाम हुतोय, आपली तब्बीत चांगली ऱ्हाती, सुधारती!'' नि ती बोलली, "आमच्या गावची सगळी लोकं ह्या मदल्या वाटंनं पैल चालतंच जायाची की निगवनीला! पन तुमचं वडाप सुरू झाल्यापास्नंमतोर साऱ्यांचं पाय उरावर आल्यात! कोण चालायचं नाव काढत न्हाई! अर्धा-पाऊण घंटा हितं वडापची वाट बघत व्हाव तर थांबतील; खरं तेवढ्या अवधीत चालत जावावं म्हणत न्हाईत!''

"चालायचंच! आता मान्सं जिवाला लई पीळ पाडून घेत न्हाईत. जरा आरामात जगावं म्हंत्यात! शिवाय पैलं पैशाची जरा नाचारगतच हुती सगळ्याकडनी; खरं आता काय साऱ्यांच्याच हातात पैसा खुळखुळायला लागलाय! आता न्हाई का लोकं धा-पंद्रा रुपये यस्टीला मोजून लांबच्या गावास्नं ट्यांडवर येत्यात नि तिथनं घरापतोरबी कुणी चालायचं कष्ट घेत न्हाईत तर यस्टीएवढंच पैसे मोजून रिक्षानं ट्यांडवरनं घरापतोर येत्यात! पैलंचा जमाना नि आताचा, लई फरक!''

दोघं स्वयंपाकघरात आले. तिने भिंतीला टेकविलेला पाट खाली जमिनीवर आडवा केला नि म्हटलं,

"बसा, ताट करतो!''

तो पाटावर बसत बोलला,

"जरा पाण्याचा तांब्या नि रिकामा ग्लास दे, आर्धी मारतो ह्यातली!" अन् त्यानं खिशातली क्वार्टर बाहेर काढली नि मग म्हटलं, "तुजी काय आडकाठी न्हाई न्हवं?"

"हे बघा, चावडीच्या मागं जाऊन ठो-बाजा करायचा नि मग चावडीत जाऊन पाटलाला ईच्यारायचं - 'पाटीलमा, तुजी काय आडकाठी न्हाई न्हवं?' तशातली ही गत! आता संगट आनलाईसाच तर घ्या की! मी 'नको' म्हनलं तर तुमचा हिरमोड हुनार आनी..." नि तिनं त्याच्याजवळ स्टीलचा पाण्याचा तांब्या व ग्लास ठेवला.

तसं शंकरनं ग्लासात निम्म्याच्या वर पाणी ओतलं न् मग क्वार्टरचं सील केलेलं टोपण जोरात पिरगाळत सील तोडून काढलं आणि त्यातील रम ग्लासात ओतून पाण्यावरची रिकामी जागा भरत म्हटलं,

"आसं हाय, मटणाचं न्हाय तर आंड्याचं जेवाण आसलं की त्येच्यासंग हे तीर्थ पायजेच, त्याशिवाय मज्जा न्हाई!" अन् त्यानं एका दमात ग्लास रिकामा केला व तिला फर्माविलं, "आण आता तुजं जेवान!"

तिनं ताट केलं नि त्याच्यासमोर सारलं. चुलीवर भाजलेली खरपूस भाकरी, रमरमत्या इंगळावरच्या चुलीवर अजून ठेवलेल्या भांड्यातील अंड्यांचं कोरड्यास, चिरलेल्या कांद्यात दही, टोमॅटो, कोथंबीर घालून तोंडी लावायला केलेलं कालवण आणि लिंबू... ताटात तळहाताएवढा भला जंक्शन वाटका होता व त्यात ओतलेल्या कोरड्याशावर दोन आंडी तरंगत होती. शंकरनं कोरड्याशात बोटं बुडवून दोन्ही अंडी ताटात काढली. हे करताना बोटांना चांगलाच चटका बसला, इतकं कोरड्यास गरम होतं!

"तूबी कर की जेवाय सुरवात, आनमान का?" त्यानं म्हटलं.

"मी मगसन जेवतो, तुम्ही घ्या आधी जेवून!" ती बोलली.

"आगं घे जेवून. संगं-संगं च्यार घास चढ जात्यात! नव्या नवरीवानी लाजायचं काय त्यात? चांऽगली जून, निब्बार झालावत आपुन दोघंबी!"

तसं तिनंही वाढून घेतलं व त्याच्याबरोबर तीही जेवू लागली.

"शिरमव्वा, तूबी मारणार काय ह्यातलं जरासं?" शंकरनं विचारलं.

"काय तरी आबंड बोलणं? बायका कधी घेत्यात का ह्ये?"

"कई एक घेत्यात!"

"त्या येसवा, धंदेवाल्या आस्तील!"

"त्या तर घेत्यातच, रोज इतकं बापय येणार-जाणार, त्या सगळ्यांच्याकडनं आंगाची मळणी करून घ्यायला न्याट यावं म्हणून टॉनिक घेतल्यागत त्या

घेत्यात! ह्याशिवाय कईएक गरती बायकाबी घेत्यात. त्येंचं दाल्लंच त्येनला ही गुट्टी रोज जरा-जरा दिवूनच मग आंगाखाली वडत्यात. दोघाबी भिडूंनी कचकचभर पोटात 'ही' टाकल्याली आसली म्हंजे लई मज्जा येती!''

''लई आनभाव हाय म्हणा की ह्याबाबतीतला!''

''आगं डायवर गडी म्हटल्यावर अशा आनभवाबिगर कोरडा ऱ्हाईल व्हय?'' नि तो म्हणाला, ''आण आनी एक ग्लास, तुलाबी एक पेग तयार करून देतो.''

तसा तिनं गुमाट्यानं चुलीपासल्या आडनीतला एक ग्लास त्याच्या म्होरं सारला. त्यात रम व पाणी यांचं योग्य प्रमाण ठेवीत शंकरनं एक पेग तयार केला नि तिच्यापुढं ठेवीत म्हटलं,

''हंऽ मार एवढं! आगं मान्सानं जल्माला ईवून सगळं करून मरावं!''

तोंडं वाकडं-तिकडं करीत ती घासा-घासाबाहेर पेल्यातील रमचा घुटका घेत जेवू लागली.

जेवून झालं. तिनं एक घोंगडं बाहेरल्या सोप्यातील भिंतीकडेला अंथरलं, त्यावर एक उशी टाकली आणि त्याला म्हणाली,

''खरकाटी भांडी आवरून येतो. पडा तंवर ह्यावर!''

तशी शंकरनं खिशातून एक बिडी काढून शिलगावली व तिचे झुरके मारीत तो घोंगड्यावर पासलला... तिनं भाकरी केलेल्या परातीत खरकाटी भांडी भरली नि परात घेऊन ती परड्याआंगाला न्हाणीकडे गेली. भांडी घासून, धुऊन घेऊन तिनं आत आणली अन् ती चुलीजवळच्या आडणीत व्यवस्थित जास्तानाला ठेवून दिली; मग मागच्या सोप्यातील लायटं पटापट बंद करीत ती बाहेरील सोप्यात आली... पाहतेय तर त्याची बिडी ओढून केव्हाच संपली होती व त्याला जरा डुलका लागला होता. ज्यान-जवान बाई जवळ नि ह्येला इ्वॉप लागती; काय तरी बाई बापय ह्यो? मनात आचीट करीत उजारत्या दाराला तिनं आडणा घातला नि लाईट घालवून ती त्याच्याजवळ घोंगड्यावर आली आणि त्याच्याजवळ आपला देह पसरत तिनं त्याच्या छातीवर आपला उजवा हात टाकला; तशी तिच्या हातातील कांकणांची उन्मादक किणकिण खोलीतील अंधारावर चांदण्या टाकत गेली.

अंगावर हात पडताच त्याला जाग आली. आपल्या उजव्या कुशीवरला हा मऊ-मांसल दाबजोर कसला आहे हे दुसऱ्याच क्षणी त्याला समजलं. तशी त्यानं तिच्या बाजूला कुशी केली नि तिच्याभोवती कवळा घालून तिला आपल्या छातीशी ओढत म्हटलं,

''बायली, जरा लवंडलो तर डुलकाच लागला!''

''जवळ बाई आनी आशी झोप लागती म्हंजे?'' चावटपणे ती म्हणाली.

तिच्यापेक्षाही एवढ्या धीटपणे तिच्या पोटात गेलेली रमच म्हणाली असावी.

"भरपेट जेवाण जेवलं की आन्नाची एक प्रकारची सुस्ती आस्तीयाच बघ; त्यात आनी ईळभर माणूस बडद्याडून, राबून, वंगून आल्यालं आस्लं म्हंजे जेवल्यावर गपागपा डोळंच मिटाय लागत्यात! नि आमच्या ह्या वडाप धंद्यात ईळभर फेसच निघतोय मान्साचा!" आणि शंकर बोलला, "आनी आसं हाय बघ - बाईचं अप्रूप, बाईची आप्रुबाई चाळिशीतल्या मान्साला तेवढी काय आसत न्हाई! पोटाची नि पोटाखालची अशा दोनच भुका मान्साला असत्यात; नि त्यातली एक भागली की दुसरी उठती नि ती भागवाय सरळ वाट आसली तर बरं, न्हाय तर माणूस आस्काटतली आडवाट धरतं!"

तशी ती त्याच्या कानाजवळ कुजबुजली,

"डायवरसाब, वाईच चढलीय जणू तुम्हास्नी - क्यासेट जरा जोरातच लागलीया तुमची! बोलण्याला काई धरबंद, ताळमेळ न्हाईना! आवं, दाल्ला हुता तवा त्यो कुक्कवाच्या नुसत्या सोबागालाच - 'बुळगा नौरा, थानाला कार' असली त्येची गत! त्यो एका वर्सी माघी पुनवंला सौंदत्ती डोंगरवरल्या यल्लामाच्या जत्रंला गावातल्या जोगतीणींच्या ताफ्यासंगं गेला व्हता भाड्याची जीपगाडी काढून; नि परत येतावख्ती मन्नोळीम्होरल्या घाटात जीपला आक्सीडेंट झाला, आनी त्यात नेमका त्योच हातच्याला गेला; खर्चला! मग मिळीमिळी रडत बसून भागतंय? मास्तर आसल्याला त्यो पडकभाड्या दीर तर सगळंच उत्पन्न हाडपायला बसल्याला. 'घर-श्यात फुकून टाकूया; आनी सदलग्याकडंच कायमचं जाऊन न्हावूया' म्हणत व्हता! ईकून, सगळं गटरं त्येच्या सोद्यान करून कुत्र्यानिपट त्येच्या वळचणीला कोर-चतकोरासाठी पडून न्हायची पातळी आली आस्ती माज्यावर! माजं भाऊ खंबीर, श्यानं! त्येंनी पस्ट सांगिटलं-'आपल्या दाल्ल्याचं वाडवडार्जीत माजी भन काईबी ईकणार न्हाई! घराच्या, शेताच्या दोन वाटण्या करा, तुमच्या वाटणीचं तुम्ही कायबी करा, आमची भन जीवमान हाय तंवर ह्याच गावात न्हाणार!' त्यो काळतोंड्या माकडमल्ल्या वाटण्या झाल्यावर आपल्या वाटणीचं ईकून, आल्याला पैसा कनवटीला लावून सदलग्याकडं उलथला. सासूबी आपल्या लेकाकडंच न्हातो म्हनाली; तिच्या वाटणीचं जास्तीचं उत्पन्नातलं तोडून त्येला दिलंतं; तेबी दीरानं ईकून, झाडून टाकलं नि निघून गेला! माजं भाऊबी मग म्हणाय् लागलं, 'हे घर कुणाला तरी भाड्यानं दिवूया; आनी श्यात कुणाला तरी तिजाईनं लावूया नि तू चल आम्हाकडं!' भाऊ एक आपलं हैत म्हणून त्येंच्या बायकाबी काय आपल्या हैत? मी त्यास्नी सब्बळ सांगिटलं, 'तिथं ईवून आन्नाला पडणं, ह्यात काय पोलमी न्हाई! आपुलकीनं सणावाराचं, दिवाळी-फिवाळीला येत जाईन; ह्यातच आपुलकी हाय! म्हायार आस्लं म्हणून

काय झालं? कायमचंच तिथं ऱ्हायला गेलं तर आपुलकीची मायाच पातळ हुतीया!''

"बरोबर हाय तुजं; लई ईच्यार केलीयास! एवढं श्यानपन कुठलं आणलंस?''

"नशिबाचं फासं उलटलं पडलं की, माणूस उघड्यावर पडतंय! वर आभाळ खाली धरती, असा त्येचा जलम हून बसतोय... मग रोज भेटणारा एकेक आनभावच त्येला श्यानपनाचं धडं शिकवत ऱ्हातोय!'' नि ती बोलली, "एकली एक बाई ह्या खेड्यागावात एकटी ऱ्हातोय त्येबी कासुटा घट्ट हाय म्हणून; न्हाय तर कवाच हितल्या टग्यांनी मला जुनं करून टाकलं आस्तं! सगळ्यांच्या नाकावर टिच्चून ऱ्हातो हितं; कुनाची टाप न्हाई वंगाळ नजर टाकायची!''

"कधी मन चळलं न्हाई तुजं?''

"चळलं आस्तं तर आब्रुची वावडी व्हायला येळ लागला नस्ता!''

"मग माज्याच बाबतीत अशी कशी भूल पडली?''

"मुठीतनं वाळू वसरल्यावानी आता निम्मं वय वसरून गेलं; नि मग आलीकडं-आलीकडं वाटाय लागलं - आपला जलम इतारथी हाय! बाईला ह्या वयात बापयाचं सुक मिळणार नसंल तर साऱ्या जलमावर वाळुसरा पडल्यागतच का न्हाई? म्हणून ईच्यार केला-आजवर कासरा वडून मन आवरलं; आता जरा त्यो ढिल्ला सोडूया! जेवढं जीवमान शिल्लक हाय तेवढ्या आवधीत सुक वरबाडून घिऊया!''

आणि ती त्याला आणखीन बिलगली, त्यानंही तिला दुप्पट आवळीत उत्साही प्रतिसाद दिला. त्याची अनुभवी बोटं तिच्या अंगावरील उंच-सखल भागावरून फिरत तिच्या मनात उन्मादाची गाणी पेरू लागली. दोघांमधली वस्त्रांची अडचण केव्हाच दूर झाली आणि नाग-नागिणीगत दोघं एकमेकांच्या उघड्या कायेला लपेटीत स्वर्गीय सुरत सुख अनुभवत जगाला विसरून गेली. दुष्काळातून आलेलं माणूस अन्नावर तुटून पडावं तसं तिला झालं होतं.

"आता निघतो, धाची लास्टची गाडी चुकंल!'' काही वेळाने शंकर म्हणाला.

"चुकली तर चुकना ही! पाऽटंची पयली पकडून जावा म्हणंनासा!'' नि कवळा घालून तिनं त्याला उरावर ओढलं...

(६)

दिवसामागून दिवस येत-जात होते. शंकरचा आठवड्यातून दोन-तीन वेळा रात्रीचा मुक्काम तिच्या घरी पडू लागला. 'मी गरती, मी गरती' म्हणत अखेर शिरमव्वानं नाक बुडविलंच! अशा तटल्याल्या ईधवा बाया लई दिवस कढ

काढत न्हाईत; लई दिवस तटकबंद ऱ्हाईत न्हाईत्. शेवाळल्या दगडावरनं घसरून पाण्यात पडावं नि व्हावतीला लागवं तसं त्येंचं हुतंय! अशा मग एखादा भिडू गाठत्यात नि 'मी न्हाई बाई त्यातली, कडी लावा आतली' असलं कंत्राट मग सुरू होतं. गावात अशी काही प्रकर्णंही होती - बिन लग्न झालेल्या पोरींची, लग्नं झालेल्या बायकांची नि विधवा बायांचीही... ह्या नव्या प्रकरणाने त्यात भरच पडली होती, पण 'शिरमव्वाला गावात कुणी खवन्या गावला न्हाई; तवा तिनं ह्यो भाहीरगावचा गाठावा? ईज कुठल्या ढगात चमकंल, त्येचा काय नेम न्हाई, हेच खरं!' काही दिवस थोडी चर्चा, थोडी गुमगुम झाली नि मग जी-ती माणसं आपापल्या पोटाच्या मागं लागली.

शंकर तर आता मनात इमल्यावर इमले रचत राहिला... शिरमव्वा आता आपल्या पुरती कह्यात आलीया. तिला शेतावर न्हाय तर घरावर बँक प्रकरण करून लोन काढाय लावू ७०-८० हजाराचं; नि त्या पैशातनं वडापसाठी एखादी सहा आसनी जुनी सेकण्ड हॅण्ड रिक्षा विकत आणून नि त्यावर ड्रायव्हर म्हणून आपल्या कार्ट्याला, महालिंग्याला, ठेवू! न्हाय तर १० वी नापास होऊन च्यापटर पोरांच्या संगतीनं गावभर फाफलत फिरायलाच लागलंय; एक रिक्षा घेऊन वडापसाठी त्याला देऊ, म्हंजे मानंवर जू दिल्याल्या पाड्यावानी त्यो नीट रस्त्यानं तरी जाईल...

पण माणसाचं मन अथांग असतं, हे शंकर विसरला होता. माणसाचं आयुष्य असं सरळ नीट मार्गी कधीच जात नाही; ते कधी आस्काट, आडगार तुडवित जातं, कधी नीट मार्गानं जातं, कधी वाटेत खाच-खळगे येतात, कधी ठेचकळायला होतं तर कधी आस्काट आडगारातला एखादा काटा तळपायात टापरून घुसतो नि रगात काढीत आईचं दूध आठवायला लावतो.

एकदा शंकर बंकापूरकडं जाणारी रात्रीची १०ची यस्टी पकडून तिच्या घरी गेला तर त्याच्याआधीच कोण तरी पंचवीस-सव्वीसचा, ऐन भरातल्या ताणातला पोरगा शिरमव्वाच्या इथं ठिय्या मारून बसलेला दिसला. पुरुषाचं सुख मन:पूत अनुभविलेली बाई तरण्या पोरांशी ज्या लासवट हावरेपणाने गुलुगुलु बोलत खुदखुदत राहते, तशी शिरमव्वा त्याच्याबरोबर बोलत बसली होती. रात्रीचे दहा होऊन गेलेले, नि इतक्या अवेळी ही बया तरण्याबांड पोराला एकटं घरात घेऊन खिऽ खिऽ करत राहते म्हंजे? शंकरच्या मनात पाल चुकचुकली. आयला, इतकं सारं हिच्यासाठी बडद्याहून आता असा गुण दावायला लागली म्हंजे काय! म्हणत्यातच न्हवं-पाण्याचा, घोड्याचा नि बाईचा अंत कधी लागत न्हाई!! हिचं श्यात हिचा रैत धडपणे पिकवतबी नव्हता. सुगीत शेरकुडचा द्यायचा नि 'पिकलं न्हाई' म्हणत शेंडी लावून जायचा. ऊस-तंबाखू हे नगदी पीकबी

धडपणे घातीला लागायचं नाही. किती एक दिवसापास्नं तिच्या इथं चालत आलेलं हे सगळं गणित आपण बदलायला लावलं, ऊस फ्याक्टरीला घालायचा नि बिलाचा हप्ता किती नि कधी देतील ह्येची वाट बघत मिकीमिकी बसायचं, तंबाखू पिकला की त्यो निगवणीतल्या एखाद्या दलाल व्यापाऱ्याच्या पेढीवर घालायचा न् त्येच्या पैशाच्या वसुलीसाठी वरीसभर पेढीवर एडताकपट्टी करून पायाच्या खुट्ट्या करून घ्यायच्या, हे सगळंच आपुन मोडीत काढलं. तिचं दागिनं तिला निगवणीतल्या एका बड्या ब्यांकेत गहाणवट ठेवून कर्ज काढायला लावलं नि त्यातनं तिच्या रानात एक बोअर मारायला लावून बारा म्हैने-तेरा काळ पाणी मिळावं अशी व्यवस्था केली. मग रैताला काही गुंठे फुलांची शेती करायला लागवली, काही गुंठ्यात शेवगा लावला, तर काही गुंठ्यात सोयाबीन नि माळमुंडं रान होतं त्यात ट्रॅक्टरच्या नांगरटीनं खिसून काढून भुईमूग घातला. ह्या साऱ्यातनं नगद पैसा हातात खुळखुळाया लागल्यावर शिरमव्वाच्या तोंडावरबी जरा तकाकी चकाकाय लागली. आपल्या सहवासात आल्यावर आधीच भरल्याली तिची काया लिंबागत रसरशीत दिसाय लागली नि गेल्या महिनाभरापास्नं ब्यांकेतलं दागिनं सोडवून आणायची भाषा ती कराय लागली, म्हंजे तिच्याजवळ ह्या नव्या पिकांच्या शेतीच्या उत्पन्नाचा मायंदाळ गौना जमाय लागला असावा... तिला अशी बरकत होऊ लागली ती आपल्यामुळंच! आता तिच्यामुळं आपलीबी लै न्हाई थोडी वाडीदिडी व्हावी म्हणून मनात आपुन पिल्यान घालाय लागलोय तंवर ह्यो बल्ल्या हुतोय का काय! -शंकरच्या मनात उगंच पाल चुकचुकू लागली...

आत गेल्यावर शंकर नेहमीसारखा परड्या आंगाला न्हाणीकडे गेला नि तिथल्या बारडीतील पाण्याने चूळ भरून हात-पाय धुऊन आला. न्हाणीजवळ एक खरकाटं ताट पडलं होतं. त्यात काही हाडकंही चघळून टाकलेली दिसत होती. म्हणजे, तो पोरगा जेवूनच बसला होता तर! गावात एकही खाटकी नव्हता; त्या पोराला निगवणीला पाठवून देऊन शिरमव्वानंच आज मटण आणलं जणू! की त्या पोरानं स्वत:च आणलं...?

शंकर बाहेर आला तर तो पोरगा गायब झालेला. त्यानं विचारलं,

"कोण ग ह्यो?"

"बबन्या! हितला गावातलाच हाय-कुर्वाड्याचा! जिल्ह्याच्या गावच्या एम.आय.डी.सी. मदी कामाला हुता, का कुनाला दक्कल, आलीकडं एकेक कारखानं, फ्याक्टऱ्या बंदच पडाय लागल्यात म्हणं तिकडं! ह्येचीबी फ्याक्टरी बंद पडली; दुसरीकडं कुठं काम लागंना म्हणून आखीर शेवटी गावाकडं आलाय-शेताभातात राबून तरी प्वाट भरावं म्हणून!"

"मग हितं कशाला आलाता? तुज्या शेतावर रोजगारी म्हणून ईवू काय म्हणून ईच्याराय् ?"

"त्येला माजं श्यात कसायचंच हाय, खरं रोजगारी म्हणून न्हवं तर मालकाच्या तेगाऱ्यात रैत म्हणून!"

"आनी आधीचा रैत?"

"त्येच्या हातावर आता धई ठेवायचं नि घुगऱ्या शिपडून त्येच्या त्येच्या घरला त्येची पाठवणी करायची! त्ये आता ठकलंय, म्हातारघोडं झालंय! 'म्हातारा बैल गोठ्याच्या सोबागाला' तसली गत आता त्येची झालीया!"

"शिरमव्वा, आसं लई आदमानी हूने! कितीबी झालं तरी तुजी जमीन कसाय घाम गाळलाय त्येनं..."

"म्या कुठं न्हाई म्हंतो? घाम गाळलाय त्येचा मला फायदा झालाय तसा त्येलाबी झालायाच की! खरं, आता उतारवयात त्येला कष्ट निभायचं न्हाई. जमिनीत नांगोर घालायचा तर आंगात बळ पायजे. श्यात चांगलं पिकवाय पायजे तर नांगरगड्ड्याबी घणसर पायजे, नेटाक पायजे!!"

"हे बघ, शिरमव्वा, आसं एकदम कुनाला तोडून टाकून कंडका पाडू ने! आस्काट, आडगार तुडवत लईबी जावू ने, नीट रस्त्यानं जावावं. माणुसकीनं जरा तरी वागावं; वर त्यो 'जज्य' बसलाय; एक ना एक दिवस त्येच्या म्होरं साऱ्याचा झाडा द्यायची पाळी येती!"

"शंकराप्पा, एवढं लई म्होरचं कोणी बघीटलंय? पायापुरतं बघायचं आनी चालत ऱ्हायाचं! आज, ह्या घडीला, माजा फायदा कशात हाय? तेवढंच बघायचं! आज मला वाटतंय् म्हाताऱ्या बैलाच्या जागी तरण्याला ठेवावं तर ठेवायचं! त्येनं तोटा तर होत न्हाई, झाला तर फायदाच हुतोय!"

"हे सारं नक्कीच ठरीवलीयास म्हण तुजं तू!"

"व्हय! मी काय न्हन्नूबाळ न्हाई, कुणाच्या ओंजळीनं पाणी प्यायला! माजी मी खब्बीर हाय, माजं बरं-वाईट, फायदा-तोटा ठरवायला! मी कधी कुनाकडं सल्ला मागाय गेलो न्हाई, आनी कुणी मला सल्ला द्यायच्या भानगडीतबी पडू ने!"

"चांगली गोष्ट हाय, लई लौकर श्यानी झालीस आपल्या जलमाला; आता तुला कुनाची पत्रास ठेवायची काय जरुरी? जातो मी!"

"का बा? राग आला? मी काय तुला बोललो? मी माझ्याच जलमाची कानी-कानी कित्तानी लावलीया, त्यात तुला एवढा ठणका बसायचं काय कारण? आलाईस तसा खा-जेव आनी जा की! बिच्चाऱ्या आन्नावर का राग करायचा?"

बोलता-बोलता ती त्याला एकेरी संबोधत होती; नि तिच्या ह्या आवचीत

बदललेल्या वागण्याने मनोमन धक्का बसलेल्या शंकरला ते जाणवतही नव्हतं!

"माजा ना आन्नावर राग हाय, ना तुज्यावर! तुज्यावर तर का बा रागावू मी? मला काय हक्क रागवायचा? तू काय नात्याची का गोत्याची? तुझी तू कसंबी वागाय् सोतंत्र हैस नि माजा मी; त्यात कुणी कुणावर काय म्हणून रागावायचं?"

आणि एक प्रकारच्या तिरमिरीनं तो बाहेर पडला... तिनंही त्याला अडविलं नाही की त्याची समजूत घालत 'राहा' म्हणून आग्रहही केला नाही...

इतक्या दिवसांचे बिसतंतूचे धागे अशा सहजपणे तुटले की साधी कळही आली नाही. जणू दोघांचीही मनं जूनजरबाट होऊन गेली होती!

झपाझप चालत तो वाडीच्या तिठ्ठ्यावर आला, नि बंकापूरकडून येणाऱ्या यस्टीची वाट पाहत राहिला तेव्हा त्याला एकदम मोकळं-मोकळं वाटत राहिलं- सुटका झाल्यासारखं!

सभोवताली जणू आस्काट पसरलं होतं नि त्यातून आपण तिच्या संगतीनं एक प्रकारच्या धुंदीतच चालत राहिलो होतो... पायदळीच्या काट्याकुट्यांची पर्वा न करता... तिच्या सहवासाची एक नशा, एक झिंग चढलेली, त्या कैफामध्ये तिच्या मनात बेईमानपणाचा एक पदर आसंल, हे आपुन विसरूनच गेलोतो! तिनं आपल्या स्वभावाचा ह्योही पैलू दावला नि आपल्याभोवती पडलेल्या तिच्या पाशातील मत्तीर तवाच नाहीसं झालं... जणू पायदळीचं आस्काटं सरलं आणि समोर नीटघोल रस्ता दिसाय लागला... मान्साच्या जिंदगानीत एक बायकू तर पाचवीलाच पुजल्याली; त्याशिवाय दुसरी एक बाई आली म्हंजे त्येची वडाप अशी आस्काट, आडगारातनं पळाय लागती; त्येला मग आपल्या बायकु-पोरांची काळजी ना जगाची पर्वा, फुल्ल स्पीडनं त्यो वडाप आपली टापोटाप रेमटतच आस्तोय!!

घाटाकडल्या घसारतीच्या बाजूनं दोन हेडलाईट वेगानं खाल्ती येत असलेले दिसले नि विचारचक्रातून शंकर भानावर आला. ही धाची लास्टचीच यस्टी! ट्रकवाला इतक्या वेगानं धा-वीस टनांचा लोड घिऊन कशाला उलथायला घसारतीवरनं ईल? लाईट जवळ आली; ती यस्टीच होती... शंकरनं हात केला आणि काच्चदिशी ब्रेक लावत ड्रायव्हरनं यस्टी थांबविली... शंकर यस्टीच्या मागच्या आंगाला गेला; उजवा हात वर करून त्यानं दाराचा खटका खाली दाबला तसं दार उघडलं. वर चढून त्यानं झाप्पदिशी दार मारून घेतलं, तशी ड्रायव्हरनं यस्टी घसारतीवरनं खालतं सोडली... ह्या मुक्कामाच्या रातच्या दहाच्या शेवटच्या यस्टीत धडपणे दहा-बारा सिटाही नव्हत्या! खिडकीजवळच्या एका सीटवर बसता-बसता त्याने काचेतून गणेशवाडीकडे पाहिले-

वाडीतल्या गल्ली-बोळातील विजेच्या खांबावरील लाईट्सच्या टिकल्या इतक्या दुरूनही दिसत होत्या. आस्काटातील फड्या निवडुंगावरच्या काट्यांगत डोळ्यांत घुसत होत्या...

जणू त्या आस्काटातूनच सुटका झाल्यागत त्यानं एक नि:श्वास सोडला आणि मान वळवून यस्टीच्या समोरील काचेतून रस्त्यावर नजर रोवली-

अंधार कापीत यस्टी पुढे पळत होती आणि तिच्या खालून विरुद्ध दिशेने रस्ता पळतो आहे, असा भास होत होता! अखेर सत्य काय होतं? पुढे पळणारी यस्टी? की विरुद्ध दिशेस पळणारा रस्ता?

या प्रश्नांची गम्मत वाटून खुदकन त्याला हसू फुटलं अन मघापासून मनावर ओठंगून राहिलेली अभ्रं हास्याच्या त्या एकाच लाटेनं कुठल्या कुठे दिक्पाल होऊन ते सिद्धेश्वराजवळच्या आडातील पाण्यागत निव्वळषंक वाटू लागलं!!

∎

सावी

शेजारचा पानपट्टीवाला बशीर एक वीसेक वर्षांच्या, गोल सहावारी लालट रंगाची साडी नेसलेल्या, पाच फुटाच्या आतच उंची असलेल्या गोरटेल्या देखण्या पोरीला पानपट्टी बनवून देत होता. पान घेऊन ती गेल्यावर तो म्हणाला,

"शंकर, बघीटलंस - बायनानं कसलं पारवाळ आणलंय् ते?"

"कुठनं आणलंय् ?" मी कुतूहलानं विचारलं.

"जिल्ह्याच्या गावास्नं म्हणं बा!"

बायना ही घरवाली. तिच्या घरी कायम चार-पाच पोरी धंद्याला असत. पूर्वी तीही त्या पोरीतल्यासारखी एक म्हणून तिथे आलेली. तीसेक वर्षांपूर्वी घरवाली म्हणून दलित समाजातील महार जातीतील पवितरा होती. कमरेला पानाची चंची खवून, तोंडात हमेशा पानाचा बार भरून बसणारी काळ्या शिसवी रंगाची पवितरा भांडी दुकानातील गडी कम् उधारी वसुलीवाल्या तुकारामला ठेवून घेऊन होती. तुका म्हातारा होऊन वारल्यावर पवितराचं आपल्या धंद्यावरनं लक्षच उडालं. जवळच्या सहा मैलांवरील एका खेड्यातील बेरडाच्या घरातील जोगतीण म्हणून सोडलेली बायना पवितराच्या येथे धंद्याला येऊन पाचेक वर्षे झालेली. बायना तेव्हा ऐन ताणात होती व पवितराच्या मर्जीतीलही. एके दिवशी पवितरानं, "बायने, तूच आता सांभाळ हे खटलं; म्या जातो गावाकडं! म्या ठकलो आता; किती दीस ऱ्हायल्यात माजं? निवांतपनं मरतो!!" नि मग तेव्हापासून बायना घरवाली म्हणून पवितराची गादी चालवू लागली... तालुक्याचा सरकारी दारू कंत्राटदार यमनाप्पा यमकनमर्डे होता. त्याच्या जीपवर चांभाराचा लक्सू ड्रायव्हर होता. त्याच्या बाहेरख्याली वागण्याने विटून त्याची बायको त्याला सोडून गेली होती. बायनाच्या नादाने तिचे उंबरे झिजविता-झिजविता तो तिचा यजमान होऊन बसला. तशा प्रत्येक घरावाल्या असा कुणीतरी बापय् पाळतातच. बायनानं त्याला पाळलं होतं. यमकनमर्डेची कंत्राटदारीची मुदत संपून गेल्यावर पुढील कालावधीसाठी त्याच्याहून बोली जास्त बोलून त्याचा

प्रतिस्पर्धी नागाप्पा हत्तरगीनं तालुक्याचं सरकारी दारूचं कंत्राट मिळविलं होतं आणि शेजारच्या तालुक्याचं सरकारी दारूचं कंत्राट मात्र पूर्वीगत आपल्या हाती ठेवण्यात यमकनमर्डे यशस्वी झाला होता. त्याचा इथला डेपो उठला तरी बायनाचा लक्सू त्याच्यासह शेजारच्या तालुक्यात न जाता त्याने ती नोकरीच सोडून दिली होती...

बायनानं आणलेली ही पोरगी कधीमधी माझ्याही किराणा दुकानाकडे काही ना काही घेण्यास येऊ लागली... तिचं एक वैशिष्ट्य म्हणजे ती कसबीण वाटत नसे. साठ सालापूर्वी केवळ जिल्ह्याच्या गावीच कॉलेजं होती, तिथं मी दोन वर्षे काढून परीक्षेत गचकल्याने गावी येऊन किराणा दुकान काढलं होतं. कॉलेजमध्ये त्याकाळी पोरी सहावारी साडीत येत. ती अशा कॉलेज पोरीगत वाटे. एखाद्या वारयोषितेगत हसणं-खिदळणं नाही, की नयनविभ्रमात कामुकतेचं आव्हान नि गालावरील स्मित हास्यात इशारा नाही. नीटमार्गी चारचौघीगत तिचं वागणं होतं. जाताना ती एखादी आवळा सुपारीची पुडी नेहमीच नेई; त्यातील एखादं खांड तोंडात टाकून ते ह्या गालातून त्या गालात घोळवत राहायची सवय तिला होती. असं खांड घोळवत ती चालली की खूप आकर्षक दिसे नि सेक्सीही! सेक्सी दिसायला खूप नटायला-मुरडायला हवं असं नाही, तर साधेपणातही किती सेक्स लपलेला असतो हे तिच्यावरून कळून येत होतं...

ती जशी पानासाठी बशीरकडे यावयाची, तशीच बायनाचं काही किराणा सामान न्यायला माझ्याकडेही यावयाची, तशीच बशीरच्या लगतच्या भारत हॉटेलातही चिवडा-भडंगच्या वा पापडीच्या पुड्या न्यायला यायची. बायनाच्यात आंबटशौकीन लीकरवाली गिऱ्हाईकं येत, त्यांना दारूच्या घुटक्याबरोबर फक्के मारायला असा काहीतरी खारा माल लागे. तसेच समोरच्या लीकर शॉपमधून क्वार्टर्स न्यायलाही तिची दिवसातून दोनेकवेळा येरझारी होईच. तिला असे बाजारहाटाला लावून देण्याजोगा तिनं बायनाचा विश्वासही संपादन केला असावा. आमचा हा एरिया भाजी मार्केट परिसर म्हणून प्रसिद्ध होता. ह्याच्या पूर्वेकडून पुणे-बेंगलोर हा हाय-वे गावातून गेलेला. हाय-वे ओलांडून वर कासराभर गेल्यावर बायनाचं घर लागे आणि पुढं पार टोकाला गेल्यासालीच नवंकोरं अंबाबाईचं मंदिर बांधण्यात आलं होतं. मंदिराकडं जाण्या-येण्याच्या रस्त्यावर बायनाचं घर, त्यामुळे तेथून जाणाऱ्या-येणाऱ्या भक्तांची, विशेषत: स्त्रियांची थोडी कुचंबणा व्हायची; त्यामुळे वरपर्यंत तक्रारी जाऊनही बायना पोलीस स्टेशनला हप्ते देऊन व वरचा कुणी साहेब आला की नाईटला पोरी पुरवून 'स्टेशन' सांभाळून असल्याने अशा तक्रारींचा काहीच उपयोग होत नसे. दिवसा पोरी आतच बसून धंदा करीत आणि रात्रीचे नऊ होऊन गेल्यावर मात्र दाराबाहेरील

फरशीवर येऊन बसत. बायनाकडे कुठल्या-कुठल्या मुलखाच्या पोरी येत. दोन-चार महिने तेजीत धंदा करीत; मग गिऱ्हाईकांची वर्दळ कमी झाल्यावर दुसऱ्या गावी फुऽर होत; पण ती मात्र कधी कुठे गेलेली, निदान दोन-चार रोज का असेना जाऊन आलेली दिसून आली नाही; जणू बायनाची धाकटी बहीण असल्यागत ती सावलीगत तिच्यासंगं असे...

अशी सात-आठ वर्षे हां-हां म्हणता उडाली. काळाच्या पाऊलखुणा निदान स्त्रीदेहावर, चेहऱ्यावर उमटतातच, पण ती चिरयौवना असल्यागत दिसत होती. ती चरबी सुटून पुष्ट आळीगत गब्दुल झाली नव्हती की वैलवारं आल्यावर इथनं तिथं उडून जाईल अशी रोडावून तुरकाटी झाली नव्हती. तिला मी प्रथम पाहिली तशीच आताही दिसत होती. अंगावर ना कमी ना जास्त मांस असलेली, स्लीम, तशीच लुटकलुटक चालणारी-आवळा सुपारीचं खांड गालातल्या गालात घोळवत, पुरुषांची अधाशी नजर रोखत असूनही आपण त्या गावचीच नव्हे असे भासवत जाणारी; जणू आपल्याच कोषात गुरफटलेल्या पाखरागत, जगात असूनही जगात नसल्यागत, अलिप्त, दूर-दूर, परकी-परकी... ती कधी कुणाशी दात काढून हसलीय वा पाचकळ बोलत राहिलीय असं कुणाला दिसलं नाही. बोलली तर जेमतेम, जरुरीपुरतं तेवढंच, बस्स! ती ज्या पुरुषी वासनेच्या जगात सतत वावरत होती तिथं असं संयमानं वागण्याला अंगी फार मोठं बळ असावं लागतं! म्हणून वाटायचं, इतर वारयोषितेपेक्षा तिची वैचारिक पातळी खूप उंच असावी किंवा ती जेथून ह्या खातेऱ्यात येऊन पडली त्या तिच्या मूळच्या आई-बापाच्या घरातील संस्कारही चांगले असावेत...असे असूनही तिने ही आडवाट का धरावी? असे काय कारण घडले असेल? कुणाच्या नादी अवखळ वयात लागली असेल नि त्याने प्रतारणा करून हिला अर्ध्या वाटेवरच सोडून पळ काढला असेल? की कुणी फशी पाडून कुंटणखान्यात आणून डांबली असेल नि बळजबरीने धंद्याला लावली असेल...? मनात उगीच हळहळ वाटत राहायची... रोज कितीजण तिला ओरबाडून जात असतील, कितीजणांच्या खाली देहाचा बिछाना पसरावा लागत असेल, किती जण तिचा चोळामोळा करून टाकत असतील; पण सकाळी आंघोळ करून समोरच्या रस्त्याने ती दर्ग्याला जात असलेली दिसली की एकदम कुंवार, अस्पर्शा, अनाघ्रात अशी ताजी टवटवीत वाटे. फिक्कट गुलाबाच्या डहाळीवर फूल उमलावं, तशी...

पण माणसाचं आयुष्य असं सरळ रेषेत कधीही जात नाही. वरचा खेळीया प्रत्येकाच्या आयुष्याच्या दोऱ्या आपल्या आसनाजवळच्या खांबाला जणू बांधून

ठेवीत असतो व लहर येईल तशी कुणाचीही दोरी खेचून त्याचं आयुष्य कुठल्या-कुठल्या वडीवताडातून फरफटत नेऊन आपलं अस्तित्व जाणवून देत असतो... तिच्याही बाबतीत असंच झालं... एके दिवशी शेजारच्या पानपट्टीवाल्या बशीरनं सांगितलं,

"शंकरभाया, वो लौंडी को लक्स्याने बेच डाला!"

त्याच्या अशा मोघम बोलण्याने मला काहीच अर्थबोध होईना. काहींना अशी सवयच असते. आधी मोघम बोलायचं नि मग त्याचं स्पष्टीकरण करीत राहायचं! बशीरचा स्वभावही असाच होता, म्हणून मी विचारलं,

"कौनसी लौंडी?"

"अरे, वो रे, बायनाबायकी ह्याँकी, आपुनके दुकान को आती थी, वो?"

तशी मग माझी ट्यूब पेटली न् मग मी त्याला पृच्छा केली,

"किसको बेच डाल बा?"

"बायनाके ह्याँ एक लौंडा आता था, पासहीके खेडेगाँवका, वो इस लौंडी पे लट्टू हो गया; बायनी के लक्स्याने आवाज काड्या - 'पैले दस हजार ह्याँ लगावो, और बाद में उसे ले जाने की बात करो!' वो भी साला सनकीला, गरम खून का जवान! गाँव जाको अपनी आधी खेतीबाडी बेचके फूक डाली, आऊर उसे लेकु गया! जाते वखत पासहीके ह्याँ अण्णा के हाटीलमें भडंग खाते दोने बैठे थे... दारू पीके टर्रऽ अथ्था वो; और वो छिनाल रांडभी! साला, मजे तो शॉकच लग्या, देखने में साली कैसे इनोसंट दिखाई देती है!"

"अबे चलनेकाच! वो लाईनच खराब है। दस-दस मरदोंके साथ बिस्तर गरम करना पडता है एक-एक लडकी को, अगर दारू नही पी तो दिमाग औट हो जायेगा और पागलपनका दौरा पड जायेगा।"

"हाँ, ये भी सच है!" आणि बशीर म्हणाला, "शंकरभाया, बाईचा जल्मच लई बुरा, लई वंगाळ! हर बाई मादी नि हर बापय् नर आस्तो, हेच खरं बघ!!"

तिकडे खेड्यावरील तिचं वर्तमान इथंवर कानावर येत होतं. बायनीचा लक्स्या तिच्या जिवावर चरून गावभर टळोऽ करून फिरत असे. तेही चालत नव्हे तर सायकलीवरून. त्याची सायकल नव्या ताणाच्या पोरीगत होती. कुणीही टकाटका बघत राहावं, अशी. काळाभोर कलर असा की, वाटावं - नुकतीच ह्यानं ही विकत आणलीय् ! हॅण्डलच्या मुठींना गोंडे, शिवाय वर डावी-उजवीकडे दोन आरसे, नि 'टीन-टीन' करणारी फायनाबाज घंटी. एखाद्या हावळ्या माणूस ठेवलेल्या बाईसाठी जशा आगतीनं करतो तसा लक्स्या सायकलीसाठी करे. गावात आणखीन तीनेक ठिकाणी वारयोषितेंची तीन-चार, तीन-चार घरं

होती आणि बायना तेथील काहीजणींना व्याजी पैसे देई. कमाईतली निम्मी वाटणी घरवालीला द्यावी लागत असल्याने उरलेल्या पैशात काहींचं पोटपाणीही धड चालत नसे तर काहींना दारू-मटक्याचा नादही असल्याने कमाईतला पैसा पुरुटी पडत नसे. अशांना मग बायनाची आठवण येई. तिनं अशा गरजूंना दिलेल्या पैशाचं व्याज वसूल करीत लक्स्या मग गावभर फिरत राही. त्याच्या फायनाबाज सायकलीच्या टायरी गावातले गल्लीबोळ मग झिजवत राहत...

बायनाचा इतर कुठल्या पोरीवर भरोसा नसल्याने दहा हजाराच्या ईकऱ्यातून एक रक्कमी कमाई तिच्या हाती ठेवून ती आपल्या नव्या मालकाच्या गावी गेल्यापास्नं बाजारहाटाची जबाबदारी आता लक्स्यावरच आली होती. किराणा-माल न्यायला एक रोजी लक्स्या आल्यावर त्यानं बोलूनही दाखवलं,

"बायली ती सावी गेल्यापास्नं बाजारची पन्वती माझ्यामागं लावली न्हवं काय!!"

"कोण बा ही सावी आनी काढलीस?" मी विचारलं.

"ती गा ती, हितं बाजारसाठी येत हुती ती!" नि तो म्हणाला, "ती तरी किती दिवस थरांबणार हाय त्या आडवळणी खेड्यात? बीट लावतो व्हाव् तर एक ना एक रोज ती परत हितं धंद्याला ईवून बसतीका न्हाय बघ! त्या साल्याला बायकु हुती, याक प्वार हुतं, पन हिला न्हेल्यावर त्येनं पोरासकट बायकुला टाकलं. आता ती बिचारी आपल्या बाकडं नेसरीला आस्तीया म्हणं नि ह्यो ह्या भोसडीला घिऊन सौंसार करणार म्हणं!! हितं च्यारी च्याव खाल्ल्याली-पिल्ल्याली पोर्गी ती, त्या खेड्यात रमंल आसं मला तरी वाटत न्हाई! कुठंबी आसूं दे, सुखात आसूंदे म्हंजे झालं! आमाला काय? - ही गेली दुसरी आणताव! तसा हिचा सौदा आम्हास्नी काय घाट्यात आला न्हाई; साऽ वर्सांच्या वर कमाई करून दिऊन वर आनी धाऽहाजार दिऊन गेली; आनी शंकरमाऽ तूबी बघतास न्हवं - आमीबी तिला कशी ठेवलीती, सांभाळलीती, कुणी तिला आमची पोर्गीच म्हणावं!!"

ह्या गोष्टीला पाच-सहा महिनेही धडपणे उलटले नसतील, परत ती इथे गावात दिसू लागली... शेजारचा पानपट्टीवाला बशीरही म्हणाला,

"शंकर, सावी आली बघ परत धंद्याला. येसवा बायास्नी गरतीगत परपंच्या कराय जमलं का कधी? का कुणाला म्हाईत ही आता बायनाच्यात न्हाई तर म्युन्सिपालटीजवळच्या मोगळ्यात ती भागाबाई घरवाली हाय न्हवं, तिच्याकडं हाय..." बायना फर्स्टक्लासवाली घरवाली, तर भागाबाई तिच्यापेक्षा जरा खालचीच...

भागाबाई येथून दहा मैलांवरच्या एका खेड्यातील. लहानपणीच घरातल्यांनी तिला जोगतीण केली असली तरी धोंडबा ड्रायव्हरबरोबर तिनं झुलवा लावून

प्रपंच सुरू केलेला. धोंडबा आईला एकुलता एक असला तरी भागाबाईला घेऊन वेगळा राहत होता. त्याची आई एका खाटक्याला ठेवून घेऊन होती. खाटकी मेल्यावर ती अडल्या-नडल्या जोडप्यांना घरात दहा-पंधरा मिनिटांसाठी जागा देऊन पैसे कमावीत असे. ती मेल्यावर धोंडबाने घराचा ताबा घेतला नि मग त्याच्या बायकोने आपल्या सासूचीच गादी चालविली. धोंडबाला दोन टायमाचं जेवण व रातच्याला पील तेवढी दारू मिळायला लागल्यावर त्यानं ड्रायव्हरकीच सोडून दिली. पुढे-पुढे जेवणापेक्षा दारूचंच प्रमाण वाढत गेलं आणि लिव्हर खराब होऊन धोंडबा मेलं... दावं सोडलेल्या म्हशीगत भागाबाई मग उंडाराय लागली. तिला कसला तो दरकार राहिला नाही. तिच्या इथे नेहमीच तीन-चार पोरी धंद्याला येऊ लागल्या. तीही मनात भरेल त्या पुरुषाला जवळ करू लागली. तिनं ठेवून घेतलेली चार पोरं तिनं दिलेल्या दारूत आकंठ बुडून धोंडबाच्याच रस्त्याने परलोकाच्या वाटेने निघून गेली... इतर घरवाल्या व त्यांच्याकडील पोरीही भागाबाईला पुरुष खाणारी चेटकीण म्हणत! ह्या भागाबाईकडं येऊन सावी धंद्याला बसू लागली. सकाळची नऊच्या टिपणीला ती यस्टीनं खेड्यावरनं येई आणि इथे ईळभर धंदा करून रातच्या साडेआठच्या शेवटच्या यस्टीनं गावाकडं जाई... काही वाणसामान न्यायला भागाबाई माझ्या दुकानाकडं आली नि सावीचा विषय निघाला की हळहळत राही. एकदा म्हणाली,

"शंकरदा, सावीचं काय धड होत न्हाई. तिथं बायनीजवळ हुती तवा आनी ती खाऊन पिवून टुमटुमीत हुती. आता बघ, कशी हाडसून गेलीया. धा हजार मोजून बायनीपास्नं सोडवून न्हेल्याला हिचा यजमान हिला तिथं थारा खाऊ देत न्हाई! 'जा धंदा कर जा आनी मिळवून आणून माझ्या पोटाला घाल' म्हंतोय म्हणं! आरधं श्यात उरलंय् ते तरी असला पडक भाड्या कुठलं पिकीवतोय्? ईळभर दारू पिवून धुत्तहून पडून न्हायल्यावर शेतात कोण राबणार? हिचं मतोर 'सुखी हुती रांड, शेंडाला घासली गांड', तशी तऱ्हा झालीया म्हणनास! ही जिल्ह्याच्या गावात पयल्या घरवालीकडं हुती तवा तिथं हिला एक पोरगीबी झालीया..."

ऐकून मनोमन धक्काच बसावा, तसं झालं! सावीला एखादं मूल झालं असेल असं वाटतच नव्हतं आणि भागाबाई इकडे सांगत होती,

"त्या घरवालीनं हिच्या पोरीला धंद्याला न लावता शाळा शिकवून सवरून मोठं केलंय नि आता तिचं ती लगीनबी लावून देणार हाय म्हणं! आनी हिकडं ह्या सावीचं भोग बघा ! हिकडं ईवून इत्की वर्सं झाली खरं, ही भोसडी एकदाबी आपल्या पोरीला बघाय तिकडं गेली न्हाई, कसलं दगडावानी मन हाय बघ हिचं!"

"पर्वा सगळ्या पोरीस्नी नि तुलाबी पोलिसांनी पकडून न्हीवून केस घालून तालुक्याच्या कोर्टात हाजर केलंतं न्हवं?"

"त्ये भाडे हप्तेबी खात्यात आनी भाहीर कुठं केसीस गावल्या न्हाई की आम्हावर धाडी घालत्यात. म्या तर कोर्टाला बोलूनच दावलो, 'म्हाराज, आम्हास्नी, कुठं तरी नोकऱ्या द्या, कामधंदा लावा, आम्ही ह्यो वंगाळ धंदा सोडताव! म्हाराज, धा जण रोज यायचं नि साऱ्या आंगाचं हालहाल करून जायाचं, ह्यात आम्हास्नी तर कुठलं सुख हाय ! तवा कुठंतरी कामाला लावा आम्हास्नी, आम्ही हे काम सोडताव्!' तसा जज्ज्यानं आपल्या कपाळावर हात मारून घेत माज्यासकट सगळ्या पोरीस्नी चाळीस-चाळीस रुपयं दंड केला!"

सावीचा यजमान अलीकडं भागाबाईच्या घरातबी यायचा नि सावीला हाणमार करून तिच्याकडं गिऱ्हाक करून जमल्यालं पैसे काढून घेऊन जायचं. एकदा म्युन्सिपालटीची इलेक्शन लागली. तिची मतमोजणी म्युन्सिपालटीच्या इमारतीत चालू होती. भोत्याभोर पोलिसांचा कडक पहारा होता. जिल्ह्यास्नं राखीव पोलीस दलाचं दोन पिंजरं आल्यालं. कुणाच्या हातात काठ्या, कुणाच्या हातात बंदुका. दंगल इलेक्शनच्या उमेदवारांच्या लोकात उसळण्याऐवजी ती भागाबाईच्या घरात उसळली. सावीचा यजमान पिवून हाल्ट झालेला नि सावीला ढोरागत झोडपत असलेला! बंदोबस्ताचे एस. आर. पी. हातातल्या काठ्या परजावीत भागाबाईच्या दारात धावले नि सावीच्या यजमानाचं मानगूट पकडून मेलेल्या उंदरागत त्याला बाहेर आणलं. तुरकाठीगत असलेला तो गडी कानडीत शिव्या देत त्या राखीव पोलिसांची आईमाई काढू लागल्यावर त्या सर्वांनी त्याला खाली पाडून लाथांनी नि हातातल्या काठ्यांनी भाताची लोंबी झोडपल्यागत झोडपून काढलं! - हे सारं रामायण सांगून भागाबाई म्हणाली,

"सावीला मी ह्यावर भाहीरचाच रस्ता दावला. 'हितनं म्होर माज्या हितं पाय टाकू नकोस' म्हटलं. तशी ती पाया पडाय लागली. मिनत्या कराय लागली. शंकरदा, मला एकेकदा काव येतोय, पोरीस्नी म्हणतोबी, 'रांडानु, उद्याठावनं ईवू नका हितं, म्या धंदा आता कायमचा बंद करणार नि गावाकडं जाणार.' तशा कुणी माज्या पायावर घालून घेतंय तर कुणी पाया पडतंय 'अक्का, तू सोडून गेलीस तर आम्ही काय करावं? काय खावावं पोटाला? कुठं जावं रोजगाराला? आमच्या पाठीवर मार, पन पोटावर मारू नको!' हे हात धरून जुलमाचा राम-राम केल्यावानी! मग काय शंकरदा, माजाबी नावीलाज हुतोय बघ! न्हाय तर मला एकटीला आसं किस्तं लागणार हाय पोटाला? माऽप माज्या बानं जोगतीण म्हणून मला सोडलं तवाच पाच एकर श्यात माज्या नावावर करून ठेवलंय्, त्यात पिकंल ते खाईत ऱ्हायलो तर वरीसभर खाऊन

सप्पणार न्हाई... पन म्या गेलो तर ह्या पोरीस्नी कोण दिक्क् न्हाई; उपासी मरतील भोसड्या, म्हणून श्यात भावास्नी लावलंय. त्यातलं खावूनबी त्येंचं मन समाधानी न्हाई. गेलं साली थोरला भाऊ सोगा पसरीत आला. त्येच्या पोराला नोकरीला लावायसाठनं दीड लाख रूपय पायजेत म्हणून दिलं! काय करतोस मग शंकरदा, माजं तर कुठं प्वाट पिकलंय्? वांझुट्या बाईनं ठेवायचं कुणासाठनं? हाय तंवर आपल्याच मान्सास्नी उपेगी पडायचं, जीवमान हाय तंवर जगायचं नि उदकाडीवानी ईजून जायचं!!''

भागाबाई महा लुच्ची. ती निम्मं आरधं खरं, निम्मं आरधं खोटं सांगत होती. गावाकडं तिची जमीन होती, तिच्यावर तिचं उत्तम चाललं असतंही, पण तिथं इथल्यागत च्यारीच्याव खाणं कुठलं? रोज एक-दोन क्वार्टर घशाखाली रिचवून आवडीच्या यजमानला उरावर ओढून घेणं कुठलं? खचून दोन हजारही लोकवस्ती नसलेल्या तिच्या त्या गावढ्या गावात असं रंगलालपणे जगणाऱ्या बाईला नागडं करून, झोडपतच गावाच्या हद्दीबाहेर घालविलं असतं. खरं तर भागाबाईलाच इथल्या जिण्याची चटक लागली होती. पोरी येत होत्या, जात होत्या, काही थोड्या गुप्तरोगानं, काही थोड्या कुपोषणानं, टी.बी.नं मरतही होत्या. अशी पोरगी बाहेर कुठंही मरून पडली तरी ज्या घरवालीकडे धंदा करीत असे नेमके तिकडे पोलीस येत नि तिच्या अंत्यविधीचा खर्च त्या घरवालीला करायला लावीत, शिवाय वर आणखी दारूसाठी चिरीमिरी घेऊन जात...

अलीकडे सावी भागाबाईच्यात राहत असलेली दिसू लागली. इथून खेड्यावरचं तिचं रोजचं अप्-डाऊन बंद झालं. तिथल्या हिच्या यजमानानं हिला सोडून दिलं की काय ? भागाबाईला विचारलं तर ती म्हणाली,

''शंकरदा, दुभती म्हस, कोण अशी-तशी सोडील व्हय् गा? त्येनं तर धा हजार मोजल्यात हिला, त्यो हांट पिनारा कुठला सोडतोय? शंकरदा, बापयाला खराब नाद एक काय बाईचाच अस्तोय? ह्यो भाड्या तिकडं चोऱ्याच करायला शिकला. त्या गावात धा वर्सामागं चालतच तिठ्ठ्यास्नं तीन मैल जायाय् लागायचं; नि आता गावापतोर डांबरी रस्ता झाला. गावाच्या ईशीत यस्ट्या, वडाप् गाड्या यायला लागल्या नि ईशीत चार-पाच टपऱ्या उठल्या. सावीच्या यजमानानं नि त्येच्या दोघा मैतरानी एका रात्री तीन टपऱ्या फोडल्या नि आतला पा-सा हजाराचा माल लांबीवला! चोरी केली तर ती पचवायची शामत तरी आंगात पायजे; पन ह्ये पडकभाडे लगुलग गावलेबी नि सा म्हैन्याची सजाहून आंदर गेले; मग सावी, एकटी तिकडं जाऊन काय करती? गावातल्या फुकटचंबूंचा आनी तिला रातभर वणवा सुरू व्हायचा म्हणून माज्या हितंच वळचणीला पडती

झालं! बाईचा जलम् लई लंगाळ शंकरदा, नशिबाला बापय असून अडचण, नसून खुळांबा! आधाराला बापय हाय म्हणावं तर त्यो रोज हिचा कुट्टा काढून हितं धंद्याला लावून देणार. बापय सजा भोगाय जाऊन त्येचा आधार गेला म्हणावं तर हिकडं गावातलं उल्लू मशालजी रोज फुकापासरी सतवत ऱ्हाणार!!''

''व्हयं, बरोबर हाय तुजंबी जाता! हिकडं कोण सत्तवाय लागलं तर बोंब मारत पोलीस कचेरीला तर जाता येतंय; पन खेड्यावर कोण दिक् हाय? कुणी छातीत जंबिया घुसवून मर्डर पाडला तर तालुक्यास्नं पंचनाम्याला पोलीस ईस्तोवर मढ्यावर माशा घोंगावायला लागत्यात!'' मी म्हटलं, ''तू आसरा दिलीस, हेच सौरक्षण म्हनायचं!''

सावीला असा आसरा मिळाला, पण सावीच्या पूर्वीच्या जीवनाची घडीच विस्कटली. ती बेबंद, बेधुंद वागू लागली. मानसिक तोल ढळलेलं, मन स्वास्थ्य हिरावलेलं माणूस वेडसरपणाच्या सीमा रेषेवर घोटाळत राहतंय तसं तिचं होऊ लागलं. दिवसभर ती दारू पिवूनच असे. एकदा तर ती पिवून लास होऊन गांधी चौकात पडलेली आढळली. गांधीजींचा पुतळा असलेल्या ह्या चौकात रोज सकाळी, माळव्याचा बाजार भरतो. असाच माळवं घेत मी फिरत होतो तर ट्रक ड्रायव्हर असलेला तवनाप्पानं माझं लक्ष वेधलं.

''सेंकर, भागाबाईच्यातली पोर्गी पिवून हाल्ट हून कशी पडलीय बघ!''

त्यानं हात व्हलपाटून दाखविलेल्या दिशेनं मी पाहिलं - तरं ती सावी होती... सावी, सावू, सावित्री! आंबटशौकीन जिला कंडा माल, पारवाळ, कबुतर अशा टोपण नावांनीही संबोधत, ती सावी ! पूर्वेस तोंड करून नामदेव शिंप्याचं एक छोटं टेलरिंगचं दुकान होतं व वावभर बाजूलाच भिकाजी परटाचं 'धी इंडिया वॉशिंग कं.' नावाचं दुकान होतं व दोन्ही दुकानात चढून जायला ज्या पायऱ्या होत्या, त्यांच्या दोहोंमध्ये वावभर अंतराची जागा मोकळीच होती. त्या जागेत डाव्या हाताचं उसं करून त्यावर डोकं टेकवून सावीनं 'म्या जगाला आनी ह्या आलम दुनियेतल्या मान्सास्नी आडवं मारतो' अशा तेगारात ताणून दिली होती... आपले दोर ज्याच्या हाती असतात त्या वरच्या खेळीयाला मी अस्सल ठेवणीतल्या चार शिव्या हासडल्या! एका स्त्रीची अशी विटंबना नि त्याचं असं जाहीर प्रदर्शन मांडून त्या साल्या चोदीच्याला असला कसला आनंद वाटत होता, कोण जाणे!

माळवं घ्यायसाठी आलेल्या माऊल्या आचीट करत पुटपुटत होत्या,

''कोण तरी धंदेवाली आवा असणार, त्याशिवाय भरल्या चौकात अशी...''

''आता बायकांनीबी ताळतंत्र सोडलाय्, त्याबी प्यायला लागल्यात म्हंजे बघा!''

बायकांच्या मते हे एक व्हैकच होऊन बसलं होतं, पण वारयोषितांच्या जगाची थोडीफार जानपहचान असलेल्या पुरुषांना मात्र ह्याचं काहीच वाटत नव्हतं. दिवसभर व रात्रीही अनेक वासनांध पुरुषांकडून अंगांगाचं हाल-हाल करून घेण्यास बळ येण्यासाठी दारूही घ्यायला हवीच अशा पोरीस्नी...

कुणीतरी भागाबाईला सूच केली असावी. तिनं येऊन चौकात रिक्षा करून तीत सावीला टाकून घराकडं नेलं असावं; कारण माळवं खरेदी करून पिशवी घराकडं देऊन मी चौकातून पुढे माझ्या दुकानाकडे चाललो होतो तेव्हा सावी पडलेल्या जागी नव्हती, आणि एवढ्यात शुद्धीवर येऊन उठून जाण्याच्या नॉर्मल अवस्थेत, सर्वसाधारण परिस्थितीत ती नव्हतीही...

रोज दारू नि दारूच घेणं व वेळेवर पोटात अन्न न जाणं वा घेणं ह्यामुळे असेल, अलीकडे सावी खंगत चाललेली दिसू लागली. डहाळीवर नुकत्याच उंबललेल्या फुलावानी वाटणारी सावी, एका पोरीची आई असूनही अस्पर्शा वाटणारी सावी, जिच्या साध्या राहणीतही एक प्रकारचं कामुक आकर्षण होतं, अशी गोरीपान, देखणी सावी, कधी दुकानाला किराणा माल न्यायला आली की कामापुरतं बोलणारी, अधिक नाही की उणे नाही अशी मितभाषी सावी, आताशी हाडसून गेल्यावानी दिसू लागली. तिच्या फुगीर सफरचंदी गालाची चोबडं बसली अन् तिच्या आवाहक डोळ्यांतले मूक आमंत्रण केव्हाच विझून त्याखाली काळी वर्तुळं दिसू लागली... शेजारचं पान दुकानवालं बशीरही एक रोजी म्हणाला,

"शंकर, त्या सावीला एड्स झाला जणू! ह्या धंदेवाल्या बिचाऱ्या पोरींच्यावर हे एक नवंच संकट आलय् बघ! ईतभर पोटाची खळगी भराय ईल त्येच्याखाली देहाचा बिछाना पसरावाच लागतोय नि मग कुणीतरी अशी बिमारी पेरून जातं आनी मग वर्साच्या आतच खत पडतं!!"

"मलाबी त्योच सौंशय यायला लागलाय् बशीर! आजऱ्याकडल्या वडाराची पोर्गी हुती ती काळीकुळकुळीत भागाबायकडं; तिलाबी पर्वा एड्स झाल्यावर ती बिचारी हितं थरांबलीच न्हाई. माजी हाडं पडू देत माज्याच गावात म्हणून गावाकडं निघून गेली. भांडी कारखान्यातला एक यार तिनं ठेवून घेतला हुता, त्येनंसुद्धा शेवटला तिला दवापानी केलं न्हाई. टी. व्ही. दुकानातनं चौदा इंची नवा टी.व्ही. बांधून देतो म्हणून तिच्याकडनंच दोन हजार उचलून ते तिच्या पडत्या येळंला तिला परतबी करायची माणुसकी त्या सुक्काळीच्यानं दावली न्हाई! मराय लागल्याल्या मान्साच्या टाळूवरलं लोणी खाणारी कसाबाच्या काळजाची अशी मान्संबी दुनियेत असत्यात बघ. बशा, ही सावी हिकडं मराय लागलीया, आनी हिचा यजमान तुरुंगात! आनी त्यो भाहीर असता तरी काय म्हणा! उलट

त्योच हिच्या कमाईवर जगत हुता; नि त्यो हिला काय बघणार म्हणा!''

"शंकर, तशी बघण्याची शामत असणारा तरी एड्स झाल्याल्या आपल्या माणसाला कितपत वाचिवणार हाय म्हणा. ह्यो वंगाळ रोग झाला की त्याम्होरं सगळ्यांचाच नाविलाज बघ!!''

एके दिवशी दुपारचा जेवून घराकडून दुकानात आलो. हाताखालचं पुड्या बांधून देणारं प्वारही अजून जेवून घराकडून आलं नव्हतं. दुपारची वेळ असल्यानं गिऱ्हाईकही त्यासारखंच टिकीमटिकीम! उगंच पेंगात, समोरच्या रस्त्याकडं मिकीमिकी बघत बसण्यापेक्षा सकाळचं जिल्ह्याच्या गावास्नं आलेलं व तिथंच निघणारं दैनिक समोर धरून त्यावरच्या ठळक-ठळक बातम्यांवर नजर फिरवित बसलो होतो. तोवर फाड्दिशी आवाज आला तसा माझ्या डोळ्यांवरील पेंगुळवाणेपणा कुठल्या कुठे दिक्पाल झाला नि मी आवाजाच्या दिशेने मान वळवून रस्त्याकडं पाहिलं - तर काय दिसावं? भागाबाईच्या हाती चप्पल होती आणि तिनं ती समोरच्या सावीच्या गालावर उठविली होती व त्या माराचाच तो आवाज होता! हातातील चप्पल मग भागाबाईनं तशीच खाली टाकली नि तीत पाय सरकवीत ती गजरली,

"रांडं, कुनाची आबरू काढायला लागलीयास तू? पिवून रस्त्यानं फिरायचं न्हाई म्हणून ताकीद दिली हुती की न्हाई? आता एक धाची पिसवी मारून आलीस का न्हाई, बाजूच्या मोगळातल्या बसलींग्याच्या दुकानातनं?''

पूर्वी कर्नाटकात सरकारी दारू दुकानातून खुल्लीच मिळे-पन्नास मिली, शंभर मिली अशी मापानं, पण दारू दुकानवाले, गवळ्यागत दुधात पाणी घालून विकावं तशी दारूत पाणी मिसळून दारू विकायला लागल्यावर सरकारने पॉलिथीनच्या पिशवीतून दारूचा सप्लाय चालू ठेवला. पूर्वी एका पिशवीला पाच रुपये दर होता, तोच आता दहा रुपये झाला होता. मग भागाबाईनं माझ्याकडं मुरा केला नि सगळ्या जगाला ऐकू जाईल अशा आवाजात म्हणाली,

"आता तूच बघ शंकरदा, हिचा यजमान चोरी करून खडी फोडाय गेलाय साऽ म्हैस्नासाठनं; हिला मागंम्होरं कोण म्हारमुडा न्हाई म्हणून मी सांभाळलीया; काय उरला-सुरला कोरतुकडा खाईल; आनी वळचणीला पडून ऱ्हाईल, दिवसातनं एक-दोन डाव घरातनं साळुता मारून घर झळझळीत हिनं ठेवलं तरी त्यात आलं सारं, आसं म्या समजतो! पन कुत्र्याची शेपूट वाकडी ती वाकडीच! पर्वा गांधी चौकात पिवून लासहून पडली, रिक्षात घालून आणाय रुपय ईस मोजलं! तवाच ताकीद दिलीती, तरी ऐकंना! बघ कसं त्वांड घणाय लागलंय दारूच्या वासानं! रांडांनु, काय थ्यार करायचं हाईत त्ये उंबऱ्याच्या आत करा की, आसा भाहीर जगाला तमाशा दावून माजी आबरू का काशी कुंडीत घालाय लागलाईसा?''

ऐकून तशाही स्थितीत मनात आलं, आयला, ह्या भागाबाईलासुद्धा अब्रू होती तर! माणसांच्या नाना परी, तशा अब्रूच्याही असाव्यात! आपल्या घरातील पोरी दारू पिऊन अशा बाहेर फिरू लागल्या तर आपलीच बेअब्रू, असं भागाबाईला वाटत असल्यास आश्चर्य वाटण्यासारखं काही नाही... इथल्या घरवाल्या बायांचा एक अलिखित नियम होता - पोरींना धंदा करायचा तो उंबऱ्याच्या आत... घराबाहेर बसून समोरच्या रस्त्याने जाणा-येणाऱ्यांना "शुऽऽ शुक्" करीत बोलावयाचं, इशारे करायचं, अश्लील हावभाव करायचं, असलं काही नाही. उंबऱ्याच्या आत गिऱ्हाईक आलं, कुणाला पसंत करून खोलीत नेलं की खटलं खल्लास ! मिळणाऱ्या कमाईतला निम्मा हिस्सा मात्र भागाबाईचा! त्यात तिनं पोलीस स्टेशनचा हप्ता, कोर्टकचेरी, कुणी गुंड सत्तवाय् लागला तर फौजदाराला बोलावून त्याची हाडडी नरम करावी, अशी कामं करावीत. लाईट बिल, घरफाळा द्यावा... निम्मा हिस्सा राही त्यात पोरी स्वत:चं पोटपाणी चालवित, संध्याकाळी चेहऱ्याला पावडर लावून, अंगावर सेंट शिंपडून गिऱ्हाईकाला आपण आवडावं त्यासाठी नटण्याच्या, प्रसाधनांच्या वस्तूंवर थोडा खर्च करीत, एखादा रोग झाल्याचा नुसता संशय आला तरी डॉक्टरकडं जाऊन ढुंगणात सुया खुपसून घ्यायलाही थोडा पैसा जाई. ह्यातून काही उरलं तर गावाकडं जाऊन घरच्यांनाही थोडं देत. ज्यांनी घराकडील दोर कापले आहेत त्या एखाद्या बँकेच्या वा पतसंस्थेच्या एजंटाकडे रोजची वा आठवड्याला पिग्मी भरीत. कुणी-कुणी मटकाही लावीत...

शेवटी भागाबाईनं तिच्या पाटीत धपका मारला न् सुनावलं,

"चल घराकडं - दावतो तुला!"

"भागाबाई मान्साची पडती येळ आस्ती. कुत्र्यानिपट लई हाड् हाड् करूने! आसं उपलानी दिवस काय कायम ऱ्हात न्हाईत. साडेसातीचा काळ ह्यो परत्येकाच्याच जलमात येत आस्तोय, त्या टैमात जरा सांभाळून, सावरून घ्यावं मान्सानं एक दुसऱ्याला!" मी तिला शांत करण्याचा प्रयत्न केला.

भागाबाईनं मग म्हटलं,

"म्हणूनच तर शंकरदा, आतल्या आत घोटून घ्याय् लागलोय, न्हाय् तर हिला कवाच भाहीरला रस्ता दावला असता-" आणि सावीला म्होरं घालून ती निघून गेली.

भर रस्त्यात घरवालीकडून चप्पलचा गालावर मार खाऊनदेखील सावी निश्चल उभी होती. पुतळ्यागत. तिच्या चेहऱ्यावर काहीच प्रतिक्रिया उमटली नव्हती, इतकी ती नशेत होती... नशेत ती होती की भ्रमिष्टावस्थेत गेली होती?

काळ कुणासाठी थांबत नाही... ना सावीसाठी, ना भागाबाईसाठी... सावीचा

यजमान तुरुंगात सुटून आला आणि भागाबाईच्या घरून त्यानं सावीला परत गावी नेलं. पूर्वी बायनाच्या घरून नेलं होतं, आता भागाबाईच्या. सावीला नेताना तो म्हणाल्याचं भागाबाईनं सांगितलं,

"आक्का, हिच्यावर तुजा काय खर्च्या साऽ म्हैन्यात झाला आसंल ते मी भागवितो. हिला आसरा दिलास, सांभाळलीस हेच लै उपकार झालं!!"

"लई खर्चा देणारा बघीटलाय्! किती पैसे हैत आता तुज्याकडं?" भागाबाईनं त्याला विचारलं म्हणे.

"आता योकबी न्हाई; पुढं मिळवीन आनी फेडीन की!!"

"लई फेडणारा बघीटलाय! मी पोटाला आन्नच खातो, श्यान न्हवं! पैसाच मिळवायचा तर माजी मी माऽप् गब्बरगंड हाय. हिला नीट सांभाळ! तेवढं केलास तरी पैसं मला पोचल्यावानी! बघ पोर कशी हाडासून गेलीया साऽ म्हैन्यात्!"

सावी कशीतरी खच्चून दोनेक महिने गावाकडे राहिली असेल, मग परत ती भागाबाईच्या घरी दिसू लागली. दुकानाकडे किराण माल घ्यायला ती आली व जाता-जाता शेजारच्या बशीरच्यातनं आवळा सुपारीची एक पुडी घेऊन त्यातील एक खांड तोंडात टाकीत ते घोळवत निघून गेली... तसा बशीर आबातोबा करीत म्हणाला,

"शंकर, त्या अल्लाम्होरं आम्ही शरण! आम्हास्नी वाटलंतं सावीला एड्स झालाय! गलती झाली बा आमची! एड्स झाल्यालं माणूस नाव-नाव खंगत जाऊन एक रोजी अल्लाला प्यारं हुतंय, पन ही सावी निस्तं दोन म्हैनेच गावाकडं ऱ्हायली नि कसी सुधारली बघ."

बशीरचं खरं होतं. सावी आता अंगापिडानं भरली होती. पूर्वीगत टुमटुमीत दिसत होती. तिच्या डोळ्यांखालची काळी वर्तुळं दिक्पाल झाली होती व गालही पूर्वीगत वर येऊन त्यावर सफरचंदी तकाकी दिसू लागली होती. जणू तिचा पुनर्जन्मच झाला होता. मी म्हटलं,

"बशीर, तिला एड्सबिड्स काहीच झालं नसणार. पोटाला टैमशीर आन्नपाणी नसलं नि नुसतीच दारू ढोसत ऱ्हायलं की माणूस हाडसून जातंयाच, तसं सावीचं झालं हुतं! बघ, आता कशी सुधारली भोसडी, परमेश्वराची लीला अगाध आस्ती, ते काय खोटं न्हवं!"

सावी नको इतकी दारूच्या आहारी जाऊन माणसातनंच उठली होती, पण आता सुधारली, सावरली, परत माणसात आली होती. खऱ्या अर्थी आता तिची गाडी रुळाला लागली होती. दिवसभर धंदा करून, सांजचं किनिट पडल्यावर हाती एक पिशवी घेऊन ती बाजारात दिसे. काही लागलं - सवरलं खरेदी करे

आणि रातच्या साडे आठच्या, गावाकडे वस्तीला जाणाऱ्या शेवटच्या, यस्टीसाठी सव्वा आठच्या टिपणालाच भागाबाईचं घर सोडून यस्टी स्टँडकडे जाणारा रस्ता कात्रू लागे... असा नि हा तिचा दिनक्रमच ठरला गेला होता. पूर्वी ती लक्स्याच्या बायनाकडं होती तेव्हा परटाकडून इस्त्री करून आणलेली टेसदार पातळं नेसे. आता धुतलेली असत. स्वच्छ. कुठे घडी न पडलेली, न चुरगळलेली... पूर्वीसारखीच डौलदार चाल व पूर्वीचीच न तुटलेली सवय- तोंडी आवळा सुपारीचं खांड, ते गालातल्या गालात घोळवणं... काळाच्या पुटांचं किटाण परमेश्वरानं घडविलेल्या ह्या शिल्पावर अजून तरी चढलं नव्हतं.

पण सुखाचे दिवस फार काळ लाभत नाहीत, त्याच्या पाठनं दुःख थाड्दिशी आपणावर येऊन आदळतं आणि सुखाची किंमत काय असते हे आपणांस जाणवून देत राहतं. एके दिवशी तिचा उजवा गाल सुजलेला दिसला आणि गालगडदानावर बंद्या रुपायागात काळा डाग उमटलेला अन् त्या गालावर पदर झाकून काळा डाग लपविण्याचा प्रयत्न करीत रस्त्याने जाताना ती दिसली. म्हणजे, तिचा गावाकडला मालक पूर्वीगत रोज तिला परत मारहाण करू लागला असला पाहिजे. तसं कुणी गिऱ्हाईकानं अंगावर हात टाकायची शामत नव्हती. भागाबाई वाघिणीवानी त्याच्यावर तुटून पडली असती नि तिनं त्याच्या चारड्याईरड्याच लोंबविल्या असत्या! ही करामत तिच्या गावाकडल्या यजमानाचीच... तिच्या नशिबाचं आभाळ कसं निरभ्र, स्वच्छ-स्वच्छ झालं होतं! पण आताशा दुःखाच्या काळ्या ढगांनी पुनश्च ते झाकळून गेलेलं दिसू लागलं.

आणि एके दिवशी समिंदराच्या भरती पाठोपाठ झंजावात येऊन थडकावा, तशी ती बातमी कानावर येऊन थडकली-गावाकडं सावीनं आपल्या यजमानाचा मर्डर केला. गळ्यात सुरी सुपसली अन् कोंबडं कापल्यागत गळा चिरून टाकला आणि स्वतः होऊन पोलीस स्टेशनात हजर झाली!!

टळटळीत दुपार झाली आणि भागाबाई बशीरच्या पानपट्टीच्या दुकानम्होरं दिसली. बशीरला तिनं म्हटलं,

"बशीर, बाबा आवळासुपारीची पुडी दे एक!"

आवळासुपारी म्हटल्यावर नेमकी मला सावीची आठवण झाली. म्हणालो, "भागाबाई, आवळ्याची सुपारी सावीला लई आवडायची बघ!"

"ही सुपारी तिलाच न्हयाय् लागलोय् शंकरदा! कानांवर आलंच आसंल तुज्या, तिच्याबद्दल! हितं कचेरीतच हाय म्हणं आजून - लॉकपात! ह्यो जेवणाचा डबाबी तिच्यासाठनंच न्हाय लागलोय ! मान्साच्या जलमाला येऊन काय न्हयायचं हाय शंकरदा! एक बरं, न्हाय तर वाईट! आता कोच्चं बरं, कोंच्चं वाईट हे

कोण ठरवायचं? परतेकाचं चेष्मं येगळं-येगळं!'' आणि भागाबाई बोलली, ''चल बघाय येणार असलास तर शंकरदा जाऊ संग-संग!''

''मी ईवू?'' मी मनात टरकलोच ही मर्डर केस नि आपण तिथं...

''चल, त्येला काय हुतयं! ते पडकभाडे पोलीस आपनंला खात्यात काय गिळत्यात? सावीनं तर गुन्हा कबूल केलाय्. आपनाला कसलं भ्या आलंय? आनी सारं पोलीस टेशन तर माज्या वळखीचंच हाय, चल!''

दुपारची वेळ असल्यानं गिऱ्हाईकही दुकानाला त्यागल्यासारखंच होतं! हाताखालच्या पोराला म्हटलं,

''बघ रे जरा, आलो एवढ्यात!'' आणि तिच्यासंगे निघालो.

भागाबाईसारख्या 'अशा' घरवाल्या बाईबरोबर रस्त्यानं जाताना लोक काय म्हणतील, ह्याची मला पत्रास नव्हती. माझ्या नजरेसमोर फक्त सावी दिसत होती. फिनिक्स पक्षागत राखेतून पुनर्जन्म झालाय असं परवा-परवा मला वाटत आहे, तोवर परत राख होऊन गेलेली - सावी...

पोलीस स्टेशन आलं. हप्तं खाऊन मिंधी असलेली भागाबाईच्या ओळखीची सारीच होती तिथं, तिनं कानडीत क्याडक्याडब्याड करीत सावीला भेटायची नि जेवाण द्यायची पर्मिशन काढली नि आम्ही आत गेलाव...

लॉकअपमध्ये एवढासा मुटका होऊन सावी भिंतीला टेकून बसली होती. ह्या एवढ्याशा टीचभर पोरीनं मर्डर केलाय हे मनाला पटवून घ्यायला फार प्रयास पडत होते. आम्हाला बघून तिच्या डोळ्यांत चळा सुटल्या. तशी भागाबाई म्हणाली, ''हे काय करून बसलीस द्वाडा? साऱ्या जलमाचं लुकसान!''

''अक्का, त्याशिवाय काय ईलाज गावला न्हाई. ईळभर तुज्या हितं धंदा करून साऱ्या आंगाचा चोंबाळा करून जायचं नि रात्री त्यो भाड्या माज्याच पैशाची दारू पिवून माजं हालहाल करायचा. ह्यो शंकरदा, माज्या थोरल्या भावावानी, त्येच्या म्होरं काय लपवायचं? अक्का, हे बघ, बिडी पिवून त्येनं भाजल्यानं डाग!'' तिनं दोन्ही खांदं उघडं केलं नि बिब्बा घालावं तसं तिथं धा-पंधरा डाग दिसलं. ''एवढंच न्हवं अक्का, त्यो उरावर आला की झेंडूबाम न्हाय तर विक्स लावून मजा मारायचा. फोदरीत चटणी भरावी तशी 'त्या' जागंत आग-आग व्हायची, नको ह्यो जलम वाटायचा... मला तरास देण्यात, छळण्यात त्येला एक परकारचं सुखच वाटायचं, अक्का! आखीर त्येला सपिवलाच म्या...'' आणि सावी शून्यात पाहत राहिली.

''सावी, तुरुंगाभाहीरला नरक आजवर बघीटलास तू. खरं तुरुंगाच्या आतबी एक, दुसरा आनी एक नरकच आस्तोय; आता त्यो बघायचा तुज्या नशिबी सटवाईनं ल्हानपणीच पाळण्यात लिवून ठेवलंतं बघ...'' मी म्हंटलं.

"शंकरदा, ह्या दुसऱ्या नरकात अशी मी कितींदी ऱ्हाणार हाय? एवढा खून केलाच तर मला फाशीचीच सजा हुनार!" न मग भागाबाईंवर नजर रोवून ती म्हणाली, "अक्का, खरोखरच मला फाशी झाली तर एकच इच्छा मागं ऱ्हाणार बघ! कंची म्हंशील तर मला माज्या पोरीला एक येळ डोळंभर बघायचं हुतं. जिल्ह्याच्या गावातल्या घरवालीच्यात आता ती मोठी झाली आसंल, लग्नाची झाली असेल... कितीएक येळा वाटायचं, जावावं- भेटावं. फकस्त एकदा तिला बघावं. खरं अक्का, कुठल्या तोंडानं तिच्याकडं जाऊ? तिनं ईच्यारलं - इतकींदी कुठं हुतीस? आनी आताच तुला माजा पुळका कसा आला? तर काय सांगू? एकदा गावाकडं जावं... खानापूर, नंदगड नि त्येच्याबी म्होरं लई फुडं गाव... भाताची खाचरं... उपडसुळाच्या शेंगा, येलास्नं तोडून, बांधावर चगाळ्यानं तशाच भाजून गरम-गरम खाल्ल्याल्या... रानात राबणारं आई, बा, भाऊ... ह्या सगळ्यांस्नी फकस्त एकदा भेटावासं वाटतंय बघ... ह्या सगळ्यास्नी सोडून पळून जायाय अशी कशी त्येनं भूल घातली. त्यो आमच्याच मळ्यातला गडी. मी आपली आंधळ्यावानी त्येचा हात धरून जिल्ह्याच्या गावी आलो. तिथं पडंल ती कामं केली, पन देवाला हेबी बघिवलं न्हाई. टी.बी.नं त्येला खाल्लं तवा म्या गर्वार हुतो. तिथल्या घरवालीनं आसरा दिला आनी बाळतपनबी केलं. तशी तिथंच रमलो आस्तो, पन बायनाक्काचा लक्सू आला नि पाच हाजार मोजून त्येनं हितं आणलं. घरवाली म्हणाली, 'पोर्गीला तिथं न्हीवून मोठी झाल्यावर काय धंद्यावर बशीवणार? धा जणाखाली घालून भाड खात ऱ्हाणार? मला पोटी प्वारबाळ न्हाई, ही मला ऱ्हावूं दे. चांगली शाळा शिकवून हिला मोठी करतो आनी दाल्ला करून देतो!' ती आसं म्हणाली आनी अक्का, म्याबी ईच्यार केला, हिकडं म्या आणून तरी फुडंला तिच्या नशिबात माज्यावानीच असलं कसबीणीचं जीणं यायचं, त्यापरास ऱ्हावूं दे तिथंच; म्हणून मनावर मणा-मणाएवढा दगोड ठेवला आनी ह्या गावात आलो. तिकडली नाळ तोडून टाकली नि तिकडं जाणाऱ्या वाटंवर सांवराळलं शिप्पडलं... आनी आक्का, आता म्होरं मरान दिसाय लागल्यावर मन परत तिकडं वडन घ्यायला लागलंय ..."

"सावी, हे सारं मनातनं काढून टाक. आनी घासभर खा आता. जेवाण आणलंय म्या!" आणि भागाबाई बोलली. "सकाळपास्नं हितल्यांनी शिप्पीभर च्याचा घोटसुद्धा तुला दिला नसतील!!"

माझ्या दुकानाच्या दाराम्होरं सावीच्या गालावर पायातल्या चप्पलनं प्रहार करणारी भागाबाई बोलत होती. एकाच स्त्रीची ही दोन रूपं मी पाहत होतो नि मनात दिक्क् होत होतो. भागाबाई वरनं व्यवहारी, कठोर दिसत असली तरी

सावीबद्दल तिच्या मनात एक मऊ कोपरा होताच.

सावीनं लॉकअप्च्या फटीतनं डबा घेतला नि तो खोलता खोलता ती म्हणाली,

"आनी अक्का तू? तू जेवलीस?"

"सावी, तुला जेवत असल्याली बघून माजं प्वाट भरलं. जेव तू नि:चित्तानं! आनी हे बघ, आपनंला फाशी हुईल, ह्यो ईच्यार मनातनं काढून टाक! खुनाच्या गुन्ह्याबद्दल अशा किती बाईमान्सास्नी कोर्टानं फाशी दिलीया? आगं, लै झालं तर जन्मठेप हुईल, न्हाय् तर पाच-सात सालाची सजा! आगं, हां-हां म्हणता ही सालं जातील... तू निस्तं आंगी न्याट आण - नशिबाबरोबर झोंबी खेळायला- ते दमतंय् का मी, असं म्हण नि शड्डू ठोकून हुबा ऱ्हा!"

∎

उच्छाद

साडेपाच फुटांहून अधिक भरेल अशी सॉलीड उंची, गच्च भरलेला बांधा, त्यावर गोळा उलटा ठेवावा तसा गोल चेहरा, एरॉल प्लीन या इंग्लिश सिनेनटागत लांबसडक नाक, पिळदार अक्कडबाज मिशा, बहिरी ससाण्याची शिकारी नजर व त्यातील भेदकपणा जणू यूल ब्रायनर या दुसऱ्या एका इंग्लिश नटाकडून उसना घेतलाय असं वाटावं, डोईवरचं जंगल डोईच्या सोबागाला उगीच थोडं ठेवून पैलवानी कराप करावं तसं भादरलेले - तेही टोपीविना बोडकं, अंगात विजार व नेहरू शर्ट एवढाच पोशाख आणि खांद्यावर लटकावून सोडलेली शबनम बॅग न् वय पस्तिशीच्या दरडंवरून उडी मारून चाळिशीकडं घरंगळत असलेलं; पण तब्येत अशी की, गडी तिशीच्या घरातला वाटावा अन् पायात गोंड्याचं फायना कोल्हापुरी पायतान, असा कुणी इसम तुम्हाला कधी रस्त्यात दिसला की तो राज गायकवाड आहे हे नक्की समजावं. तुम्ही प्रभावित व्हाल असं इम्प्रेसिव्ह व्यक्तिमत्त्व व तुम्हाला भुरळ घालेल असं लाघवी बोलणं त्याचं असेल...

खरं तर त्याचं नाव राजाराम कांबळे. खाटिक समाजातील कांबळे, पण आडनावामुळे दलित समाजातील समजले जाऊ, या विचाराने त्याने कांबळेचं गायकवाड हे आडनाव व राजारामचं 'राज' हे आकर्षक नाव बदलून घेतलं. तशी त्याची व माझी खूप जुनी ओळख - अगदी तो हायस्कूलचा विद्यार्थी होता तेव्हापासूनची. हा व याचा मित्र सुरेश चव्हाण यांनी एक दिवाळी अंक काढायचा ठरवले होते, पण आधी अनुभव असावा म्हणून साप्ताहिक 'शब्दांगण' काढायची त्यांची योजना होती. अर्थात जिल्हा दैनिकांच्या हल्लीच्या सिनेपुरवणीच्या आकाराची दोन पाने म्हणजे झाले साप्ताहिक. ह्याला वाङ्मयाची आवड, तर चव्हाण तेव्हा नुकताच कथा लिहू लागला होता. साप्ताहिकाला 'संपादकीय' हवं म्हणून चव्हाणनं ते लिहूनही काढलं होतं. माझी एक जुनी कथा त्यांनी पुनर्मुद्रित करायची ठरवली. चव्हाणनंही एक कथा लिहिली होती आणि भोवतालच्या परिसरातील काही नवोदितांच्या

कविता, मिळतील तेवढ्या जाहिराती असं सारं छापायचं नि त्यातूनही कुठे जागा उरेल तेथे विनोद टाकायचे असं त्यांनी ठरवलं होते. अशी सारी तयारी करून त्यांनी प्रेसमध्ये अंक छापायला टाकला. पण निम्मं संपादकीय छापून झालं नाही तोवर ह्याचा व चव्हाणचा कशात कोण जाणे खटका उडाला. तसे चव्हाणने संपादकीय लिहिलेले आपले कागद प्रेसमधून घेतले व रागाने तो निघून गेला. आता काय करायचं? ह्याला केवळ वाङ्मयाची आवड होती, पण ह्याच्या हातून कधी चार ओळीही ललित साहित्याचे लेखन झालं नव्हतं. साप्ताहिकासाठी खरेदी केलेला कागद व छापलेल्या मजकुराचे बिल असा साराच भुर्दंड ह्याला एकट्यालाच सोसायची आता पाळी आली होती.

एके दिवशी तो एवढंस तोंड करून मजकडे आला व वरील सारी रामकहाणी ऐकवून मला म्हणाला, "आता तुम्हीच सांगा माधवराव. सुऱ्या माझा जिगरी दोस्त आणि त्यानं असं करायचं काय, आँ? आपला लेखच साल्यानं प्रेसमधून पळवून नेला. आता मी काय करायचं? अर्धा छापून झालेला रद्द करावा तर कागदाचं तर नुकसानच; शिवाय प्रेसवाला तेवढ्याचं बिल काय सोडणार आहे मला? तो म्हणणार तुमचे मतभेद, भांडणं वगैरे जे काही असेल ते तुमचं तुम्ही बघून घ्या, आधी छापलेलं माझं बिल हे तुम्हाला द्यावंच लागेल! म्हणजे दोन्हीकडनं नुकसान, आंदरबट्टा म्हणा!!"

"हे बघ, तू काही काळजी करू नको. छापलेलं ते अर्धमुर्ध संपादकीय आहे ना ते आणून दे माझ्याकडे. ते वाचून त्याला मिळता जुळता मजकूर पुढे लिहून ते मी पूर्ण करून देतो."

ऐकून ग्रहण सुटावं तसा त्याचा चेहरा उजळला. टणाटणा उड्या मारतच तो निघून गेला आणि प्रेसमध्ये जाऊन अर्धवट झालेलं ते संपादकीय मजकडे आणून दिलं... त्यावर ओझरती नजर मी फिरवली.

"सवड काढून आज किंवा उद्या हे अपुरं राहिलेलं लिखित मी पूर्ण करतो." मी त्याला दिलासा देणाऱ्या स्वरात म्हटलं, "तू परवाचे दिवशी येऊन मला भेट."

सुरेश चव्हाणच्या विचाराशी व शैलीशीही मिळता-जुळता मजकूर लिहून मी ते अपूर्ण राहिलेलं संपादकीय लिहून पूर्ण केलं. सांगितलेल्या दिवशी मग तो आला व मी दिलेले कागद हाती घेत म्हणाला, "माधवराव, लई उपकार झालं बघा तुमचं. नाही तर मी यात चितपाट मरत हुतो" आणि कृतज्ञतेने त्याने उद्गार काढले, "माझी अब्रूच वाचीवलासा बघा!"

नागर व ग्रामीण बोलीची सरमिसळ त्या दोघांच्याही बोलण्यात नेहमीच

होई. मीही तसाच बोले! त्याचा अंक प्रसिद्ध झाल्यावर मग एके दिवशी सुरेश चव्हाण मला भेटायला आला अन् म्हणाला, "दादा, तुम्ही लिहून दिला व्हय बेट्याला? चांगला काटा काढणार हुतो त्येचा, लै बेकार माणूस हो त्यो!" नंतर काही महिन्यांनी त्या दोघांची कशी काय दिलजमाई झाली कोण जाणे! पूर्वीच्या 'शब्दांगण' वेळचा वाकूडपणा विसरून दोघे पुनश्च जणू जिवश्चकंठश्च मित्र असल्यागत एकत्र फिरू लागले. ते दोघे एकाच गल्लीत राहणारे व एकाच वर्गात शिकणारे, म्हणून साप्ताहिकाच्यावेळी निर्माण झालेला दुरावा जणू कोणीतरी मध्यस्थी केल्यागत मिटला असावा.

एस.एस.सी झाल्यावर त्यानं सुरेश चव्हाणसह जिल्ह्याचं गाव गाठलं. तेथे सत्तारूढ पक्षाचं लांगूलचालन करून सरकारी जाहिराती मिळवणे, कागदाचा जादा कोटा मंजूर करून घेऊन तो ब्लॅकने विकणे (त्याकाळी वृत्तपत्राला लागणाऱ्या कागदाचाही ब्लॅक चालायचा), पक्षाच्या पुढाऱ्यांना आजीव वर्गणीदार करून घेऊन पैसे उकळणे आदी उद्योग करणाऱ्या शंकर खंडोजी जगताप या इसमाचं एक साप्ताहिक होतं. दैनिकाचं एक पृष्ठ आडवं पसरून घडी केल्यावर जितकं होईल, तेवढ्या आकाराचं! जगताप पूर्वी ह्याच गावी वृत्तपत्रं विक्रेता होता. यस्टी स्टँडवर पेपर विक्रीचा त्याचा स्टॉलही होता, पण जगतापचा प्रतिस्पर्धी अल्ताफ शेखने वर्षअखेरच्या लिलावात जादा बोली बोलून जगतापकडून स्टॉल हिरावून घेतला व आपण स्टँड एरियात ठिय्या मारून बसला. बाहेर मग जगतापलाही धंदा सावरणे जमले नाही. अखेर त्याने हे गाव सोडून जिल्ह्याच्या गावचा आश्रय घेतला व सरकारी सावलीत, सत्तारूढ पक्षाच्या लीडरांना मस्का लावून स्वत:च्या तुंबड्या भरण्यासाठी भुईतील आळंब्यागत जी लंगोटी पत्रं निघतात; त्या लायकीचं त्यानं हे साप्ताहिक काढलं होतं. पुढाऱ्यांच्या ओळखीनं या लंगोटी पत्राला नित्य सरकारी जाहिरातींचा मलिदा मिळत राहिला. म्हणजे ती विशेष न खपताही. त्यांच्या मालक, मुद्रक संपादक वगैरे सबकुछ एकटा जगताप. असल्यासारख्यांचं कुटुंब सहज चाललं... जगताप पूर्वी ह्या दोघांच्या गल्लीतच राहत होता. त्या ओळखीने ते दोघे त्याच्याकडे गेले व त्याच्या हाताखाली त्याच्या 'अग्नी' साप्ताहिकासाठी काम करू लागले... मी एकदा जिल्ह्याच्या गावी गेलो होतो तेव्हा ह्यांची भेट घ्यावी म्हणून 'अग्नी'च्या पत्त्यावर गेलो... जगतापनं एक छोटेखानी प्रेस विकत घेतला होता व तेथेच एका टेबलावर सुरेश चव्हाण कम्पोजचं काम करत उभा होता. मला पाहताच त्याला खरोखर आनंद झालेला त्याच्या चेहऱ्यावर दिसला. बाहेरगावी आपल्या जन्मगावचं कुणी ओळखीचं भेटल्यावर तसा प्रत्येकालाच असा आनंद होत असतोही

म्हणा! प्रेसचं दार ओढून घेऊन त्यानं मला गल्लीच्या टोकाशी असलेल्या एका हॉटेलात चहाला नेलं आणि मग बोलण्याच्या ओघात त्यानं सांगितलं,

"राज्या हालकट हाय!" तो राज गायकवाडला नेहमी 'राज्या'च नावाने संबोधे. आताही त्यानं तेच करती म्हटलं, "जगतापची बायको गटवली त्यानं. जगतापची पहिली बायको मेली. त्यानंतर दुसरी त्यानं करून घेतली हुती म्हणं, पण ती त्याला सोडून गेली, आणि या उतारवयात त्यानं तिसरी बायको करून घेतली, तीही कोकणातली, म्हंजे घ्या!!"

ह्यानंतर काही महिन्यांनी राज गायकवाड इकडे गावाकडे गुढीपाडव्याला सुट्टी घेऊन आला होता, तेव्हा अशी रस्त्यात सहजानवारी त्याची भेट झाल्यावर त्यानं गप्पांच्या ओघात सांगितलं, "सुऱ्याचं जगतापच्या बायकोशी लफडं हाय! साला तो जगताप, म्हातारपणी त्यानं तिसरी बायको कशाला करून घ्यायची? मग सुऱ्यासारख्या लोकांचीच धन की!!"

मी मात्र मनात म्हटलं- साल्यो, तुम्हा दोघा तरुणांना ती अनुभवी बया चांगलंच खेळीवतेय, हेच खरं! जगतापकडे दोघेही साप्ताहिकाच्या कामातील व छपाईतील धडे घ्यायला म्हणून गेले होते, पण तेथे वेगळेच धडे गिरवणे दोघांच्याही नशिबी आले होते.

जगताप दोघांना विशेष पगार न देता आपल्याच घरी जेवायला घालून केवळ पोटावारीच राबवून घेत होता. एकदा गायकवाडनं सांगितलं, "जगताप ढोराचंबी मटण खातोय, एवढी अधोगती त्याची," ऐकून मनोमन मी अवाक झालो. गायकवाड गुपित सांगावं तसं सांगू लागला. "सरकारी जाहिरातींची बिलं वसूल करायला संबंधित अधिकाऱ्यांना पार्ट्या द्याव्या लागल्यात. इतर नेहमीच्या मांसाहारी खानावळीत पार्टीला न्यावं तर तेथे मटणाच्या ताटाचा दर धा रुपयं. बकऱ्याचं मटण असतंय तिथं म्हणून एवढं जास्त पैसे! पण रेल्वे स्टेशनकडल्या बाजूस तीनेक ढोराच्या मटणाच्याच खानावळी हैत, तिथं तीन रुपयाला फुल्ल ताट! हे सरकारी अधिकारी. आपल्या कर्नाटकात लिंगायत लोकच लै हैत, त्यास्नी ढोराचं मटण की बकऱ्याचं मटण ह्यातला फरक काय कळणार? जगताप त्या अधिकाऱ्यांस्नी गोव्याकडनं चोरट्या मार्गानं येणारी क्वार्टर न् ते तीन रुपयाचं ताट ह्यावर खूश करून जाहिरातींचं हजारो रुपयं वसूल करीत आस्तोय नि त्येंच्यासह ह्योबी त्या तीन रुपयांच्या ताटावरच ताव मारतोय."

ऐकून मी मनोमन गार होऊन गेलो होतो तेव्हा! त्याकाळी मांसाहारी फुल्ल ताट केवळ १० रु. त मिळे व शाकाहारी ३ ते ५ रु. ला!! तेव्हा दारूबंदी असल्याने गोव्यातून चोरट्या मार्गाने येणारी विदेशी दारू (चोरून

का असेना) खूप खपे. लोकांना टोप्या घालत हिंडणारा असा हा लुच्च्या, इरसाल टग्या, माणूस वर्ष होऊन गेले तरी पगाराच्या देण्याघेण्याचे नाव काढेना तेव्हा दोघांनीही जगतापला सोडचिठ्ठी दिली आणि आपल्या गावी निघून आले. इथे गावी आल्यावर सुरेश चव्हाण इथल्याच एका प्रेसमध्ये चिकटला, तर गायकवाड आपल्या बुद्धिकौशल्याचा उपयोग करून घेऊन न राबताही इधर की टोपी उधर, उधर की इधर या जगतापीय तंत्राने पैसा मिळवू लागला. आपला मित्र चव्हाण ह्याच्यागत गायकवाडनेही आपलं लग्न करून घेतलं. गायकवाडची बायको कोल्हापूरची. तिकडेही त्याचा राबता असे. तेथील इरसाल टगे लोकांत त्याची उठबस असल्याने त्याच्या बुद्धिकौशल्यास पैलूही पडू लागले. कधी तो खुशीत असला की मुठीत चिलीम धरावी तशी सिगारेट धरून, तिचा एक खोल झुरका मारीत तोंडातून धुराची वलये काढीत आपल्या मनातील अंदर की बात जणू केवळ तुम्हालाच सांगतो आहोत अशी बतावणी करीत सांगत राही, "माधवराव, दुनिया झुकती है, झुकानेवालाच चाहिये बघा!!"

एखादी नोकरी करून प्रामाणिकपणे राबून नेटका घरप्रपंच न करता हा झुकणाऱ्या दुनियेला झुकविणारा, झुकानेवाला बनायला चालला होता. कुणाला अनाहूत आगाऊपणे शहाणपण शिकवत बसण्याचा माझाही स्वभाव नसल्याने मी त्याला उपदेश वगैरे करण्याच्या फंदात पडलो नाही. बायकोशी ह्याचं बिनसलं नि त्याने तिच्याशी घटस्फोट घेतला. पण तीही खमकी निघाली. ह्याच्या विरुद्ध पोटगीचा दावा लावून तिने आपलं कोल्हापुरी पाणी दाखवलं. प्रत्येक तारखेला कोर्टकचेरीचे त्याला हेलपाटे मारायला लावले नि ह्याच्या तोंडाला फेस आणला. शेवटी हा लोटांगणच घालत बायकोला भेटायला गेला व काही थोडी रक्कम तिला देऊन हे प्रकरण आपापसात मिटवून टाकलं व पोटगीचा दावाही तिला मागे घ्यायला लावला. पहिल्या लग्नाचं प्रकरण असं समाप्त करून टाकल्यावर त्यानं आपलं दुसरं लग्न ठरवलं. ह्याची दुसरी बायकोही कोल्हापूरचीच होती. लग्नाची तारीख पक्की झाली; पण त्या आधी दोन दिवस सर्वत्र असा धो-धो मुसळधार पाऊस पडला की, लग्नाचा दिवस उजाडला तेव्हा कोल्हापूरकडे जाणाऱ्या रस्त्यावर आडव्या येणाऱ्या दोन्ही नद्यांना महापूर आले. कधी नव्हे ते नदीवरील पुलावरून महापुराचं पाणी वाहू लागलं व रस्त्यावरील वाहतूक ठप्प झाली. पॅण्ट काढून हाती घेत, पुलावरील पाण्यातून चालत ह्यानं पलीकडील नदीपारचे तालुक्याचे गाव गाठले. हे वीस किलोमीटर अंतर काटायला त्याला दुपार टळून सांज झाली. मग पलीकडील तालुक्याच्या गावातून यस्टी

पकडून त्याने कोल्हापूर गाठले व मुहूर्त वेळ टळून गेल्यावर का असेना, तो विवाहस्थळी केवळ एकटा पोहोचला व त्याने लग्न करून घेतले... मला वाटले, आता ह्याला कोल्हापूरचीच ही दुसरी बायको मिळालीय ती पहिलीहून खमकी असावी. त्यामुळे त्याच्या पराक्रमाची काहीच वार्ता हे दुसरे लग्न झाल्यापासून कानावर आली नाही. बायको जहांबाज असेल तर तो एव्हाना चांगलाच मऊ आला असेल. कुठे तरी लहान सहान का असेना, नोकरी करून आता नीट मार्गालाही लागला असेल... त्याचं नाव निघताच 'इरसाल', 'टग्या' अशी शेलकी विशेषणं लोकांच्या तोंडून बाहेर पडायची... पण गडी आता सुधारला... स्त्रीमध्ये विधात्याने काही खास जादू नक्कीच पेरलेली असते... लग्न झाल्यावर अर्धवट, खुळचट, म्हणून हिणवली जाणारी माणसंही हुशार, चलाख झालेली मी पाहिलेली आहेत... आणि हा तर वाया गेलेला च्याप्टर माणूस. बायकोमुळे माणसात आला... जणू वाल्याचा वाल्मिकी झाला... कुठे ना कुठे, काही ना काही उच्छाद घालत फिरण्याची ह्याची सवय आत पूर्णत: गेली... मला बरं वाटलं...

वर्ष होत आलं तरी सारं शांत-शांत अन् मग अचानक एके दिवशी एक सनसनाटी बातमी बेळगावहून निघणाऱ्या एका दैनिकाच्या पहिल्या पानावर खास चौकटीत प्रसिद्ध झालेली पाहायला मिळाली. बातमीतला इरसाल भामटा माझ्या गावचा असल्याचा स्पष्ट उल्लेख असल्याने गावभर खळबळ उडाली, अन् हा भामटा कोण हे कळायलाही वेळ लागला नाही. बातमीत अमुक अमुक गावचा एक तरुण असा मोघम उल्लेख असला तरी गावाचं नाव वेगळ्या अर्थी दिगंत करणारा हा तरुण म्हणजे राज्या गायकवाडच. त्याच्याशिवाय एवढं डेअरिंग करणारा गावात कुणीही मायेचा पूत नाही, अशी दिवसभर चर्चा जिकडे तिकडे! तर बातमीचा सारांश एवढाच होता की - बेळगावातील सुप्रसिद्ध उद्योगपती रावसाहेब गोखले यांचेकडे माझ्या गावाचा एक तरुण गेला होता. कोल्हापूर भागातील खासदार उदयसिंगरावजींनी आपल्या प्रकृतीची विचारपूस करायला मला पाठवून दिलंय वगैरे बोलून त्याने आपल्या प्रभावी व्यक्तिमत्त्वाने व लाघवी बोलण्याने रावसाहेब गोखल्यांवर मोहिनी घातली. खासदार उदयसिंगरावजींची एकसष्टी तीन महिन्यांवर घेऊन ठेपलीय व त्यानिमित्त त्यांच्यावर आपण गौरवपर अशी एक स्मरणिका प्रसिद्ध करणार आहोत. तीत आपली व आपल्या उद्योगसमूहाची जाहिरात हवी आहे, असे सांगितल्यावर रावसाहेबांनी पाच हजाराचा, पानभर जाहिरातीचा चेकच झट्दिशी आपल्या चेकबुकातून फाडून त्याच्या हवाली केला. तो तरुण निघून गेल्यावर, पाहू तरी विचारून म्हणून बऱ्याच वेळाने रावसाहेबांनी

उदयसिंगरावजींना फोन करून एकसष्टीबद्दल विचारले. त्यावर खासदार उदयसिंगरावजींनी सांगितलं, ''माझी एकसष्टी आणखी दोन वर्षांनी आहे आणि माझ्याकडून मी तरी कुणा तरुणाला आपल्याकडे पाठवले नाही.'' ऐकल्यावर ताबडतोब रावसाहेबांनी संबंधित बँकेला फोन करून चेकवरील रक्कम देऊ नये व संबंधित तरुणास बोलण्यात गुंतवून इकडे त्वरित मला कळवावे, असे सांगितले... पण रावसाहेबांचा हा फोन येण्यापूर्वीच चेक वटवून व रक्कम घेऊन तो तरुण पसार झाला होता.

त्यानंतर बरेच दिवस व महिने गायकवाड इकडे फिरकलाही नाही. कुठे सासुरवाडीला कोल्हापूरला होता की, बहिणीच्या गावी चंदगड भागात होता देव जाणे. त्याची एक बहीण चंदगड भागात होती. तिकडेही कधी-मधी तो जात असे... दैनिकांतून एक-दोन आठवड्याला काही ना काही सनसनाटी बातमी पहिल्या पानावर झळकत असते आणि ती वाचून मग लोक आधीच्या खळबळजनक सनसनाटी वगैरे असलेल्या बातम्या विसरूनही जातात. गायकवाडच्या बाबतीत असंच झालं, वर्षभराने तो पुनश्च इकडे येऊ लागला तेव्हा त्याच्याकडे अंगुलीनिर्देश करणारी बातमी लोक विसरूनही गेले होते. त्याच्या फ्रेण्ड सर्कलमधील कुणी खोदून विचारलेच तर हा भम्प मारी.

''गावात मीच एकटा तरुण हाय व्हय रे बेट्याहो? डोक्यालिटी लढवणारी दुसरी रग्गड पोरं हैत की...'' आणि हात झटकून तो रिकामा होई... पण कुणाचाही त्याच्या ह्या बोलण्यावर विश्वास बसत नसे...

जिल्ह्याच्या गावी राहणाऱ्या एका माजी आमदाराच्या पुत्राभोवती असणाऱ्या खाऊबा तरुणांच्या टोळक्यात ह्याने कसा काय प्रवेश मिळवला होता कोण जाणे! त्या तरुणांनी एक सहकारी चित्र संस्था काढून एक मराठी चित्रपट काढण्याचा पराक्रमही केला होता. हा चित्रपट विशेष चाललाही नाही. पण संस्थेचा चित्रपट, आमचा चित्रपट, आम्ही काढलेलं पिक्चर ह्या हवेचा गायकवाडने मात्र फायदा उचलला व आपले खिसे भरून घेतले. संस्थेचे एक लेटरहेड व पावती बुक गायकवाडच्या खांद्यावर लटकणाऱ्या शबनम बॅगमध्ये त्यावेळी हमेशा दिसायचे. भूलथापा मारून त्या संस्थेसाठी सभासद करून घेऊन कितीजणांना ह्या काळात गायकवाडने गंडा घातला, कोण जाणे ! पहिला चित्रपट पडला, त्यानंतर दुसरा काढायचं घाटत होतं. लोकांना तसं सांगून व सहकारी सोसायट्यांतील शेअर्सधारक नि राजकारणातील अडकाअडकी ह्यांत 'अरतं-परतं' म्हणून एक असतं... सहकारी संस्थांचे त्यांनी काही शेअर्स ह्यांच्या गळ्यात मारायचे व ह्यांनी एखादी संस्था काढली की आपले काही शेअर्स त्यांच्या गळ्यात मारून त्यांना सभासद करून

घ्यायचे; तसेच राजकारणातही काहींच्या कामांची / प्रकरणांची घोंगडी वा शेव, सोगे एकमेकांच्या ढुंगणाखाली अडकलेली असतात. अशांच्या गळ्यात पावत्या मारून सभासद करून घेतलं की ह्या अडकाअडकीच्या मामल्यामुळे कुणी काही बोलूही शकत नाही. सहकारी संस्थांच्या माध्यमातून असा बराच पैका गोळा होऊ शकतो... पुढे त्या सहकारी संस्थांची वाट लागली तर राजकीय दबावाखाली साऱ्यांना चूप्प बसवून सारं काही आलबेल असल्याचा देखावा निर्माण करता येतो... ''दुसरा चित्रपट काढणार आहोत, त्याच्या फायद्यात तुमचाही वाटा असेल, तुम्हाला डिव्हिडंडही दिला जाईल,'' अशी गाजरं समोर धरल्यावर ग्रामीण भागातील 'जन्ता' काय बोलणार? गायकवाडने ह्या वाहत्या गंगेतील कळशीभर पाणी उचललं असेल. कारण त्यानं पावतीबुक मला दाखवलं तेव्हा त्याच्या सुरुवातीच्या काही पावत्या फाडलेल्या आढळल्या. म्हणजे काहीजण त्याचे 'लक्ष्य' (टार्गेट) निश्चितच झाले होते... नशीब, हे पैशाच्या बाबीपुरतंच मर्यादित होतं... 'तुला चित्रपटात काम देतो' अशा भूलथापा देऊन तरुणींच्या लैंगिक शोषणापर्यंत मात्र त्याची मजल गेली नव्हती. त्याचं फसवणुकीचं क्षेत्र पैशापुरतंच सीमित होतं. भूलथापा देऊन तरुणींना फसवणं व त्यांचं लैंगिक व जमल्यास आर्थिक शोषण करून शेवटी त्यांना वाऱ्यावर सोडून देणं, इथवर त्याची मजल गेलेली नव्हती, तसेच याबाबत त्याच्याविषयीचे प्रवादही कानावर आले नव्हते... म्हणजे त्याची ही बाजू तशी सेफ होती म्हणायचे.

गावातील लोकांना त्याने टोप्या घातल्याच्या बातम्या अधूनमधून कानांवर यावयाच्या. जिल्ह्याच्या कलेक्टर कचेरीत एकाचं काम होतं. यस्टीतच ह्यानं त्याला गाठलं. जिल्ह्याचं गाव आल्यावर हा स्टँडबाहेरील रिक्षात बसला व त्याला म्हणाला, ''या, मीही तिकडेच चाललोय'' आणि मग कलेक्टर कचेरी आल्यावर हा रिक्षातून प्रथम बाहेर पडला व त्याला म्हणाला, ''तेवढं रिक्षाचं बिल द्या, माझा किसा कुणी मघा यस्टीत चढताना मारला जणू'' नि नेहरू शर्टाच्या खिशातून हात आरपार घालून दाखवीत तो कचेरीत निघूनही गेला. त्याचा एक खिसा ('खिसा' असे न म्हणता तो 'किसा' म्हणे) नेहमीच असा फाटलेला (वा फाडून ठेवलेला) असे व त्याचा प्रसंगपरत्वे त्याला नेहमीच असा उपयोग होत राही. 'चला, चहा घेऊ' म्हणून ह्यानं कोणला हॉटेलमध्ये ओढून नेलं की, बिल द्यायच्या वेळी खिसे चाचपल्याचं नाटक करीत तो म्हणे, 'बाहेर निघायच्या गडबडीत पैशाचं पाकीट घरीच विसरलं जणू, आता भागवा तेवढं बिल.'

मध्ये विधानसभेचं इलेक्शन लागलं. ह्याच्यासारखे कार्यकर्ते (?) अशा

वेळी कोण जास्त चरबीवाला बकरा सोलायला चांगला त्या बकऱ्याच्या (ऊर्फ उमेदवाराच्या) पार्टीत घुसतात. ह्या इलेक्शनमध्ये पडलेला एक बकरा चांगलीच मायंदाळ चरबी आलेला होता. त्याची येशेल तेलाचे उत्पादन करणारी ऑईल मिल होती. निवडणूक कार्यालयही मिलच्या आवारातच केलं होतं. एकेकाळी ह्यानं एक साप्ताहिक काढून त्याचा एकुलता एक अंक काढण्याचा पराक्रम केला होता व त्या भांडवलावर आपण पत्रकार आहोत अशी इमेज त्यानं लोकांत निर्माणही केली होती. 'काय कामधंदा करतोस रे?' म्हणून कुणी पै-पाव्हण्यांनी वा ओळखीच्यांनी विचारल्यावर हा न कचवचता सटकन सांगे, 'मी रिपोर्टर आहे.' वृत्तपत्र व्यवसायातील ओ का ठो न कळणारीही बरीच जन्ता असते. अशांपैकी कुणी जर विचारलं, 'किती पगार देत्यात रे?' तर हा पटकन म्हणे, 'दहा हजार'. ह्याचा शाळा सोबती व मित्रही सुरेश चव्हाण काही वर्षांपासून जिल्ह्यातून निघणाऱ्या एका दैनिकाचा वार्ताहर म्हणून चिकटला होता. त्याच्या संगंसोबतीनं हा नेहमी असे. तसेच गावातील इतर पत्रकार/वार्ताहर/रिपोर्टर्स वगैरे खरोखरच असलेल्या लोकांतही हा मिळून-मिसळून राहत असल्याने 'आपण पत्रकार आहोत' असं हा सांगत फिरे, त्याला पुष्टीच मिळे. खरं तर आठ-दहा ओळी मजकूरही याला धडपणे लिहिणं कधी जमलं नाही. इतका लेखनाच्या बाबतीत हा बिनडोक होता. पण ह्या साईडच्या बाबतीत अनभिज्ञ असणाऱ्या लोकांत 'हा पत्रकार आहे' ही इमेज निर्माण करण्यात तो यशस्वी झाला होता. कुणी काही बातमी 'पेपरवाले हेबी जरा ईवूदे की तुमच्या त्रिकाळात' (काही लोक दैनिकाला ग्रामीण भागातील 'जन्ते' गत 'त्रिकाळ' हा शब्द अजूनही वापरायचे) म्हणून ह्याच्याकडे दिली की हा त्या आपल्या वार्ताहर मित्रां (?) च्या खनपटीस बसून ती छापून आणायचाही व आपली बातमी आली म्हणून हवेत तरंगत असलेल्यांकडून चहापाण्याला चिरीमिरी काढायचा. गावातल्या पत्रकारांच्या जगात, खरोखर पत्रकार नसतानासुद्धा त्यानेच प्रथम ही प्रथा रूढ केली अन् मग खरोखरचे पत्रकारही मग, तो साला चरू लागलाय तर आपण का सोवळं राहायचं? पूर्ण वेळ वार्ताहरकी केली तरी हे पेपरवाले पगारापोटी असे किती देतात? खच्चून दोन हजारही पूर्णपणे कुणी देत नाहीत. 'पगार थोडा वाढवा की', म्हंटल्यावर उलट वार्ताहरांनाच सुनावतात - 'लेको, तुम्हाला कशाला पगार वाढवाय पाहिजे? आमच्या पेपरच्या नावावर बाहेर तुम्ही किती इन्कम करता ते ठाऊक नाही होय आम्हाला?'

गायकवाडने पांघरलेल्या पत्रकारितेच्या ह्या झुलीमुळे 'नो एंट्री' अशी त्याला कुठेच नसे. इलेक्शन म्हणजे तर त्याच्यासाठी पर्वणीच. त्यामुळे

विधानसभेच्या इलेक्शनमध्ये 'ऑईल मिल'वाल्या बकऱ्याच्या कॅम्पात (याला तो छावणी म्हणे. कुणी विरोधी पार्टीचा चरायला इकडे आला की हा विचारी, 'छावणी' बदललीत वाटतं?) ह्याचा सहजी प्रवेश झाला. इलेक्शनच्या त्या घाईगडबडीत त्यानं एका भल्या सकाळी त्या मिलवाल्याला गाठलं. मिलवाला तेलात भेसळ करून व तीन-चार वेळा शेंगांची फोलपाटं स्वतःच पेटवून मिलला आग लावल्याचं नाटक करून विमावाल्या साहेबाच्या मदतीनं नुकसानभरपाई लाटून बराच गब्बर झालेला नि सगळ्यांना 'अरे-तुरे' करणारा. गायकवाड जवळ येताच हा मिलवाला उमेदवार बकरा म्हणाला, "अरे गायकवाड, तू असं कर... सोबत सात-आठ कार्यकर्ते घे. आणि..."

"साहेब, घरातलं येशेल तेल संपलंय. ते आधी आणायला घरी सांगितलं. ते आणून देऊन..."

"ते आणखी आणून द्यायला बाहेर कुठे जातोस? जा आमच्यातलंच किलोभर नेऊन दे जा घरी आणि सटदिशी ये जा इकडे... जा आमच्या गड्याला बाहेर बोलाव. मी सांगतो त्याला तेल देण्यास!"

इलेक्शनचं कार्यालय मिलच्या ऑफिसातच थाटलेलं. तेथून दोन वाव अंतरावर तेल वजन करून द्यायची खोली होती. ऑफिसमध्ये पैसे भरून घेतल्यावर गिऱ्हाईकाला पावती दिली जाई. पावती घेऊन गिऱ्हाईक 'तेलाच्या खोली'त गेलं की पावतीवरील आकडा पाहून तेवढं तेल त्याला वजन करून दिलं जाई. गायकवाड या खोलीसमोर गेला व तेल वजन करून देत आत बसलेल्या गड्याला म्हणाला, "आन्नाप्पा, मालकांनी बाहेर जरा याय सांगितलंय तुला..."

तसा आन्नाप्पा हातातलं काम सोडून खोलीबाहेर आला. तो आल्याचं पाहून इतर विसेक लोकांच्या कोंडाळ्यात अडकलेल्या 'लोकसभा उमेदवार' म्हणून इलेक्शन लढवीत असलेल्या मालकानं ऑफिसमधूनच जवळच्या खिडकीतून आन्नाप्पाच्या दिशेने डोकावत सुनावलं,

"तेल दे त्यानला..." आणि खिडकीच्या गजाच्या बाहेर हात काढून एक बोट दाखवलं न् परत कोंडाळ्यात डोकं खुपसून इलेक्शनच्या डावपेचांची आखणी करीत राहिला.

इकडे गायकवाड आन्नाप्पासह आत आला व अगदी गडबडीच्या स्वरात घाई करू लागला, "एक डबा द्यायला सांगितल्यात बघ! चल दे लौकर. तेवढा डबा ठेवून येऊन प्रचाराला जातो खेड्यावर. दोन दिवसांवर इलेक्शन आलं, विरुद्ध पार्टीनं लई जोर खाल्लाय, आपणही हयगय करून उपयोगाचं नाही आता, मालकांनी साताट लोक गाडीत टाकून खेड्यावर प्रचारासाठी

ताणपट्टी काढलीय माजी! आण, आण लौकर, मागनं गिऱ्हाईकाला तेल वजन करून देत बस म्हणंस!!''

त्या इलेक्शनच्या गोंधळात १ किलो ऐवजी १ डबा, तोही पॅक डबा येशेल तेल गायकवाडनं लांबवलं. प्रचाराला खेड्यावर जाण्यास डझनभर गाड्या तैनात असत. त्या गडबडीत प्रचाराला म्हणून गाडी काढून घेऊन ह्यानं आपल्या घरातल्यांना एक वेळ पंढरपूर नि दुसऱ्या वेळी सौंदत्ती डोंगरावरील यल्लाम्मा दर्शन घडवून आणलं... इलेक्शनमध्ये मिलवाला बकरा चांगलाच आदळून काही लाखांच्या खड्ड्यात पडल्यावर एके दिवशी आपल्या फ्रेण्ड सर्कलमध्ये '१ किलोचा १ डबा कसा होतो', हा किस्सा खोऽऽखोऽऽ हसत सांगत असलेला गायकवाड मी पाहिला.

त्याचे वडील एका होलसेल बड्या किराणी दुकानात कारकून होते. सरळमार्गी, पापभीरू वृत्तीचे ते होते. त्यांच्या पोटी हा एकुलता एक दिवटा असा पराक्रमी निघाला होता. वृद्ध वडील वारल्यावर मग वर्षभराने त्याची आईही वारली. मग बायकोला घेऊन तो आपल्या सासुरवाडीला राहायला गेला.

सुरुवातीला ऐन उमेदीच्या काळात जिल्ह्याच्या गावी जगतापच्या साप्ताहिकातील नोकरीचा अपवाद वगळता त्याने आजवर कुठेही नोकरी केलेली नाही की, कसला कामधंदाही केलेला नाही. तरीही त्याला पैसा मिळतच असतो. दुनियेत फसवली जाणारी माणसे अनेक असतात. पण अशांची फसवणूक करणारा मात्र शंभरातील कुणी एकटाच बहाद्दूर निघतो. त्याने आजवर आपल्या ओळखीच्या सर्वांनाच आपले बुद्धिकौशल्य दाखवले आहे. अपवाद फक्त माझाच म्हणायला हवा. जिल्ह्याच्या गावाहून इकडेही तो दोन-चार महिन्यांनी कधी-मधी चक्कर टाकतो. तिकडे सासुरवाडीत तो राहायला गेला तरी अगदीच काही उंबराचे फूल झालेला नाही. इकडे त्याचे फ्रेण्ड सर्कल आहे. त्यातील काही 'नगां'ना भेटून त्यांच्याच धंदा-व्यवसायाच्या ठिकाणी त्यांच्याबरोबर गप्पा मारत, कुटाळक्या वगैरे करीत बसलेला हा आढळतो. सीमा प्रश्नाची चळवळ कुणी कुणी कुजवली आणि चळवळीच्या भांडवलावर त्यातील कुणी कुणी नेत्यांनी गोरखधंदे थाटून आपले हात धुऊन घेतले, ह्याचा सारा बाकी इतिहास त्याला ज्ञात आहे. या भागातील राजकारणात लीडरकी करणाऱ्या अनेक स्त्री-पुरुषांची खाजगी चरित्रे वा भानगडी, कुलंगडी याला तोंडपाठ आहेत... या भागातील आमदार-खासदारांपासून मंत्री, नगराध्यक्ष, नगरसेवकांपर्यंत अनेकांच्या ओळखी ह्याला आहेत... आपण मीडियातला माणूस, फ्री लान्स जर्न्यालिस्ट अशी आपली एक इमेज

राजकीय पुढाऱ्यांत व समाजाधुरीधरांत निर्माण करण्यात तो यशस्वी झाला आहे. अशा उच्चपदस्थ, प्रतिष्ठित लोकांना, पुढाऱ्यांना तसेच लोकप्रतिनिधींना तो उत्कटपणे भेटून अशा काही गप्पा मारीत राहतो की, पाहणाऱ्याला वाटावं, हा त्यांच्या फ्रेण्ड सर्कलमधला त्यांच्या अगदी जवळचा माणूस आहे. त्याने निर्माण केलेल्या या हवेचा फायदा त्याला अनेक पातळ्यांवर प्रसंगपरत्वे नित्य होतही असतो म्हणा!!

कधी तो मला भेटलाच तर आपल्या विद्यार्थीदशेत आपण काढलेल्या साप्ताहिकाची आठवण काढून गहिवरल्यागत करतो आणि आवाजात माझ्याविषयी असीम आदर दाखवत म्हणतो.

"माधवराव, तुम्ही होता म्हणून माझं तेव्हा साप्ताहिक तर निघालं! तुम्ही ह्या मीडियातले माझे गुरू आहात!!" आणि खाली वाकून तो माझ्या पायाला स्पर्श करीत मला नमस्कार करून माझा आशीर्वाद घेतल्यागत करतो.

त्याच्या तोंडातील 'गुरू' या शब्दाने मी दचकतोच. असा चेला लाभल्यावर कुणीही गुरू दचकल्याशिवाय राहणार नाही; नाही का? ह्या माझ्या चेल्याने ह्या भागात जो उच्छाद घातला होता, त्याला तोंड नव्हती, केवळ तोच हे करू जाणे...

आताशा तो पन्नाशीत आता होता अंगापिंडाने चांगलाच भरला होता व थोडी दोंदही त्याने सोडली होती आणि डोईवरल्या टप्परावरील तसेच ओठावरच्या अक्कडबाज पिळदार मिशीतील चांदी कलप लावून त्याने मुजवली होती नि आपल्या वयातील एक दशक तरी कमी केलं होतं...

अलीकडे त्याचा एकही उच्छाद कानी आला नव्हता. वाटलं, आता उतारवय सुरू झाल्याने त्याने आपले सर्व गोरखधंदे सोडले असावेत व सरळमार्गी संसारी माणसागत उर्वरित आयुष्य व्यतीत करण्याचा संकल्प मनोमन करून तसा वागत असावा... पण कसचं काय न् फाटक्यात पाय! त्याचा एक नवाच उच्छाद लोकांसमोर आला. जणू तो त्याच्या आयुष्यातील कळसाध्यायच.

गावातील सर्किट हाऊस रहदारीच्या मुख्य रस्त्यापासून खूप आत निवांत अशा जागी आहे. चार-पाच एकराच्या भल्या मोठ्या भूखंडावर मधोमध अशी इंग्रजांच्या अमदानीतील टुमदार बंगली आहे. तिच्या भोवताली व्यवस्थित पोर्च, बगीचा वगैरेही आहे. भोवतालच्या दाट झाडीमुळे गावातील हे एक निवांत असे स्थळ आहे. खासदार, आमदार, सरकारी अधिकारी, मंत्री आदी लोकांचा इथे हमेशा राबता असतोही. सर्किट हाऊसच्या भोवतालच्या ताब्यात

असलेल्या भूखंडाच्या सीमेभोवती काटेरी तारांचं व्यवस्थित कुंपणही आहे. ह्या कुंपणाजवळ सर्किट हाऊसचा खानसामा, रखवालदार, झाडू कामगार आदी नोकरवर्गाला राहण्यासाठी म्हणून निवासस्थानेही बांधलेली आहेत. सर्किट हाऊसचा खानसामाच इथे आल्या-गेल्या सर्व पाहुण्यांची उस्तवार, देखभाल करीत असतो. व्यवस्थापक कम खानसामा असंच त्याच्या एकंदर कामाचं स्वरूप आपसूक ठरून गेलं आहे. बागेमधील टुमदार बंगलीतील खोल्या येणाऱ्या गेस्ट लोकांना अपुऱ्या पडू लागल्यामुळे ह्या इमारतीच्या पलीकडील बाजूस सर्व सोईसुविधांनीयुक्त अशा डझनभर खोल्यांची, खोल्यांसमोर लांब-रुंद अग्गळ-पग्गळ पॅसेज असलेली नवीन आरसीसी बांधकामाची इमारत दहा वर्षांपूर्वीच उठवण्यात आली आहे. सर्किट हाऊसमध्ये येणाऱ्या व्हीआयपीजना बंगलीतील खोल्या अपुऱ्या पडू लागल्या की त्यांची व्यवस्था मग ह्या नव्या इमारतीतील रूम्समध्ये केली जाते. इथे मुक्काम ठोकणाऱ्या व्हीआयपीजच्या शाकाहारी वा मांसाहारी जेवणाच्या बरोबर ड्रिंक्सचीही व्यवस्था अर्थात सामगिरी सर्किट हाऊसच्या अनुभवी वा मुरब्बी खानसाम्यालाच करावी लागते.

आमदार, नामदार, सरकारी अधिकारी वा अंमलदार ह्यांच्या घुगऱ्या खाऊन त्यांचं बारसं जेवलेल्या, पन्नाशी ओलांडलेल्या वृद्ध खानसामा चाचाच्या डोळ्यांत धूळ फेकून असल्या वर्दळीच्या ठिकाणी गायकवाडने महिनाभर मुक्काम ठोकून दारू, मटण, पुलाव, बिर्याणी आदी सारं फुकटच झोडत आपला रोब दाखवत उच्छाद मांडला होता, असं कोणाला सांगितलं असतं तर ते खरंही वाटलं नसतं.

पण हे खरं होतं! आपण आमदार-खासदारसाहेबांच्या खास फ्रेण्ड सर्कलमधील पत्रकार आहोत, लवकरच मध्यावधी निवडणूक घ्यावी अशी एक विचारधारा सत्तारूढ पार्टीतील एका गटात वाहते आहे. त्यासाठी जनमत चाचणी घेऊन सत्तारूढ पक्षाला लोकमत अनुकूल आहे, की वारे उलट दिशेस वाहू लागलेय ह्याचा शोध घेऊन सारा रिपोर्ट 'वर' पाठवण्याचा आदेश आपणास वरून आला आहे... वगैरे भूलथापा खानसामा असलेल्या चाचासमोर मारून सर्किट हाऊसमधील एका खोलीत गायकवाडने ठिय्या मारला होता... नामदार-आमदारांच्याशी सलगीने त्याला बोलताना चाचानेही अनेकवेळा पाहिले होते. खाली सुरवार, वर नेहरू शर्ट व खांद्यावर अडकवलेली शबनम बॅग आणि अक्कडबाज मिशा असणारं, बहिरी ससाण्याच्या नजरेचं, भरगच्च बांध्याचं गायकवाडचं व्यक्तिमत्त्व असं इम्प्रेसिव्ह, छाप पाडणारं होतं की, हा बेटा आमदार-नामदारांसह एखाद्या ठिकाणी गेला की,

खेड्यातील अनोळखी लोकं त्यालाच आमदार समजून नमस्कार करीत, पायावर डोकेही ठेवीत. कुणीही सरकारी अधिकारी वा अंमलदार आला की, हा त्यांची ओळख काढून घेऊन त्यांच्याशी अशा रुबाबात बोलत राही की, बघणाऱ्यांना वाटावं, गायकवाडच्याच हाताखाली हे अधिकारी काम करीत आहेत. कपड्यांवर कुठे साधा डागही मिळणार नाही, असे रोज परीटघडी कपडे तो घाली. विजार - नेहरू शर्ट हाच कायम त्याचा पोशाख असे. पायातल्या लाल गोंड्याच्या कोल्हापुरी पायतानानं, उजव्या हाताच्या बोटातील दोन अंगठ्यानं, नेहरू शर्टाबाहेर दिसणाऱ्या गळ्यातल्या चेननं, (अर्थात ह्या अंगठ्या व गळ्यातील ही चेन खरोखरच सोन्याची होती की केवळ शोसाठी घातली जाणारी गिनीगोल्ड होती हे गायकवाडच जाणे) आणि डोळ्यांवर लावलेल्या गर्द काळ्या रुबाबदार गॉगलनं नि उंच्यापुऱ्या अशा भरगच्च बांध्यानं गायकवाडला अत्यंत प्रभावी व्यक्तिमत्त्व बहाल केलं होतं. सफाईदार कन्नड व मराठीही तो बोलेच आणि बोलताना अधून मधून इंग्लिश शब्दांचा व वाक्यांचा असा काही मारा करीत राही की, ऐकणाऱ्याला वाटावं, इंग्रजी भाषा ह्याच्या घरी पाणी भरते आहे. ते वाघिणीचं दूध ह्यानं पचवलं आहे. अनेक हिंदी चित्रपट बघून व मुस्लिम मित्रांमध्ये वावरून हिंदी भाषा तर ह्याच्या तोंडातच बसली होती. त्याच्या या भाषावैभवानेही समोरचे चितपट होत, सर्किट हाऊसच्या मुक्कामात खानसामा चाचाच्या पुढेही त्याने एकदा गाजर धरले.

"चाचा, मुझे मालूम है पहिले तू कुडची के सर्किट हाऊस अथ्था। वहाँ से तेरा तबाहजा (बदली) यहाँ हुआ। मगर योभी तालुके के माफीक छोटा गाँव है, यहाँ क्यता इन्काम होने वाला, आँ? मै सच बोलता हूँ क्या झूट...?"

"हां, सच्च है साब, यहाँ ज्यादा आमदन्नी नही होती, बस्स आपुन की रोजीरोटी चालती है, खुदा की खैर ॥"

"क्या खुदा की खैर चाचा। तू थोडा इधर उधर मस्का लगाके ट्राय करने हुना और डिस्ट्रिक प्लेस के सर्किट हाऊस में तबाहजा कर लेने हुना। वहाँ इन्कम बडा होता है। मै अगले महिने पालकमंत्री साब से, मेरे प्रायव्हेट काम के वास्ते, मिलने जा रहा हूँ, उस टैम मै तेरी बात उन्हे बोलूँ क्या?"

"बोलो साब, बहुत एहसान होगा गरीब पर।"

"हाँ, तो लागे हाथ मैं तेरा काम भी तमाम कर देता हूँ - तेरी बदली जिल्हे के गाँव करने की गुजारिश उन्हे करता हूँ।"

त्या रात्री खानसामा चाचाने गायकवाडला आणखी एक क्वार्टर जादा

दिली नसली तरच नवल; चिकन बिर्याणीबरोबर घुटके घेत प्यायला!!!

"तुम्हारी पोहोंच उपर तक है, मेरे वास्ते तुम थोडा ट्राय करो। इन्शाअल्लाऽ मेरा यह काम हुआ तो तुम्हारा एहसान जिंदगीभर नाही भुलूंगा।" आशेच्या अंदेशाने चाचाही बोलला 'इतना बडा आदमी, जी मे आया तो जरूर करेगा अपना काम। खुदाताल्ला उसे लंबी उमर दे।' असं चाचालाही मनोमन वाटलं. माणसाला आशा एक वाईट असते, हेच खरे!!

पण गायकवाडपेक्षा चार पावसाळे जास्त काढलेल्या खानसामा चाचाच्या मनात मग येऊ लागलं - महिनाभर होऊन गेला तरी ह्या रिपोर्टसाहेबाचं काम काही संपेना, जरा चौकशी करून पाहावी. आता चौकशी करायची म्हणजे कुठे करायची? कुणाकडं करायची? आता पेपरवाल्यांच्या लडतरी पेपरवाल्यांस्नीच माहीत असणार, तेव्हा इथल्या एका रिपोर्टरलाच गाठावं... जिल्ह्याच्या गावांहून निघणाऱ्या, तसेच बेंगलोर-हुबळी, पूना-मुंबई येथूनही निघणाऱ्या दैनिकांचे चार- पाच वार्ताहर गावात होते. नामदार-आमदारांच्या वार्ताहर परिषदा अधून-मधून सर्किट हाऊसमध्ये होत. त्यावेळी वार्ताहरांना खाऊ-पिऊ घातलं जाई. त्या निमित्ताने खानसामा चाचाच्या तोंडओळखी वार्ताहरांच्या बरोबर थोड्याफार होत्याही. हा सर्किट हाऊसमधील खानसामा म्हणून वार्ताहर त्याला ओळखत, तसेच ही पेपरलाईनीतली माणसं म्हणून खानसामाही काहींना ओळखी. गायकवाडचीही मीडियामध्ये अधूनमधून लुडबुड राहत असल्यामुळे ॲडेंटिटी कार्डधारक वार्ताहर जरी तो कुठल्याही दैनिकाचा नसला तरी आपल्या या ओळखीच्या वार्ताहरांसह फ्रेण्डली म्हणून तो तीन-चार वार्ताहर परिषदांना हजरही राहिला होता व परिषद आटोपल्यावर मिळणारा साग्रसंगीत पुख्खाही त्यानं झोडला होता. त्यामुळे या पेपरवाल्यांच्या जमातीतलाच हाही आहे, असा समज खानसामा चाचाचा होणे स्वाभाविकच होतं अन् अशा या पार्श्वभूमीमुळे गायकवाडला तेथे सहज सुलभ प्रवेश घेऊन ठिय्या मारून बसणे सोपे झाले होते...

आज ह्या व्हीआयपी गडदूची त्याच्या जातवाल्याकडं जाऊन चौकशी करायचीच, असे ठरवून मग एके दिवशी खानसामा चाचाने आपल्या सायकलीवर टांग टाकली... बाजारहाट करून येताना ओझ्याने भरलेल्या पिशव्या अडकवून आणण्यासाठी त्याला आपल्या या सायकलीचा फार उपयोग व्हायचा. तारेच्या कम्पाऊंडजवळच्या घरात त्याचं सर्व कुटुंबच राहिलेलं होतं व त्याची दोन तरुण पोरं त्याच्या हाताखाली त्याला मदत करायला असत. वार्ताहर लोकांची दोन-तीन कार्यालयं यस्टी स्टॅण्ड परिसरात होती. त्यातील एका कार्यालयात खानसामा चाचा शिरला. जिल्हा दैनिकाचं

ते शहर कार्यालय होतं व रामदास शेवाळे हा बी.ए. झालेला तीस वर्षांचा तरुण आपल्या हाताखाली दोन असिस्टंट पोरं ठेवून घेऊन तिथं पूर्णवेळ वार्ताहर म्हणून काम करीत होता नि अर्थात कार्यालयीन मुख्य म्हणूनही तोच होता. जाहिरात प्रतिनिधी म्हणूनही तोच काम पाहत असे आणि या भागातील महिन्याभरातील जाहिरातींच्या उत्पन्नाचा आलेख कमी झाला की ऑफिसमधून पराणी त्यालाच बसत असे व जाहिरातींची बाकी तटली तर ती वसुली होईपर्यंत ह्याच्या पगाराला तटणी बसत असे...

"नमस्कार जी रिपोर्टर साहेब..." आत शिरताच समोरच्या टेबलाजवळ बसलेल्या रामदास शेवाळेकडे पाहत त्याने हात जोडले.

"नमस्कार!" आणि शेवाळे म्हणाला, "या चाचा, बसा" नि त्यानं विचारलं, "का आलातासा?" तसं चाचानं सर्किट हाऊसमध्ये नागोबा होऊन महिनाभर उच्छाद घालत बसलेल्या गायकवाडबद्दल त्याला सर्व माहिती पुरवून मग विचारलं, "क्योंजी साब, उप्पर से ऐसा फर्मान आया है क्या? म्हंजे इलेक्शन घ्यायची बाबतीतली जनमत चाचपणी? आणि ह्यासाठी ह्या साहेबांना वरनं इथं पाठवलंय का?"

"चाचा, तो कोण ते आधी दाखव चल, मग ह्याबाबतीत बोलू.."

"चला तर, मी सायकलीवरून आलोय, तुम्हीबी एक सायकल घ्या..."

"तुझी सायकल राहू दे इथंच, माझी स्कूटर हाय - त्यावरून दोघं जाऊन येऊ. इथं आपण परतल्यावर मग तू सायकलीवरनं परत जा म्हणंस!!"

आणि मग दोघे बाहेर आले. ऑफिसबाहेर शेवाळेची स्कूटर होती. तीवर बसत शेवाळेने किक् मारीत ती सुरू केली नि म्हटलं, "बस मागं चाचा, जाऊन येऊ सर्किट हाऊसवर. कोण तो रिपोर्टर ते लांबूनच मला दाखव- पाहू कोण आहे तो.."

तसा चाचा बॅकसीटवर बसला आणि पाच मिनिटांच्या आत दोघं सर्किट हाऊसमध्ये आले. मधल्या जुन्या ब्रिटिशकालीनं बंगलीला वळसा घालून थोडं पुढं जाताच मागची नवीन खोल्या बांधलेली इमारत दिसे... हे दोघे स्कूटर लांबच एका झाडाच्या सावलीत उभी करून चालत जुन्या बंगलीला वळसा घालून पुढे झाले तेव्हा आपल्या खोलीबाहेर व्हरांड्यात खुर्ची टाकून गायकवाड आजचं दैनिक समोर धरून वाचत बसला होता.

"वोच देखो" चाचानं दुरूनच गायकवाडकडे बोट करीत अंगुलीनिर्देश केला.

गायकवाडला पाहून क्षणभर मनोमन शेवाळे दचकलाच! मग स्वत:ला

सावरत म्हणाला, "अरेच्याऽऽ हा होय..." नि मग त्यानं चाचाला दिलासा दिला. "चिंता करू नको. मी बघतो काय करायचं ते. तू फक्त माझी भेट घेऊन त्याच्या संदर्भात बोललो, हे कुणालाही सांगायचं नाही."

"छे साहेब, मी कुणाला कशात सांगायला जाऊ! तुम फिक्र मत करना!!"

तेथून शेवाळे बाहेर पडला आणि गावातील सर्व वार्ताहरांना त्यानं एकत्र जमवलं आणि तोतया वार्ताहर बनून गायकवाडनं सर्किट हाऊसमध्ये गेले महिनाभर ठिय्या मारून कसा उच्छाद मांडला आहे नि त्यामध्ये तो गरीब खानसामा चाचा कसा पिळला जात आहे, ह्याची समग्र स्टोरी ऐकवली नि शेवटी म्हटलं, "हा साला आपल्या वार्ताहर लोकांची अब्रूच घालावाय लागलाय. ह्याचा बंदोबस्त केला पाहिजे. त्याच्याशी भांडण काढून त्याला मारहाण केली तर गावभर बभ्रा होईल नि त्यामुळं उलट आपल्या वार्ताहर लोकांचीच अब्रू जाईल. तो साला कुठल्या पेपराचा वार्ताहर नाही, तरीही लोक त्याला वार्ताहरच समजतात."

"होय, तेही खरंच आहे. 'काय करतोस रे?' म्हणून कुणी विचारल्यावर हाही टेचात सांगत असतो, 'मी रिपोर्टर आहे' म्हणून, आता बोला."

"आता बोलायचं काय? काही तरी कृतीच करायला हवी त्याला तेथून उस्कलून काढायची!" दुसऱ्या एका दैनिकाचा वार्ताहर मल्हारी बलुगडे म्हणाला.

"आपण नगराध्यक्ष दादांकडे जाऊ नि त्यांचा सल्ला घेऊन पुढे काय करायचे ते ठरवू." सर्वाधिक खपाचे दैनिक अशी जाहिरात केल्या जाणाऱ्या पेपरचा रिपोर्टर सदाशिव भार्मल बोलला, "पिंडीवरचा विंचू. त्याला मारण्यापेक्षा उस्कलून लावणंच शहाणपणाचं नाही का? त्यासाठीच नगराध्यक्ष दादांच्याकडे आधी जाऊ."

नगराध्यक्ष शामराव भोसले गरीब परिस्थितीतून वर आलेले. चाळिशी पार केलेले व अनेक अडत्या-नडत्या दलित-पददलित गोरगरीब मजूर कामगारांना सढळ मदत करणारे, कुणी संकटात गावले तर लगेच त्याच्या मदतीला धावणारे व समाजात स्वतःची धवल इमेज निर्माण केलेले अत्यंत लोकप्रिय नगराध्यक्ष होते. लोक त्यांना आदराने 'दादा' म्हणत. घरच्या प्रतिकूल परिस्थितीमुळे एस. एस. सी. च्या पुढे त्यांना शिकता आले नाही. पुढे मिळेल त्या लहान-सहान नोकऱ्या करीत, शेजारच्या तालुक्यातील मटकावाल्या बुकीचा ह्या भागातील प्रतिनिधी म्हणून तीन-चार वर्षे काम केल्यावर त्या धंद्यातील हुन्नर त्यांनी प्राप्त करून घेतले न् स्वतः धाडसाने

अंगावर जबाबदारी घेऊन ह्या भागातील बुकी म्हणून लौकिक तर मिळवलाच; पण महिना वीस लाखाच्या वर कलेक्शन सहज होईल इतका धंदा वाढवला. 'वर' पोच होणाऱ्या हप्त्याचा आकडा महिना चार लाखाच्या वर होता व या जोरावर वरपर्यंत दादाची पोहोच होती. पंटर लोकांकडील पैसे गोळा करायला दादाकडे जे तरुण होते त्यांना फिरायला त्याने हिरो होंडासारख्या मोटारसायकली घेऊन दिल्या होत्या. भरपूर पैसा कमावलेल्या माणसाला समाजसेवा करावीशी वाटते. रंजल्या-गांजलेल्यांना सढळ हस्ते आर्थिक मदत करून 'गोरगरिबांचा तारणहार' अशी स्वतःची प्रतिमा दादाने सहज निर्माण केलेली. अशा दादाचा नगरसेवक म्हणून राजकारणात पदार्पण होण्यास फार कालावधी लागला नाही. बरेच लोक राजकारणात पैसा मिळवण्यासाठी येतात. पण दादाने तो स्वकर्तृत्वाने आधीच भरपूर मिळवलेला असल्याने लोकांसाठी काही करावं या भल्या भावनेने तो राजकारणात आला होता व प्रसंगी स्वतःच्या खिशातला पैसा खर्च करून लोकांची कामे त्याने केली होती. बेघर लोकांसाठी सरकारी घरे मिळवण्यासाठी सुरुवातीला स्वतःचे सतराशे रुपये भरावे लागत. काही बेघर तर इतके गरीब असत की, तेवढेही पैसे त्यांच्याजवळ नसत आणि 'दादा, दादा' करीत पाय धरत आल्यावर दादाने स्वतःच्या खिशातील पैसे भरून अनेक गरजू गरिबांना मोफत घरे मिळवून दिली होती. दादा विरोधी पार्टीला होते तेव्हाही आपल्या प्रेशरने अडलेल्यांची अनेक कामे त्यांनी मार्गी लावून दिलेली. 'दादा, घर बांधणीचं पर्मिशन मिळेना, लै दमवाय लागल्यात!' म्हणत कुणी गेलं तर 'बांधाय सुरवात कर जा, कोण काय करतंय बघू!' म्हणून त्याला अभय देत त्याच्या पाठीशी उभे राहत! बाई न् बाटलीपासून दूर असलेल्या दादांची म्हणूनच समाजमानसात एक स्वच्छ प्रतिमा होती. त्यामुळे त्यांच्या बोलण्याला वजन होतं. नगरपालिकेचं पुढलं इलेक्शन झालं नि दादांची पार्टी सत्तेवर आली नि अर्थात दादा नगराध्यक्षही झाले. व्यापारधंद्यात दादाहूनही खूप पैसा मिळवणारे गावात खूप होते. पण कुणी उष्ट्या हाताने कावळाही उस्कलणार नाहीत अशा वृत्तीचे. गरिबांना मदत करायची राहो, त्यांना कमी पगारावर जास्त वेळ राबवून घेणाऱ्या वृत्तीचे... पण गावच्या राजकारणात दादाच एक असे होते, जे मिळणारा पैसा दो हातांनी समाजासाठी खर्च करीत होते. गावातील क्रिकेट सामने, व्हॉलिबॉल सामने, गणेश उत्सव, नवरात्रोत्सव आदींना सर्वाधिक भरघोस देणग्या देणारे दादाच होते. त्यांचा पैसा मटक्याच्या आकड्याच्या जगातला असेना का, त्यावर ते नागोबा होऊन बसले नव्हते नि ह्याच त्यांच्या मनाच्या मोठेपणामुळे ते मटका बुकी आहेत ही गोष्ट

लोकांनी डोळ्याआड केली होती व गावातील सर्व पुढाऱ्यांत तेच केवळ लोकांची कामे करून देण्यात, त्यांना उपयोगी पडण्यात धन्यता मानणारे होते. एवढीच महत्त्वाची गोष्ट लोकांनी लक्षात ठेवली होती... वार्ताहरांचं टोळकं गायकवाडची रामकहाणी सांगत त्यांच्याकडे आले.

"अरेच्या मारीऽ, त्यो वार्ताहर न्हाई?" कहाणी ऐकल्यावर दादांनी उद्‌गार काढला, "मला वाटलं..."

"का दादा, तुम्हालाही त्याचा काही अनुभव आला का?" रिपोर्टर शेवाळेनं मिश्कीलपणे विचारलं. ह्यावर काही भाष्य न करता मजेशीर चेहरा करून हासल्यागत करीत दादा म्हणाले, "ते राहू द्या, आधी गायकवाडकडे चला, त्याचं काय करायचं ते पाहू." नि दादा उठलेच.

दादांच्यासह त्यांच्या पार्टीतले सात-आठ नगरसेवक व सर्व वार्ताहरांचं टोळकं मिळून म्युन्सिपालिटीची जीप व नगराध्यक्षांसाठी खास तैनात असलेली मारुती कार ह्या दोन गाड्यांतून सर्किट हाऊसवर आले... दुपारच्या जेवणावर आडवा हात मारून व अर्धी क्वार्टर रिचवून गायकवाड रूमचा दरवाजा नुसताच पुढे लोटून पलंगावर पासलला होता... सारे टोळके भस्सदिशी आत घुसले. त्यांच्या पायरवाने गायकवाड चटक्‌दिशी पलंगावर उठून बसला. नगराध्यक्ष दादासह अनेक नगरसेवक व वार्ताहरांनीही असे आपणास यरगटून घेतलेले पाहून आपला खेळ संपल्याचे मनोमन त्याने ओळखले व त्याचा चेहरा पडला.

त्याच्यासमोर जणू काळदूत राहिल्यागत धिप्पाड देहयष्टीचे दादा उभे राहिले आणि असा उच्छाद मांडणाऱ्यांना नरम आणण्यासाठी वापरला जाणारा आपला खास खर्जाचा आवाज लावीत त्यांनी गायकवाडला आकडी लावली,

"हेऽ बघ गायकवाड तुजं चंबुगबाळं हितनं आवरतोस का मारू पोलीस कचेरीतल्या सीपीआयला फोन?" आणि खिशातला मोबाईल काढून त्यावरील बटन दाबायचं नाटक करीत आपला स्वर तसाच वरच्या पट्टीत ठेवीत ते म्हणाले, "लॉकअपमदी डांबल्यावर पोलिसाकडनी हाडं मऊ करून घेण्यात आनी चारशेवीस कलमाखाली अंदर जाण्यात कायबी पोझिशन न्हाई गायकवाड! तवा हितनं पोलमीनं भाहीर पडतोस का आपला..."

पण त्यांचं वाक्य पूर्ण होण्यापूर्वीच आपला इथला शेर संपला, हे ओळखलेला गायकवाड पलंगावरून उठून मुकाटपणे आपली आवराआवर करू लागला होता. त्याचं चंबुगबाळं तसं विशेष नव्हतंही. त्याच्या खांद्यावर नेहमी दिसणारी त्याची ती सुप्रसिद्ध शबनम बॅग, कपड्याचे दोन-तीन जोड,

एक कंगवा आणि लिहिण्यापेक्षा फक्त शोला खिशात तो नेहमी अडकवून सोडत असलेला एक बॉलपेन अन् एक गॉगल, बस्स इतकंच!

शबनम बॅग भरून झाल्यावर त्यानं ती खांद्यावर अडकवली. दाराजवळ काढून ठेवलेल्या लाल गोंड्याच्या कोल्हापुरी वहाणा पायात चढवल्या आणि रूमबाहेरील व्हरांड्याच्या पायऱ्या उतरून समोरील पोर्चवर जाता जाता त्यानं खिशातला गॉगल काढला नि मानेला एक झटका देऊन मघाच्या अवमानकारक प्रसंगाला उडवून लावलं अन् गॉगल डोळ्यांवर चढवीत व बेफिकीरपणे शीळ वाजवीत एका फिल्मी धूनचे वाटोळे लावीत न् आपण जिंकलेला प्रदेश पराभूतांना दान म्हणून द्यावा अशा शिंकदराच्या ऐटीत मागची रूम नगराध्यक्ष, नगरसेवक, पत्रकार ह्या टोळक्याला देऊन टाकल्यागत छाती काढून रुबाबदार पाऊले टाकीत तो सर्किट हाऊसच्या गेटकडे चालला...

त्याला तसा जात असलेला पाहून, न राहवून टोळक्यातला नगरसेवक सय्यद म्हणाला,

"दादा, हुकूम करो - अब्बी एक लाफा लगाके आतूँ साले को."

"सय्यदभाई, आपण नगरसेवक आहोत, तसं करणं आपणाला उचित नव्हे!" दुसरा नगरसेवक सतीश कारंडेने लगाम ओढत म्हटलं.

"पण काय बेडरपणे चाललाय बघा साला!!" पत्रकार शेवाळे म्हणाला.

"बेडरपणे का बेरडपणे?" दुसरा पत्रकार मल्हारी बलुगडेनं दुरुस्ती केली.

तोवर खानसामा चाचाही तारेच्या कम्पाऊंडजवळच्या आपल्या घराजवळून तेथे लगालगा आला नि नगराध्यक्ष दादांचे पटकन पायच धरीत कृतज्ञतेच्या आवाजात म्हणाला.

"दादा, लई उपकार झालं बघा तुमचं ! खुदाताल्ला तुम्हे लम्बी उम्र दे।" नि संकट निवारण झाल्यावर नि:श्वास सोडीत माणूस बोलतं तसा त्याने उद्गार काढला, "सुटलो एकदाचा. न्हाय तर लई उच्छाद मांडलाता हुता बघा त्या डुप्लिकेट रिपोर्टरनं!"

∎

उच्छाव

“**न**मस्कार!” खणखणीत आवाजात नमस्कार करीत पांढरा शुभ्र परीटघटी नेहरू शर्ट नि टोपी घातलेली व कमरेला तसेच पांढरे शिपीट मलमली धोतर नेसलेली, गुळगुळीत दाढी व मिशा केलेली, निमगोऱ्या वर्णाची, साठीच्या उंबरठ्यावरील एक व्यक्ती अनाहुतपणे आत आली.

साहित्यिक मनोहर माने दैनिक चाळत बसले होते; त्यांनी हातातील दैनिक बाजूस ठेवले नि प्रतिनमस्कार केला.

“नमस्कार!” आणि म्हटलं, “बोला; काय काम काढलंत माझ्याकडे?”

“मी बाबूराव जगदाळे. इथल्या ताराबाई पवार स्कूलचा हेडमास्तर.”

गावातील एक उद्योगपती श्री. मानसिंगराव पवार यांनी एक ‘शिक्षण प्रचार मंडळ’ काढून आपल्या मातोश्रींच्या नावे मराठी ७वी पर्यंत एक शाळा काढली होती, तीवर हे हेडमास्तर होते.

“मी ओळखतो तुम्हाला. राज्य पुरस्कार विजेते आदर्श शिक्षक म्हणून! सरकारी नोकरीतून निवृत्त झाल्यावर तुम्ही ह्या खासगी संस्थेत नोकरी धरलीय!”

“माझे जावई प्राध्यापक रमेश जाधव हे रामगडला प्राध्यापक आहेत. तेथून पाच-सहा मैलांवर कैलासगड नावाचं खेडेगाव आहे. तेथे गेली तीन वर्षे ‘कैलासगड ग्रामीण साहित्य संमेलन’ भरविलं जातं. आपण त्या संमेलनातील कथाकथन सत्राचे अध्यक्ष व्हावे म्हणून...”

“हे पाहा गुरुजी, अशा संमेलनात अलीकडे पाचेक वर्षांपासून मला संमेलनाध्यक्ष म्हणून लोक नेत असतात. त्यामुळे संमेलनातील एखाद्या सत्राचा अध्यक्ष म्हणून जाणे ठीक नव्हे!!”

“मी त्या लोकांना तुमच्याबाबत आश्वस्त केलंय्. शिवाय संमेलनाच्या कार्यकारणीत माझे जावईही आहेत. तुम्ही ‘नाही’ म्हणलात तर जावयापुढे माझे काय राहिले?”

साहित्यिक मानेंच्या समोर विचित्र त्रांगडे होऊन बसले होते. सासऱ्याची पत ऊर्फ लायकी जावयापुढे राहावी म्हणून मानेंनी होकार देणं आवश्यक होतं!

या भल्या गृहस्थाने आपण नकार देणार नाही, हे गृहीत कसं धरलं होतं, कोण जाणे! मानेंना मनोमन याचाच उद्वेग आला होता. माणसांचे स्वभाव अगम्य असतात, हेच खरे!

"मग मी तुमचा होकार समजू ना?" माने विचारात पडल्याचे पाहून इन्टरनॅशनल चिकाटीने पुनश्च गुरुजींनी विचारले.

"गुरुजी, आता तुम्ही आलाय् म्हणून मला नकार देणं अवघड चाललंय्, पण संमेलनास लेखकांना असं आमंत्रित करायचं झालं तर मानधन वगैरे द्यावं लागतं, हे लक्षात असू द्या!!"

"त्याची कल्पना आहे मला साहेब! 'माझ्या गावचा, माझ्या घस्टनीतला माणूस हाय, तेव्हा त्याला काही नाही दिलं तरी चालेल;' वगैरेसारखं मी तरी त्यांना अजून काही सांगितलेलं नाही."

नशीब आपलं! न पेक्षा भाव खायला तसं गृहस्थानं सांगितलं असतं तर काय घ्या!

"थँक्यू!!" लेखक मानेंनी आभार मानायला परकीय भाषेचा आधार घेतला.

"तर मी कळवितो तिकडे फोनने! तिकडूनही कुणी तरी मग भेटायला येतील आणि मानधन, प्रवास-खर्च वगैरे तपशिलांबाबत आपल्याशी बोलणी करतील!!"

"हरकत नाही!"

"बरं येऊ?"

"थांबा, चहा घेऊन जा!"

अन् मग चहा आल्यावर तो घेऊन मास्तर निघून गेले...

आठवड्याभराने दोघे गृहस्थ भेटायला आले. त्यातील चष्मीस, ढेरपोट्या म्हणाला,

"मी गुरुजींचा जावई. प्राध्यापक रमेश जाधव. संमेलनाच्या कार्यकारणीचा मी सदस्य आहे आणि हे आमचे अध्यक्ष श्री. रामराव देसाई. आपण आमचे आमंत्रण स्वीकारलेत त्याबद्दल आम्ही आपले आभारी आहोत!"

"गुरुजींच्या शब्दाखातर मी येण्याचे मान्य केलं; न पेक्षा अशा संमेलनांना अध्यक्ष म्हणूनच मी जात असतो." अन् मानेंनी विचारलं, "बरं, अध्यक्ष म्हणून कोण येणार आहेत?"

"प्राचार्य गजानन वेंगुर्लेकर. कोकणातील एका कॉलेजवर वेंगुर्लेकर प्राचार्य आहेत. उत्कृष्ट व्याख्याते म्हणून त्यांचा बराच लौकिकही आहे. त्यामुळे त्यांना अध्यक्ष केलंय."

वेंगुर्लेकर हे नाव साहित्यिक माने आजच प्रथम ऐकत होते. या नावाने

काही प्रसिद्ध झाल्याचे त्यांच्याही वाचनात आले नव्हते. त्यामुळे याबाबत मानेंनी जास्त खोलात न शिरणेच श्रेयस्कर समजले व विषयांतर म्हणून त्यांनी मानधनाचा प्रश्न काढला नि त्याबाबत पक्कं करून घेतलं. शेवटी रामराव देसाई म्हणाले,

"संमेलनाच्या आदल्याच दिवशी तुम्ही मुक्कामाला या आमच्याकडे!"

"मुक्कामाचे नको, मी आपल्या वेळेत यस्टीने येतोच तेथे!"

"मग असं करा; जिल्ह्याच्या गावाहून काही गेस्ट येणार आहेत; त्यांना आम्ही सांगतो; स्टॅण्डवर कार घेऊन जावयास; मात्र सकाळी आठपर्यंत तुम्ही तेथे या!"

"अवश्य येतो. पहाटेची सहाची गाडी धरतो; म्हणजे तेथे मी आठपूर्वीच पोहोचू शकतो! बरं, जिल्ह्याच्या स्टॅण्डवर मी तुमची माणसं वा तुमची कार कशी ओळखायची? - तर असं करा, तिथल्या स्टॅण्डवर बुक स्टॉल आहे ना? तिथं तुमच्या गेस्टना थांबायला सांगा; म्हणजे मला त्वरित पिकअप करायला बरे होईल!!"

"हो, तसे करू!!"

चहा वगैरे झाल्यावर दोघे निघून गेले...

असे कुठे कार्यक्रम असले म्हणजे साहित्यिक माने यांच्यावर नेहमीच दडपण येई! कार्यक्रमाच्या आदल्या रात्री त्यांना धडपणे झोपही येत नसे. वेळाने आपण उठलो आणि कार्यक्रमाच्या गावी जाणारी गाडी चुकली तर कार्यक्रम ठरवायला आलेल्यांचे सर्व वेळापत्रकच उलटेपालटे होऊन अख्ख्या कार्यक्रमाचा विचका होईल, हे भय मनात येई.

कार्यक्रमाची तारीख जवळ आली. अखिल भारतीय मराठी साहित्य संमेलनाची तारीख बहुतेक वेळा हिवाळ्यातील जानेवारी महिन्यात जाहीर होत असते. या तारखेच्या आगे-मागे खेड्यांवरील वा जिल्हा व तालुक्याच्या गावांतील अनेक लहान-मोठी संमेलनं शिवारातील आळंब्यासारखी उगवतात. हेही संमेलन अ. भा. म. सा. संमेलनाच्या वातावरणामुळे स्फुरण चढून डिसेंबरच्या शेवटच्या आठवड्यात ठेवले होते. थंडीही खूप पडू लागली होती व लोक सवयीने म्हणूही लागले होते - 'गेल्यावर्षापेक्षा यंदा थंडी खूप पडू लागलीय् नाही?' कार्यक्रमाचा दिवस उद्यावर येऊन ठेपला. लवकर उठायचं मनावर दडपण, टेन्शन. त्यामुळे मानेंना रात्री दोन वाजताच आपसुक जाग आली! आता एवढ्या लवकर स्टॅण्डवर जाऊन आपणास गाडी तरी कुठली मिळणार, या विचाराने ते पहाटे चारपर्यंत अंथरुणावर तसेच पडून राहिले; मग चारला उठून सारी आन्हिके आवरून गावातील लक्ष्मी मंदिरासमोरील बस स्टॉपकडे आले. गावच्या दक्षिण वेशीत हे मंदिर होते व उत्तरेकडील वेशीत असणाऱ्या यस्टी स्टॅण्डवरून

दक्षिणेकडील गावांना जाणाऱ्या यस्ट्या लक्ष्मी मंदिरापुढील स्टॉपवर थांबत. गावातील रोटरी क्लबने मंदिरापुढे एक शेड बांधून प्रवाशांची उन्हाळ्याच्या-पावसाळ्याच्या दिवसांसाठी कायमची सोय केली होती. मानेंनी आपल्या मनगटावरील घड्याळात पाहिले - अजून सहाही झाले नव्हते. थंडी इतकी जबर होती की, 'कुडकुड क्यांग्यांग् मनीकडे होंग्यांग्' अशी त्यांची अवस्था होऊन गेली होती! मघाच त्यांनी अंघोळ आवरल्याने थंडीचा कडाका आणखीन जाणवत होता. शिवाय पहाटेचे ढासे वारे सुटल्याने थंडी आणखीन झोंबत होती. स्टॉपच्या दक्षिणेस कासराभर अंतरावर असणाऱ्या एका टपरीपुढे शेकोटी पेटली होती व कुणी तरी दोन माणसे तिच्या उबेपुढे बसली होती. तिथवर जाऊन त्यांच्यात आपणही सामील व्हावं, अशी तीव्र इच्छा मानेंना झाली; तोवर खालच्या स्टॅण्डकडून एक यस्टी येत असलेली त्यांना दिसली व शेकोटीची ऊब घेण्याची मनोकामना मनातच मरून पडली! त्यांनी हात करताच स्टॉपपुढे यस्टी थांबली; तसे ते पुढे झाले. यस्टीच्या दरवाजाचे बर्फासारखे गारगार लागणारे हॅण्डल त्यांनी खाली खेचताच दार उघडले न् ते आत शिरले.

ही मुंबई-बंगळूर गाडी होती. आत सारे लुंगीवाले दक्षिणीय व शिसवी रंगाच्या त्यांच्या बायका दिसत होत्या. अर्थात् काही पोरंही होतीच. गाडी निम्मीही धडपणे भरायला नव्हती, पण रिकाम्या बर्थवर काहींनी बिनधास्त ताणून दिली होती. काही जोडपी एकमेकांच्या खांद्यावर माना टाकून बसल्या जागीच झोपी गेली होती; आणि रात्रभर खाद्यपदार्थ खाऊन हातातील कागद खिडकीचे काचेचे तावदान वर उचलून बाहेर टाकण्याचे कष्ट न घेता त्यांनी यस्टीतील पॅसेजमध्येच टाकून दिले होते! एका बर्थच्या कडेला थोडी जागा होती; तेथे माने टेकले न् यस्टी चालू झाली. दोनेक तासात जिल्ह्याचं गाव आलं, तेव्हा आठचा सुमार झाला होता. माने खाली उतरले आणि कंट्रोलरूम नजीक, पण यस्टी कॅन्टीनच्या दिशेने तोंड करून असलेल्या बुक स्टॉलजवळ गेले; तर तेथे कुणीच प्रतीक्षेत उभे नव्हते व एवढ्या लवकर कुणी पेपरसाठीही आलेले नव्हते!

"येथे कैलासगडचे कुणी आले होते का, मामा?" मानेंनी वृद्ध बुक स्टॉलवाल्याला विचारले.

"नाही!!" बुकस्टॉलवाला म्हणाला, "का कुणी येणार होते का?"

"होय. आज कैलासगडला साहित्य संमेलन आहे. मला तिकडे न्यायला येणारे लोक 'येथे आठला येऊन थांबतो' म्हणाले होते. मी संमेलनातील गेस्ट आहे. मला तेथे नऊला पोहोचणे आवश्यक आहे. कारण नऊपासूनच संमेलनाची सुरुवात होणार आहे..."

"येथून कैलासगड म्हणजे तासाभराचा प्रवास आहेच! त्यांची वाट पाहत येथे बसाल आणि ते लोक आलेच नाहीत किंवा विस्मरणाने तसेच निघून गेले तर तुमची चांगलीच फजिती होईल! तर आता असे करा; ती पाहा समोरच्या प्लॅटफॉर्मपुढे बसरीकट्टीला जाणारी यस्टी लागलीय; ती एवढ्यात सुटेल. ती कैलासगडच्याही पुढे जाणारी आहे; तीतून जावा, म्हणजे वेळेवर तेथे तुम्ही पोहचाल!!" बुकस्टॉलवाल्याने मौलिक माहिती सांगून अनाहूतपणे का असेना, अनमोल सल्ला दिला.

"थँक्यू!!" म्हणत बुकस्टॉलवाल्याचे आभार मानत माने यस्टीच्या दिशेने वळले...

सकाळचे आठ झाले असले तरी अजूनही थंडीचा कडाका खूपच होता. अगदी कुडकुडायला होत होते. यस्टी कॅन्टीनमध्ये कपभर चहा घ्यायला जावे नि तोवर इकडे यस्टी चुकली तर काय घ्या, ह्या विचार-भयास्तव माने यस्टीत जाऊन बसले...

दोन-तीन मिनिटांतच कंट्रोलर रूमकडून ड्रायव्हर-कण्डक्टर आले आणि यस्टी निघाली...

जिल्ह्याच्या गावापासूनचा दक्षिणेकडील हा भाग माने प्रथमच पाहत होते. कोकणातील खेड्यांची आठवण करून देणारी वाटेत लागणारी तशीच लाल माती, भातांची खाचरं, माडं, आंब्याची झाडं... माने हे सारं अनोखं डोळ्यांत साठविताहेत तो शेजारी बसलेल्याने विचारले,

"आपणही रामगडला का?"

"नाही, कैलासगडला!" आणि मानेंनी विचारले, "रामगडनंतरच कैलासगडचा स्टॉप ना?"

"होय. रामगडापासून तीन मैलांवर कैलासगडचा तिठ्ठा येतो; तेथून पूर्वेस तीन मैल चालत गेल्यावर कैलासगड येते!"

"म्हणजे, यस्टी गावातून जात नाही?" मानेंनी एक आवंढा गिळत विचारले.

"छे! गाव राहते तिकडे दूर पूर्वेस, यस्टी आपली रस्त्याने सरळ बसरीकट्टीला पुढे जाते!"

मानेंनी मनातल्या मनात कपाळावर हात मारून घेतला!

अखेर एकदाचा कैलासगडचा तिठ्ठा आला. यस्टी थांबल्यावर तिथं उतरणारे एकमेव प्रवासी म्हणजे मानेच होते! उजव्या हाताला उंच डोंगर होता. त्यावरील तटबंदीचे अवशेष येथूनही दिसत होते; म्हणजे वर किल्ला असणार. कैलासगड तोच असावा आणि त्यावरून पायथ्याच्या गावालाही तेच नाव पडले असावे. पायथ्याच्या झाडीतून काही घरांची छप्परं दिसत होती व त्याच दिशेने पायाखालचा

कच्चा, मुरमाड रस्ता गेला होता; म्हणजे गाव तेच असावे... माने त्या रस्त्यावरून चालू लागले... माने साठीच्या घरात आले होते व वयोमानाप्रमाणे त्यांचा चालण्याचा सरावही कमी झाला होता; त्यामुळे निम्मा रस्ता चालून जाताच ते भेंडाळून गेले आणि एका ओहोळच्या पुलावरील कठड्यावर बसले. दूर खालच्या बाजूला एक तळे दिसत होते; व त्याच्या काठांवर उतरलेला बगळ्यांचा थवा मोगऱ्याच्या फुलांगत येथून दिसत होता. कोकण किनारपट्टीकडून आलेले पांढरे वांझोटे ढग समोरच्या डोंगरमाथ्यावरून पूर्वेस सरकत होते... ह्या निसर्गचित्रात एका कारनेही प्रवेश केला... आवाजाच्या दिशेने मानेंनी पाहिलं - तर एक मारुती कार रस्त्यावरून इकडेच येत होती ! जवळ येऊन कार मानेंच्या जवळ थांबली व दारातून ओळखीचा चेहरा बाहेर आला.

"या आत!" ते जिल्ह्याच्या गावचे मानेंचे प्रकाशक हळदणकर होते; व त्यांनीच आपल्या साईडचं दार उघडून मानेंना आत बोलावले...

तीन डझनाच्या घरात मानेंची पुस्तके प्रकाशित झाली होती. त्यातील चार-पाच हळदणकरांनीही काढली होती. माने कारमध्ये बसले. आत हळदणकरांचे धाकटे बंधू होते व हळदणकरांचा मुलगा कार चालवीत होता. आतल्या हौद्यात व रिकाम्या जागेवर पुस्तकांचे सारे गठ्ठेच होते. ते पाहून मानेंनी विचारले,

"संमेलनात पुस्तक-प्रदर्शनाची तयारी वाटतं ही?"

"होय." थोरले चष्मीस श्रीपाद हळदणकर म्हणाले. पुस्तकांचे प्रूफरीडींग स्वत:च करून फार लवकर त्यांना चष्मा लागला होता, "ह्या भागात कुठे संमेलन असलं म्हणजे त्याठिकाणी प्रदर्शन नेतो आम्ही!" हळदणकरांनी माहिती पुरविली.

"पुस्तकं खपतात का पण?" मानेंनी विचारलं.

"तशी खपतातच म्हणायची थोडीबहुत, म्हणून तर अशा आडवळणी भागात कडमडायचं."

मग सात-आठ मिनिटांतच गावची वेस आली. वेशीतून थोडं आत गेल्यावर डाव्या हाताच्या उंचवट्यावर एक शाळेची इमारत होती. इमारतीपुढील पटांगणात मंडप घातला होता. अर्थात् संमेलन स्थळ हेच, हे कुणी सांगायची जरूरी वाटली नाही. शाळेपुढील पटांगण रस्त्याकडील बाजूस चार-पाच फुटांची पडदी ओढून बंदिस्त केलं होतं व मधोमध आत जाण्यास भलं रुंद द्वारही बनविलं होतं. रस्ता खाली सखलात होता व तीन-चार पायऱ्या चढल्यावर मग द्वारातून पटांगणात जाता येत होतं. कैलासगडच्या डोंगर उतारावर गाव वसल्याने काही घरं उंचावर, तर काही सखलात आणि त्यांच्यामधून गेलेले हे अरुंद रस्तेही कधी स्वर्गात तर कधी पाताळात घेऊन जाताहेत, असं वाटत होतं!

उच्छाव । २५१

कार थांबली तसे काही कार्यकर्ते जवळ आले. संमेलनाच्या कार्यकारिणीचे अध्यक्ष रामराव देसाईही त्यात होते. कारमधून माने उतरल्याचे पाहून आश्चर्याने ते म्हणाले,

"तुम्हाला न्यायला आमची कार आली नाही स्टॅण्डवर?"

"नाही! मी स्टॅण्डवरील बुकस्टॉलवर पाहिलं, तिथं तुमच्या संमेलनाचे कोणीच कार्यकर्ते नव्हते, की स्टॅण्डबाहेर कुठली कारही उभी नव्हती. कारची वाट पाहत राहिलो आणि काही कारणाने ती आलीच नाही तर काय घ्या! त्यामुळे यस्टीनेच आलो!!"

"काय लोक तरी!" अर्थात् हे शब्द देसाई मानेंना उद्देशून म्हटले नाहीत, तर आपल्या कार्यकर्त्यांना उद्देशून म्हणाले, "अहो, संमेलनाचे अध्यक्षही जिल्ह्याच्या एका लॉजवर कालच येऊन उतरलेत. त्यांना आधी गाडीत टाकून मग यस्टी स्टॅण्डवर जाऊन तुम्हालाही घेऊन येण्यास मी स्पष्ट सांगितलं आहे!!"

"कार्यकर्त्यांचा ऐकण्यात काही तरी घोटाळा झाला असेल!" माने उघड म्हणाले तरी त्यांना मनातून वाटलं, एक तर कार्यकर्ते किवंडे तरी असावेत किंवा सांगितलेल्या गोष्टीचा नीट अर्थबोध होण्याच्या पलीकडील अवस्थेप्रत जाण्याइतकी त्यांनी घेतली असावी!

एवढे बोलणे होते आहे, तोवर वेशीच्या दिशेने पांढऱ्या रंगाची एक ट्रॅक्स आली व मारुती कारच्या मागेच थांबली आणि तिच्यातून एक पन्नाशी उलटलेले अन् डोक्यावर छानसे टक्कल पडलेले, डोळ्यांवर गॉगल घातलेले, फेंदाड्या नाकाचे, थोड्या उजळ वर्णाचे, सहा फुटापर्यंतच्या उंचीचे व ढेरपोटे असे एक गृहस्थ खाली उतरले.

"हे आमच्या संमेलनाचे अध्यक्ष प्राचार्य वेंगुर्लेकर!" देसाईंनी ओळख करून दिली, "आणि हे संमेलनातील कथाकथनाच्या सत्राचे अध्यक्ष माने!!"

ट्रॅक्समधून आणखीनही मंडळी आली होती. प्रा. रमेश जाधवही त्यात होते. शबनम बॅग अडकविलेल्या, बॉबकट् केलेल्या, ओठांवर लिपस्टिक लावलेल्या, बिन बाह्यांचे पोलके घातलेल्या व आकाशी रंगाची साडी नेसलेल्या एक विदूषीही त्यांचेमध्ये होत्या. प्रा. जाधवांनी त्यांची ओळख करून दिली,

"ह्या डॉ. अपर्णा सुखटणकर. ह्या डॉक्टर असल्या तरी ह्यांना लेखनाचा छंद आहे. फावल्या वेळात दैनिकांच्या रविवार पुरवण्यांतून आरोग्य विषयक स्फुटलेखन करतात. आपल्या अध्यक्षतेखाली आज ह्यांचंच कथाकथन आहे!"

"चला आता, माणसं खोळंबलेत; दिंडी आहे; तिकडे जाऊ!!" न् मग, वरच्या गल्लीतील दूरच्या टोकाला विठ्ठल-रखुमाईचे मंदिर होते, त्याच्या समोर सजविलेली पालखी ठेवलेली होती; तेथे सर्व पाहुण्यांना ताणून आणण्यात

आलं. वरच्या गल्ल्यांचे आकार व स्थिती अशी होती की, शाळेसमोरच कार गाड्यांचे लिमीट एंड होत होते.

"आमच्या गावात घरपती एखादा माणूस तरी माळकरी आहेच." कार्यकारिणीचे अध्यक्ष देसाई माहिती पुरवित होते, "मी पण माळकरी आहे. लोकवर्गणीतून आम्ही दहा वर्षांपूर्वी हे विठ्ठल मंदिर बांधलेय्. प्रत्येक वर्षी आषाढी-कार्तिकीला येथून पायी दिंडी जात असते; पंढरपुरी! गावातील ह्या अशा वातावरणामुळे संत वाङ्मयाचे अभ्यासक प्राचार्य वेंगुर्लेकर यांना आम्ही संमेलनाध्यक्ष म्हणून या वर्षी आणले आहे!"

दिंडीचे पूजन होऊन दिंडी निघाली. पुढं धनगरी ढोल, तालुक्याचं झांज पथक, गावातील भजनी मंडळ, टाळ-मृदुंग-भजनं अशा एकच कल्लोटात दिंडी निघाली. गावातील सर्वच गल्ल्यांतून ती फिरविण्यात आली... मानेंच्या सोबत चालणारे प्रा. जाधव म्हणाले,

"खेड्यात राग-लोभ; रुसवे-फुगवे बरेच असतात; म्हणून दिंडी सर्वच गल्ल्यांतून फिरवावी लागते; एखादी गल्ली टाळली तर त्या गल्लीतील लोक नंतर भांडण काढतात!!"

गावकऱ्यांची मर्जी सांभाळायला दिंडी सर्वच गल्ल्यांतून फिरविली गेल्यामुळे तिच्यासह फिरून मान्यांचा फेस निघाला! प्राचार्य वेंगुर्लेकर, डॉ. अपर्णा सुखटणकर वगैरे पाहुणे मंडळी मध्येच केव्हा तरी संमेलनाच्या स्थळाकडे हळूच सटकली होती; आणि आपण मात्र खुळ्यासारखे दिंडीसह फिरतो आहोतच...!

दिंडी संमेलनाच्या स्थळी आली आणि अखेर एकदाचे संमेलन सुरू झाले. उद्घाटन, दीपप्रज्वलन वगैरे सुरुवातीचे सर्व सोपस्कार आवरल्यावर संमेलनाध्यक्ष प्राचार्य वेंगुर्लेकर बोलायला उभे राहिले... आपल्या भाषणात साहित्य विश्वाशी आपला तसा फारसा संबंध नाही; पण कोकणातून निघणाऱ्या एका दिवाळी अंकासाठी संपादकांच्या आग्रहाखातर आपण केवळ दोन कथा लिहिल्या आहेत, हेही त्यांनी सांगितले; अर्थात् हे ऐकून श्रोत्यांतील इतरांपेक्षा साहित्यिक मानेंना जास्त धक्का बसला! नि असा माणूस अध्यक्ष म्हटल्यावर मनातल्या मनात त्यांनी कपाळावर हातच मारून घेतला. दीडेक तासाच्या भाषणात संत वाङ्मयावर वेंगुर्लेकरांनी एक लेक्चरच दिले. हे साहित्य संमेलन आहे की पंढपूरच्या वाळवंटातील प्रवचन, कीर्तन आहे, ते मानेंनाही समजेना! ह्यानंतर संत वाङ्मयावरच एक चर्चासत्र नि त्यात तिकडील ४/५ कॉलेजच्या मराठीच्या प्राध्यपकांनी आपली वर्णी लावलेली. समोरचा इतका मोठा मॉब बघून सर्वांनाच किती बोलू, किती नको, असे झाल्याने सगळ्यांचेच वारू लगाम काढल्यासारखे उधळलेले!

हे सत्र संपल्यावर दुपारच्या जेवणाची सुट्टी झाली. कार्यकारिणीच्या

अध्यक्षांच्या घरापुढील रस्त्यावरच खाली भाताचे पिंजर अंथरून त्यावरच लोक जेवणासाठी बसलेले. जेवणासाठी प्रकाशक मित्रही आले होते; त्यांना मानेंनी विचारले,

"इकडे पिंजर अंथरतात बसायला?"

"होय!" प्रकाशक निर्विकार चेहऱ्याने म्हणाले, "इकडे, अशीच पद्धत आहे!!"

समोर दाट झाडी असल्याने झाडांच्या सावलीमुळे खाली ऊन लागत नव्हते, हे जेवणाऱ्यांचे नशीबच! खास पाहुण्यांसाठी बाजूच्या शाळेतील एक हॉल होता. पण माने, प्रकाशक मित्र वगैरे तेथे जाऊपर्यंत हॉलही भरलेला. कार्यकारिणीचे अध्यक्षांचे घरात व घरावरील माडीवरही जेवणाची व्यवस्था केलेली; पण तेथेही कोरम फुल्ल भरलेला! शेवटी दुसऱ्या पंगतीत वर्णी लागली. खास पाहुणे म्हणून अध्यक्षांच्या घरातील माडीवर माने, त्यांचे प्रकाशक मित्र व तालुक्याच्या गावचे काही लोक यांना बसविण्यात आले, पण ह्या दुसऱ्या पंगतीलाही खूप धों-धों गर्दी असावी. खालच्या लोकांना भात वाढून तो माडीवर येईपर्यंत संपलाही! परत तो करण्यासाठी चुलवानावर पातेली चढवून तो शिजून तयार होईपर्यंत आमटीही संपली! 'आता हे काय खरे नव्हे!' असा विचार करून माने व प्रकाशक मित्र उठले व खाली आले. घराबाहेरच कार्यकारिणीचे अध्यक्ष होते; त्यांनी विचारले,

"जेवलात?"

"हो! भरपूर जेवलो!!" माने बोलले.

"आम्हास्नी साहित्यातील काय कळत नाही हो! गळ्यात माळ आहे, चार अभंग कानांवर पडत्यात, म्हणून समाजासाठी काय तरी करत ऱ्हायाचं झालं. जिल्ह्यातल्या चार-पाच गावातनी अशी संमेलनं व्हायला लागली. ते बघून लोकबी इरंसरीला पडले; नि म्हणाय् लागले, 'आमचं तर गाव का मागं? आपुनबी तसला 'उच्छाव' करू!' आमच्या भागाचा आमदारबी हडेलहप्पी गडी. गवंडी काम करीत तो मोठा कंत्राटदार झालेला नि बक्कळ पैसा कमावलेला. त्यो म्हणाला, 'गड्यानु, व्हा म्होरं; मी हायच मागं!! पैश्याबिश्याचा काय लागला कोरम तर म्या पुरा करून देतो, तुम्ही दबवा गाडी फुडं!' मघा उद्घाटनाला आले होते न्हवं?- तेच आमदार! तर, त्येंच्या म्हनन्याप्रमाणं आम्ही कसा 'उच्छाव' भरविलाय् ह्यो, गर्दी फुल्ल!' 'उच्छाव' फुल्ल!!"

"बरंय् मी चलतो उच्छावच्या जागेला!" माने म्हणाले, अध्यक्षांच्या तोंडीचा 'उच्छाव' शब्द ऐकून मानेंच्या तोंडूनही 'संमेलना'ऐवजी 'उच्छाव' शब्दच आला!

"चला!' ते म्हणाले, "आता तुमचंच सत्र आहे - कथाकथनाचं!!"

थोडं अंतर चालून गेल्यावर प्रकाशक म्हणाले,

"हे एवढंसं टीचभर गाव! इथं एखादं हॉटेलही नाही, काही खाऊन घ्यावं म्हटलं तर!"

"आज ह्या 'उच्छाव'च्या नावानं कडक उपवास करायचा!" हसत माने म्हणाले.

जेवणाच्या पहिल्या पंगतीतून जेवून आलेले श्रोते संमेलनाच्या मंडपात बसले होते. कथाकथनाचे सत्र चालू होईपर्यंत तिकडे दुसरी पंगतही आवरलेली असावी; कारण श्रोत्यांचे आणखीन लोंढे संमेलनाच्या ठिकाणी येऊ लागले... साहित्यिक मानेंनी एका श्रोत्याला विचारले,

"तुमच्या ह्या 'उच्छाव'ला प्रत्येक वर्षी अशीच धों धों गर्दी जमतेय् का?"

"व्हय तर?" तो श्रोता म्हणाला, "आजूबाजूच्या चार-सा गावातले पुढारी एकत्र जमत्यात आनी ह्या दिवशी गावातल्या लोकास्नी हितं ताणून आणत्यात! शेतावरच्या कामावर आलेल्या बाया-बाप्यास्नीबी हितं ताणून आणत्यात, त्येंचा रोजगार काय आसंल त्यो देत्यात, पन हितं मतोर गर्दी दिसाय् पायजे!!" आणि तो श्रोता म्हणाला, "म्याबी दर वर्षी येतोच - ह्या सहित्य संमेलनाला! पन मला हे सांगा - पुस्तकास्नी साहित्य का म्हंत्यात? इमारती-धरणंबिरणं बांधकामाचं साहित्य म्हंजे काय ते आम्हास्नी समजाय् आवघड न्हाई! शेतीकामाचं साहित्य म्हंजे काय ते तर आम्हास्नी उपाजल्यापास्नं म्हाईत हाय; पन पुस्तकास्नी साहित्य का म्हंत्यात ते काय आम्हासारख्यांच्या डोचक्यात ईना!! पयल्या वर्षी साहित्य संमेलन म्हणून मी आलो हुता तवा वाटलं की, हे शेतीच्या साहित्याचं काय तरी कंत्राट दिसतंय, पन हितं आल्यावर हे सगळं न्यारंच शास्त्र हाय! बरं, हिकडं न यावं तर गावातलं पुढारी डौक धरणार. त्येंच्यासंगं दुष्मनी बरी न्हवं, म्हणून यायचं!" आणि त्या महाभागानं आपला पूर्वीचा पॉइंट परत गच्च धरला, "तुमचंबी आता भाषाण हाय म्हणं; म्हणून तुम्हाला इच्यारलं - पुस्तकास्नी साहित्य का म्हणायचं?" नि डोळ्यांत अतीव औत्सुक्य आणून तो मानेंच्याकडे पाहत राहिला.

आता ह्या एकट्या श्रोत्याला काय-काय सांगत बसायचं न काय नाही! म्हणून माने म्हणाले,

"नंतर भेटा. संमेलन संपल्यावर, मग बोलू!" आणि ते स्टेजच्या दिशेने सरकले.

स्टेजवर आधीच डॉ. अपर्णा सुखटणकर बसलेली होतीच. मानेही जवळ जाऊन बसले. आणि कार्यक्रम सुरू होण्यापूर्वी त्यांनी त्या विदुषीला विचारले.

"आपण किती कथा सांगणार आहात?" मानेंना वाटले, बाई २/३ कथा

सांगणार असतील तर त्या एक व आपण एक असा क्रम ठेवावा; म्हणजे एका कथेनंतर विश्रांती मिळते.

"मी एकच कथा सांगणार आहे!" एकच कथा सांगण्याच्या सत्राला आपणास अध्यक्ष केलंय म्हटल्यावर मान्यांनी मनातल्या मनात आपल्या कपाळावर हातच मारून घेतला! ह्या 'उच्छाव' मध्ये असे कपाळावर हात मारून घेण्याचे आणखी किती प्रसंग येणार आहेत कोण जाणे! त्यांना वाटले, आता आपणालाही एक कथा सांगावी लागणारच!

समोर सारे ग्रामीण भागातले श्रोते असणार, त्यांना भावेल, आवडेल अशी कथा सांगावी, ह्याचे भान डॉक्टर मॅडमना नव्हते. कथाकथनात त्यांनी शहरातील फ्लॅट संस्कृतीत राहणाऱ्या उच्च मध्यमवर्गीय शहरी जोडप्याची कथा सांगायला सुरुवात केली. कथेत नावीन्य नव्हते व आवडण्यासारखेही काही नसल्यामुळे ग्रामीण श्रोते चुळबुळ करू लागले. वर्गात दंगा करणाऱ्या मुलांना मास्तरीणबाईनं दटावावं, तशा बाई अधून-मधून 'शूऽऽ, चूप बसा!' असं बोट उंचावून श्रोत्यांना दटावत परत पुढे आपली कथा सांगू लागत. अखेर, एकदाची ती कथा संपली व ती बळजबरीने ऐकण्याच्या प्रसंगातून श्रोत्यांचीही सुटका झाली न् मॅडम खाली बसल्या! सर्व श्रोत्यांचा अपेक्षाभंग झाला होता. अशा कावलेल्या श्रोत्यांचा परत मूड आणायला हवा; नि ते कठीण काम आपसुक मानेंच्या शिरावर आलं होतं! त्यांनी एक खुसखशीत ग्रामीण विनोदी कथा सांगून श्रोत्यांचा मूड ठिकाणावर आणला. मधून-मधून हास्याचे मळे फुलत होते, म्हणजे कथा रंगली होती, हे कळत होतं. थोडे समाधान पावून कथाकथन संपल्यावर माने खाली बसले...

शेवटचं कवी संमेलनाचं सत्र संपलं नि संमेलनाच्या समारोपाचं सूप वाजलं. परतताना ट्रॅक्समध्ये संमेलनाध्यक्ष वेंगुर्लेकर, जिल्हा दैनिकाचे दोघे वार्ताहर, डॉ. सुखटणकर, संमेलनास आलेले असेच २/३ श्रोते ह्यांच्यासह मानेंचीही वर्णी लागली... मानेंना निरोप देताना एक कार्यकर्ते शेवटचा नमस्कार करण्यास आले होते; ते म्हणाले,

"कार्यकारिणीचे अध्यक्ष देसाईंचे एक नातलग शेजारच्या गावी वारलेत, त्यामुळे त्यांना संमेलन अर्ध्यावरच सोडून मघा तिकडे जावं लागलं...! मानधनाचा डी.डी. नंतर आपल्या पत्त्यावर पाठवून देतो, म्हणून त्यांनी तिकडे जाण्याच्या घाईगडबडीतही स्मरणपूर्वक सांगितलंय!!"

ह्यावर मानेंना काही बोलताही आलं नाही... मुकाट ते गाडीत जाऊन बसले. प्रवासभर गाडीतील डॉ. मॅडम आपल्या मुलीचे कौतुक बढाईच्या आवाजात सांगत होत्या... मॅडम मागच्या बर्थवर बसल्या होत्या; व पुढल्या

बर्थवर मानेंच्या शेजारी दैनिकाच्या दोघा वार्ताहरांपैकी थोडा वयोवृद्ध होता, तो बसला होता.

उद्या त्याच्या दैनिकांत केवळ कैलासगड परिसरात जाणाऱ्या अंकांच्या गठ्ठ्यात तेवढं संमेलनाचं इतिवृत्त येईल; इतरत्र जाणाऱ्या अंकांत ते नसेलही! त्या-त्या परिसरातीलच केवळ त्या-त्या भागातील बातम्यांना अग्रस्थान देऊन दैनिकावाल्यांनी आपला खप वाढवायची आयडिया लढवून आपल्या पेपराचा खप वाढविला होता. हे वृद्ध वार्ताहर महाशय पान-तंबाखू खाणाऱ्यांच्या जातकुळीचे होते व मागे तोंड फिरवून बोलताना त्यांच्या तोंडातील थुंकीचं स्प्रे पेंटिंग मानेंच्यावर होत होतं. रात्री धडपणे झोप नाही, दिवसभर धडपणे जेवणही नाही. त्यामुळे मनोमन खूप वैतागलेले माने स्वत:लाच दोष देत बसले होते! हे एवढं सारं होऊन त्यावर कडी म्हणजे, अजून मानधनही हाती नाही! आपला भिडस्त स्वभाव जिथं तिथं आपल्याला नडतो! त्या आदर्श मास्तरड्याला प्रथमच स्पष्ट नकार द्यायला हवा होता!

अखेर एकदाचे जिल्ह्याचे गाव आले! गावात आपलं घर आल्यावर ते दोघे वार्ताहर व मॅडमचं घर आल्यावर त्या निघून गेल्याने कारमध्ये ड्रायव्हरसह वेंगुर्लेकर व माने एवढेच उरले होते! मानेंना यस्टी स्टॅण्डवर सोडण्यात आलं. स्टॅण्डवर गाडी थांबवल्यावर वेंगुर्लेकरांचा निरोप घेऊन माने स्टॅण्डमध्ये घुसले... तेथे यस्टी मिळून त्यांचं गाव यावयास मध्यरात्र झाली...

घरी आल्यावर परड्याकडील बाजूस हात-पाय धुऊन फ्रेश होण्यास जाता-जाता ते आपल्या सौ.ला म्हणाले,

"आधी ताट कर, आलो एवढ्यात हात-पाय धुऊन!!"

मग आत आल्यावर ते पुढ्यातील ताटावर तुटूनच पडले! ते पाहून त्यांच्या सौ. म्हणाल्या,

"काय हो, जरा दमानं खावा की! असं काय करायचं ते! बघितलं की कुणी म्हणेल - दुष्काळातून आलेत की काय!!"

ह्यावर घास घेता-घेता थोडी उसंत घेत माने म्हणाले,

"मला डिस्टर्ब करू नको, खूप भूक लागलीय; आधी पोटभर जेवतो!!"

ह्यानंतर महिना उलटून गेला तरी त्या 'उच्छाव' ऊर्फ संमेलनवाल्यांकडून मानधनाचा डी.डी. काही आला नाही! मानेंनी दोन स्मरणपत्रे पाठवूनही त्यांपैकी एकाचंही पत्रोत्तर आलं नाही. आपण त्या उच्छाववाल्यांकडून गंडवले गेलो, हे मनोमन ओळखून मानेंनी तो विषयही डोक्यातून काढून टाकला!

काही महिने असेच उलटले; अन् एके दिवशी आदर्श गुरुजींचे जावई प्रा. जाधव मानेंना रस्त्यात अचानकच दिसले. जवळ येताच ते हसून म्हणाले,

"दिवाळीला आलोय, इथे सासुरवाडीला! आपलं कसं काय ठीक आहे ना?"

"माझं ठीक आहे हो; पण संमेलनाला मला बोलावून नेऊन जो अनुभव दिलात त्याबद्दल खरं तर मी आजन्म आपला ऋणी राहायला हवं!!"

"का, काय झालं?" न समजून प्रा. जाधवांनी विचारले.

"संमेलन नावाचा तुमचा 'उच्छाव' होतो, तुमची हौस भागते. पण आम्हासारख्यांचा जीव जायची पाळी येते! अहो, 'त्या' दिवशी मी दुसऱ्या पंक्तीत बसलो; तर आम्हाला धड जेवणही मिळाले नाही! विचारा हवं तर, तिथं पुस्तक प्रदर्शन भरविलेल्या आमच्या प्रकाशक मित्राला! शिवाय मला निरोप देताना सांगण्यात आलं होतं की, मानधनाचा डी.डी. नंतर पाठवून देतो म्हणून. त्याचाही पत्ता इतके महिने झाले तरी अजूनही नाही!!"

"काय, असं केलं त्यांनी?" प्रा. जाधवांनाही आश्चर्य वाटलेलं दिसलं. "लोक चांगले नाहीत हो ते! फक्त कार्यकारिणीचा अध्यक्ष देसाई तेवढे..."

"अहो, तो माळकरीही त्यांच्यासारखाच डांबरट. मानधनाबाबत मी दोन स्मरणपत्रं पाठविली तरी अजून पत्रोत्तर नाही!!"

"त्या लोकांच्या वागण्याला मी तरी कंटाळून गेलो होतो बघा! तीन वर्षे हे लोक संमेलन भरवितात, पण एकाही संमेलनाचा अहवाल अजून ह्यांनी जाहीर केलेला नाही!! म्हणूनच मी पर्वा कार्यकारिणीच्या माझ्या सदस्यत्वाचा राजीनामा दिला!" नि प्राध्यापक महाशय थोडा खाजगी आवाज काढून म्हणाले, "आणखी एक गोम सांगू तुम्हाला त्यांच्या 'उच्छाव'मधली?- तर संमेलनाचे अध्यक्ष म्हणून त्यांनी आणलेली व्यक्ती प्राचार्य वेंगुर्लेकर नव्हतेच!"

"क्काय?" मानेंनी आश्चर्याने हाऽ एवढा टाळा पसरला.

"प्राचार्य वेंगुर्लेकर संमेलनाच्या आधी दोन दिवस आपली स्कूटर स्लीप होऊन जखमी अवस्थेत हॉस्पिटलमध्ये ॲडमिट झाले होते. ताजी फडफडीत मासळी मिळावी म्हणून ते रोज स्वतः स्कूटरवरून त्यांच्या गावातील फिश मार्केटमध्ये जात असत म्हणे! ते हॉस्पिटलमध्ये असल्यामुळे संमेलनास उपस्थित राहू शकत नव्हते; मात्र त्यांनी त्यापूर्वी आठवडा खपून आपले अध्यक्षीय भाषण तयार केले होते; तर त्या भाषणाचे हस्तलिखित त्यांनी आम्हाला दिले व सांगितले, 'तुम्हा मंडळींचा विरस व्हायला नको; संमेलनात जमलेल्या श्रोत्यांना अपघाताविषयी सांगा, नि संमेलनात हे भाषण कुणाला तरी वाचायला लावून श्रोत्यांना ऐकवा!!' आम्ही विचार केला, आम्ही म्हणजे देसाई नि त्यांच्यासह असणाऱ्या गट्टंसोड्या कार्यकर्त्यांनी, की असं भाषण नुसतं वाचून दाखवण्यात काही मज्जा नाही, म्हणून कोकणातील दशावतारी खेळ्यात काम करणाऱ्या

एका नटाला 'नाईट' देऊन तयार करण्यात आलं, न मग त्या नटाने स्वत: वेंगुर्लेकर बनून खऱ्या वेंगुर्लेकराने लिहिलेले भाषण पाठ करून तेच जमलेल्या श्रोत्यांना ऐकविलं!!''

ऐकून माने कोलमडलेच! - असा 'उच्छाव' इतरत्र कुठे कधी झालाही नसेल!!

''अहो, आमच्या ह्या डोंगराळ भागातील 'जन्ता' आपली आडमार्गी गावं सोडून खऱ्या, ओरिजनल वेंगुर्लेकराला पाहण्यास कोकणात कशाला जातील? तो काळा की गोरा, हेही कुणाला माहीत नव्हते, त्यामुळेच सारा 'उच्छाव' सुरळीतपणे संपन्न वगैरे झाला म्हणा!!''

■

कष्टकरी दलित-पददलितांच्या जीवनातील वैचित्र्य, वैविध्य मांडणाऱ्या सकस ग्रामीण कथा.

ईगीन — महादेव मोरे

महादेव मोरे यांच्या 'ईगीन' या नव्या संग्रहातील कथा
समाजाच्या तळागाळातील लोकांचे जीवन अधोरेखीत करतात.
काही गंभीर, तर काही गंमतीदार अशा त्या कथा आहेत.
मूठभर पांढरपेशांच्या सीमित जगाबाहेर दलित-पददलितांचे,
कष्टकऱ्यांचे एक विशाल जग आहे. ह्याच जगातील लोकांच्या
हर्ष-खेदाच्या, व्यथा-विवंचनांच्या ह्या कथा आहेत.
विषय वैविध्य हे ह्या कथांचे वैशिष्ट्य आहे.
रानामाळात मजुरांसह घाम गाळणे, मोटार वर्कशॉपमध्ये काम करणे,
टॅक्सी ड्रायव्हींग करणे, पिठाच्या गिरणीत राबणे
आदी विविध कष्टाची कामे करीत आयुष्य घालविलेल्या
लेखकाला आपल्या खडतर जीवनप्रवाहात जी कथाबीजं हाती लागली
ती पूर्ण नजाकतीसह त्याने इथे फुलविलेली आढळतात.
वाचनीयतेच्या अंगाने जाणाऱ्या ह्या कथा
केवळ रंजकच नाहीत, तर त्यापलीकडे जाऊन
त्या आपला सकस व दर्जेदारपणाही सिद्ध करतात.
वाचकाला गुंगविणाऱ्या, विचार करायला लावणाऱ्या व
काही वेळा त्याच्या गालांवर स्मित हास्याची रेषा फुलविणाऱ्या
ह्या कथांनी मराठी कथेचे दालन समृद्ध केले आहे.
मराठी सीमा भागातील मातीचा गंध घेऊन आलेली खास भाषा
व तीतून उमटलेली ठसठशीत व्यक्तिचित्रे हेही ह्या कथांचे सामर्थ्य आहे.
उपमा, अलंकार, प्रतिमा आदींच्या जंजाळात न अडकता
साध्या, सरळ व प्रवाही निवेदनशैलीने वाचकाला
शेवटपर्यंत बांधून ठेवण्याचे लेखकाचे कसबही दाद देण्यासारखे आहे.

www.ingramcontent.com/pod-product-compliance
Lightning Source LLC
LaVergne TN
LVHW032008070526
838202LV00059B/6352